இன்மை

அனுபூதி

இலக்கியம்

மா. அரங்கநாதன்

சமகால நவீனத் தமிழ்ப் படைப்பாளிகளில் தனித்துவப் படைப்பு மனம் கொண்ட மா.அரங்கநாதன் கன்னியாகுமரி மாவட்டம் திருப்பதிசாரம் (திருவண்பரிசாரம்) கிராமத்தில் பிறந்தவர், பின்னர் சென்னைக்குக் குடிபெயர்ந்தார். இவர் சங்க இலக்கியம், சைவ சித்தாந்தம், மேலைநாட்டு இலக்கியங்கள், திரைப்படங்கள் ஆகியவற்றில் ஆழ்ந்த ஈடுபாடு கொண்டவர். இவர் 'முன்றில்' என்ற இலக்கியச் சிற்றிதழை நடத்தி வந்தார். 1988 முதல் 1996 வரை 19 இதழ்களாக வெளிவந்த இந்த இதழ் சிற்றிதழ் வரலாற்றில் சிறந்த இடத்தைப் பெற்றது. அந்தக் காலங்களில் இவர் நடத்தியதே நவீனயுகத்தின் முதல் இலக்கியத் திருவிழாவாக அமைந்தது. இவரது படைப்புகள் பல பல்கலைக்கழகங்களில் பாடமாக வைக்கப்பட்டுள்ளன. இவரது 86 சிறுகதைகளை சாந்தி சிவராமன் என்பவர் ஆங்கிலத்தில் மொழியாக்கம் செய்துள்ளார். சென்னை மாநகராட்சியில் எழுத்தராகப் பணியாற்றி ஓய்வுபெற்றவர். 50 ஆண்டுகளுக்கும் மேலாகச் சென்னையில் வசித்துவந்தவர் அரசுப்பணியிலிருந்து ஓய்வுபெற்று, பின்னர் புதுச்சேரியில் வசித்துவந்தார்.

இன்மை அனுபூதி இலக்கியம்

மா.அரங்கநாதன்
ஒரு வாசிப்பு

நேர்காணலும் – தேர்வும் தொகுப்பும்
எஸ்.சண்முகம்

யாவரும்
பப்ளிஷர்ஸ்

The views and opinions expressed in this book are the author's own. The facts contained herein were reported to be true as on the date of publication by the author to the publishers of the book, and the publishers are not in any way liable for their accuracy or veracity.

• இன்மை அனுபூதி இலக்கியம் • ரீடர் • தொகுப்பு எஸ்.சண்முகம் ©

• முதல் பதிப்பு : டிசம்பர் 2022

• In̲mai an̲upūti ilakkiyam • Reader • Compiled by S.Shanmugam ©

• First Edition : December 2022

• Pages: 322 • Price : ₹ 410/-

• ISBN : 978-93-92876-06-6

Released by :

M/s. Yaavarum Publishers
24, Shop no - B, S.G.P Naidu Complex,
Dhandeeswaram Bus Stop
Opp: Bharathiar Park
Velachery Main Road
Velachery, Chennai - 600 042

90424 61472 / 98416 43380
editor@yaavarum.com
Url : www.yaavarum.com; www.be4books.com

Inner Paintings by Artist K Balasubramaniyan

Designed by : Y Creations

All rights, including professional, amateur, motion pictures, recitation, public reading, broadcasting and the rights of translation into foreign languages are strictly reserved. No part of this book may be reproduced in whole or in part or utilized in any form or by any means electronic or mechanical, including photocopying, recording or by any information storage and retrieval system now known or hereafter invented, without the prior written permission of the author/publisher.

மா.அரங்கநாதன் கதைகளில் தமிழரசியலின் சாத்தியப்பாடுகள்

(எஸ்.சண்முகம் நேர்காணல்கள் வழி)

தமிழவன்

தமிழிலக்கியம் ஒரு பெரிய பாரம்பரியத்தைக் கொண்டிருப்பதால் நவீனத் தமிழிலக்கியம் அந்தப் பெரிய பாரம்பரியத்தில் இன்றுவரை பொருந்தவில்லை. அதனால் படைப்பு எழுத்தாளர்கள் தமிழ்த்துறைகளில் இருந்து உருவாக வில்லை. அதற்குப் பதிலாகத் தமிழையும் அதன் பாரம்பரியத்தையும் அறியாதவர்கள் தற்கால இலக்கியவாதிகளாக வலம்வருகிறார்கள். 21–ஆம் நூற்றாண்டின் தொடக்கத்தில் இந்தக் குறையைத் தமிழ்த்துறையினர் நீக்க வேண்டும்.

இப்படிச் சொன்னால் போதாது. இன்னும் கொஞ்சம் ஆழமாகப் இப்பிரச்சனையைப் பற்றி யோசிக்க வேண்டும் என்று நினைக்கிறேன்.

கன்னடத்தில் சிறந்த எழுத்தாளர் கன்னட இலக்கியத்தை முறையாகப் படித்தவர். தமிழில் மட்டும் ஆங்கிலமோ, தமிழோ படிக்காதவர்தான் அரைகுறை தமிழ் வாக்கிய அறிவுடன் எழுதி “தமிழ் எழுத்தாளர்” ஆக முடிகிறது.

இந்தக் கோளாறு எங்கிருந்து தொடங்குகிறது என்று பார்க்க வேண்டும். நவீனத் தமிழிலக்கியத்தின் இரண்டு முக்கிய வடிவங்களில் ஒன்றான நாவலைத் தமிழுக்கு அறிமுகப்படுத்தியவர் தமிழை நன்றாகப் படித்த வேதநாயகம் பிள்ளை. சிறுகதையை அறிமுகப்படுத்தியவர் வ.வே.சு.அய்யர். இவர் பழந்தமிழை நன்றாகக் கற்றவர். இரண்டாவது கட்டமான மணிக்கொடி காலத்தில்தான் நவீனத் தமிழிலக்கிய பாரம்பரியம் பற்றி அறியாதவர்கள் கைப்பற்றுகிறார்கள். மணிக்கொடிக்குப் பின்புலமான காங்கிரஸ் என்ற வடநாட்டு உந்துதலால் உருவான இயக்கம் நவீனத் தமிழைப் பாரம்பரியமற்றதாக்குகிறது.

பாரம்பரியத்தின் மீதிருக்கும் மதிப்பைவிட்டு காந்தியத்தின் மீது மதிப்பு ஏற்படுகிறது. ஒரு மதிப்பை இன்னொரு மதிப்பு வந்து இடமாற்றம் செய்கிறது. இக்காலக்கட்டத்தில் தமிழ்த்தேசிய உணர்வு நவீன இலக்கியத்தின் தோற்றத்துக்கும் வடிவமைப்புக்கும் காரணமாயிருந்ததென்ற உண்மையை காந்தியவாதிகள் மறைக்கிறார்கள். ஒருவித தமிழ்த்தேசிய உள்ளுறை

உணர்வுதான் தொடக்க நாவல்களையும் சிறுகதையையும் தோற்றுவித்தவர்களை இயக்கியது. முதல் நாவலில் வேதநாயகம் தமிழைப் பாதுகாக்க வேண்டியதன் கட்டாயம் பற்றி பக்கம் பக்கமாக எழுதுகிறார். அதுபோல் பெண்களைத் தமிழ் சமூகம் படுத்தும் பாடு பற்றிய பெரிய கவலை வேதநாயகத்தை நவீன இலக்கியத்தைக் கண்டுபிடிக்கத் தூண்டுகிறது. தமிழ் முழக்கம் வரலாற்றில் ஒவ்வொரு கட்டத்திலும் ஒரு சமூக வரலாற்றுக் குறியீடாகவே விளங்கியது. வேதநாயகத்திடம் பெண்களின் மறு அதிகாரமயமாக்கமாகவும் புத்துணர்வு ஒன்றின் சமூகவயமாக்கலாகவும் தமிழ் இயங்குகிறது.

1910 வாக்கிலிருந்து பாரதி மற்றும் வ.உ.சி போன்றவர்களால் காங்கிரஸ் பிரச்சாரம் தமிழ்ச் சமூகத்தில் வலுவாகக் கால் ஊன்றிவிட்டது. அதனால் அயோத்திதாசரின் மற்றும் பிராமணரல்லாதவரின் ஆங்கிலேய ஆமோதிப்பு கிரமமாக மறைய ஆரம்பிக்கிறது என்றாலும் க.நா.சு, சிட்டி சிவபாதசுந்தரம் போன்றவர்களால் ஆங்கில இலக்கிய ஆமோதிப்பு ஒன்று தமிழில் வளர ஆரம்பிக்கிறது. திராவிடப் பாரம்பரியத்தின் சமூகச் சீர்திருத்தம் பாரதிதாசனிடம் பெரிய பிரளயத்தை ஏற்படுத்தி பழந்தமிழ் வேருக்குப் போதல் என்ற இலக்கியப்போக்கு ஆற்றல் பெறுகிறது.

20-ஆம் நூற்றாண்டின் இலக்கிய வரலாறுதான் 2000 ஆண்டு சரித்திரமுள்ள தமிழுக்கு மிகவும் சிக்கலான வரலாறு. இதனை ஏதாவது ஒரு கோணத்தில் மட்டும் விளக்கி வியாக்கியானம் செய்வது போதாது.

பெரும்பாலும் பாரதிதாசன் பழமைக்குப் போதல் என்ற ஆர்கையிசம் (Archaic) இயக்கத்தைத் தொடங்கிய கட்டத்தில் உரைநடை இலக்கியத்தைத் தமிழ்ச் சைவ வேரிலிருந்து வடிவமைத்துத் தமிழ்ப்புனைக்கதையைப் புதுமைப்பித்தன் தொடங்கி வைத்த பல இழைகளில் ஒன்றின்வழி பெரிய ஒரு விகாசத்தை ஏற்படுத்தியவர்தான் மா.அரங்கநாதன். ஒருவகையில் பெரியார், பாரதிதாசன் வழி நின்றாலும் இரண்டையும் மறுக்கும் மரபை மா.அரங்கநாதனில் காணலாம்.

பாரதிதாசன்தான் காங்கிரஸிலிருந்து விடுபட்டதன் மூலம் ஒரே பாய்ச்சலில் தமிழின் புராதனத்தைப் படைப்புக்கு மீட்டெடுத்தவர். பழமையைத் தெய்வீகமாக்குதல் பெரியாருக்குப் பிடிக்காது. ஒருவகையில் பெரியாரை வந்தடைந்த பாரதிதாசன் இன்னொரு வகையில் பெரியாருக்கு எதிரான புராதன வழிபாட்டை (சங்க இலக்கிய ஓர்மையின் வழி) தன் இலக்கிய ஆளுமையாய் மாற்றுகிறார். புராதன வழிபாட்டில் வெளிக்கிளம்பிய வெறி, இயற்கையிடம் தஞ்சம் புகல், பாரம்பரிய உள்குரல்களைக் கண்டுபிடித்தல், அடையாள அரசியல் போன்றனவழி தமிழ்த்தேசக் கட்டுமானம் ஆக்ரோஷமாய் "தமிழியக்கம்" போன்ற பாரதிதாசன் தொகுப்புகளில் வெளிப்பட்டது. அப்போது 1965-இல் இந்திமொழித் திணிப்புக்கு எதிரான தமிழ்மக்கள் பாரதிதாசனை

மகா கவிஞனாக்கினார்கள். எங்கு பார்த்தாலும் பாரதிதாசன் வழிபாடு தோன்றியதை இப்படித்தான் விளங்கிக்கொள்ள வேண்டும். காங்கிரஸ் மாயையைப் பாரதிதாசன் ஒரே அடியில் தமிழ்ப் படைப்பு மொழியில் இருந்து அழித்தார்.

இதே காலக்கட்டத்தில் மா.அரங்கநாதன் பிறந்து வளர்ந்த குமரி மாவட்டத்தில் நடந்த தமிழ் இயக்கத்தைத் தமிழக வரலாறு மோசடித்தனமாக மறப்பதுபோல் நாம் மறக்கக்கூடாது. மா.அரங்கநாதனின் உள ஆளுமை அவரது பிறப்புப் பின்னணிதான் அவருடைய தமிழ் அவருடைய கிராமம் கொடுத்ததுதான். 1952 வாக்கில் நேசமணி தலைமையில் முன்னெடுக்கப்பட்ட தமிழ்ப் போராட்டம் ஆழமான பாதிப்பை மா.அரங்கநாதனுக்கு ஏற்படுத்தியிருக்க வேண்டும். ஏனெனில் அவருடைய சமூகத்தினர் தமிழ்ப் போராட்டத்தில் நேசமணிக்கு உற்ற தோழர்களாய் இருந்தனர். மா.அரங்கநாதனைப் பற்றி முழுசாய் அறிய குமரி மாவட்ட வரலாறு தெரிய வேண்டும். மா.அரங்கநாதன் "மலையாளத்தமிழ் எழுத்தாளருக்கு" எதிரான ஆளுமை. அதனாலேயே மா.அரங்கநாதனை அந்த மலையாளத் தமிழ் எழுத்தாளர்கள் பலர் எங்கும் குறிப்பிடுவதில்லை. நேசமணி தோற்றுவித்த புதிய தமிழ் எழுச்சியின் படைப்புமுகம் மா.அரங்கநாதன் என்பேன். குமரி மாவட்டத்திலிருந்து சென்னைக்கு வரும் மா.அரங்கநாதனின் பயணம்தான் அவரது கதைகளும் நாவல்களும். அந்த மண்ணைப் பற்றிய ஞாபகத்தைக் கதைகளாக்குவதே மா.அரங்கநாதனின் இலக்கிய வரலாறு. அவ்வளவுதான். வேறு எதுவும் இல்லை. என்னைப் பொறுத்தவரையில் நேசமணி சுமார் 1 கோடி சனங்களை பட்டம் தாணுபிள்ளையின் பிடியிலிருந்து காப்பாற்றி அவர்கள் மலையாளிகளாக்காமல் தமிழர்களாக்கினார். (காமராசர் போன்றோர் நெய்யாற்றின்கரை தமிழர்களை மலையாளிகளாக்கியதை மறக்கக்கூடாது) மா.அரங்கநாதன் தமிழிலக்கியத்தை "மலையாளத் தமிழ் எழுத்தாளர்களிடமிருந்து" காப்பாற்றினார். நேசமணி சென்னையின் ஆட்சிக்கு குமரி மாவட்டத்தைக் கொண்டுவந்ததுபோல் மா.அரங்கநாதன் தமிழ்க் கற்பனையை சென்னையின் தொடர்பால் புதிய தமிழ்ப்படைப்பாய் உருவாக்கினார். இவை எல்லாம் தமிழ் அரசியலைச் சுற்றி நடப்பவைகளாகும்.

நேசமணியின் போராட்டம் பற்றி முதன்முதலாக "ஏற்கனவே சொல்லப்பட்ட மனிதர்கள்" என்ற முதல் மாயா எதார்த்த நாவலில்தான் வருகிறது. அதுபோல் மா.அரங்கநாதனின் கதைகளில் ஏதேனும் குறிப்புகள் வருகிறதா அப்போராட்டம் பற்றி என்றால் இல்லை போலிருக்கிறது. (உறுதியாகத் தெரியவில்லை) ஆனால் குமரி மாவட்டம் பறளியாற்று மாந்தர்களின் தாயகம் என்ற அரசியல் குரலைச் சுற்றியதுதான் மா.அரங்கநாதனின் கற்பனை. நேசமணி 1952–இல் இந்தியப் பாரளுமான்றத்தில் பேசும்போது குமரி மாவட்டத்தின் தமிழடையாளம் பற்றிப் பேசியது போல் பறளியாற்று மாந்தர்கள் பற்றி மா.அரங்கநாதன் பேசுகிறார். வேறு எப்படியும் "பறளியாற்று மாந்தர்" பொருளாகவில்லை.

இன்றைய தமிழ் விமர்சகர்களில் ஒளிமிக்க பார்வைகளை முன்வைப்பவராக நான் கணிக்கும் எஸ்.சண்முகம் மா.அரங்கநாதனுடன் நடத்தும் உரையாடல் பெரும்பாலும் இன்மை என்ற கருத்தாக்கத்தின் வழி நடைபெறுகிறது. நான் அரசியல்வழி மா.அரங்கநாதனைப் பார்ப்பதற்கும் சண்முகம் பார்வைக்கும் மாறுபாடு இல்லை. இந்த இன்மைதான் மா.அரங்கநாதனையும் சங்க இலக்கியத்தையும் இணைக்கிறதென்கிறார் சண்முகம். ஸான் பிரான்ஸிஸ்கோவிலிருந்து ஒருவன் தாய் வாழ்ந்த இடத்தைப் பார்க்க வருவதுதான் மா.அரங்கநாதனின் அடிப்படைத் தத்துவம். அவரது தாய் வாழ்ந்த குமரி மாவட்டம்தான் மா.அரங்கநாதனின் "இன்மை" சைவசித்தாந்தம் சொல்கிறது. இலதென்றலின் உளது. இலக்கியம் புதிய மொழித்தளத்தில் செயல்படுகிறது. இலக்கியம் மௌனமான உரையாடல்.

மா.அரங்கநாதனின் அரசியல் நிலை நின்றிருக்கும் சைவ சிந்தாந்தம் – வைதீக எதிர்ப்பு – புது அழகியல் (இதனைப் பின் நவீனத்துவம் என்றும் கூறலாம்) இவை இன்னும் சற்று பூடகமான தளத்தில் ஆராயப்பட வேண்டும். 1933–இல் சீனிவாசனால் மணிக்கொடி தொடங்கப்படுகிறது. அந்த மணிக்கொடியின் இரண்டாம் கட்டத்தில் வா.இராமையாவை ஆசிரியராகக் கொண்டு அவ்விதழ் வந்தபோதுதான் அவ்விதழ் காங்கிரஸ் பிரச்சார பீரங்கி மட்டும் என்பதிலிருந்து ஒதுங்கித் தமிழ்க் கதைகளைப் பிரசுரிக்கிறது. எனினும் அவ்வெழுத்தாளர்களின் கருத்துலகம் காங்கிரஸ் மற்றும் காந்தியம்தான். காங்கிரஸ் மற்றும் காந்தியம் ஏக இந்தியா என்ற கற்பனையைத் தமிழர்களுக்குக் கொண்டுவந்து சேர்த்தது. இதற்கு எதிரானவர் பாரதிதாசன் மட்டுமே. எஸ்.சண்முகம் பாரதிதாசன் பற்றிய மா.அரங்கநாதனின் கருத்தைப் பதிவு செய்திருப்பது வரலாற்றுச் சிறப்புமிக்கதாகும். "அன்பிலா நெஞ்சில் தமிழைப் பாடி அல்லல் நீக்கமாட்டயா" என்ற வரிகளை மா.அரங்கநாதன் மேற்கோள் காட்டுவது மிக முக்கியமான ஒரு தடயம். மா.அரங்கநாதன் இன்மைவழி செயல்படக்கூடியவர் என்பதை மறக்காமல் இந்தத் தமிழ்ப்பற்று அவருடைய படைப்பு மொழியை எந்தத்திக்கில் இயக்கியது என்று கேட்க வேண்டியுள்ளது. இங்குச் சீர்திருத்தத் திராவிட இலக்கியம் எழுதியவர்களுக்கும் மா.அரங்கநாதன் இருக்கும் முரண்பாட்டையும் கவனிக்க வேண்டும். வைதீக எதிர்ப்பை மா. அரங்கநாதனின் அடிப்படை அஸ்திவாரக்கல் என்று சண்முகம் வெளிப்படுத்துகையில் நம் கவனம் சங்க இலக்கியத்திலிருந்து தொல்காப்பியம், வீரசோழியம், மணிமேகலை, நன்னூல் என்று ஒரு பெரிய ஜலதாரை தமிழுக்குள் வைதீக மாற்றுக்குரலாய் ஓடுவதை நினைக்க வைக்கிறது. இதே அவைதீகக் குரலின் தொடர்ச்சியாய் இவர் கதை ஒன்றில் தன் ஆபரணத்தைத் திருடிவிட்டு ஓடுபவன் தூரத்தில் லாரியில் அடிபட்டுச் செத்தான் என்ற செய்தியை அறிகையில் ஏற்படும் "ஞானம்" அமைகிறது. அதுபோல் பெர்க்மெனின் "கன்னி ஊற்று" என்ற திரைப்படத்தில் இளம்பெண்ணை மூன்று பேர் கொலை செய்கிறார்கள். அந்தப் பெண் பிணமாக வெள்ளை உடலுடன் கிடக்கிறாள்.

அப்போது கதை முடிகிறது.. அந்த முடிவு என்ற இன்மைக்கு ஒரு தொடர்ச்சி வேண்டுமென்பதற்காக அப்பெண்ணைத் தூக்கும்போது ஒரு ஊற்று பீய்ச்சி அடிப்பதாக பெர்க்மென் என்ற ஐரோப்பிய இயக்குநர் காட்டுவதை மா. அரங்கநாதன் கூறுகிற இடம் அற்புதம். மா.அரங்கநாதன் சொல்கிறார்: "முடிவல்ல ஆரம்பமில்ல. முடிவுன்னு ஒன்னு இருந்தா ஆரம்பம்னு ஒன்னு இருக்கணும். ஆரம்பமும் இல்ல முடிவும் இல்ல. இந்த இரண்டையும் சொல்றதுக்கு பேருதான் சித்தாந்தம். வாழ்க்கை எல்லாம்." அதாவது தமிழுக்கு – சித்தாந்தத்துக்கு – ஒரு யுனிவர்சல் பார்வையை மா.அரங்கநாதன் எவ்வளவு அனாயசமாக் கொடுக்கிறார்? இப்படிப்பட்ட மேதைத்தனம் கொண்ட ஒரு படைப்பாளியை மூடி மறைத்துக்கொண்டு இருக்கும் தமிழ்ச் சமூகத்தின் மேல் எனக்குக் கோபமாக இருக்கிறது. சரி விஷயத்துக்கு வருகிறேன். அதாவது மணிக்கொடிக் காலம் புதுமைப்பித்தனுக்குள் இருந்ததைப் பல எழுத்தாளர்கள் தொடர்ந்தார்கள். கா.நா.சு புதுமைப்பித்தனை அங்கீகரித்தார். தொ.மு.சி அங்கீகரித்தார். ஆனால் யாரும் காணாத புதுமைப்பித்தனை மா.அரங்கநாதன் கண்டிருக்கிறார். இதை மா.அரங்கநாதன் ஓரிடத்தில் சொல்கிறார்.

"எவனாவது புதுமைப்பித்தனை ஒத்துக்கிட்டு இருக்காங்களா? அவர் எழுதிக் கொண்டிருந்த சமயத்தில் புதுமைப்பித்தனை யார் ஒத்துக்கிட்டாங்க? ராஜாஜி புதுமைப்பித்தன்கதையைபடிச்சிருக்கவேமாட்டாரு. அவரேபுதுமைப்பித்தனை விமரிசனம் செய்கிறார். ஏன்? வைதீகத்தை அவங்க விரிவுபடுத்தப் பார்த்திருக்காங்க."

இதுபோல் அவைதீகத்தை ஒரு அறிவு–அழகியல்–தமிழ் அரசியல் இயக்கத்தின் அடிப்படை அறிவுமுறையாய் பார்க்கிறார் மா.அரங்கநாதன். இது அதிசயமான ஒரு தனித்தன்மைக் கொண்ட பார்வை. எண்பது வயதுவரை வாழ்பவர் ஒருவருக்கு சித்திக்கும் ஆழ்ந்த அனுபவம் இது.

அதாவது நான் சொல்ல முயன்றுகொண்டிருப்பது தமிழ் உரைநடைக்கு மரபுக்கால்வழி ஒன்றை 2000 ஆண்டு வரலாற்றோடு அதன் முழுப்பலத்துடன் அமைத்த அடித்தளத்தில் எழுதி வருபவர் மா.அரங்கநாதன். மணிக்கொடி மரபின் மரபுத்தொடர்ச்சியுடன் பழந்தமிழின் ஆற்றலைப் பயன்படுத்திய ஒரு எழுத்தாளர் மா.அரங்கநாதன். அதாவது இந்தப் பலம் க.நா.சு கதைகளுக்குக்கூட இல்லை. அவர் மரபை ஆங்கிலத்தில் 80 சதவீதம் கண்டவர். அதுவும் தேவைதான். ஆக தமிழ்ச்சிறுகதை 1930–களில் ஒரு முழுவடிவத்தைப் பெற்றாலும் 70–களில் எழுதத் தொடங்கிய தன் அறுபதுகளில் வாழ்ந்த ஒருவரிடம்தான் முழுமரபு வடிவம் அடைகிறது. அதாவது தமிழின் வேர்தரும் வளத்தை உள்ளூட்டமாய் கொண்ட கதையின் நவீனமும் ஆச்சரியமும் இக்கதைகளில் கிடைக்கின்றன. அதாவது தமிழிலக்கியம் தமிழின் பண்பிலிருந்தும், வாழ்விலிருந்தும், வரலாற்றிலிருந்தும், மனத்திலிருந்தும் தோன்றுவதற்கு நாட்கள் எடுத்திருக்கின்றன. தமிழ்த் தன்மையே

தமிழிலக்கியத்தின் பிரதானமான குணம். தமிழிலக்கியத்தைத் தமிழின் விளிம்புகளான மலையாளக் கட்டுக்கோப்பை வைத்து எழுதும் குமரி மாவட்டத்திலேயே தமிழின் அசலான எழுத்தாளரும் உதித்திருப்பது முரண் நகைதான்.

இந்த மாதிரியான கோணத்தில் அன்றைய காங்கிரஸ் கருத்துருவத்தை ஏக இந்தியாவின் மையங்கூடலை – எதிர்த்துப் பழந்தமிழகத்தின் சத்துவத்தை மறுபடி உயிர்ப்பிக்க வைத்த பாரதிதாசனைப் போல் உரைநடையில் செயல்பட்டவர் மா.அரங்கநாதன். இவருடைய கதைகளை மட்டும் படித்தால் சண்முகம் இந்நூலில் கேள்விகள் மூலம் கண்டுபிடித்து வெளிக்கொணரும் மா.அரங்கநாதன் கிடைக்க மாட்டார். அந்த வகையில் இந்த நேர்காணல்தான் மா.அரங்கநாதனின் கருத்து உலகத்தின் ஆழ்தன்மையை முதன்முதலில் வெளிப்படுத்துகிறது. அந்த வகையில் சண்முகத்துக்கு நவீன இலக்கிய உலகம் கடமைப்பட்டிருக்கிறது என்பேன். காங்கிரஸ் என்பது இருபதாம் நூற்றாண்டின் தொடக்க காலத்தில் தமிழ்பண்பாட்டில் நடந்த ஒரு Aberration. இதனைச் சரிசெய்தவர்கள் பெரியாரும் அண்ணாவும். சுதந்திரத்துக்குப் பிந்திய தமிழகமானது ஆதித்தமிழகத்தின் வேரை மறுபடி கண்டுபிடிக்க இவர்கள் இருவரும் உதவினார்கள். அதே நேரத்தில் புதுமைப்பித்தனுக்குள் நெல்லைப் பிராந்தியத் தமிழ்வழி ஒரு தமிழ் Ethos வெளிக்கிளம்பியது. அதனை நிறைவு செய்தவர் மா.அரங்கநாதன். புதுமைப்பித்தனுக்குப் பூரணத்துவம் கொடுத்தவர் மா.அரங்கநாதன் என்பேன். மா.அரங்கநாதனின் கதைகளைப் படிக்கையில் எவ்வளவு வகைமைகள் கிடைக்கின்றன. அதுபோல் அந்த உரையாடலில் ஓரிடத்தில் சங்க இலக்கியத்துக்கும் முந்திய ஓர் உண்மையைத் தேடுகிறார் மா.அரங்கநாதன். நவீன எழுத்தாளர்கள் என்று பேர்பண்ணுகிற பலர் சங்க இலக்கியம் என்று சொல்ல விரும்புவதில்லை. ஆனால் மா.அரங்கநாதன் சங்க இலக்கியக் காலம் போதாது என்று கூறி அதற்கும் முன்புபோக விரும்புகிறார். தென்னாட்டுத் தத்துவமாய் சிவன் என்ற உண்மையைக் கூறுகிறார். பெயர்கள் முக்கியமில்லை என்கிறார். இந்த இடத்தில் பெரியாரை மா.அரங்கநாதன் ஏற்கிறாரா மறுக்கிறாரா என்ற சந்தேகம் வரும். திராவிடக் கட்சிகள் பற்றி சண்முகம் கேட்கும் கேள்விக்கு அரங்கநாதன் அதன் நாத்திகம் அவருக்குப் பிடித்தது என்கிறார். அதாவது நாத்திகத்தைத் தன் படைப்புக் கோணத்தில் நீட்சிப்(Extend)படுத்துகிறார். அதாவது அவருடைய நாத்திகத்தில் "ஆவுடை" என்று அவர் பெயர் கொடுக்கும் ஓர் உண்மைக்கு இடமிருக்கிறது. இவருடைய பல கதைகளின் பாத்திரங்களுக்கு முத்துக்கறுப்பன் என்ற ஒரே பெயரே வந்துக் கொண்டிருப்பதற்கும் இத்தகைய பார்வைக்கும் தொடர்பிருக்கிறது. ஆங்கில இலக்கியத்தில் அதன் தொடர்ச்சி அதன் பழமைவடிவமான ஆங்கிலோ சாக்ஸனிலும் கிரேக்க இலக்கிய பழமையிலும் போய் நிலைக்கொள்ளும். யுலிஸஸ் எழுதிய ஜேம்ஸ் ஜாய்ஸ் ஹோமரின் காவிய வடிவத்தைத் தேடுகிறார். ஆனால் நம் மகிமை பொருந்திய நவீன இலக்கியவாதிக்குப் பழமை

வேண்டாமாம். தமிழ்த் துறையினர் பழமை என்ற பெயரில் செய்த அழிமதியும் நவீன இலக்கியக்காரர்களைப் பழைய இலக்கியத்தை மறக்க வைத்தது. மா. அரங்கநாதன் இந்த இரு தரப்பினருக்கும் பாடம் எடுக்க வல்லவர். சங்க இலக்கியத்தையும் புதுமைப்பித்தனையும் திருமூலரையும் “இன்மை” மூலமும் அனுபூதி மூலமும் இணைக்கத் தெரிந்தவர் மா.அரங்கநாதன். சங்க இலக்கியத்தைத் தன் நோக்கில் பார்க்கையில் மாயத்தன்மையைச் சங்க இலக்கிய வரிகளுக்கு நல்குகிறார். அந்த மாயத்தன்மைக்கு “அன்பு” என்று பெயர் கொடுக்கிறார். பண்டிதர்கள் சங்க இலக்கியத்தைக் கீறல் விழுந்த இசைத்தட்டு போல் இழுக்கத் தெரிந்தவர்கள் புரிந்துகொள்ளத் தெரிந்தவர்கள் அல்லர் என்ற விஷயம் மா.அரங்கநாதன் மூலம் நமக்குத் தெரிகிறது.

மா.அரங்கநாதன் படைப்பியல் தத்துவம் பாரதூரமான எதிர்காலத் தமிழ் அரசியலுக்குரிய சாத்தியங்களைக் கொண்டிருப்பதாக எனக்குப் படுகிறது. பிராந்தியங்களால் கட்டப்பட்ட இந்தியாதான் சாத்தியம். ஏக இந்தியா அல்ல. டெல்லி பிராந்தியத்தை ஆள முடியாது. பிராந்தியம்தான் டெல்லியை ஆளும். இந்தப் புது இந்திய அரசியலைத் தமிழ்ப் பிராந்தியம் 2000 வருடங்களாய் முன் வைத்த “அன்பு”, ஆவுடை, இன்மை, சங்க இலக்கியம், திருமூலர், பாரதிதாசன், அரங்கநாதன் – எல்லாம், எல்லாரும் விழுங்க வேண்டும். தமிழின் உயிர்த்துவம் அத்தனையும் மா.அரங்கநாதன் படைப்பாக்கிக் காட்டுகிறார். அதாவது சுமார் 80 கதைகளில் தமிழ் அழகியலின் சாத்தியப்பாடுகளை ரகசியமாய் பட்டியலிட்டுக் கவிதையியலாக்கியிருக்கிறார் மா.அரங்கநாதன். அதனை Decode செய்து மா.அரங்கநாதன் படைப்பான கதைகளின் வீரியத்தைத் தம் பண்பாட்டு வரலாற்றின் சமயக் கருத்துக்களாக்கிப் புரிந்துக் கொள்பவர்கள் அப்படிச் செய்யட்டும்; சமய மறுப்பாளர்கள் சமய மறுப்பைப் காணட்டும்; அழகியல்வாதிகள் அப்படிப் பார்க்கட்டும்; அரசியல் செயல்பாட்டாளர்கள் தமிழரசியலை இவர் கதைகளின் பின்புலமண்ணில் காணட்டும். அதாவது தொல்காப்பியத்தின் பொருளதிகாரத்துக்கு அன்று ஒரு தேவை தமிழ் மண்ணின் அறிவுச் சிலிர்த்தெழலால் ஏற்பட்டது. மா. அரங்கநாதன் கதைகளுக்குள் அத்தகைய அறிவின் சிலிர்த்தெழலுக்கான “வெளி” உள்ளது என்பதுதான் என் முடிவு.

இறுதியாக ஒரு விஷயத்தைக் கூறி மா.அரங்கநாதனைப் பற்றிய இந்நூலின் முன்னுரையை முடிக்கலாம் என்று தோன்றுகிறது.

ஒருமுறை பல ஆண்டுகளுக்கு முன் அவரிடம் நான் போர்ஹேஸின் கதைகள் போல் மா.அரங்கநாதன் கதைகள் இருக்கின்றன என்றபோது அதுப்பற்றி நீங்கள்தான் எழுத வேண்டும் என்றார். இந்த நூலில் “போர்ஹேஸை எல்லாம் நாம் விலக்கி வைத்துவிட முடியுமா? எந்த மொழியில் எழுதியிருந்தால் என்ன” என்று மா.அரங்கநாதன் கேட்கிறார். போர்ஹேஸின் எந்தப் பார்வை மா. அரங்கநாதன் கதைகளில் பார்க்கலாம் என்று பலமுறை யோசித்தபோது

எனக்கு போர்ஹேஸின் கதைமொழியில் ஓர் இடைவெளி(Laconic)த் தன்மை முக்கியம் என்று படுகிறது. அதை போர்ஹேஸ் பிற இலக்கிய ஆசிரியர்களின் கதைகளைத் தான் எழுதும் (இன்னொரு கதைக்காரன் பெயரில்) கதைகள் இடையில் செருகுவார். அல்முட்டாசிம் கதையில் மீர்பஹதூர் என்ற பம்பாய்க்காரர் எழுதும் கதையை மறு உருவாக்கம் செய்து இரண்டு கதைக்கும் உள்ள இடைவெளியை (Laconic) வாசகனுக்குக் கொண்டுவந்து சேர்ப்பார். "பியர்மெண்ட், டான்குயிஹாட்டின் ஆசிரியன்" என்ற போர்ஹேஸ் கதையில் பழைய ஆசிரியன் எழுதி உலகக் பிரசித்திப் பெற்ற நாவலை இன்னொருவன் எழுதுகிறான். இந்த இரண்டு ஒன்றுபோலுள்ள நாவல்களை எழுதுகையில் வரும் சாத்தியப்பாடுதான் இலக்கியம் முன்வைக்கும் இடைவெளி. இந்த இடைவெளியை மா.அரங்கநாதன் எப்படித்தான் கதைகளில் ஏற்படுத்துகிறார்? மா.அரங்கநாதன் போர்ஹேஸ் போல் இரண்டு கதைகளை மேற்கோளுக்குள் மேற்கோளாய் முன்வைப்பதில்லை. அது அவர் பாணி அல்ல. அதற்குப் பதிலாய் வேறுவிதத்தில் செய்கிறார். தமிழ்நாட்டுக் கோயிலில் ஆறு விரல்களுடன் தென்படுகிறான் ஒருவன். கர்நாடகத்தின் ஒரு கோயிலுக்கு கதைசொல்லி பல ஆண்டுகள் கழித்துப் போகையில் அங்கேயும் ஒருவன் ஆறுவிரல்களுடன் காட்சி தருவான். படிக்கிற நாம் அதிர்ச்சியுடன் நிற்கிறோம். புரியும்படியான எளிமையான வரிகளில் இந்த அதிர்ச்சி நமக்குக் கிடைக்கிறது. போர்ஹேஸ் ஏற்படுத்திய இடைவெளிபோல் மா.அரங்கநாதன் இரண்டு ஆறுவிரல் நபர்களை நம்முன் நிறுத்துகையில் ஓர் அதிர்ச்சி நமக்கு கதைக்குள் உள்ள இடைவெளியைத் திறந்து காட்டுகிறது. சண்முகம் முத்துக்கறுப்பன் இரட்டைகளா என்று ஓரிடத்தில் கேள்வி கேட்கிறார் மா.அரங்கநாதன். ஆம் அப்படியும் இருக்கலாம் என்கிறார். இரண்டும் சேர்ந்து இரண்டாகாமல் ஒன்றாகிறது. பியர்மெண்டிற்கும் செர்வாண்டிஸுக்கும் கூட இரண்டு ஒன்றாகின்றன. இந்த அடிப்படை மாயவித்தைதான் போர்ஹேஸ் மற்றும் மா.அரங்கநாதனை அருகருகில் கொண்டுவருகின்றன என்று தோன்றுகிறது.

ooo

உள்ளடக்கம்

பகுதி 1 - நேர்காணல்

இன்மை - அனுபூதி - இலக்கியம் - எஸ்.சண்முகம் — 17

பகுதி 2 - சிறுகதைகள்

1. வீடுபேறு — 160
2. மைலாப்பூர் — 179
3. மௌனி — 187
4. சித்தி — 195
5. பனை — 200
6. கேணி — 205
7. ஜேம்ஸ் டீனும் செண்பகராமன் புதூர்க்காரரும் — 210
8. முதற்தீ எரிந்த காடு — 216
9. ஞானக்கூத்து — 229
10. மகத்தான ஜலதாரை — 235
11. உவரி — 241

பகுதி 3 - நாவல்

1. பறளியாற்று மாந்தர் — 247
2. காளியூட்டு — 250

பகுதி 4 - கட்டுரைகள்

1. எது அல்ல கவிதை — 256
2. தாய்மொழியும் தந்தை மொழியும் — 276
3. விஞ்ஞானம் - தத்துவம் - கதை — 309
4. யாதும் ஊரே — 318

பகுதி 1

இன்மை – அனுபூதி – இலக்கியம்

மா.அரங்கநாதன்

நேர்காணல் எஸ்.சண்முகம்

எஸ்.சண்முகம்: நீங்கள் பிறந்த ஊர், உங்களுடைய குடும்பம், நீங்கள் எந்த மாதிரியான பின்னணியில் இருந்து எழுத வந்தீர்கள்? சிறுகதை எழுத எது உங்களுக்கு முதலில் உத்வேகம் அளித்தது? உங்களுடைய குடும்பச்சூழல் மூலமாகவா, அல்லது படித்தது மூலமாகவா? எப்படி?

மா.அரங்கநாதன்: குடும்பத்தைப் பற்றிச் சொல்வதென்றால் அப்பா அம்மாவுக்கு பள்ளிக்கூடம், கல்வி இதெல்லாம் இல்லையென்றாலும் திருக்குறள், கம்பராமாயணம், நாலடியார், பட்டினத்தார்

இம்மாதிரியான பாடல்கள் தெரியும். அவர்கள் அதைச் சொல்வதைக் கேட்டு ஏதோ ஒருவித மகிழ்ச்சி அடைந்திருக்கிறேன் என்று இப்போது நினைக்கிறேன். பின்னர் அந்தக் கிராமத்தில், திருவெண்பரிசாரம் என்று பெயர். அங்கு ஒரு சின்ன நூல் நிலையம் இருந்தது. அதிலே சில பத்திரிகைகள் வரும். அதைப் படிப்பதுண்டு. அப்போது கலைமகள், சக்தி போன்ற பத்திரிகைகளைப் படிக்கும் வாய்ப்பு கிடைத்தது.

புதுமைப்பித்தன், லா.ச.ராமாமிருதம் இவர்களெல்லாம் கலைமகளில் எழுதினார்கள். புதுமைப்பித்தன் சக்தியில் எழுதவில்லை. கலைமகளில் நிறைய எழுதினார். அதைப் படிக்கும்போது அவருடைய கதைகளை பழைய சக்தி புத்தகங்களிலும் தேடிப் படிக்கவேண்டும் என்ற எண்ணம் எனக்குள் தோன்றி அந்தப் பிரதேசங்களில் எங்கெல்லாம் பழைய பத்திரிகைகள் கிடைக்குமோ அங்கெல்லாம் போய் அதைத்தேடிப் படிப்பேன். குறிப்பாக கவிமணி தேசிக விநாயகம் பிள்ளை அவர்கள் இல்லத்திற்குச் சென்று, வீட்டிலுள்ள ஆட்களிடம் மரியாதையுடன் பேசி, அந்த இதழ்களையெல்லாம் பார்த்து கையினால் 'பிரதி' எடுத்திருக்கிறேன். இன்னமும் ஞாபகம் இருக்கிறது, லா.ச.ராமாமிருதத்தினுடைய 'சப்த வேதி' என்ற கதை. அது 'சக்தி' இதழில் வந்ததென்று நினைக்கிறேன். அதை கவிமணி அவர்களின் இல்லத்தில் உட்கார்ந்து 'பிரதி' எடுத்திருக்கிறேன்.

அம்மாதிரியான போக்கு அந்த நூல் நிலையத்தினால் கிடைத்தது என்று சொல்லலாம். இதைப்பற்றி வீட்டின் பக்கத்திலுள்ள நண்பர்களிடம், பள்ளிக்கூட நண்பர்களிடம் பேசுவதுண்டு. பின்பு ஆனந்த விகடன், குமுதம், கல்கி இதழ்களைப் படித்து வரும்போது இவை தவிர வேறு ஏதோ இருக்கிறதே என்கிற எண்ணம் எனக்குள் தோன்றியது. புதுமைப்பித்தன், லா.ச.ரா இவர்களை எல்லாம் படிக்கும்போதும், ஓ... இதைத் தவிரவும் வேறு ஏதோ ஒன்று இருக்கிறதே என்று எல்லாவற்றையும் தேடிப்பிடித்துப் படிக்கத் துவங்கினேன். புதுமைப்பித்தன் கடைசியாக எழுதிய கதைவரை படித்திருக்கிறேன்.

***எஸ்.சண்முகம்:* புதுமைப்பித்தன், லா.ச.ரா கதைகளை நீங்கள் எந்த வயது இருக்கும்போது படித்தீர்கள்?**

மா.அரங்கநாதன்: என்னுடைய 15, 16, 17-வது வயதினில் படித்திருக்கிறேன். 1949-ஆவது வருடம் என்று நினைக்கிறேன். அப்போது பள்ளிக்கூடம் முடிக்கும் தருணம். அப்போது லா.ச.ரா

தமிழிலும் எழுதியிருக்கிறார், ஆங்கிலத்திலும் எழுதியிருக்கிறார். அதையெல்லாம் படிப்பதுண்டு. பள்ளியில் சில நண்பர்கள் இருந்தார்கள். ஒன்றிரண்டு நண்பர்கள் என்றே சொல்லலாம். கிருஷ்ணன் நம்பி என்று பிற்பாடு தெரியப்படுகிறதே, அவனுடன் (அழகிய நம்பி) அதிகமாகப் பேசுவேன். அப்படி வளர்ந்ததுதான் இந்த இலக்கிய நிகழ்வு.

எஸ்.சண்முகம்: புதுமைப்பித்தனுடைய எந்தக் கதையை முதலில் படித்தீர்கள்?

மா.அரங்கநாதன்: புதுமைப்பித்தனுடைய முதல் கதை அன்றைய நாளில் கலைமகளில் வந்த 'அன்று இரவு', 'கடவுளும் கந்தசாமிப் பிள்ளையும்', 'கட்டிலை விட்டிறங்காத கதை', அந்த மாதிரி தருணங்களிலே சக்தி இதழிலே கவிதை ஒன்று வெளியானது, 'இருட்டு' என்கிற கவிதை. அவர் இறந்த மாதத்தில் வந்த கவிதை.

எஸ்.சண்முகம்: புதுமைப்பித்தனுடைய கடவுளும் கந்தசாமிப் பிள்ளையும் என்கிற கதை தமிழ் நவீன சிறுகதைகளுள் மிகவும் முக்கியமான கதை, ஒரு நவீன கதையாளர் அப்படிக் கதைகளை எழுதிக்கொண்டு வந்த புதுமைப்பித்தன் ஏன் கவிதையில் மரபுக் கவிதை எழுதினார்? அவர் காலத்தில் புதுக்கவிதை இருந்தது, புதுக்கவிதை என்ற வடிவத்தை எடுக்காமல், சிறுகதையில் மிக உச்சமான ஒரு நவீனத்தைக் கைக்கொண்டுவிட்டு, கவிதையில் ஏன் பழங்கவிதையை கைக்கொண்டார்?

மா.அரங்கநாதன்: உண்மைதான். கவிதையைப் பற்றி ரகுநாதனும் தற்காலத்தில் மற்றவர்களும் செய்த ஆய்வுபோல் செய்யவில்லை. நான் நினைக்கிறேன் அதற்கான காரணம் அவருடைய கவனம் முழுவதும் சிறுகதையிலே இருந்தது. ஒருவேளை அப்படியாக இருக்கலாம். இப்போது நீங்கள் சொல்வதைப் போல புதுக்கவிதையை அவர் ஆதரிக்கவில்லை என்று முழுதாகச் சொல்லிவிட முடியாது. அப்போது புதுக்கவிதை இவ்வளவு தூரம் வளர்ச்சி பெறவும் இல்லை.

புதுக்கவிதை பற்றிய விமர்சனங்களும் இம்மாதிரியாக வெளியாக வில்லை. இன்னும் சொல்லப்போனால், புதுக்கவிதையைப் பற்றி புதுமைப்பித்தன் ஆங்கிலத்தில் படித்த விஷயங்கள் ரொம்ப பேருக்குத் தெரியாது. அதை பெரிய அளவில் கொண்டுபோக முயலவில்லை. அதற்கு முதற்காரணம், அவர் முழு கவனமும் சிறுகதையில் இருந்தது. அப்படித்தான் சொல்ல வேண்டும் அதை.

எஸ்.சண்முகம்: புதுமைப்பித்தன் பாரதியாரைப் பற்றிச் சொல்லும்போது, பாரதியார் இந்த தமிழகத்துக்கு விட்டுச் சென்றது இரண்டு. அதாவது ஒன்று தன்னுடைய கவிதையும் மற்றொன்று பாரதிதாசனையும் என்று சொல்லியிருக்கிறார். ஒருவேளை அதனாலேயே என்னவோ மரபுக் கவிதையில் பிணைப்பு அதிகமாக இருந்ததா? அல்லது நீங்கள் சொல்வது போல சிறுகதைகளில் கவனம் அதிகமாகவும், கவிதைகளில் கவனம் சிறிது குறைவாகவும் இருக்கக்கூடுமோ?

மா.அரங்கநாதன்: கவிதையைப் பற்றிய உயர்வான அபிப்பிராயம் புதுமைப்பித்தனுக்கு உண்டு. ஆனால் அவர் அப்பொழுது இருந்த நிலைமை அப்படி. பாரதிதாசனே அதை ஒப்புக்கொண்டு விட்டாரே. பாரதியாரை எப்படி ஒப்புக்கொண்டாரோ, அதைப்போல பாரதிதாசனையும் ஒப்புக்கொண்டிருக்கிறார்.

எஸ்.சண்முகம்: இன்னொரு முக்கியமான விஷயம், உங்கள் குடும்பச் சூழலில் திருக்குறள், நாலடியார், கம்பராமாயணம் எல்லாம் சொல்கிறீர்கள்... திருக்குறளும் நாலடியாரும் நீதிநூல். நீதியைப் பற்றி முதல் பயிற்சியாகக் கொண்ட நீங்கள் எப்படி படைப்பிலக்கியத்துக்குள் வந்தீர்கள். இது முழுக்க போதனையைத்தான் செய்கிறது. அந்த நீதிநூலில் ஏதாவது கதைத்தன்மை இருந்திருக்கிறதா?

மா.அரங்கநாதன்: படைப்பிலக்கியம் என்று சொல்லக்கூடிய ஒன்று எது என்பதில் வாசகர்களுக்கு பெருத்த சந்தேகம் உண்டு. அதைப்பற்றி அவர்கள் அதிகமாக எண்ணவே இல்லை. அறிவு தரக்கூடிய ஒன்று இலக்கியம் என்று நினைத்துக் கொண்டிருக்கிறார்கள். திருக்குறளில் உழவு பற்றி வரக்கூடிய ஒரு குறளையும், தாய்-தந்தையரைப் பேண வேண்டும் என்ற ஔவையார் பாட்டையும் உயர் மரபான கவிதையாக மதித்தார்களேயொழிய, ‘பரந்து கெடுக உலகு இயற்றியான்’ என்று சொல்லக்கூடிய வள்ளுவனுடைய அறச்சீற்றத்தை அவர்கள் கவிதையாக மதிக்க முடியவில்லை. அதற்கு முக்கியமான காரணம், இந்தச் சமூகமானது பழங்குடி சமூகம். இதற்கு அப்போதைய நிலைமை உடனடியான மாற்றத்தை ஏற்றுக்கொண்டுவிட முடியாது.

அறிவுநூல்கள் எல்லாமே செய்யுளில் இருந்தாலும்கூட அறவியல் நூல்களாக இருந்தால்தான் மதிப்போம் என்று சொல்லக் கூடிய இனம் இது. நீங்கள் பார்த்திருக்கலாம். ஒரு தலைவலிக்கான செய்யுளையோ, வெண்பாவையோ அதைக் கவிதை என்றுதானே

சொல்வார்கள். அதை மருத்துவ நூல் என்று சொல்ல மாட்டார்கள். இது கவிதை. செய்யுளாக இருந்தால் அதை கவிதையாக எடுத்துக்கொள்ளக் கூடிய ஒரு மனோபாவம் நமக்கு அமைந்துவிட்டது.

இதற்கு முக்கியமான காரணம், வளர்ந்து வந்த இலக்கியத்தேடல் ஒரு குறிப்பிட்ட காரணத்தால் தடைபட்டு நின்றுவிட்டது. அது ஒரு குறிப்பிட்ட காலம் என்று சொல்லலாம். அது ஆய்வுக்கு உட்படவேண்டிய சமாசாரம். பக்தி இலக்கிய காலத்தில் இதைத் தகர்க்க ஒரு முயற்சி நடந்திருக்கிறது. ஆனால் அது வெற்றி பெறவில்லை. பிற்பாடுள்ள ஒரு சமூகம் அவ்வளவாக ஏற்றுக் கொள்ளாமல், வேறுவிதமாகப் போய்விட்டது. இது என்னுடைய நம்பிக்கை. ஆனால் இது ஆய்வாளர்களுக்கு உட்பட்டது.

எஸ்.சண்முகம்: நீங்கள் நீதி நூல்களை வீட்டிலேயே கேட்டு தெரிந்து கொண்டீர்கள். அதன் பிறகு, புதுமைப்பித்தன், லா.ச.ரா போன்றவர்களின் படைப்பைப் படித்து பின்பு கதை எழுத ஆரம்பித்தீர்கள் என்று சொன்னீர்கள். நீங்கள் முதல் கதையை எழுதுவதற்கு முன்பு வேறு எந்தெந்த எழுத்தாளர்கள் எழுதியதைப் படித்தீர்கள்?

மா.அரங்கநாதன்: கிட்டத்தட்ட தமிழில் எழுதுகின்ற எல்லா சிறுகதை அசிரியர்களுடைய எல்லாச் சிறுகதைகளையும் படித்திருக்கிறேன் என்றே சொல்லலாம். வை.மு.கோதைநாயகி அம்மாள், ஆரணி குப்புசாமி முதலியார், வடுவூர் துரைசாமி அய்யங்கார், ஜே.ஆர்.ரங்கராஜூ இப்படி அப்போது எழுதிவந்த எல்லாருடைய படைப்பையும் படித்திருக்கிறேன். படித்தாலும்கூட இதைத்தவிர வேறு ஏதோ ஒன்று இருக்கிறதே என்று சொல்லக்கூடிய ஒரு கேள்வி மனப்பான்மை எனக்கு இருந்தபடியால் அது கடைசியாக புதுமைப்பித்தனில் வந்துமுடிந்தது.

எஸ்.சண்முகம்: மௌனி படித்திருக்கிறீர்களா?

மா.அரங்கநாதன்: மௌனி படித்திருக்கிறேன். ஆனால் புதுமைப்பித்தன் மாதிரி எனக்கு ஒரு லயிப்பு ஏற்படவில்லை.

எஸ்.சண்முகம்: கு.ப.ரா?

மா.அரங்கநாதன்: கு.ப.ரா படித்திருக்கிறேன். கு.ப.ரா உயிரோடு இருந்த காலத்தில் எழுதிய ஒரு கதையைக்கூட நான் படித்திருக்கிறேன்.

எஸ்.சண்முகம்: இதைத் தாண்டி ஆங்கில நாவல் எப்போது படிக்க ஆரம்பித்தீர்கள்?

மா.அரங்கநாதன்: இந்தக் கதைகளை எல்லாம் படிக்கக் கூடிய சமயத்தில், புதுமைப்பித்தன் மற்றும் சிலருடைய கட்டுரைகளையும் படிக்கக்கூடிய ஒரு வாய்ப்பு கிடைத்தபடியால், இந்தக் கதை ஜே.ஆர்.ரங்கராஜூ ஷெர்லாக் ஹோம்ஸுடைய காப்பி என்று தெரிந்தது. ஓ... வேறு பல இலக்கியங்களும் இருக்கின்றனவே என்று மனதுக்குள் சந்தோஷம் புறப்பட்டது என்றுதான் சொல்ல வேண்டும். அதைக் தேடிப்படிக்க ஆரம்பித்தேன். எங்கள் ஊருக்குப் பக்கத்தில் உள்ள டவுனில் ஒரு நல்ல நூல்நிலையம் இருக்கிறது. அங்கும் சில இதழ்களைப் படிப்பேன். இங்கு எப்படி கோதை நாயகி அம்மாளிடம் இருந்து புதுமைப்பித்தனில் வந்து சேர்ந்தேனோ அதுமாதிரி, டாயில், சார்லஸ் டிக்கன்ஸ், டேல் ஆஃப் டு சிட்டீஸ், லே மிஸரபில் இதுக்கெல்லாம் போய்ச்சேர வேண்டிய ஒரு வாய்ப்பு கிடைத்தது என்று சொல்லலாம். அப்போது எனக்கு வயது சுமார் 18.

எஸ்.சண்முகம்: சென்னைக்கு எப்போது வந்தீர்கள்?

மா.அரங்கநாதன்: கிட்டத்தட்ட 18-வது வருடக் கடைசியில் வந்து விட்டேன்.

எஸ்.சண்முகம்: ஊரில் இருக்கும்போது எத்தனை கதைகளை எழுதியிருப்பீர்கள்?

மா.அரங்கநாதன்: ஊரில் இருக்கும்போது ஒரு ஏழு, எட்டு கதைகள் எழுதியிருப்பேன். 1952 ஆரம்பத்தில் என்று நினைக்கிறேன். அப்போது வெளிவந்தது. இன்பம் சொன்னது என்ற ஒரு கதை. அது கிடைக்காததால் இதில் சேர்க்கவில்லை.

எஸ்.சண்முகம்: இப்போது வந்த 80 கதைகளில், ஊரில் இருந்து சென்னை குடிபெயர்ப்புக்கு முன்பு எழுதின 7 அல்லது 8 கதைகள் இதில் இருக்கிறதா?

மா.அரங்கநாதன்: இல்லை. அந்தக் கதைகளில் முத்துக்கறுப்பன் இல்லை.

எஸ்.சண்முகம்: முத்துக்கறுப்பன் என்பவர் சென்னையில் வந்துதான் பிறந்தாரா?

மா.அரங்கநாதன்: ஒருவேளை அந்தக் கதைகளில் வந்த கதாநாயகர்களும் முத்துக்கருப்பனுடைய சாயல்தான். முத்துக்கறுப்பன் என்ற பெயர் இருந்தால் தானா முத்துக்கறுப்பன்.

எஸ்.சண்முகம்: சென்னையில் வந்தபிறகு நீங்கள் எழுதிய முதல் சிறுகதை?

மா.அரங்கநாதன்: சென்னையில் வந்தபிறகு நான் எழுதிய கதைக்கு தெற்கே இருந்து வந்த ஒரு மனிதனின் பெயரை போட வேண்டிய நிர்பந்தம் வந்தது. 'அரணை' என்று நினைக்கிறேன். அதில் நான் யோசித்தபோது முத்துக்கறுப்பன் என்கிற பெயர் திருநெல்வேலி, ராமநாதபுரம், (அப்போது கன்னியாகுமரி கிடையாது) மதுரை, திருச்சி இப்படி எல்லா ஊர்களிலும் உள்ள கிராமங்களில் முத்துக்கறுப்பன் என்ற பெயருடைய ஒருவர் இருப்பார். முத்துக்கறுப்பன் முருகனுடைய தம்பி என்பது எல்லாம் எனக்கு பிற்பாடுதான் தெரியும்.

எஸ்.சண்முகம்: நீங்கள் சென்னைக்கு வந்த பிறகு உங்களுடைய மயிலாப்பூர் கதையில் வரும் ஓர் இடத்தில் கன்னிமரா லைப்ரரிக்குப் போக வேண்டும் என்று வரும். ஜோதிட நூல்களை அங்கு நிறைய படித்திருக்கிறீர்கள். உங்களின் இன்னொரு கதை 'அழல் குட்டம்' என்ற கதை. அதில் ஜாதகம் சம்பந்தமாக ஒரு பெண்ணும் ஓர் ஆணும் படிக்கும்போது, இதை இப்படிப் படிக்க வேண்டும் என்று ஒருவர் சொல்வார். உங்கள் கதைகளில் வரக்கூடிய இந்த மாதிரியான ஜாதகம் போன்ற விஷயங்களில் உங்களுக்கு எப்படி தொடர்பு ஏற்பட்டது. இது படித்து வந்ததா? இல்லை இயல்பிலேயே இந்த மாதிரி விஷயங்களில் ஈடுபாடு உண்டா?

மா.அரங்கநாதன்: கன்னிமரா லைப்ரரி எனக்குக் கிடைத்தது ஒரு தெய்வ அருள் என்று சொல்லலாம். சென்னைக்கு வந்து கன்னிமரா லைப்ரரி பழக்கத்துக்கு வந்து, எல்லா விடுமுறை நாட்களிலுமே அங்கேயே இருப்பேன் என்று சொல்லலாம். அவ்வளவு தூரம் அந்த லைப்ரரி எனக்கு துணை புரிந்திருக்கிறது. ஆங்கில நூல்கள் படித்ததெல்லாம் அங்கேதான். அங்கே புத்தகங்களைத் தேடும்போது எனக்குத் தேவையான புத்தகங்கள் கிடைக்காவிட்டால், ஜோதிடம் சம்பந்தமான புத்தகங்களை எடுத்துப் படிப்பேன். ஆங்கிலத்தில்தான் படிப்பேன். தமிழில் படித்தால் அது புரியாது. ஆங்கிலத்தில் மிகவும் எளிமையாக இருக்கும். அதை நிறைய படிக்க ஆரம்பித்தேன். அப்படி படிக்கும்போது ஜோதிடம் சம்பந்தமான ஓர் அடிப்படை எனக்குத் தெரிந்தது.

எஸ்.சண்முகம்: அந்த அழல் குட்டம் கதையில் இரண்டாவது பத்தியிலோ மூன்றாவது பத்தியிலோ என்ன சொல்கிறீர்கள்? இந்த ஜாதகம் என்பது கணிதத்தோடு தொடர்பு இருக்கிறது, பிறகு என்ன சொல்கிறீர்கள் என்றால் காஸ்மாலஜி. ஜாதகம் போன்ற விஷயங்களைத் தவிர கன்னிமரா லைப்ரரியில் வேறு என்ன சப்ஜெக்ட்டுகளை விரும்பிப் படித்தீர்கள்?

மா.அரங்கநாதன்: நாவல் படித்திருக்கிறேன். ஜான் ஸ்டீன்பெக், வில்லியம் சரோயன், ஹெமிங்வே - கிட்டத்தட்ட எல்லோரையும் சொல்லலாம்.

எஸ்.சண்முகம்: குறிப்பாக வில்லியம் சரோயனையும், ஜான் ஸ்டீன்பெக்கையும் மிகவும் நெருக்கமான எழுத்தாளர்களாகக் கொள்ளலாமா?

மா.அரங்கநாதன்: அப்படிச் சொல்ல முடியாது. இவர்களுடைய படைப்பைப் படிப்பதற்கு வாய்ப்பு கிடைத்ததே ஒழிய, இவர்கள் இருவரையும் தவிர வேறு யாரும் இல்லையென்றெல்லாம் சொல்ல மாட்டேன்.

எஸ்.சண்முகம்: உங்களுக்கு யார் ரொம்பப் பிடிக்கும்?

மா.அரங்கநாதன்: எனக்கு மிகவும் பிடித்த ஃபாக்னர் படித்திருக்கிறேன், சாதே, கேம்யூ, டால்ஸ்டாய், செகாவ்...

எஸ்.சண்முகம்: தாஸ்தேயேவ்ஸ்கி படித்திருக்கிறீர்களா?

மா.அரங்கநாதன்: ஆம்.

எஸ்.சண்முகம்: இப்போது இரண்டு பிரிவாக பிரித்துக்

கொள்ளலாம். ஸ்டீன்பெக், சரோயன், வில்லியம் ஃபாக்னர், சார்ல்ஸ் டிக்கென்ஸ் ஒரு பக்கமாகவும், இன்னொரு பக்கம் டால்ஸ்டாய், தாஸ்தாயேவ்ஸ்கி, செகாவ்... இப்படி இந்த இரண்டு பிரிவுகளில் ரஷ்ய எழுத்தாளர்களான டால்ஸ்டாய், தாஸ்தாயேவ்ஸ்கி, செகாவ் இவர்களுடைய பாதிப்பைக் காட்டிலும் ஸ்டீன்பெக், சரோயன், வில்லியம் ஃபாக்னர், சார்லஸ் டிக்கென்ஸ் இன்ஃப்லூயன்ஸ் உங்க கதைகளில் அதிகம் இருக்கிறது. இது எப்படி? நீங்கள் தன்னாலேயே கவரப்பட்டீர்களா? இந்த ஆறு எழுத்தாளர்களைத் தவிர மற்ற எழுத்தாளர்களைப் பற்றியும் நீங்கள் படித்திருக்கிறீர்கள். நான் பார்ப்பது உங்களின் கதைகளில் வரும் நரேஷனில் ரஷ்ய எழுத்தாளர்கள் உதாரணமாக டால்ஸ்டாயினுடைய கதைகளில் வரும் கதையாடல் அனுபவமும், செகாவ் கதைகளில் வரும் கதையாடல் அனுபவமும் கிடைக்கிறது. ஆனால் தாஸ்தாயேவ்ஸ்கி படிக்கிற கதையாடல் அனுபவம் கிடைக்கவில்லை. படிக்கும்போது என்னவென்றால் ஸ்டீன்பெக், சரோயன், ஃபாக்னர் இப்போதைய சமீபத்திய ஃபோர்ஹே, காப்ஃகா இந்த மாதிரியான எழுத்தாளர்கள் எழுதிய எழுத்துக்களில் வரும் வாசிப்பு அனுபவம் உங்களுடைய கதைகளிலும் கிடைக்கிறது. இவர்களை எப்படி உள்வாங்கிக் கொண்டீர்கள்?

மா.அரங்கநாதன்: நான் கிராமத்தில் இருக்கும்போதே சக்தி இதழில் போரும் காதலும் என்கிற தலைப்பிலே திரிகூட சுந்தரம் அவர்கள் மொழிபெயர்த்து போட்டிருந்தார். அதுதான் டால்ஸ்டாயினுடைய என்னுடைய முதல் அனுபவம். தாஸ்தாயேவ்ஸ்கியை பின்னர்தான் படித்தேன். டால்ஸ்டாயைப் படிக்கும்போதுதான் அவர் பெரிய எழுத்தாளர் என்று எனக்குப் புரிந்தது. அன்றிலிருந்து ஆங்கிலத்திலும் ரொம்ப கஷ்டப்பட்டு படித்தேன். தாஸ்தாயேவ்ஸ்கி, செகாவ் இவர்களுடையதையும் படித்தேன். அதோடு நீங்கள் சொல்லக்கூடிய வில்லியம் சரோயன், ஸ்டீன்பெக், ஃபாக்னர் இவர்களுடைய நாவல்கள் என்னை மிகவும் கவர்ந்தது என்பது இப்போது தெரிகிறது. அதற்கு முக்கிய காரணம், இவர்கள் எல்லோருமே ஒரு தனி மனிதனுடைய வாழ்க்கையைப் பற்றி அவர்களோடு சேர்ந்துகொண்டு எழுதி வருகிறார்கள். அவர்கள் சில பிரச்னைகளைக் குறிப்பிட்டு அதைப் பற்றி நிறைய எழுதியிருக்கிறார்கள் என்று தெரிகிறது. ஆனால் அவர்களைக் குறைசொல்ல முடியாது. நாவல், சிறுகதை எந்த விதத்திலும் செகாவையும் டால்ஸ்டாயையும் தாஸ்தாயேவ்ஸ்கியையும் யாரும் குறை சொல்லவில்லை. ஆனால் வில்லியம் சரோயனும், ஸ்டீன்பெக்கும், ஃபாக்னரும் நம்மோடு

இணைந்து நமக்கு என்ன இருக்கிறது, நம்முடைய மனோபக்குவத்திலேயே அவர்கள் சொல்லிக்கொண்டே போகிறார்கள் என்பது எனக்குத் தெரிந்தது. இதுதான் புதுமைப்பித்தன் மாதிரி இவர்களுக்கும், அவர்களுக்கும் உள்ள வித்தியாசம்.

எஸ்.சண்முகம்: ஸ்டீன்பெக், ஃபாக்னர், வில்லியம் சரோயன் நாவல்களில் வரும் நிலப்பரப்பு உங்கள் ஊரை ஒட்டுவதாக இருந்ததா?

மா.அரங்கநாதன்: அது மாதிரிப்பட்ட நிலப்பரப்பு நீங்கள் சொல்லக்கூடிய ஒரு நிலப்பரப்பு விஷயம் தாஸ்தாயேவ்ஸ்கிக்கும் இருந்திருக்கிறதல்லவா... அப்படிப்பட்ட நிலப்பரப்பு சம்பந்தமாக நான் அப்போது நினைக்கவில்லை. இப்போதும் அது என் மனதைத் தொட்டது என்று நினைக்கவில்லை. உள்ளம்தான் அதற்கு ஒரு பெரிய காரணமாக இருந்திருக்கிறது.

எஸ்.சண்முகம்: அதாவது இந்த கதை வெளிப்பாட்டு முறை இருக்கிறதல்லவா? ஸ்டீன்பெக், ஹெமிங்வே, ஃபாக்னர், சரோயன் இப்படி இவர்களுடைய வெளிப்பாட்டு முறை உங்களைக் கவர்ந்ததா? அந்த வெளிப்பாட்டு முறை உங்களையும் அறியாமல் உங்கள் கதைகளில் வெளிப்படுகிறதா?

மா.அரங்கநாதன்: இந்த மூன்று பேர் மட்டுமல்ல, எல்லோருடைய வெளிப்பாட்டு முறையும் இருந்தது என்றே சொல்லலாம். ஆனால் அதைவிட புதுமைப்பித்தன், லா.ச.ரா போன்றவர்களுடையதும் புதுமையாக இருந்தது. தி.ஜா-வும் இம்மாதிரியான புது வெளிப்பாட்டைத்தானே கொண்டு வந்தார்.

எஸ்.சண்முகம்: இப்போது கன்னிமரா லைப்ரரியில் படித்த ஜோதிடம், நாவல்கள்.... போன்றவற்றைத் தவிர சினிமாவில் உங்களுக்கு நிறைய ஈடுபாடு உண்டு என்று சொல்லியிருக்கிறீர்கள்?

மா.அரங்கநாதன்: ஊரில் இருக்கும்போதே கையில் நிறைய புத்தகங்கள் கிடைக்காதபடியால், பக்கத்து டவுனில் ஆங்கிலப் படம் போடுவார்கள். இரண்டு நாள்தான் ஓடும். பத்து பதினைந்து பேர்தான் பார்ப்போம். அப்படிப்பட்ட சினிமாக்கள் டேல் அப் டு சிட்டிஸ், குட் எர்த், லே மிஸரபில், ஆலிவர் ட்விஸ்ட் அதெல்லாம் அங்குதான் பார்த்தேன். அப்படி பார்க்கும்போது சில கதைகளை முதலில் பார்த்துவிட்டுத்தான் புத்தகத்தையே படிப்பேன். அப்படிப்பட்ட ஒரு நிலைமை ஏற்பட்டுவிடும். அப்போது அந்த சினிமா எனக்குள் ஒட்டிக்கொண்டுவிட்டது என்று சொல்லலாம்.

இன்னொன்று, நமக்குக் கிடைக்காத சில ஆசிரியர்களுடைய கதைகள் இந்தியாவிலேயே கிடைக்காமல் இருக்கலாம், தமிழ்நாட்டில் கிடைக்காமல் இருக்கலாம், அது சினிமாவில் கிடைக்கும். சென்னைக்கு வந்தபோதே எனக்கு அந்த வாய்ப்பு கிடைத்தது.

எஸ்.சண்முகம்: சென்னையில் நீங்கள் நூற்றுக்கணக்கான படங்களைப் பார்த்திருக்கிறேன் என்று சொல்லியிருக்கிறீர்கள்?

மா.அரங்கநாதன்: ஆமாம். வேண்டிய படங்களைப் பார்த்திருக்கிறேன்.

எஸ்.சண்முகம்: சினிமாவைப் பற்றி நீங்கள் நிறைய எழுதியிருக்கிறீர்கள் அல்லவா?

மா.அரங்கநாதன்: ஆம். அந்தக் காலத்தில் 'சினிமா கதிர் பத்திரிகை' ஒன்று வந்தது. அதில் பத்து பதினைந்து கட்டுரைகள் எழுதியிருக்கிறேன். எலியா கஸான், ஹிட்ச்காக், வில்லியம் ஃபாக்னர், வில்லியம் வைலர் இவர்களைப் பற்றியெல்லாம் அந்தப் பத்திரிகையில் எழுதியிருக்கிறேன். அதே சமயத்தில் ஆங்கிலப்பட உலகில் ஒரு கண்ணோட்டம்: என்று ஒரு தொடர் கட்டுரையும் எழுதியிருந்தேன். ஓர் ஆங்கிலப் படம் எப்படி எப்படி எடுக்கப்பட்டது, 'ஸ்டேஜ் கோச்' என்ற படத்திலிருந்து சமீப காலமாக வந்த படம்வரை அதில் குறிப்பிட்டு, அதில் மியூசிகல், காமெடி, வெஸ்டர்ன், ஹிஸ்டாரிக்கல், பைபிளிக்கல் என்று அதைப் பற்றி ஒவ்வொரு தலைப்பிலும் ஒவ்வொரு படங்களையும் குறிப்பிட்டு நீண்ட கட்டுரை எழுதியிருந்தேன். அது அந்தக் காலத்திலே அந்த பத்திரிகையில் நிறைய வாசகர்கள் கடிதம் எழுதியிருந்தார்கள் இதைக் குறிப்பிட்டு.

எஸ்.சண்முகம்: சில சினிமாவைப் பார்த்துவிட்டு, நான் அந்த நாவலைப் படித்தேன் என்று குறிப்பிட்டீர்கள். செசில் பி டெமிலோ பற்றி ஒன்று எழுதியிருந்தீர்கள்? செசில் பி டெமிலுடைய 'சாம்சன் அண்டு டிலைலா' படத்திலே சாம்சனும் டிலைலாவும் எப்படி ஒரு பழங்குடியினர் போல மாலை மாற்றிக் கொள்கிறார்கள், ஓர் ஆதிப் பழங்குடியினர் போன்ற திருமண முறைப்படி எப்படி அவர்கள் மாற்றிக் கொள்கிறார்கள், இது தமிழ் மரபுப்படி இருக்கிறது என்று ஓர் இடத்தில் எழுதியிருக்கிறீர்கள். அது எப்படி?

மா.அரங்கநாதன்: சாம்சன் அண்டு டிலைலே படத்தில்தான் இம்மாதிரியான விஷயத்தை முதலில் பார்த்தேன். இதற்கு முன்பு

இதுபோன்ற திரைப்படங்கள் வந்திருந்தாலும், நாகர்கோயிலில் ஒரு தியேட்டரில் அந்த படத்திற்கு மட்டும் அதிக கூட்டம் இருந்தது. நான் அந்தப் படத்தைப் பார்த்தேன். பிரமிப்பாக இருந்தது. அதன் பிறகு இரண்டு மாதத்திற்குள் நான் சென்னை வந்துவிட்டேன். சென்னையில் நிறைய ஆங்கிலப் படம் பார்த்தேன். சாம்சன் அண்டு டிலைலாவும் வரலாற்றுக்கு முந்தைய பாத்திரங்கள் டிரைபல் (Tribal) என்று சொல்லப்படுகிற பாத்திரங்கள். அதில் சாம்சனும் டிலைலாவும் திருமணம் செய்து கொண்டு, அதுவும் ஒரு காந்தர்வ திருமணம் போல, திருமணம் என்றால் ஒரு சடங்கு இருக்க வேண்டும் அல்லவா? அப்போது என்ன சடங்கு செய்ய முடியும். சர்ச் கிடையாது, கோயில் கிடையாது, தாலி கிடையாது. அதைப்பற்றி பைபிளில் சொல்லப்படவே இல்லை. திருமணம் செய்து கொண்டார்கள் என்று மட்டுமே சொல்லப்பட்டிருக்கிறது. செசில் பி டெமிலோ காட்சி ரூபத்தில் ஏதாவது காட்ட வேண்டும். யார் யாரோ ஏதேதோ அதைப் பாருங்கள் இதைப் பாருங்கள் என்று சொன்னார்களேயொழிய காட்சிக்கு யாரும் உதவி செய்யவில்லை. அப்போது சிலோனில் இருந்த தமிழ் பாதிரியார் ஒருவர் அமெரிக்கா சென்று டெமிலோவைச் சந்தித்தார். அப்போது அவரிடம் இதைப்பற்றிக் கேட்கும்போது, அய்யா உங்களுடைய திரவிட் நாகரிகம் பழைமையான காலத்தில் இதுபற்றி ஏதாவது குறிப்பிருக்கிறதா? பழைமையான காலத்தில் இருந்து இன்றுவரை இருக்கக் கூடிய வரலாற்றுச்சின்னம் ஏதாவது சொல்ல முடியுமா? இப்படி கேட்டதற்கு அவர் சொன்ன ஒரே ஒரு வார்த்தை பூ, இந்த பூ தான் அந்த காலம் முதல் இந்தக் காலம் வரை எல்லா நல்லது கெட்டது எல்லாவற்றிற்கும் சடங்கு மாதிரி செய்கிறோம் என்று சொல்லவே, இவர் யோசித்துப் பார்த்து சாம்சனும் டிலைலாவும் பூ மாற்றிக் கொள்வதை, அந்த படத்தில் நீங்கள் பார்த்திருக்கலாம். நெற்றியைச் சுற்றி சாம்சன் பூ கட்டிக்கொண்டிருப்பான். இது டெமிலோவுக்கு தெரிந்தோ தெரியாமலோ கண்ணி என்று சொல்லக்கூடிய சங்ககால பூத்தொடுப்பு.. இந்தப் பகுதியில் பூ கட்டுவது, மாலை என்றால் இப்படி என்று அப்படி பல. மாலைக்கு சங்க காலத்தில் பல பெயர்கள் உண்டு. பூவை மாலையாக தொடுக்கத் தெரியாது. பூவை கொடியோடு சேர்த்து இதுபோல கட்டியிருப்பதைப் பார்க்கலாம். இப்படி தமிழ் நாகரிகம் இருந்ததா என்று தெரியாது?

எஸ்.சண்முகம்: சென்னைக்கு வந்த பிறகு சிறுகதைகள் அதிகம் எழுத ஆரம்பிச்சீங்களா?

மா.அரங்கநாதன்: சென்னைக்கு வந்து முதல் பத்து பதினைந்து வருடங்கள் படிப்பிலேயேதான் கழிந்தது. அதற்குப் பிற்பாடு கவிதையைப் பற்றி நிறைய படித்திருக்கிறேன். கவிதை எழுத வேண்டும் என்ற ஆர்வமே வரவில்லை. அதைப்பற்றி நிறைய படித்தேன். கவிதை பற்றி ஒரு புத்தகம் எழுத வேண்டும் என்று நினைத்து, எங்கள் ஆபிஸில் எல்லோருமாய் சேர்ந்து கொஞ்சம் பணம் எல்லாம் போட்டு 'பொருளின் பொருள்' என்ற புத்தகத்தை வெளியிட்டோம். அதுதான் முதல் புத்தகம். அது வெளியிட்ட பிற்பாடுதான் கதை எழுத ஆரம்பித்தேன். அதற்கு முன்பே கதை எழுதினேனே ஒழிய, சென்னையில் வந்து நிறைய கதைகள் எழுதவில்லை. ஒரே ஒரு கதை 'புதுமை' என்ற இதழில் புரசைவாக்கத்தில் இருந்து கோசல்ராம் என்பவர் அதை நடத்தினார். அதில் 'பிஞ்சு' என்ற கதையை எழுதினேன். அந்த கதையையும் தொகுப்பில் சேர்த்திருக்கிறேன். 1952-இல் எழுதப்பட்டது.

எஸ்.சண்முகம்: நீங்கள் 18 வயதில் சென்னைக்கு வந்திருக்கிறீர்கள். அப்போது அதற்கு முன்பு 15 வயது வரை படிப்பு என்றும், அதற்கு பிறகு 32 வயது வரை சிறுகதை என்று மிகக்குறைந்த அளவுதான் எழுதியிருக்கிறீர்கள். பிறகு சிறுகதைகள் அதிகமாக எப்போது எழுத ஆரம்பித்தீர்கள்? இப்படி இவ்வளவு வருடமாக ஜோதிடம், சினிமா, நாவல்கள் என்று நிறைய படித்த நீங்கள், இதைப்பற்றி யாரிடமாவது உரையாடினீர்களா?

மா.அரங்கநாதன்: ஆபீஸில் ஒரு சில நண்பர்களிடம். இலக்கிய நண்பர்கள் என்று நிறைய பேர் இல்லை. பேசினாலும் அவர் வேறு எங்காவது டிரான்ஸ்ஃபர் ஆகிப் போய்விடுவார். நீங்கள் சொல்லும்படி மற்ற மொழிகளில் உள்ள நாவல்கள் படித்தாலும் கூட, கவிதைகள் பற்றி நிறைய சிந்தனைகள் வந்துக்கொண்டே இருந்தது. பாரதிதாசன் கவிதைகள் இப்படி நிறைய படிக்கும்போது ஏன் நாம் ஆனந்தப்படுகிறோம்? எதனால் நாம் ஈர்க்கப்படுகிறோம். ஒரு நாவலை விட, ஒரு சிறுகதையை விட கவிதையில் ஈர்க்கப்படுகிறோமே, இதற்குக் காரணம் என்ன என்று எனக்கு ஒரு புதிராய் இருந்தது. அதைப்பற்றி நினைக்க ஆரம்பித்தேன். இன்னும் பலருக்கு இதில் சரியான விடை கிடையாது. ஆனால் எது சரியான விடை இல்லை என்று என்னால் சொல்ல முடியும். இதே விஷயத்தைத்தான் 'பொருளின் பொருள்' என்ற புத்தகத்தில் வெளியிட்டோம். அதற்கு முன்பு கதை இருந்தாலும், அதற்குப் பின்னர் அதிகமாக எழுத ஆரம்பித்தேன். அதற்கு முக்கிய காரணம் என்னால் கவிதை எழுத முடியாது. விளக்கங்கள் கவிதையாகாது.

அந்த விதத்தில் இந்த கவிதை சமாச்சாரம் எனக்கு இலக்கிய உலகில் சிறுகதை எழுதுவதற்கு அச்சாணியாக இருந்தது.

எஸ்.சண்முகம்: நீங்கள் சிறுகதை அதிகமாக எழுத ஆரம்பித்த காலத்தில், கவிதையில் இருந்துதான் என் சிறுகதைக்கு அடித்தளமாக அமைந்தது என்று சொல்கிறீர்கள்... அந்த குறிப்பிட்ட காலகட்டத்தில் உங்களுக்கு சங்க இலக்கிய பயிற்சி இருந்ததா? சங்க இலக்கியம் எப்போது படிக்க ஆரம்பித்தீர்கள்?

மா.அரங்கநாதன்: சங்க இலக்கியம் பள்ளியில் சில பாடல்கள் படித்தேன். அந்தப் பாடல் என் மனதை விட்டு நீங்கவே இல்லை. ஏன் இப்படி நீங்கவில்லை என்று யோசிக்க ஆரம்பித்தபோது, அதனுடைய கவிதாம்சம் தெரிய அரம்பித்தது என்று சொல்லலாம். பின்னர் நிறைய படித்தேன். உதாரணமாக, கபிலனுடைய 'யாயே கண்ணினும் கடும் காதலளே' இதுதான் முதல் வரி. அதற்கு அர்த்தம் வாத்தியார் சொன்னது, நானாக சேர்த்துக் கொண்டது என்று பார்த்தால், கண்ணை மாதிரி கண்ணுக்குள்ள வெச்சி காப்பாற்றுகிறேன் என்று ஆகிறது. இந்த வார்த்தையை கிராமத்துக்குள்ள ஒரு கிழவி சொல்லிக்கிட்டே இருப்பா. அவளுக்கு எப்படி தெரியும் இது? இது என் மனசை புண்படுத்தியது. புண்படுத்தவில்லை அதாவது ஒரு பரவசம். இரண்டாயிரம் வருடத்துக்கு முன்பு கபிலன் என்று ஒருவன் "யாயே கண்ணினும் கடும் காதலளே, எந்தையோ நிலனுறப் பொறார்... காலை எடுத்து மண்ணுல வைக்க சம்மதிக்கமாட்டான் சீரடி சிவப்ப எவன் இல குறுமகள் இயங்குதி..." எங்க பொண்ணே போற? வெயில் இல்ல அடிக்குது. உள்ள போ... என்று தகப்பனார் சொல்லுவார். தாயாக கண்ணுக்குள்ள வெச்சி... இந்த மாதிரி நிலைமை அந்தக் காலம் முதல் இந்தக் காலம்வரை எப்படி நமக்கு கிடைத்திருக்கிறது என்று பார்த்தோமென்றால் அன்புதான் முழுமுதல் காரணம். அப்போதே கவிதை வந்துவிட்டது.

எஸ்.சண்முகம்: இதிலே அப்பா வெளிய கால் வைத்தால் சுட்டுவிடும், கால் சிவந்துவிடும், நீ வீட்டுக்குள்ள போய்விடு என்று சொல்கிறார். இந்த மொத்தப் பாடலில் வெளிப்படக்கூடிய மனித அன்பு உங்களுக்கு முதல்ல பட்டதா? அல்லது அந்த கவிதை வெளிப்பாட்டு முறை உங்களைக் கவர்ந்ததா?

மா.அரங்கநாதன்: கவிதை வெளிப்பாட்டு முறைதானே அதிகம்.

எஸ்.சண்முகம்: சரி, அப்போது அந்த வெளிப்பாட்டு முறை சங்க இலக்கியத்தில் வரக்கூடிய ஒரு விஷயத்தை வெளிப்படுத்தக்கூடிய அல்லது அதை கவிதைக்குள் கதை சொல்வது போன்ற

வெளிப்பாட்டு முறை வந்தது. அந்த வெளிப்பாட்டு முறை உங்களை சிறுகதை எழுத வைத்ததா? இல்லை வேறெதாவது உங்களைத் தூண்டியதா?

மா.அரங்கநாதன்: சில விஷயங்களில் இருக்கிறது என்றுதான் சொல்ல வேண்டும். நீங்கள் முன்பே குறிப்பிட்டது போல சில விஷயங்கள் என்னை அறியாமலேயே வந்திருக்கிறது. குறிப்பிட்ட இந்த பாடலில் கூட 'எவன் இல' இதில் 'இல' என்ற வார்த்தை காரைக்குடியில் இருந்து நாகர்கோவில் வரை எல்லோருக்கும் தெரிந்த விஷயம். எங்கேல போறேன்னு. 'இல' என்று ஆணையும் கேட்பார்கள், பெண்ணையும் கேட்பார்கள். பொதுவா ஆணைத்தான் கேட்பது, சில சமயங்களில் பெண்ணையும். சங்க காலத்தில் 'எவன் இல' எங்கேல போற... என்று பெண்ணையும் கேட்கிறார். அப்போது ஒரு பேசக்கூடிய முறையிலேயே அவர்களுடைய ஏதோ ஒன்று தென்படுகிறது இல்லையா? அவர்களிடமோ, அவர்களின் பேச்சு முறையிலோ இப்படி அவர்கள் கேட்கக்கூடிய முறையிலேயே ஏதோ ஒன்று தோனுது. அந்த வழியே பின்பற்றினால் நன்றாக இருக்குமோ?

எஸ்.சண்முகம்: அதே மாதிரி ஒரு சங்கக் கவிதையிலே, ஒரு தலைவன் தலைவி பிரிந்துபோய் விடுகிறார்கள். பிரிவாற்றாமையில் ஒரு கவிதை வருகிறது. அந்த கவிதை என்ன சொல்கிறதென்றால், என்னுடைய காதலன் பிரிந்து விட்டான். அங்கே ஒரு பசு இருக்கிறது. அந்த பசுவுக்கு கன்று இல்லை. அந்த காட்சி எப்படி சொல்கிறார்கள் என்றால், அதாவது, பால் கரக்கக்கூடிய பசுவின் பால், மண்ணில் திட்டுத்திட்டாக படிந்திருக்கிறது. என்னுடைய உடல் காதலனான உனக்கும் உதவவில்லை. எனக்கும் உதவவில்லை. பசலை தின்று கொண்டிருக்கிறது. அந்தப் பசலை எப்படி இருக்கிறதென்றால், மண்ணில் திட்டுத் திட்டாக விழுந்த பால் போல பசலை இருக்கிறது என்று சொல்லிவிட்டு கவிதை முடிகிறது. இந்த பிரிவாற்றாமையை மட்டும் சொல்லிவிட்டு, எந்த முடிவையும் சொல்லாமல் இருக்கிறது அல்லவா? சில கவிதைகளில்... அந்த முடிவு சொல்லாத தொக்கி நிற்கிற விஷயம் இருக்கிறதல்லவா இன்மை. இப்படி ஓர் இன்மைப் பண்பு... இதுபோலத்தான் நீங்கள் உங்கள் கதைகளில் ஒரு இன்மைப் பண்பு போல முடிக்காமல் விடுகிறீர்களா? இல்லை கதையை எழுதிவிட்டோம் என்ற நிறைவு இருக்கிறதா உங்களுக்கு? முடிக்காமல் விட்டுவிட்டோம் என்று எப்போதாவது நினைத்ததுண்டா?

மா.அரங்கநாதன்: அந்த இன்மையைத் தவிர வேறு எப்படிச் சொல்ல முடியும்?

எஸ்.சண்முகம்: அதாவது இன்மை என்பது சங்க இலக்கியத்தில் மதம் சார்ந்த இன்மை இல்லை அல்லவா?

மா.அரங்கநாதன்: இல்லை.

எஸ்.சண்முகம்: அப்போது அது மனிதன் சார்ந்த இன்மையா?

மா.அரங்கநாதன்: வாழ்க்கை சார்ந்த இன்மை.

எஸ்.சண்முகம்: இந்த இன்மைத் தன்மையை சங்க இலக்கியத்தினுடைய பாதிப்பினால்தான் செய்கிறீர்களா? எந்த கதையையும் முடிக்காமலேயே இப்படி விடுவது பற்றி சற்று விரிவாக சொல்லுங்களேன்?

மா.அரங்கநாதன்: அது என்னை அறியாமலேயே வந்த ஒரு நிகழ்ச்சி என்றுதான் சொல்ல வேண்டும். பொதுவாக எல்லோருக்கும் தெரிந்த பாடலை எடுத்துக் கொண்டோமானால், அணிலாடு முன்றிலார் எழுதிய 'நேற்றைக்கு ஒரு திருவிழா போல ஒரே கூட்டம் தெருவெல்லாம் கூட்டம், ஊர் ஊராக சத்தம் முழக்கம், வீடுதோறும் கூட்டம், முற்றத்திலே கூட்டம். இன்றைக்கு ஊரே காலி, தெருவில் யாரும் இல்லை. வீட்டில் யாரும் இல்லை. முற்றம் காலி, முற்றத்திலே ஓர் அணில் ஓடிக் கொண்டிருந்தது என்று சொல்லக்கூடிய ஒரு கவிதையை, அந்த கவிதையிலே பொருள் வயிற் பிரிந்த கணவனைப் பற்றி தலைவி தோழியிடம் சொல்வது போலவா அணில் ஆடு முன்றில் எழுதியிருப்பான். அணில் ஆடும் முன்றிலாருக்கும், தொல்காப்பியருக்கும் முன்பே அந்த இணை இருக்கிறது. பொருள்வயிற் பிரிவு அது இருந்ததினால்தானே தொல்காப்பியம் எழுதினான். தொல்காப்பியருக்கு ஆயிரக்கணக்கான வருடங்களுக்கு முன்பே பேசப்பட்டு வந்த ஒரு மொழி தமிழ். இது ஆய்வாளர்கள் சொல்லியாகி விட்டது.

அந்தப் பழங்குடி மரபிலே பல காலம் இருந்த ஒரு சங்கப் பொருள்வழி பிரிவு... அவன் கடல் கடந்து போவான், அந்த நிலையை சொல்வதன் மூலம் இந்த அணில் ஆடு முன்றிலார் வேறு விஜயத்தைச் சொல்கிறார். அது என்ன? பொருள்வழி பிரிவைப் பற்றி அணில் ஆடு முன்றிலார் சொல்லியா நாம் தெரிந்துகொள்ள வேண்டும்? தொல்காப்பியன் இலக்கணம் பண்ணினான். இவர் கவிதையல்லவா எழுதினார். கவிதையில் பொருள்வழி பிரிவைப் பற்றியா சொல்வார்?

அந்த முன்றிலார் என்ற மனிதன் பயங்காரமான தத்துவப் படிப்பு படித்தவனாக இருக்க வேண்டும். கிரேக்க இலக்கியம், சமஸ்கிருதம், தமிழ், ஹிப்ரூ, அந்த காலத்தில் இருந்த எகிப்திய இலக்கியத்தில் ஒன்றிரண்டு கூட படித்திருப்பான். இதில் எல்லோருக்கும் தோன்றும் ஒரு கேள்வி, நாம் எல்லாம் யாரு? நம்ம தாத்தா பாட்டியெல்லாம் இருந்தாங்க, நம்முடைய முன்னோருங்க எல்லாம் இருந்தாங்க போயிட்டாங்க. இப்ப நாம இருக்கிறோம். போகப் போகிறோம். நம்முடைய பேரப் பிள்ளைகள், பிள்ளைகள், இவர்கள் எல்லாம் பிறந்தார்கள், பிறக்கப் போகிறார்கள், போகப் போகிறார்கள். அப்படியானால் இந்த நீண்ட சங்கிலிக்கு அர்த்தம் என்ன? இந்தக் கேள்வி அவனைத் துளைத்தது. அந்த காலத்திலே சாக்ரடீஸுக்கு துளைத்திருக்க வேண்டும். அரிஸ்டாட்டிலுக்கு துளைத்திருக்க வேண்டும். அதற்கு முன்னாலே எப்பவோ புத்தருக்கு துளைத்திருக்க வேண்டும். எல்லா மதவாதிகளும், தத்துவவாதிகளும் கேள்வி கேட்டார்களே ஒழிய பதில் சொல்ல முடியவில்லை. இப்படி பதில் சொல்ல முடியாத விஷயத்தில் என்ன சொல்ல வேண்டும்? அவனுக்கு ஒரு சிலிர்ப்பு ஏற்பட்டிருக்கிறது, அதை உங்களிடம் சொல்ல வேண்டும் என்ற ஓர் அவா கிடைச்சிருக்கிறது. சொல்கின்றான். எப்படி சொல்ல முடியும்? அவனுக்குத் தெரிந்த ஒரு விஷயத்தை வைத்துத்தானே சொல்ல முடியும். ஒரு கிரியேட்டிவ் லிட்டரேச்சரோட கிரியேட்டிவ் இலக்கியப் பண்பே இதுதானே... உங்களுக்குத் தெரிந்த ஒரு விஷயத்தை கொண்டு இதுவரை சொல்லாத ஒரு விஷயத்தை சொல்கிறோம். அதை அவன் சொல்கிறான். தேரோட்டம், தேர் போகிறது, விழா எடுப்பதெல்லாம் அந்த ஊர் வழக்கம். ஒரே கலகலப்பாக இருந்தது, இப்போது அந்த கலகலப்பு இல்லை. அசைவின்மையை எப்படிச் சொல்ல முடியும். அசைவின் மூலம்தான் சொல்ல முடியும். ஒன்றுமே இல்லாத ஒன்றை அணில் ஓடுவதன் மூலமாக இன்னொன்றைச் சொல்வதுதான். இந்தக் கவிதை பண்பு மனசை ரொம்ப கவர்ந்தது. பூங்குன்றனார், அணிலாடு முன்றிலார் இன்னும் ஒன்றிரண்டு பேர் எல்லாருமே ஒரே ஒரு கவிதைதான் எழுதியிருக்கிறார்கள். இவர்கள் பேர் கூட தெரியாது. இது இன்மையைப் பற்றியுள்ள சமாச்சாரம் தானே. இது எனக்கே தெரியாமல் உள் மனதில் இருந்திருக்கலாம். இது ஒரு வெளிப்பாடு.

எஸ்.சண்முகம்: உங்க காலகட்டத்தில் உங்களைக் கவர்ந்த சமூக இயக்கங்கள் எவை? நீங்கள் வாழ்ந்த காலத்தில் திராவிட இயக்கம் இருந்திருக்கிறது? திராவிட இயக்கம் உங்களை பாதித்ததா?

மற்றும் உங்கள் கதைகளில் வரும் வைதீக மறுப்பு இருக்கிறதல்லவா? உங்களுடைய பல குரலில் ஒன்று மெல்லிய வைதீக மறுப்பு குரல். இந்த வைதீக மறுப்பு திராவிட இயக்கத்தில் பெரியார் போன்றவர்கள் சொன்ன வைதீக மறுப்பில் இருந்து வெளிவந்தது போல எனக்குத் தோன்றவில்லை. உங்கள் கதைகளில் உள்ள வைதீக மறுப்புக்கு நீங்கள் என்ன சொல்கிறீர்கள், ஒரு முன்னுரையில் ஜே.கிருஷ்ணமூர்த்தி எனக்கு வந்து உதவி செய்திருக்கிறார் என்கிறீர்கள், புத்தரைப் பற்றி சொல்கிறீர்கள். முதலில் உலகில் அன்பை போதித்தவர் புத்தர் என்று சொல்கிறீர்கள். அஞ்சலி என்ற கதையில் சொல்லியிருக்கிறீர்கள். அதில்தான் முத்துக்கறுப்பன் சாகிறார். உங்க காலகட்டத்தில் உங்களைக் கவர்ந்த சமூக இயக்கங்கள் ஏதாவது உங்கள் எழுத்துகளில் இருக்கா?

மா.அரங்கநாதன்: என்னுடைய காலகட்டத்தில் திராவிட இயக்கம் பெரும் எழுச்சி பெற்று வளர்ந்து கொண்டே வந்தது என்று சொல்லலாம். பெரியார், அண்ணா, கருத்துக்களை பத்திரிகைகளில் படிப்பது, பேச்சைக் கேட்பது என்பது மட்டும்தான். கடவுள் மறுப்பு கொள்கை என்பதுதான் மனதில் பதிந்த விஷயம். கடவுளை கும்பிடுகிறவன் காங்கிரஸ் கட்சிக்காரன். கடவுளை வணங்காதவன் திராவிடக் கட்சிக்காரன். இவ்வளவுதான்.

எஸ்.சண்முகம்: பொதுவுடைமைக் கட்சி?

மா.அரங்கநாதன்: பொதுவுடைமைக் கட்சிக்காரன் என்புது பரவலாக பேசப்படவில்லை. கிராமத்தில் அம்மாதிரிப்பட்ட விஷயம் தெரியாது. கடவுள் மறுப்பு கொள்கை பிறபாடு யோசித்துப் பார்த்தால் இவை எல்லாரிடமும்தான் இருக்கிறது. ராமலிங்கரிடம் இல்லாத கடவுள் மறுப்புக் கொள்கையா? ஆனால் பெரியாருக்குத்தான் அந்த மதிப்பைக் கொடுக்க முடிந்தது. பெரியார்தான் சமூக சீர்திருத்தத்தில் அவரை மிஞ்சுவதற்கு தமிழ்நாட்டில் ஆள் கிடையாது. கல்வியில் பின்தங்கி போய்கிட்டிருந்தபோது இப்படி சொல்லிக் கொடுக்கிற ஆள்தான் மிகவும் குறைவு. ஆனால் கடவுள் மறுப்பு கொள்கை மூலமாக பார்த்தோமானால் திராவிடர்களுக்குத்தான் கோயிலே உண்டு. ஆரியர்களுக்கு கோயில் கிடையாது. அவர்களுக்குத் தலம்தான் உண்டு. கோயில் என்பதே தமிழருக்குத்தான் உண்டு. தென்னாட்டில்தான் கோயில் உண்டு. அப்போது ஆரியர்களை வைதீகர்கள் இல்லையென்று சொல்ல வேண்டுமா? பூசனை என்னும் வார்த்தையும், பூ என்பதிலிருந்துதான் வந்தது என்று சில

ஆய்வாளர்கள் சொல்கிறார்கள். பூசனையும் கோயிலும் வழிபாட்டு முறைகளும் தமிழில் இருக்கிற அளவு வேத மதத்தினருக்கோ அல்லது வேறு பிராமண மதத்தினருக்கோ கிடையாது. அது அதற்கப்புறம் எழுதி வைக்கப்பட்ட காலம் வேறு. ஆங்கிலேயரை எதிர்த்து ஆங்கிலத்திலேயே எழுதியது போல, இங்கிலீஷை கேலி செய்து பெர்னாட்ஷா இங்கிலீஷில் எழுதினது மாதிரி, நம் ஆட்களும் வைதீக எதிர்ப்பு பற்றி சமஸ்கிருதத்திலும் எழுதி வைத்துவிட்டார்கள். சித்தர்கள் நிறைய சொல்லி வச்சிருக்கிறாங்க. கோயில்கள் பற்றி சொல்ல வேண்டுமானால், ஆரியர்களால் கிடைக்கவில்லை. நமக்குத்தான் அது கிடைத்தது. விக்கிரக ஆராதனை ஆரியர்களுக்கு எதிரானவர்களுக்குத்தான் அது இருந்தது. அதற்கு வேதமே சாட்சி. வேதத்தில் ஆவுடை என்று சொல்லக்கூடிய சிவலிங்கத்தை, லிங்கம் என்பதே வெள்ளைக்காரன் கொடுத்த பெயர் பேலஸ்காட் *(Phallus God)*. அது மிகவும் மோசமான வார்த்தையல்லவா? அது சமஸ்கிருதத்தில் இருந்து மொழிபெயர்த்த வார்த்தையது. ஆவுடை என்று சொல்லாமல் லிங்கம் என்று சொல்லி, லிங்கத்தை வணங்குகிறவன் அடுத்த ஜென்மத்தில் சூத்திரனா பிறப்பான் என்று அப்படி இப்படின்னு சாஸ்திரங்கள், புராணம் போன்றவற்றில்தான் சொல்லப்பட்டிருக்கிறது. அதுவரை யாரைச் சொன்னது என்றால் கறுப்பு நிறத்தையுடைய தஸ்யூக்கள் என்று அதில் இருக்கிறது. தமிழர்கள் என்றும் சொல்லவில்லை, திராவிடர்கள் என்றும் சொல்லவில்லை. பிற்காலத்தில் பார்த்தோமானால், *1800* வருடங்களுக்கு முன்பு, ராமேஸ்வரம் என்ற பெயர் அப்போது அங்கு கிடையாது. அந்த கோயிலைத்தான் திராவிட கலாச்சாரத்தின்படி கட்டப்பட்ட கோயில் என்றும், அதில் இருந்துதான் ஜெருசலேம் கோயிலின் அடிப்படையே இருக்கிறது என்றும் சொல்லப்படுகிறது.

***எஸ்.சண்முகம்:* நீங்கள் என்ன சொல்கிறீர்கள் என்றால் வைதீக மறுப்பு என்பது கடவுள் மறுப்பு இல்லை? அதாவது வைதீக எதிர்ப்பு?**

மா.அரங்கநாதன்: கடவுள் என்றால் என்னவென்றே தெரியாதே. பிறகு எப்படி?

***எஸ்.சண்முகம்:* சரி, உங்களுடைய கதைகளில் வரக்கூடிய வைதீக மறுப்பு என்பது, கடவுள் மறுப்பு அல்ல என்பது தெரிகிறது?**

மா.அரங்கநாதன்: அதாவது, கடவுள் பற்றி நான் அவ்வளவாக சொல்லவில்லை என்றே நினைக்கிறேன். இன்னும் சொல்லப் போனால் சாவர்க்கரை வைதீகர்கள் ஏற்றுக் கொள்வார்கள் ஆனால்

பெரியாரை ஏற்றுக்கொள்ள மாட்டார்கள். சாவர்க்கரையும், ஜாபலியையும் வைதீகர்கள் ஏற்றுக் கொள்வார்கள், ஏன்? அவர்கள் சமஸ்கிருதம் பேசுகிறவர்கள். ஆரியர்கள்.

எஸ்.சண்முகம்: கோதமருடைய நியாய சூத்திரமும் அப்படித்தான் அல்லவா?

மா.அரங்கநாதன்: ஆமாம். இன்னும் நிறைய இருக்கிறது. தற்காலத்தில் தொகுக்கப்பட்டதுதான் சமஸ்கிருத இலக்கியம். இன்னும் சொல்லப் போனால் சமீபத்திய ஆய்வுப் பிரகாரம் 14-ஆம் நூற்றாண்டில் தென்னிந்தியாவில் கிடைக்கப்பெற்ற ஏடுகளை வைத்துத்தான் சமஸ்கிருத இலக்கியத்தை நாம் மதிப்பிடுகிறோம். சமஸ்கிருதம் பேசப்படாத ஒரு மொழி, யாருடைய தாய்மொழியும் இல்லை.

எஸ்.சண்முகம்: கரியமில வாயு என்று எழுதியிருக்கிறீர்களே...?

மா.அரங்கநாதன்: ஏதோ கோபத்தில் எழுதியிருக்கலாம்.

எஸ்.சண்முகம்: ஆனால் எழுதியிருக்கிறீர்கள்.. உங்க கதைகளில் எழுதியிருக்கிறீர்கள்.. நான் எடுத்து வைத்திருக்கிறேன்...

மா.அரங்கநாதன்: எந்த மொழியையும் மோசமான மொழி என்று நாம் ஏன் சொல்லணும். மோசமாக அதைக் கொண்டுபோய் இருக்கிறார்கள். அவ்வளவுதான்.

எஸ்.சண்முகம்: அதாவது நான் என்ன கேட்கிறேன் என்றால், வைதீக மறுப்பு என்றால் என்ன என்பதைச் சொல்லுங்கள்? உங்க கதைகளில் வரும் வைதீக மறுப்புகளில் ஜே.கிருஷ்ணமூர்த்தியும் உங்களுக்கு உதவியிருக்கிறார் என்று சொல்லியிருக்கிறீர்கள். உங்களுடைய நிறைய கதைகளில் ஜே.கிருஷ்ணமூர்த்தியுடைய சாயல் இருக்கிறதே...?

மா.அரங்கநாதன்: பழைமையானவை எல்லாம் மறுத்துச் சொல்வது என்பது ஒரு பெரிய விஷயம் அல்ல. பழைமையானதெல்லாம் வைதீகம் என்றும் சொல்ல முடியாது. சாக்ரடீஸை வைதீகர் என்று சொல்ல முடியுமா? புத்தரை வைதீகர் என்று சொல்ல முடியுமா? நம்ம வள்ளலாரை வைதீகர் என்று சொல்ல முடியுமா? வள்ளுவரை வைதீகர் என்று சொல்ல முடியுமா? எல்லோரும் கடவுளைப் பற்றி கொஞ்சம் கொஞ்சம் சொல்லியிருக்கிறார்கள்.

எஸ்.சண்முகம்: அப்போது வைதீகம் என்றால் என்ன?

மா.அரங்கநாதன்: வைதீகம் என்றால் பழைமையே போதும், இதற்கு

மேல் போக வேண்டாம் என்பது. இது இருந்தால் நமக்கு நல்லது என்பது சுயநலம்.

எஸ்.சண்முகம்: அப்போது பக்தி இலக்கியமே ஒரு வைதீக எதிர்ப்பல்லவா?

மா.அரங்கநாதன்: பக்தி இலக்கியமென்று சொல்லக் கூடிய வகையிலே என்னதான் தமிழ் வைதீகம் அதில் இருந்தாலும், அவர்கள் எல்லோருமே ஒரு நல்ல காரியத்தை செய்திருக்கிறார்கள். அதாவது, வேத மதம் என்று சொல்லக் கூடியது இங்குள்ள மதத்தைச் சீரழிக்காமல், இந்த நாகரிகத்தைக் காப்பாற்ற பக்தி இலக்கியம் பாடுபட்டிருக்கிறது. அது சமஸ்கிருத இலக்கியத்திலும், வைதீகத்தை எதிர்த்த இலக்கியத்திலும் நிறைய உண்டு. இந்த 18 புராணங்களில் விஷ்ணு புராணம், பாகவதம் வந்த பிற்பாடுதான் அவதாரம் நமக்குக் கிடைத்தது. ஆனால் சிவபுராணத்தில் தட்சன் வந்து இந்திரனுக்கு அவிசை கெடுக்கிறான். இந்திரனுக்கு அவிசை கொடுப்பதென்பது ஒரு தந்திரம். நீ உன்னுடைய கடவுளை பூசை செய்யாதே, என்னுடைய கடவுளை பூசை செய் என்று அவனை வற்புறுத்தி, அதை பண்ணின ஒரு விஷயத்தை சிவன் வந்து முறியடித்து, அந்த அவிசை தானே வாங்கிக் கொள்கிறார். அது ஒரு ரெவல்யூஷன். இதை இவங்க பக்தி இலக்கியக்காரங்களெல்லாம் அதைப் பின்பற்றி இருக்கிறார்கள். சிவபுராணமும் பக்தி இலக்கியத்திற்குப் பிற்பாடுதான் எழுதப்பட்டது. அது வேறு விஷயம். அதுமாதிரி எல்லா விதமான வைதீக மதத்தினுடைய காரியங்களையெல்லாம் எதிர்த்து இவங்க செய்வதினால் பக்தி இயக்கத்தை – இலக்கியத்தை நாம் ஏன் ஏற்கிறோம்? என்றால், இந்த நேரத்தில் இவனைக் கூப்பிடாமல் என்னைக் கூப்பிடு என்று அவன் சொன்னதை விட்டுவிட்டு, இதுதான் உங்க கடவுள் அப்படியென்று சொல்கிறான். கடவுள் உண்டா? இல்லையா? என்ற கேள்வியை விட்டுவிட்டு, நாராயணனோ, சுடலைமாடனோ அல்லது சிவனோ இந்த வேத மதம் வருவதற்கு முன்னாலேயே இங்கிருந்த எங்களுடைய பூர்வகால கடவுளென்று சொல்கிறதா இல்லையா? அப்படி சொல்லிவிட்டதென்றால் ஏன் ஏற்றுக்கொள்ளக் கூடாது? அது அந்தக் குறிப்பிட்ட காலத்தில் அது ஒரு குறிப்பிட்ட திருப்பம். அந்தத் திருப்பத்தை நாம ஒப்புக்கொண்டால்தானே, இப்போது இருக்கும் திருப்பத்தையும் ஒப்புக்கொள்ள முடியும். அது ஓர் ஆரம்பம். பக்தி இயக்கம் அல்லது பக்கி இலக்கியத்தின் ஆரம்ப கட்டம். வைதீக எதிர்ப்புக்கு பக்தி. அது பழமையான விஷயங்களில் வளர்ந்து வந்திருக்கிறது.

வள்ளலார் முதல் பெரியார் வரையே சொல்லுங்களேன். வளர்ந்து வந்திருக்கிறது என்று சொல்லலாம். அந்த பக்தி இயக்கம் இல்லையென்றால், என்ன ஆகியிருக்கும்? நீ என்ன வேண்டுமானாலும் செய், சமஸ்கிருதத்தில் எழுதி வைத்திருக்கிறார்கள், வேதத்தை ஒப்புக்கொண்டு சமஸ்கிருதத்தில் எழுதி வைத்துவிடு அதுபோதும். அப்படிச் சொல்லக்கூடியது வைதீகம். கடவுள் இல்லையென்று சமஸ்கிருதத்தில் சொன்னால் ஏற்றுக்கொள்வார்கள். தமிழில் சொன்னால் ஏற்றுக்கொள்ள மாட்டார்கள். அப்படித்தானே இருக்கிறது. சமஸ்கிருதத்தில் சொன்னால் ஏற்றுக்கொண்டு விடுவார்கள், ஆனால் பெரியார் சொன்னால் ஏற்றுக்கொள்ள மாட்டார்கள். இந்த மாதிரிப்பட்ட விஷயத்தை நாம வைதீக எதிர்ப்பு என்று சொல்லலாம்.

எஸ்.சண்முகம்: பக்தி இயக்கம் என்பது ஒரு வைதீக எதிர்ப்பு இயக்கம்தான்...?

மா.அரங்கநாதன்: ஆமாம். அந்த காலத்து வைதீக எதிர்ப்பு இயக்கம்.

எஸ்.சண்முகம்: சித்தர்கள்?

மா.அரங்கநாதன்: சித்தர்களும் அப்படிப்பட்டவர்கள்தானே. சித்தர்கள் கடவுள் இருக்கிறாரா? இல்லையா? என்பதில் ஆழமாக போகவில்லை. தொட்டுத்தொட்டுப் பார்த்து விட்டுவிட்டார்கள். அப்படிப் போயிருந்தால் என்ன சொல்லியிருப்பார்கள் முடிவிலே... இப்போது நீங்க கேட்பதுபோல, இடைக்காட்டு சித்தர்கிட்ட கேட்டிருந்தால் என்ன சொல்லியிருப்பார்...? இராமலிங்கரை விடவா பெரிய சித்தர், திருமூலர், இராமலிங்கரை விடவா...? இராமலிங்கர் என்ன சொன்னார்? நீ சைவ மதத்தைக்கூட விட்டுவிடு என்றல்லவா சொல்கிறார்... சைவ சித்தாந்தம் கூட உனக்கு வேண்டாம், எதுவுமே வேண்டாம். இதுதானே ஜே.கிருஷ்ணமூர்த்தி சொன்னது. அதாவது வைதீக எதிர்ப்பு என்பது பிராமண எதிர்ப்பில்லை. ஜே. கிருஷ்ணமூர்த்திகூட பிராமணர்தானே?

எஸ்.சண்முகம்: வைதீக எதிர்ப்பு பிராமண எதிர்ப்பு இல்லை என்று சொல்கிறீர்கள்... வைதீக எதிர்ப்பென்பது ஒரு மனோபாவம்தானா...?

மா.அரங்கநாதன்: ஆமாம், மனோபாவம்தான். வசிஷ்டர் வந்து அருந்ததியைக் கல்யாணம் செய்து சக்தி என்ற குழந்தை பிறந்தது. சக்தி யாரு? அந்த கால முறைப்படி யார்? அவன்தான் முதல் பிராமணன். காசியபன் மாயையைக் கல்யாணம் செய்து பத்மன்

பிறந்தான் என்றால் அவன் முதல் பிராமணன். அந்த பிராமணன், அதாவது வசிஷ்டன் என்பவர் சுக்லதேவன். வெள்ளை மனிதன். அருந்ததி என்பவள் கறுப்புநிறப் பெண். அவள் திராவிடப் பெண்ணோ, தமிழ்ப் பெண்ணோ அது தேவையில்லை. கறுப்புநிறப் பெண் என்று அதுமட்டும் தெளிவா வேதத்திலேயே சொல்லியிருக்கிறது. அவர்களுக்குப் பிறந்த குழந்தை சக்தி. இந்த சக்தி என்பவனைத்தான் பிராமணன் என்று சொல்கிறோம். வசிஷ்ட கோத்ரம் அங்கிருந்திருந்துதான் ஆரம்பிக்கிறது. இந்த சக்திக்கு ஒரு தங்கை பிறந்து, அவள் ஒரு கருப்பு ஆணைக் கல்யாணம் செய்திருந்தால் அவர்களுக்குப் பிறக்கக்கூடிய குழந்தை என்னவாக இருந்திருக்கும்? அதுதான் சத்ரியன். அவன் பிராமணனாக ஒப்புக்கொள்ளாதவன், சத்ரியனாக ஒப்புக்கொள்ளப்பட்டான். இது ஆரிய குல வழக்கம்.

ஒரு குறிப்பிட்ட பூர்வகுடி வழக்கத்தை மறுதலித்து, தங்களுக்கென்று ஒரு வழக்கத்தைக் கொண்டு வந்தார்கள். அந்த வழக்கத்தின்படிதான் எல்லாரும் நடந்தாக வேண்டும். ஓர் அரசன் என்பவன் ஓர் ஆரிய குருவை வைத்துக்கொள்ள வேண்டும். ஆரிய குருவினுடைய வம்சாவளியைத்தான் அவன் சொல்ல வேண்டும். மகேந்திர பல்லவன் ருத்ராச்சாரியாரை குருவாக வைத்திருந்ததால், அந்த ருத்ராச்சாரி என்ன கோத்திரமோ அந்த கோத்திரத்தைத்தான் சொல்ல வேண்டும் என்று ஒரு முறையைக் கொண்டு வந்தார்கள். தமிழ்நாட்டிலோ, பொதுவாக தென்னாட்டில் இந்த வழக்கம் கிடையாது. பல்லவர் காலத்துக்குப் பிறகு கொஞ்சம் கொஞ்சம் வந்திருக்கலாம், நம்பூதிரிகள் கேரளாவுக்குப்போய் சில வழக்கத்தை ஏற்படுத்தியிருக்கலாம், நாம அதை ஆராய்ச்சி பண்ண வேண்டிய அவசியமில்லை. குறிஞ்சி நிலத்துல ஒரு நம்பி ராஜாவாக இருந்திருக்கிறார். அவன் சத்ரியனா? அவன் அரசன். முல்லை நிலத்திலே மாமுலன் இருந்திருக்கிறான். நெய்தல் நிலத்தில் பார்வதியினுடைய தகப்பன் பர்வதராசன். அவன் மீனவன்தானே? மருத நிலத்தில் காரிவேள் போன்றோர் இருந்திருக்கிறார்கள். அவர்கள் எல்லாம் யார்? சத்திரியர்களா? இல்லையே? அப்போது எல்லோரும் அரசர்கள் ஆகலாம் என்ற கொள்கையுடைய நாடு இது. இதை மறுப்பது வைதீகம்.

எஸ்.சண்முகம்: அந்த வழியைத்தான் நீங்கள் எதிர்க்கிறீர்களா?

மா.அரங்கநாதன்: ஆமாம்.

எஸ்.சண்முகம்: அது கடவுள் மறுப்பு இல்லை?

மா.அரங்கநாதன்: நிச்சயம் இல்லை. பிறப்பொக்கும் எல்லா உயிர்க்கும்.

***எஸ்.சண்முகம்:* நீங்கள் சென்னைக்கு வந்து 15, 17 வருடங்களுக்குப் பிறகு நிறைய கதை எழுத ஆரம்பித்தீர்கள் படித்து முடித்துவிட்டு. அப்போது உங்கள் வயது ஒத்தவர்கள், உங்கள் தலைமுறையில் தமிழ் இலக்கியவாதிகளில் யார் யாருடன் நட்பு வைத்திருந்தீர்கள், அவர்கள் உங்கள் வளர்ச்சியில் ஏதாவது பங்கு வகித்திருக்கிறார்களா?**

மா.அரங்கநாதன்: வருவதற்கு முன்பே 'பொய்த் தேவு', 'ஒருநாள்' ஊரில் வைத்தே படித்திருக்கிறேன். தி.ஜானகிராமனுடைய கதைகளை சென்னைக்கு வந்த பிறகுதான் படித்தேன். புதுமைப்பித்தன் கதைகளை இன்னும் படித்துக்கொண்டே இருக்கிறேன் என்று சொல்லலாம். அதில் நாவல் என்ற விஷயத்தில் சில குறிப்பிட்ட ஆட்கள் இருக்கிறார்கள். லேட்டர் பீரியடில் ஜானகிராமனுடைய சில நாவல்கள். கரிச்சான் குஞ்சு என்று ஒருவர் இருக்கிறாரே, அவருடைய நாவல் 'பசித்த மானுடம்' என்று நினைக்கிறேன் சரியாக ஞாபகம் இல்லை. இப்படிப் பல சொல்ல முடியும். அதுபோல சிறுகதைகளிலும் பலவற்றைச் சொல்லலாம். ஜெயகாந்தன் சிறுகதைகள் ஒருவகையில் பிரச்சனைகளுக்கு போதனைகளை சொல்லும் ரீதியில் சொல்லப்பட்டிருந்தாலும், அந்த வகையில் ஜெயகாந்தன் கட்டாயமாக சேர்க்கப்பட வேண்டிய ஒரு நபர்தான். அவர் பிரச்சார கர்த்தாவாக இருந்தார் என்பது உண்மைதான். பிரச்சாரம் செய்திருக்கிறார், இல்லையென்று சொல்ல முடியாது. ஆனால் பிரச்சாரம் செய்தார் என்பதை ஒரு சப்ஜெக்ட்டாக எடுத்துக் கொள்ளலாம். ஒரு சப்ஜெக்ட்டில் பிரச்சாரத்தை மட்டும் சொல்லியிருந்தா அது இலக்கியம் அல்ல. ஆனால் பிரச்சாரத்தின் மூலம் சொல்ல முடியாத இன்னொரு ஒரு புதுவகை விஷயத்தை, புதுவகை ஞானத்தை அது கிரியேட் செய்யுமானால் அதுவும் இலக்கியம்தானே. அப்படிப் பார்க்கும்போது ஜெயகாந்தனையும் கைவிட முடியாது. ஜெயகாந்தனை ரொம்ப பேர் தள்ளிவிட்டார்கள். ரகுநாதன், கு.அழகிரிசாமி சிறந்த கதைகளை எழுதியிருக்கிறார்கள்.

***எஸ்.சண்முகம்:* மௌனி கதைகள் உங்களை ஏன் கவரவில்லை?**

மா.அரங்கநாதன்: மௌனி எழுதிக்கொண்டு வந்த சமயத்தில், அவர் புதுமைப்பித்தன் காலத்தில் எழுதிக்கொண்டே வந்தாலும், அப்படித்தான் உதாரணம் காட்ட வேண்டும் என்று நினைக்கிறேன். புதுமைப்பித்தன் கதைகளை படிக்க கிடைத்த வாய்ப்பு போல மௌனியுடைய கதைகளை படிக்கும் வாய்ப்பு அப்போது கிடைக்கவில்லை. அப்படித்தான் சொல்ல வேண்டும்.

எஸ்.சண்முகம்: பிற்காலத்தில் படித்தீர்களா?

மா.அரங்கநாதன்: பிற்காலத்தில் படித்திருக்கிறேன். அவருடையது 24 கதைகள்தானே வந்திருக்கிறது. அத்தனையையும் படித்திருக்கிறேன். அப்போது எனக்குப் பிடித்திருந்தது. ஆனால், மௌனியுடைய கதைகள் புதுமைப்பித்தன் கதைகளில் வரக்கூடிய ஒன்றுபட்ட தன்மை... ஓ... இது நம்ம ஊராச்சே, இது நம்ம இடமாச்சே... இந்த சாப்பாட்டை நாம் சாப்பிட்டிருக்கிறோமே... இதுபோன்ற ஒன்றுபட்ட தன்மையை மௌனியின் கதைகளில் பார்க்க முடியவில்லை. டிக்கின்ஸில் பார்த்திருக்கிறீர்களா என்று கேட்கலாம்? டிக்கன்ஸை படிக்கக்கூடிய சமயத்தில் ஓர் ஆங்கிலேயன், இங்கிலாந்தில் வாழ்ந்தவன், இங்கிலாந்தைப் பற்றி கொஞ்சம் தெரிந்திருக்கிறது என்று பார்க்கிறோம்... என்று அப்படிப் பார்க்கிறோம். மௌனியையும் புதுமைப்பித்தனையும் கம்பேர் செய்யும்போது இது எனக்குப்படுகிறது. மௌனியின் எந்தக் கதையைப் படித்தாலும் ஓர் ஆங்கிலக் கதையைப் படித்தது போன்ற ஒரு சிந்தனை ஏற்படுகிறது. அதற்காக நான் மௌனியைக் குற்றம் சொல்லவில்லை. அவர் ஒரு சிறந்த எழுத்தாளர், அதை நான் ஒப்புக்கொள்கிறேன்.

எஸ்.சண்முகம்: புதுமைப்பித்தன் மௌனியை சிறுகதையின் திருமூலர் என்று சொல்லியிருக்கிறாரே?

மா.அரங்கநாதன்: அவர் சொன்னார் என்றால் இருக்கட்டும். அவர் அந்தக் காலத்தில் சொல்லியிருக்கிறார் அவ்வளவுதான். எல்லாரும் எப்படி எப்படியோ எழுதறாங்க. மௌனி புதுமையா எழுதுகிறாரே, அதனால திருமூலர் என்று அவருக்குத் தோன்றியிருக்கலாம்.

எஸ்.சண்முகம்: மௌனியின் படைப்புகளைப் படிக்கும்போது புதுமைப்பித்தனிடம் இருக்கும் நெருக்கம் இல்லை என்று சொல்கிறீர்கள்... லா.ச.ரா படிக்கும்போது உங்களுக்கு என்ன தோன்றுகிறது?

மா.அரங்கநாதன்: லா.ச.ரா பொதுவாக ஒரு பிராமணச் சமுதாயத்தைப் பின்பற்றி அந்த அடிப்படையிலேயே கதைகளை எழுதியிருந்தாலும் கூட, அந்த சிறுகதையினுடைய போக்கு நாம் ஏற்றுக்கொள்ளக்கூடிய வகையில்தான் இருக்கிறது. அந்த தரங்கிணி, ஜமதக்னி, கறைபட்ட இலை, சப்தவேதி, சோம சன்மா... இதெல்லாம் படிக்கக்கூடிய சமயத்தில் கிட்டத்தட்ட எல்லாக் கதைகளுமே பிராமண குடும்பத்தைப் பற்றி, அவர்களுடைய நடை, உடை, பாவனை

இதைப் பற்றியே இருந்தாலும்கூட, அந்தக் கதையினுடைய போக்கு நம்ம பார்க்கின்ற ரீதியிலேயே இருக்கின்றது. மௌனியை நான் குற்றம் சொல்லவில்லை. இதுதான் புதுமைப்பித்தனுக்கும் அவருக்கும் உள்ள வித்தியாசமாக எனக்குத் தோன்றுகிறது. உடனடியாக சொல்ல வேண்டிய ஒரு சங்கதி. மௌனியைப் பற்றி நிறைய சொல்லலாம்.

எஸ்.சண்முகம்: **மௌனி கதைகளைப் பற்றி நாம பேசிக்கிட்டிருந்தோம். மௌனிக் கதைகள் எனக்குப் புதுமைப்பித்தன் கதைகள் மாதிரி இல்லை. அதில எனக்கு லயிப்பு ஏற்படல என்று சொல்லி இருக்கீங்க. மௌனியில் லயிப்பு ஏற்படாதற்குக் காரணம் என்ன சொல்றீங்க, 'மௌனிக் கதைகள் படிக்கும்போது தமிழ்க் கதைகளைப் படித்த அனுபவம் எனக்குக் கிடைக்கவில்லை. ஏதோ ஓர் ஆங்கிலக் கதையைப் படிப்பதுபோல இருக்குது' என்று சொல்லி இருக்கிறீங்க. ஆனால் நான் என்ன கேட்கிறேன்னா எனக்கு ஒன்னு தோணுது மௌனிக் கதைகளில் வரக்கூடிய பல கதாப்பாத்திரங்கள் வந்து - நான்தானா - அவன் அவன்தானா- அவன்தானா நானு - நான்; நான்தான இப்படி ஒரு சிதறுண்ட - உள்ள கதாப்பாத்திரங்கள் பல கதாபாத்திரங்கள் வருது. மௌனி கதைகளில் அப்படி வருது. சங்கர் என்று ஒருத்தர் இருந்தார் என்றால் சங்கரா - அவன் சங்கர்தானா - அவனா அவன் இல்லியா தன்னையே தகர்த்துக் கொள்வது. ஆனால் உங்களுடைய முத்துக் கறுப்பனுக்கு இந்த மாதிரி சிக்கல் வர்றது இல்லை. ஏறக்குறைய முத்துக்கறுப்பன் எல்லாவற்றிலும் ஒரு முழுமை அடைந்தவனாகவும், தன்னைப் பற்றியான - தன்னுடைய அகம் சிதறுண்டுபடுபவனாகவும் எங்கேயும் சொல்லவில்லை. ஒருவேளை முத்துக்கறுப்பன் என்கின்ற ஒரு முழுமையான பாத்திரத்தை நீங்கள் எழுதுவதினால், மௌனியினுடைய சிதறுண்ட பாத்திரம் உங்களுக்குப் பிடிக்காம போயிடுதா?**

மா.அரங்கநாதன்: மௌனியைப் பற்றி ஒருசில விஷயங்களை சொல்லலாம். முதல் முதலில் ப்ரான்ஸ் காஃப்காவினுடைய நூல் ஆங்கிலத்தில் வந்தபோது அதை புதுமைப்பித்தன் படித்துவிட்டு காநாசுவிடம் கொடுத்தாராம். காநாசு அதைப் படித்துவிட்டு, சிதம்பரத்துக்குப் போய் அதை மௌனியிடம் கொடுத்தாராம். நீங்கள் படித்துப் பாருங்கள் நான்றாக இருக்கிறது என்று சொல்லிவிட்டு வந்ததாக அவரே எழுதி இருக்கிறார். மௌனி அதைப் படித்துவிட்டு, நீ எல்லாம் இதை ஏன் படிக்கிறாய்?

காஃப்காவானவன் எனக்காக வேண்டியல்லவா எழுதி இருக்கிறான் என்று சொன்னதாக இலக்கிய வட்டத்தில் ஒன்று உண்டு என்று மட்டும் சொல்லாம். மௌனிக்கு காஃப்காவின் பாதிப்பு இருக்கிறது. மௌனியைப் பற்றி இன்னொன்று சொல்லலாம். மௌனியினுடைய பிரமாதமான சொற்றொடர் என்று. 'எவற்றின் நிழல்கள் நாம்' என்று கேட்பதாக பலர் குறிப்பிட்டிருக்கிறார்கள். காஃப்காவுக்கு முன்னதாக கிட்டதட்ட *1865*-ல் "லூயி கரோல்' எழுதின 'ஆலிஸ் இன் வொண்டர் லேண்ட்'டில் ஆலிஸ் கேட்பதாக ஒரு கேள்வி வருகிறது. 'இவை எல்லாம் யார் காணும் கனவு' என்று. இந்தச் சொற்றொடருக்கும் மௌனி எழுதிய, "எவற்றின் நிழல்கள் நாம்" என்பதற்கும் என்ன வேற்றுமை? இதுவும் மௌனியைப் பற்றிப் படிக்கும் போதும், பேசும் போதும் எனக்கு ஞாபகத்தில் வருகிறது. இதையும் நான் சொல்ல நினைக்கிறேன். மௌனி கதைகளைப் பற்றிக் குறையாக நான் எதுவுமே சொல்லவில்லை. புதுமைப்பித்தனைப் படித்த பிற்பாடு மௌனியைப் படித்தேன். அது ஒரு காரணம். இன்னொன்று ரொம்ப நாள் கழித்துத்தான் படித்தேன். அவர் எழுதிக்கொண்டே இருக்கிற சமயத்தில் படிக்கல. பிரபஞ்ச கானம் மாதிரிப்பட்ட கதைகளை பின்னர்தான் நான் படித்தேன். ஒன்று சொல்லலாம் மௌனிக் கதைகளைப் பற்றி அதில எனக்கு 'லயிப்பு' வந்து மோசமானது என்று அந்த அர்த்தத்தில் நான் சொல்லவில்லை. மௌனிக்கதைகளை நான் யார் என்ற கொஸ்டினை நம்மையே கிளப்பிட பார்க்கிறாரே அதையல்லவா சிறந்ததாக எடுக்க வேண்டும். அதுவல்லவா நம்முடைய மரபாக இருக்க வேண்டும். நான் யார் என்ற கொஸ்டின் நமக்குள் அல்லவா தோன்ற வேண்டும். அவர் கேட்டு அதற்கு நாம் பதிலை சொல்ல வேண்டுமா?

எஸ்.சண்முகம்: அப்படியும் கேட்கலாம் இல்லையா?

மா.அரங்கநாதன்: இப்படி ஓர் எண்ணம் எனக்கு இருந்தது வாஸ்தவம். ஆனால் காஃப்கா போன்றவர்களின் பல நாவல்களில் இதற்கான ஓர் ஒற்றுமையும் எனக்குத் தெரிந்தது. மௌனிக் கதைகளைக் குறைத்துச் சொல்ல விரும்பவில்லை. நான் திரும்பத்திரும்பச் சொல்ல விரும்பவில்லை. அப்படிப்பார்க்கப் போனால் ஒருவகையில் மௌனிக் கதைகளைவிட புதுமைப்பித்தன் கதைகள் என்னை மிகவும் கவர்ந்தன எனவும் சொல்லலாம். மௌனியை நான் குறைத்து மதிப்பிடவில்லை.

எஸ்.சண்முகம்: மௌனி, புதுமைப்பித்தன் இரண்டு பேருமே சிக்கலான மொழியில் நிறைய கதைகளை எழுதி இருக்கிறார்களே?

மா.அரங்கநாதன்: சிக்கலான மொழி என்றாலும் இது நம்ம சொந்த மொழியைப் போல தெரிகிறது. மனக்குகை ஓவியங்கள், பிரம்ம ராஷஸ் போன்றவை சிக்கலான கதைகள்தான். ஒருவேளை எழுதக்கூடாது என்று தீர்மானம் பண்ணிக்கொண்டு எளிய முறையில் 'கடவுளும் கந்தசாமிப்பிள்ளையும்' மாதிரியும் எழுதினாரோ என்னவோ தெரியவில்லை.

எஸ்.சண்முகம்: சங்க இலக்கியம், பக்தி இலக்கியம் இதைத்தவிர வேறு எந்த இலக்கியம் உங்களை அதிகமாக பாதித்த பிரதி என்ன?

மா.அரங்கநாதன்: சங்க இலக்கியம் பாதித்த விஷயம் ஒன்று. பக்தி இலக்கியம் போராடி ஜெயித்த விதம் ஒன்று என்றுதான் சொல்வேன். சங்க இலக்கியம் அப்படியில்லை. இன்டிபென்டன்ட்.

எஸ்.சண்முகம்: அப்போது திருமந்திரம் உங்களுக்கு பிடித்த ஒன்றா?

மா.அரங்கநாதன்: திருமந்திரம் என்பது பக்தி இயக்கத்திற்கு முன்னாலேயே உள்ளது, சங்க இலக்கியத்திற்கு முன்னாலேயே, தொல்காப்பியருக்கு முன்னாலேயே இந்த மண்ணுக்கென்று ஒரு சித்தாந்தம் இருந்திருக்கின்றது. ஒரு தத்துவம் இருந்திருக்கிறது. அங்கு எப்படி கடவுள் என்பவன் மனிதனைப் படைத்தான். எந்த இடத்தில் படைத்தான் என்று ஒரு தத்துவம் இருந்தது போல, இங்கு ஒரு தத்துவம் இருந்திருக்கிறது. இதை வெவ்வேறு காலகட்டத்தில் சங்க இலக்கியத்தில் சிலர், பக்தி இலக்கியத்தில் சிலர் சொல்லியிருக்கிறார்கள். சமஸ்கிருதத்திலும் காளிதாசன் அதைப்பற்றிச் சொல்லியிருக்கிறார். நம்மாழ்வாரும் சொல்லியிருக்கிறார், திருமங்கையாழ்வாரும் சொல்லியிருக்கிறார். அப்ப சைவ, வைணவ என்கிற அந்தப் பிரிவு எல்லாம் கிடையாது. இந்தப் போக்கு பக்தி இலக்கியத்தில் மிக அழுத்தமாகத் தெரிகிறது.

எஸ்.சண்முகம்: திருமந்திரத்தில்...?

மா.அரங்கநாதன்: திருமந்திரத்திலும் தெரிகிறது என்றும் சொல்லலாம். அதில் சைவ சித்தாந்தம் என்ற பெயரைக் கொடுத்தாரேயொழிய அது அவருடைய காலத்தில் இருந்து ஆரம்பமாகவில்லை. தெய்வம் வந்து அவதாரம் எடுத்து வருவதில்லை. தானாகவே தோன்றும் என்று அவருடைய காலத்தில் தெரிந்த விஷயம்.

எஸ்.சண்முகம்: அதுதான் தென்படுகிறது என்கிறீர்களா?

மா.அரங்கநாதன்: காளிதாசனில், 'வண்டே, நாங்களெல்லாம் உண்மையைத் தேடி வீணாய்ப் போனோம். நீயல்லவா அதைக் கண்டுவிட்டாய் நேரடியாக' என்ற ஒரு வரி வருகிறது சாகுந்தலத்தில். இது ஓர் உயர்தரமான கவிதையாக எனக்குத் தெரிகிறது. இதில் உள்ள ஒரு விஷயம் சைவ சித்தாந்தத்தோடு தொடர்புடையது என்று சொல்லலாம்.

⁝⁝⁝ **எஸ்.சண்முகம்: எப்படி வருகிறது சொல்லுங்கள்?**

மா.அரங்கநாதன்: அதுதான் சொல்கிறேனே, தானாகவே வருகிறது. அந்த ஞானம், அதாவது வண்டு வந்து படிக்கவில்லை, வண்டு மனிதனை, மனித ரூபத்தைத்தான் சொல்கிறான். நாங்களெல்லாம் படித்தோம், ஆனால் நீ எப்படிக் கண்டுபிடித்தாய் என்று கேட்பது போல் இருக்கிறது. வருகிறது. தூண்டுகிறது.

சார்லி சாப்ளினில் எழுதியிருப்பதுகூட, சார்லி சாப்ளின் பெரிசா எதுவும் படிக்கலை. ஸ்லம் ஏரியாவில வளர்ந்தவன். ஆனால் அவனுடைய சில காட்சிகள் வந்து பல உயரிய தத்துவத்தை ஞாபகப்படுத்துகிறது. ஹீராகிளிட்டஸ் சொன்னது போல, ஓடுகின்ற ஆற்றில் இரண்டுமுறை இறங்கிவிட முடியாது. அவர் சாக்ரடீஸ் காலத்தவர்.

"யாதெனின் யாதெனின் நீங்கியான்..." இது வள்ளுவன் சொன்னது, "ரிஜெக்ட் எவ்ரி திங்" இதுக்கும் சாப்ளினுடைய சில காட்சிகளுக்கும் வித்தியாசமே இல்லை. அழகா காட்டுகிறான் அதிலே. அது அவனுக்கு எப்படி கிடைச்சது...? எனக்கு தெரிஞ்சு படிப்பு கூட சார்லி சாப்ளினுக்கு தெரியாது. அந்த படிப்பறிவில்லாத ஒருவன், எந்தவிதமான அவலங்கள், கஷ்டங்கள், ஏமாற்றங்கள் இப்படி கஷ்டப்பட்டாலும், எல்லாத்தையும் உதறிவிட்டு கைத்தடி, ஒரு தொப்பியை எடுத்துக்கொண்டு நடந்து போகிறான் இல்லையா? அவன் முகத்தைக்கூட பார்க்கவில்லை. நடந்து போகிறான் அல்லவா? அந்த நடையிலேயே பிகாஸோ மாதிரி ஒரு கோட்டில் காட்டுவதுபோல, ஒரு நடையிலேயே அவன் காட்டி விடுகிறானே... அது ஞானமா... அந்த வண்டும் அதைத்தானே செய்கிறது? வண்டுக்கு ஒன்றும் தெரியாது. அப்படிப்பட்ட மனுஷனே என்று மனிதனைத்தான் சொல்கிறான். இந்த மாதிரி சில விஷயங்கள் வால்மீகி ராமாயணத்திலே வியாச பாரதத்திலே, புராணங்களில் உள்ள சில விஷயங்களை நாம் எடுத்தோமென்றால், இந்தச் சித்தாந்தம் தானாகத் தோன்றுவது. ஞானம் என்கிற ஓர் உண்மை வெளியாகிறது. அது சாக்ரடீஸ் காலத்துலே, புத்தருடைய காலத்திலே

உள்ளதைவிட முன்னால் இருக்கலாம். புத்தர்தான் சொன்னாரு, திறந்து வையப்பா காற்று வரும். காத்து வரும் அவ்வளவுதான். அது காத்துன்னா என்ன? திறந்து வை என்றால் என்ன? அதெல்லாம் அவர் சொல்லலை. மொழி என்று வரும்போது ஒன்றைச் சொல்ல வேண்டும். கதவு என்று ஒன்றை சொல்ல வேண்டிய அவசியம் ஏற்பட்டுப்போனது. வள்ளுவனும் அதைத்தான் சொல்கிறான். இப்படிப்பட்ட ஒரு நிலைமை நாம இலக்கியத்திலே பார்க்கிறோம். இலக்கியத்திலிருந்து, மனுஷ சமூகத்தினுடைய ஒரு சரித்திரத்தையே கொஞ்சம் அசைத்து விடுகிறோம் படைப்பிலக்கியத்தில்.

எஸ்.சண்முகம்: இப்படி நீங்க சொல்லக்கூடிய சைவ சித்தாந்தம்...

மா.அரங்கநாதன்: சைவ சித்தாந்தம் திருமூலர் கொடுத்தார் என்று நீங்கள் ஃபாலோ செய்கிறீர்களே ஒழிய, இந்த தத்துவத்திற்குப் பெயர் இல்லை. ஆனால் சொல்லலாம், தென்னாட்டு சித்தாந்தம் என்று நான் சொல்வேன்.

எஸ்.சண்முகம்: சைவ சிந்தாந்தம் மற்றும் தென்னாட்டு சித்தாந்தமாக உங்க கதைகள்ல உருப்பெருகிறதா?

மா.அரங்கநாதன்: இருக்கலாம். மணிவாசகர் சொல்லியிருக்கிறார், அப்பர் சில விஷயங்களில் சொல்லியிருக்கிறார். நம்மாழ்வார் சில விஷயங்களில் சொல்லியிருக்கிறார். இதுபோல தென்னாட்டு சித்தாந்தம் தோன்றியும் தோன்றாமலும் இருக்கக்கூடிய ஒரு தன்மையை இவர்களுடைய கவிதை கொண்டிருக்கிறது. இவர்களுடைய காலத்தில் இப்படித்தான் இருக்க முடியும். பூங்குன்றன் மாதிரி அவர் எழுத முடியாது. ஓர் ஆட்சி, அரசன் கஷ்டப்படுகிறார்... அவர் மக்கள்கிட்ட பேசனும். இப்படியான மொழி யூஸ் பண்றார்.

மணிவாசகர் எல்லாவற்றையும் விட்டுவிட்டு சிவனைப் பற்றி மட்டும் சொன்னதுக்கான காரணம் அதுதான்.

"அத்தேவர் தேவர் அவர்தேவ ரென் றிங்ஙன்

பொய்த்தேவுப் பேசிப் புலம்புகின்ற பூதலத்தே

பத்தேது மில்லாதென் பற்றற பற்றிநின்ற

மெய்த்தேவர் தேவர்க்கே சென்றுதாய் கோத்தும்பி!" என்று ஏன் அவர் சொல்கிறார். ஒரு வார்த்தையில், 'பொய்த்தேவு'. நீங்கள் எல்லோரும் பொய்யான கடவுளைக் கும்பிட்டுக் கொண்டிருக்கிறீர்களே? இந்திரனையும், வருணனையும், பிரம்மனையும்

வணங்கிட்டிருக்கீங்களே என்று அவர் சொல்கிறார் அல்லவா? அவ்வளவு தைரியமா சொல்றாரே...? அப்பர் காலத்தில் அப்படி சொல்லலை. இருக்கக் கூடியதை எழுதுன்னு சொல்றாங்க. சமணனாக இருந்தாரென்று நாம் இப்பொழுது ஒப்புக்கொள்ள முடியாது. கடவுள் விஷயத்தில் சமணர்களும் இங்குள்ளவர்கள் போல கடவுள் விஷயத்தில் கெட்டிக்காரர்கள்தான். சமணர்கள் யாருன்னா பணியர்கள் என்று வேதத்தில் சொல்லக்கூடிய ஒரு குரூப். பணியர்கள் வியாபாரம் செய்து இருந்தவர்கள் அவர்கள். இப்ப நீங்க படித்திருப்பீர்கள் அதைப் பற்றி. பணிக்கர் என்ற படி, 'பணி' என்ற சொல் கூட தமிழ் வார்த்தைதான். பணி என்றால் தொழில், தொழில் செய்யக்கூடிய பணியாளன். அந்த பணியரை தஸ்யூக்கள் என்று வேதத்தில் சொல்லியிருக்கிறது. பணியரை எதிர்த்துப் போரிட்டது பற்றி ராகுல சாங்கிருத்யாயன் எல்லாம் நிறைய சொல்லியிருக்கின்றார். அப்படிப் பார்க்கப் போனால், பக்தி இலக்கியங்களிலும் வைதீக எதிர்ப்பு இருக்கத்தான் செய்கிறது.

எஸ்.சண்முகம்: நீங்க இப்போது தானாகத் தென்படும் என்று சொல்கிறீர்கள் அல்லவா? அது ஒருவகையான இரட்டைத் தன்மையா? அதுதான் உங்க கதைகளில் வரும் இரட்டைத் தன்மையா?

மா.அரங்கநாதன்: இருக்கும்.

எஸ்.சண்முகம்: ஒருவன் சிவன் சிலையைப் பார்க்கும்போது ஏசு தெரிகிறது, ஏசு சிலையைப் பார்க்கும்போது சிவன் தெரிகிறது... இது இரட்டைத்தன்மையா?

மா.அரங்கநாதன்: இந்த காலக்கட்டத்தில் எப்படியோ, நான் எழுதின காலகட்டத்திலே அப்படித்தான் சொல்ல முடியும். சிவலிங்கம் என்று சொல்ல வேண்டிய கட்டாயம். எனக்கு அதிலே நம்பிக்கை இருக்கிறதா இல்லையா என்பதற்கு அப்பாற்பட்ட விஷயம் அது.

எஸ்.சண்முகம்: ஒரு 15 வருடம் தீவிரமா படிச்ச பிறகு சிறுகதைகள் எழுதினபிறகு முதல் நாவல் எழுதியதற்கு என்ன காரணம்? முதல் நாவல் எழுதின அனுபவத்தை கொஞ்ச சொல்லுங்க?

மா.அரங்கநாதன்: வீடுபேறு விமர்சனத்துலகூட நகுலன் அடுத்தபடியாக இவர்கிட்ட இருந்து எதிர்ப்பார்ப்பது ஒரு நாவலைன்னு எழுதினார். ஸோ, நாவல் எழுதணும் என்ற அவா இருந்தது. பண்ணிப் பார்ப்போம் அப்படின்னுதான் இத ஆரம்பிச்சோம். முன்றில் பத்திரிகையிலே முதல் அத்தியாயத்துல

ஒரு பகுதியை போட்டோம். அப்பொழுதிலிருந்து அப்படியே எழுதிக்கிட்டிருந்தேன். முன்றில் நின்னு போச்சு. பறளியாற்று மாந்தர் வந்தது.

எஸ்.சண்முகம்: பறளியாற்று மாந்தரில் வரக்கூடிய விஷயம் உங்களுடைய மகத்தான ஜலதாரைன்னு ஒரு கதை இருக்கு. அந்த மகத்தான ஜலதாரை ஆற்றுப் பக்கத்து ஒரு விஸ்தரிப்பைப் பற்றிய விஷயம் எழுதியிருக்கீங்க. யானையினுடைய களியாட்டத்தைக் கண்டு அவர்கள் இறைவனை உணர்ந்ததாக அந்த ஊர் மக்கள் கருதினார்கள் என்கிறீர்கள். அந்தக் கதையில நீங்க என்ன சொல்றீங்க?

மா.அரங்கநாதன்: எந்த ஒரு சின்ன விஷயத்தையும் சொல்லித் தருவதற்கு ஒருவன் தேவைப்படுது இந்தச் சமூகத்துக்கு. அந்த கிராமத்துல ஆறு, பெரியாறு வத்தி போச்சு. அந்த தண்ணி நல்ல தண்ணியில்ல. அந்த இடத்தில வேறு ஏதாவது பண்ணியிருக்கலாம். ஆனால் அந்த ஆறு எங்களுக்கு பெருமைன்னு சொல்லிகிட்டு தற்பெருமையிலே இந்த ஜனங்க இருந்துக் கிட்டிருக்காங்க. அவன் சொன்னான். அந்தப் பக்கத்திலிருந்து இந்தப் பக்கத்துக்கு வெட்டிவிட்டு இரண்டு ஆறா மாத்தி நடுவுல எல்லாருமே குடிசை போட்டு இருங்கன்னு சொன்னா மறுபடியும் அவங்களுக்கு ஒரு ப்ராப்ளம் வருது. அந்தப் ப்ராப்ளத்த சால்வ் பண்ணக்கூட நினைக்கல. இன்னொரு தலைமகன் வருவான். அவன் சொல்லும்படி நடக்கலாம்ன்னு நினைக்கிறாங்க. அப்படியென்ற ஓர் எண்ணம் இந்த சமூகத்தில் இருக்கு. ஒரு காந்தி போனா இன்னொரு காந்தி வருவார் நினைச்சிட்டிருக்கிறோம். தேர்தல்ல ஒரு தலைவர் போனாருன்னா இன்னொரு தலைவர் வரட்டும்ன்னு காத்துக்கிட்டிருக்கிறோம்.

எஸ்.சண்முகம்: இல்லை. தமிழ்மொழியின் தொன்மை அதுமாதிரி இனக்குழு சமூகமா?

மா.அரங்கநாதன்: தமிழ் மொழியின் அந்தப் பெருமையும் அதில் புதைஞ்சுப்போன நிலைமையும் அதப்பத்தி தகுதியானவங்க இல்லை என்று எண்ணி சொல்வதற்கு ஆளில்லாத ஒரு தன்மையும் நம்மக்கிட்ட இருக்கிறதுன்னு மனசுல பட்டது.

எஸ்.சண்முகம்: ஓர் இனக்குழு சமூகம் எப்போதுமே தன்னை வழிநடத்த ஓர் இனக்குழுத் தலைவன் வருவான் என்ற எதிர்ப்பார்ப்பு இருக்கும்?

மா.அரங்கநாதன்: எதிர்பார்த்துக்கிட்டுத்தான் உலக மக்களே இருக்காங்க.

எஸ்.சண்முகம்: அதைத்தான் அந்த கதையில சொல்றீங்களா? இல்லை இந்த யானைகளுடைய கதைல அந்த களியாட்டத்தில் இறைவனைப் பார்ப்பதாக கூறுகிறீர்கள். இதில நீங்க என்ன சொல்ல வர்றீங்க. யானைகள் களியாட்டத்த மக்கள் பார்க்கும்போது ஏற்படுகிற பேரெழுச்சியா? என்ன சொல்ல வர்றீங்க?

மா.அரங்கநாதன்: நாவுக்கரசர் பற்றியா?

எஸ்.சண்முகம்: இல்லை... இல்லை. யானைகள் ஆடக்கூடிய அந்த களியாட்டத்தில இறைவனை காண்பதாக அந்தக் கதையில சொல்றீங்களே... அது என்னென்னு சொல்லுங்க?

மா.அரங்கநாதன்: நாவுக்கரசர் சொன்னது கடவுளை எங்கும் போய் பார்க்க வேண்டாம். நீயே கண்டுகிடலாம். இதுக்குப் போய் இன்னொரு ஆளுக்கிட்ட போய் படிச்சிக்கிட்டிருக்க வேண்டாம். அந்த உணர்வுதான் நாவுக்கரசருக்கு இருந்திருக்குது. இதுக்குப் போய் உபநிஷதமும் வேதமும் படிக்க வேணுமா? நான் சிவனை தரிசிப்பதற்கு மாந்தோப்பு பக்கத்துல போய்கிட்டிருந்தேன். இரண்டு யானைகள் விளையாடிக்கிட்டிருந்தது. சிவன கண்டாச்சே. நான் ஏன் கோயிலுக்குப் போகணும்னு திரும்பிப் போயிட்டாரு. அதுதானே...

எஸ்.சண்முகம்: அதுதான். நீங்க ஃப்ராய்டு சொன்ன மாதிரி மத நம்பிக்கைன்னு...

மா.அரங்கநாதன்: இருக்கலாம். திருநாவுக்கரசருக்கு ஃப்ராய்டு பத்தி ஒன்னும் தெரியாது.

எஸ்.சண்முகம்: உங்களுக்கு ஃப்ராய்டு பத்தி தெரியுமே?

மா.அரங்கநாதன்: எனக்குத் தெரியும். ஆனா அந்த நாவுக்கரசர் மாதிரி எத்தனையோ நாவுக்கரசர்கள் பற்றி ஆராய்ந்துதானே ஃப்ராய்டு எழுதியிருக்கிறான். அவுங்கள மாதிரி அதாவது நாவுக்கரசர் மாதிரி எத்தனையோ பேர் இருந்ததால்தான் ஃப்ராய்டு போன்றவர்களும் தோன்றிக் கொண்டிருக்கிறார்கள். எல்லோரும் கனவு காணவில்லையென்றால் இவன் கனவு பத்தி எழுதியிருப்பானா? 'இன்டர்ப்ரடேஷன் ஆப் டிரீம்ஸ்' பத்தி எழுதியிருப்பானா?

எஸ்.சண்முகம்: இல்ல 'சிவிலைசேஷன் அண்டு டிஸ்கண்டன்'ஸில மதம் இல்லையென்றால் ஆன்மீக உணர்வு என்பது ஓசியானிக்

ஃபீலிங்ன்னு சொல்றாரு ஃப்ராய்டு. ஓசியானிக் ஃபிலிங்ன்னு. அதுதான் அந்த யானையில பாக்கும்போது புரிந்துகொள்ள முடிகிறது...

மா.அரங்கநாதன்: இருக்கலாம். இருக்கலாம்... இருக்கக்கூடிய ஒரு வாய்ப்பு இருக்கிறது. நான் சொல்ல வந்தது அதுல ஒரு கவிதாம்சம் நாவுக்கரசர் பாட்டுல இருக்குது. அததான் சொல்ல வந்தேன். இதுல ஒரு ஃப்ராய்டியன் தியரி இருக்குது. அதெல்லாம் ரொம்ப. அதாவது என்னை அறியாமலேயே எழுதியிருக்கலாம். ஆனா அதில் நான் சொல்ல வந்தது.. "கண்டேன் அவர் திருப்பாதம்", "கண்டறியாததைக் கண்டேன்"ன்னு சொல்றாரு நாவுக்கரசர். "கண்டறியாததைக் கண்டேன்" என்பது கவிதை. இதுவரை காணாததைக் நான் கண்டேன்னு சொல்றான். ம்... அதுபோன்ற ஒரு கவிதைக்கு ஓர் உதாரணம் தேவையில்லை. திருவாரூரில் இருந்துக்கிட்டு யானையை நான் பாக்கலன்னு யாராவது சொன்னா நம்புவாங்களா? நாவுக்கரசர் யானையைப் பாக்கலன்னு சொன்னா நம்புவாங்களா? அவரு சொல்றாரு இதுவரைக்கும் நான் பாக்காத ஒன்ன பாத்திட்டன்னு.

எஸ்.சண்முகம்: **அந்தக் கதையில கடைசியில அந்த ஒரு குடிசை மேல பூவெல்லாம் வெச்சியிருப்பாங்க அது என்ன...?**

மா.அரங்கநாதன்: அது வந்து... வெற்றியாளனுக்கு மாலைய போட்டு பிரமாதமா அலங்கரிப்பாங்களேயொழிய இன்னொரு தலைவன் அவனுக்கும் மாலையப் போடணும் அதுவரைக்கும் காத்திக்கிட்டிருப்பாங்க. தானே ஒரு தலைவன்னு அவன் நினைக்க மாட்டான்.

எஸ்.சண்முகம்: **ஆனா.... அதே முதல் பத்தியில இன்னொன்னு எழுதியிருக்கீங்க. யானையில கண்ட அந்த உணர்வைப் பத்தி எழுதிட்டு... சாப்பிட்டுக்கொண்டு இருந்தாங்க... இத சொல்லிட்டு அவங்க பாட்டுக்கு சாப்பிட்டுக்கொண்டு இருந்தாங்க... வேற எதுவும் செய்யல என்று சொல்றீங்க...**

மா.அரங்கநாதன்: மனசில தோனும் ஓர் இகழ்ச்சி மனப்பான்மைதான்...

எஸ்.சண்முகம்: **சிறுகதை எழுதுவதற்கும், நாவல் எழுதுவதற்கும் உள்ள தொழில் நுட்பம் உங்களுக்கு எப்படி வாய்த்தது?**

மா.அரங்கநாதன்: அதப்பத்தி நான் சிந்திச்சு பாக்கல சண்முகம். ஆனா... பளிச்சின்னு ஒன்னு தோனுது... அதுக்கு மேல சிந்திக்க வேண்டாம்னு தோனுது... அதோடு சிறுகதைய நிறுத்திடலாமான்னு தோனுது. நீங்க சொன்ன மகத்தான ஜலதாரைக்கூட இதற்கு

உதாரணம். அடுத்த தலைவன் வருகை பற்றி இன்னொரு தலைவன் சொல்ல வேண்டிய அவசியமில்லை. அத நுணுக்கமா சொல்லிட்டு அப்படியே நிரப்பிடுவாங்க. இப்ப உவரி கதை. அப்படிப்பட்ட சில கதைகள்ல அப்படித்தான் எனக்கு தோனுச்சு. ஏதோ ஒன்னு தோனுச்சு. அதபத்தி எழுதுறேன்.

எஸ்.சண்முகம்: சரி. வீடுபேறு கதையில சான்பிரான்சிஸ்கோவில இருந்து தன் தாய் இறந்த அந்த அறையை பார்க்க வரான். அந்த வீட்ல ஒருத்தர் இருக்காரு. ஏற்கனவே ஒருத்தன் இருக்கான். இருந்தாலும் அவன் சொல்றான். நான் ஏற்கனவே இங்க இருந்தேன். இங்க அதுமாதிரி அச்சு. பாக்க வந்திருக்கேன்னு... அந்தக் கதை உங்க எல்லா சிறுகதைகளையும் ஒரு விஷயம் படிக்கும்போது ஒரு பொது அம்சம் எனக்கு தோனுது. நீங்க சொல்ற முறைன்னு அதாவது ஒரு வெரைட்டி மெத்தெட் என்று சொல்றாங்க... அதுபோல... வெளியில இருந்து ஒருத்தர் வந்து உள்ள இருக்கிற ஒருத்தர பார்க்க வராரு... தான் எதையோ விட்டுப்போன ஒரு விஷயத்தை, ஒரு நொஸ்தால்ஜிக் டிராவல் மாதிரி பழையதை நோக்கிய, பழைய நாட்டத்தை நோக்கிய பயணம் மாதிரி உங்க கதைகள்ல வருது. ஒன்னு அது வெளிநாட்டுல இருந்து இங்க வராங்க. இல்ல... இங்கிருந்து அங்க போன மாதிரி எழுதியிருக்கிங்க 'ஜேம்ஸ்டீன்' என்ற கதையில. அப்ப இரண்டு பேரும் சந்திக்கும்போது, அந்த கதையில என்னாவது என கேட்டிங்கன்னா...? அவன் வெளியிலிருந்து வந்து வீட்ட பாக்கணும்னு நினைக்கிறவன்... வெளியிலிருந்து வீட்டுக்குள்ளே நடக்கிற சம்பவங்களை நினைச்சிட்டிருக்கான். வீட்ல இருக்கிறவரு வெளியில இருக்கிற விஷயங்களையே சொல்லிக்கிட்டிருக்காரு. இப்படி எதிரும் புதிருமான அந்த கதையாடலைப் பற்றி நீங்க என்ன நினைக்கிறீங்க?

மா.அரங்கநாதன்: அது வந்து.. சொல்லணும்னா... ம்... இப்போது இருந்து கொண்டிருக்கும் கரைதான் நாம் போய் சேரவேண்டிய கரை என்பதை நாம் தெரியாமல் இருக்கிறது என்ற ஒரு பெரிய விஷயத்தை சொல்லியிருக்கிறோம். இப்போது இருந்து கொண்டிருக்கக்கூடிய கரைதான் நாம் போய் சேர வேண்டிய கரை. இதுக்கு மேல என்ன தேடணும்? அத என்ன ரொம்ப பாதிச்சிருக்கும் என இப்போ நான் நினைக்கிறேன். நான் வந்து வீடுபேறு கதைய பத்தி க.நா.சு., நீங்க போன்ற பல நண்பர்கள் சொன்ன பிற்பாடு, வீடுபேறு கதைல என்ன இருக்குது. ஃபிரான்சிஸ்கோவிலிருந்து

ஒருத்தன் வரான். தான் வாழ்ந்த 40 வருட வீட்டை பாத்துட்டு போலாம்னு ஒருத்தன் வரான். அந்த வீட்ல மேலறையில அவன் தாயார் தூக்கு மாட்டிக்கிட்டு செத்துப் போன இடத்தை பாக்கணும்னு சொல்லிக்கிட்டு வரான். வருவதற்கான காரணம் அவனுக்கே தெரியாது. அத கேட்டா... அம்மாங்கறான்... வாழ்ந்தா, பாத்திட்டு போலாம்னு வந்திருக்கேன்னு சொல்றான். அந்த வீட்டு சொந்தக்காரன் முத்துக்கருப்பனும் அவனும் பேசிக்கிட்டே இருக்காங்க. அன்னைக்கு காலையிலிருந்து மாலை வரைக்கும் பேசிக்கிட்டே இருக்காங்க. நான் போய்ட்டு வரேன்னு போறான். புறப்படற சமயத்தில... "சார் அந்த அறைய நீங்க பாக்கலையா"ன்னு இவன் சொல்றான். இல்ல... வேண்டாம்... நான் போன வருஷம் கேன்சாஸ் சிட்டியில நானும் என் மனைவி எடித்தும் போய்க்கிட்டிருந்தோம் கார்ல. அப்போ ஒரு கிழவி காரில் ஏறுவதற்காக வந்தாள். எடித் அவள் ஏறுவதற்கு உதவி செய்தாள். நேற்று திண்டிவனத்திலேயும் ஒரு வயதான பெண்மணி காரில் ஏற முடியாது தவிக்க, எடித் அவளுக்கு உதவி செய்வதற்காக எழுந்திருக்க பார்த்தாங்க. கால் இல்லாததால் எழுந்திருக்கலை... இப்படிப்பட்ட நிலையிலா உதவி செய்றதுன்னு உள்ள வச்சேன்னு சொல்லுங்கோ. இப்படி சொல்லிக்கிட்டே நாம இன்னும் கொஞ்ச நாள் உயிரோடு இருப்போம். பார்க்கிறேன். வேண்டாம்னு சொல்லிட்டு போயிடுறான். இத ஏன் அவன் வேண்டாம்னு சொல்றான்னா...? சொல்லலைன்னு சொன்னா.. பழையத பாக்கறதுக்கு வந்தான். அப்புறம் பாக்காமலே போறான். அவர் ஞாபகப்படுத்தியும்கூட... ஏன் போறான்னு க.நா.சு கூட கேட்டாரு. நகுலனும் என்கிட்ட கேட்டாரு... இதுக்கு பதில் நீங்க சொல்ல வேண்டாம். எனக்கு தெரியும். அப்படின்னு சொன்னாரு.

எஸ்.சண்முகம்: என்ன பதில் சொன்னாங்க?

மா.அரங்கநாதன்: அவர் பதில் சொல்லவேயில்லை. இத எதனால் நீங்க சொன்னீங்கன்னு எனக்குத் தெரியும்னு நகுலன் சொன்னார். அதுல எழுதியிருக்கிறேன்.

எஸ்.சண்முகம்: இல்ல. நகுலன் அவரது கவிதையில சொல்றா மாதிரியே இருக்கு... ஆனா எனக்கு என்ன தோனுதுனு கேட்டிங்கன்னா? ஏன் இந்த காரணத்துக்காக இந்த இடத்த பாக்க வரல... அவன் பாக்க வர்ற பயணம்தான் அத பாக்கறது.

மா.அரங்கநாதன்: இதத்தான் கொஞ்ச நேரத்துக்கு முன்னாடி சொன்னேன். அவன் செய்றதே பயணம்தானே... அதுக்கு மேலே வேறென்ன பயணம் வேண்டி கிடக்கு? ஆத்தை கடந்தாதானே

அக்கரைக்குப் போக முடியும். இந்த கரையில இருக்கறது இதுக்காக வேண்டிதான் அவன் வந்திருக்கான்.

எஸ்.சண்முகம்: எனக்கு அதுதான் தோணிச்சு ஒருவேளை... க. நா.சு எனக்கு நேரடியா தெரியும்னு சொன்னாங்களே தவிர, அதன் காரணத்தை உங்ககிட்ட சொன்னாங்களா...? அதுக்காகத்தான் முதல்ல கேட்டேன்.

மா.அரங்கநாதன்: அவங்க சொல்லல. அந்த பயணமே அந்த இடத்தை பாக்கறதுதான். அத பாக்கணும்னு அவசியம் இல்ல. அத பிஸிக்கலா பாக்கணும்னு அவசியம் இல்ல.

எஸ்.சண்முகம்: அதுக்கப்புறம் அந்தக் கதையில அடுத்தது வருது... அதில ஏன் துர்மரணங்கள் நிறைய இருக்கு? அந்தக் கதைகள்ல அந்த நண்பன் ஒருத்தன் போறான். அவன் வந்து... இறந்து போயிடுறான்... இப்படி நிறைய துர்மரணங்கள் வருதே...?

மா.அரங்கநாதன்: அவன் அமெரிக்காவுக்கு போறதே... இப்படிப்பட்ட பல சோக நிகழ்ச்சிகளாலே... அது வந்து அவன பாதிச்சிருக்கு... திண்டிவனத்தில அவனது நண்பன் செத்துப்போறான். தாயார் இறந்து போயிடுறாங்க. இதையெல்லாம் அவன் படிச்சவன். ஒரு கட்டுரை எழுதினதுக்கு பாராட்டெல்லாம் கிடைச்சது. ஏதோ கூப்பிட்டாங்கன்னு போனா... அந்த பண்ணைக்கு போனாலும் கூட அவனது தமிழுணர்வு அவனை விடவில்லை. அங்கே திருக்குறள் சொல்லிக் கொடுக்கிறான். அந்தப் பண்ணைக்கு சொந்தகாரனுடைய மகளுக்கு திருக்குறள் சொல்லிக் கொடுக்கிறான். பிறகு அவளையே மணக்கிறான். அந்த பெண்ணுக்கு அமெரிக்காவோ திண்டிவனமோ கன்னியாகுமாரியோ எதுவாக இருந்தாலும் நம்ம ஊர்தான். அவனுக்கு அத நேராக சொல்லாமல் அத சொல்லிக் காட்டினா பாருங்க... இந்தியாவுக்கு... தமிழ்நாட்டுக்கு போலாம்னாலும் போலாம் என்கிறாள். ஏன் இந்த கன்னியாகுமரிக்கு போலாம்னாலும் போலாம் என்கிறாள். அவர் ஒரு காலை இழந்தவர். இப்படி ஓர் உதவி செய்கிற எண்ணம் இருந்துகிட்டே இருக்குது. திண்டிவனத்த நினைச்சுகிட்டு திருக்குறள படிச்சா எப்படியிருக்கும்னு கேட்கிறாள். இந்த கப்லெட்ட (couplet) வந்து திண்டிவனத்த நினைச்சுட்டு படிக்கிறீங்க... திண்டிவனம்தான் உங்களுக்கு இன்பமா இருக்குது... திருக்குறள் இல்லையா...? அவ சரியா சொன்னா... திருக்குறள் பற்றி கொஞ்சமாவது தெரிஞ்ச அந்த எடித் என்கிற பெண்ணை இவருக்கு சரியா சொல்லி கொடுக்கிறா...? திண்டிவனத்திலதான் திருக்குறள் படிச்சா... அந்தப் பள்ளிக்கூடத்துக்கு போனா, இந்தப்

பள்ளிக்கூடம் போனா... என் நண்பன்னு சொன்னா தர்மபுரின்னு என்னெல்லாமோ சொல்லியிருப்பான். அதனால்தான் அவ சொன்னா... நீங்க திருக்குறள் படிக்கல... திண்டிவனத்த படிச்சிட்டிருக்கீங்க இன்னும்... இப்படி எங்கேயோ போற பயணத்தெல்லாத்தையும் தன்னுடைய பயணம்னு நினைச்சிட்டிருக்கிற நம்மைப் பத்தி. விளக்கறதில்ல.

எஸ்.சண்முகம்: அந்த வீட்ல தற்போது இருக்கிறாரல்லவா முத்துக்கறுப்பன்... அவருக்கும் அது மாதிரியான நெறைய சம்பவங்கள் நடந்திருக்குமா...?

மா.அரங்கநாதன்: நடந்திருக்க வேண்டும். ஆனா அவரு சுதாரிக்கிறாரு... சுதாரிச்சு.. அங்கு ஒரு தெலுங்கு பெண்ணை கல்யாணம் பண்ணிக்கிறாரு. குழந்தை ஒன்னு... அவர் ரொம்ப சௌக்கியமா இருக்காரு...அங்க அவருடைய மனைவி வேலைக்கு போறாங்க வர்றாங்க. அவரும் இதுமாதிரி கஷ்டப்பட்டவர்தான் ஊர்ல. அவங்க அம்மா, அப்பாவ காணாம போயிட்டாரு. அவருடைய மாப்பிள்ள வேலூரில ஏதோ வேலை பாத்துட்டு இருந்தாரு. அவளுடைய மகள் வந்தா அவளும் போயிட்டா... அவரது குடும்பமும் இன்றைக்கு இல்லை. இப்படி எல்லா இறப்பு வகைகளையும் பார்த்து பார்த்து மனம் பக்குவம் பெற்று விடுகிறார். ஆனா அவர் கொஞ்சம் தளராம இருக்கிறாரு, இவர் கொஞ்சம் அவருக்கு இருந்த சந்தேகம் இவருக்கு இல்லை... இவர் படிக்காதவர். அவர் நிறைய படித்தவர்.

எஸ்.சண்முகம்: அதனுடைய ரகசியம் என்ன?

மா.அரங்கநாதன்: இதுதான் திருவல்லிக்கேணியில நான் இருந்தப்ப வந்த கதை. திருவல்லிக்கேணி நெடுஞ்சாலையை மையமாகக் கொண்டு இயங்கி வந்தது.

எஸ்.சண்முகம்: இந்த பயணம் மாதிரியே இன்னொரு கதை... தங்கலா? 'தாங்கல்'.... ஊருக்கு ஒருத்தர் ரிக்ஷாவுல போவாரு... ரிக்ஷாக்காரர்கிட்ட பேசிக்கொண்டே இருப்பாரு... இடையில சில திருவாசகப் பாட்டை அவன் படிப்பான். படிச்சிட்டு இருக்கறப்ப ஓர் இடத்தில் அவர் நிப்பாரு... நின்று காசை எடுத்துக் கொடுக்கிறான். மீதி காசை எடுக்கும்போது, ஒரு திருவாசக புத்தகத்தை எடுத்து அந்த ரிக்ஷாக்காரன் அவர் கையில் கொடுத்து இது அந்த ஜட்கா வண்டிக்காரர் வைத்திருந்த புத்தகம் என்று... அப்ப அந்த இடத்துல கடைசில, இந்த ஊரில் இருக்கலாமா

வேண்டாமா என்று யோசித்தபடி இருக்கும்போது... வீடு வாங்கலாம், தங்கலாம் என்ற முடிவுக்கு கடைசியில வராரு. அப்போது ஒரு கோயில் முன்னாடி. நிற்கிறார் அவர்...

மா.அரங்கநாதன்: அந்த முடிவுக்கு வந்த காரணம், இந்த ரிக்ஷாக்காரனிடம் பேசிய கான்வர்சேஷன்தான். இவரு திருவாசகத்தைப் பற்றி பட்டிமன்றத்தில் பேசிவிட்டு வருகிறார். ஒரு ரிக்ஷாவில் ஏறி ரிக்ஷாகாரனுடன் பேசிக்கொண்டே போறார். இறங்கும்போது, நான் போகிறேன் என்று சொல்லிவிட்டு ரூபாய் பணத்தைக் கொடுத்துவிட்டு ஹோட்டலுக்குள் போகும் சமயத்தில், அவன் பெயர் மாணிக்கவாசகம் என்று நினைத்துக்கொண்டு அவனிடம் கேட்கிறார்... இது என் பெயர் இல்லீங்க. மாணிக்கவாசகம் என்பவர் இந்த ரிக்ஷாவை வைத்துக் கொண்டிருந்தவரு... என்னுடைய பெயர் முத்துக்கறுப்பன், முதலில் குதிரை வைத்துக் கொண்டிருந்தார், இப்போது ரிக்ஷா வைத்திருந்துவிட்டு என்னிடம் கொடுத்துவிட்டுப் போயிட்டாரு... இவன் இதெல்லாம் பார்த்த பிற்பாடு, இங்கிருந்து அங்கே... அங்கிருந்து இங்கே என்ற ரீதியிலே, ஏதோ ஒரு முடிவுக்கு வந்துட்டாரு... பல நாட்கள் திகைத்து, சிந்தனை பண்ணின ஒரு விஷயம், ஒன்றும் இல்லாத ஒரு ரிக்ஷாக்காரனிடம் பேச்சிலா...என்று அவர் முடிவு பண்றாரு... ஒரு சின்ன கதைதான் கம்ப்யூட்டர்ல வந்த கதை. சுஜாதா ஒரு கதை கேட்டிருந்தாரு.

எஸ்.சண்முகம்: இந்த மைலாப்பூர் கதையில இரண்டு பேர் தங்கிவிட்டு, கன்னிமரா லைப்ரரிக்குப் போகலாம்னு முடிவு பண்ணி, பிறகு போகாமலேயே போயிடறாங்க...

மா.அரங்கநாதன்: இல்லை.. கன்னிமரா லைப்ரரிக்குப் போகலாம்னு, அந்த பெண்ணு பேரு காயத்ரின்னு சொல்லியிருக்கிறேன். இவன் பேரு முத்துக்கறுப்பன். அந்தப் பெண் வந்து இவன் புத்திசாலியா இல்லாம இருந்தாகூட, அவள் ரொம்பப் படிச்சவ... இத்தனை தூரம் ஓர் அட்டாமிக் எக்ஸ்ப்லோஷன், நியூக்ளியர் எக்ஸ்ப்லோஷன் நடந்தப்ப கூட, இதிலிருந்து தப்பிக்க ஏதாவது வழி உண்டா...?ன்னு நினைச்சு கன்னிமரா லைப்ரரியில புத்தகத்தை தேட, அடுத்த கணத்தைப் பற்றி இவ நினைச்சிக்கிட்டிருக்கா... இவனுக்கு அதெல்லாம் தெரியாது. நீ எக்கேடாவது போ... நான் எக்கேடாவது போறேன்னு சொல்லிட்டு... அந்த உலகத்துல ரெண்டே ரெண்டு பேர் இருந்த நிலையிலும் கூட, அந்த மயிலாப்பூர்ல அந்தப் பெண் ஒரு ஜாதி, நான் ஒரு ஜாதி... நியூக்ளியர் எக்ஸ்ப்லோஷன் வச்சு

எத்தனையோ கதை வந்திருக்கிறது ஆங்கிலத்தில... நியூக்ளியர் எக்ஸ்ப்லோஷன் ஒருவேளை மயிலாப்பூர்ல நடந்தா, அப்பவும்கூட ஜாதி வித்தியாசம் பார்க்கத்தான் செய்யும் போலிருக்கிறது.

எஸ்.சண்முகம்: எல்லா கதைகளிலும் முத்துக்கறுப்பன் வருகிறார் அல்லவா? சில கதைகளில் முத்துக்கறுப்பன் இரண்டாக வந்திருக்காரா?

மா.அரங்கநாதன்: இருக்கும், சில கதைகளில் இருக்கும். மகத்தான ஜலதாரைல பேரே சொல்லவில்லை. கருப்பன் சாவடின்னு அந்த ஊர் அழைக்கப்படலாம் என்பதால், அந்து ஊருக்குக் காரணமானவன் முத்துக்கறுப்பன்னு ஆகிவிட்டது. இந்த மாதிரி சில கதைகளில் வந்திருக்கிறது.

எஸ்.சண்முகம்: முத்துக்கறுப்பன் பிரதியில் இரட்டையா எழுதியிருக்கீங்களா?

மா.அரங்கநாதன்: இரட்டைகளாகவும் இருக்கிறது.

எஸ்.சண்முகம்: அப்ப இரட்டைகளை யூஸ் பண்ணுகின்ற யுக்தி எப்படி?

மா.அரங்கநாதன்: ஒரு குறிப்பிட்ட கதையில மட்டும் முத்து என்று ஒருவனும், கருப்பன் என்று ஒருவனும் வருவதாக சொல்லியிருக்கிறேன். மற்றபடி, தமிழ்நாட்டிலே முத்துக்கறுப்பன் என்ற பெயர் பொதுவாக இருக்கிறதால அந்தப் பெயரைத் தேர்ந்தெடுத்தேன். அப்போது தேர்ந்தெடுக்கும் சமயத்தில் அதற்கான காரண காரியங்களை நான் யோசிக்கவில்லை. அடுத்த கதையிலும் முத்துக்கறுப்பன் என்ற பெயரையே போட்டால் என்ன? என்று என் மனதுக்குள்ளேயே தோன்றியது அது. வெள்ளைக் கண்ணாடி, அறிமுகம், தரிசனம் இப்படி. எல்லாக் கதைகளிலுமே முத்துக்கருப்பனை போட்டுவிட்டேன். மயிலாப்பூர் கதைகளிலும்... பெயர் சொல்ல வேண்டிய அவசியம் இல்லை. இருப்பினும், முத்துக்கருப்பனையே போட்டுவிட்டேன்.

எஸ்.சண்முகம்: ஏன் இந்த முத்துக்கறுப்பன் பெயரையே...?

மா.அரங்கநாதன்: அதுதான் சொன்னேனே... பொதுவாக தமிழ் சொசைடியில் எங்கே எடுத்துக்கொண்டாலும், கன்னியாகுமரியோ, திருநெல்வேலியோ, ராமநாதபுரமோ, மதுரையோ, திருச்சியோ, விழுப்புரம் வரையுமே எங்கே எடுத்துக் கொண்டாலும், முத்துக்கறுப்பன் பிள்ளை, முத்துக்கறுப்பன் செட்டியார்,

முத்துக்கறுப்பன் நாடார்... என்று இந்தப் பெயரில் எல்லோருமே வந்திருக்கிறார்கள். அதில் ஒரு ஒன்நெஸ் கிடைக்குமோ என்ற நம்பிக்கை எனக்கு இருந்திருக்கலாம். படிப்படியாக சொல்வதாக இருந்தால், பிராமணர்களைத் தவிர முத்துக்கறுப்பன் என்கிற பெயர் எல்லா இனத்திலும் உண்டு. ஆதி திராவிடர்களிலும் முத்துக்கறுப்பன் இருக்காரு, முத்துக்கறுப்பன் என்கிற காங்கிரஸ் லீடரே இராமநாதபுரத்திலோ, திருநெல்வேலியிலோ இருந்திருக்காரு. முத்துக்கருப்ப நாடார் இருந்திருக்கிறார், முத்துக்கருப்ப செட்டியார் இருந்திருக்காரு... விழுப்புரத்திலே கூட முத்துக்கறுப்பன்னு இருந்திருக்காரு. இப்ப முத்துக்கறுப்பன் என்ற பெயரைப் போட்டால் ஒரு யூனிட்டி கிடைக்குமோ என்று என் மனதில் தோன்றியது.

எஸ்.சண்முகம்: உங்களுடைய முக்கியமான சில கதைகளில், நரேட்டிவ் டெக்னிக்கில் ஒரு புதுமையா எழுதக்கூடிய அதாவது மாடர்ன் அல்லது போஸ்ட் மாடர்ன் சென்ஸில் வந்த கதைகளாக கருதக் கூடியது... ஜேம்ஸ்டீனும் செண்பகராமன் புதூர்காரரும் என்ற ஒரு கதை. அந்த கதை தமிழரசு பத்திரிகையில வரும்போது அந்த தமிழரசு பத்திரிகை விமரிசனக் கூட்டத்திலேயே நான் சொன்னேன். அன்றைக்கு என்னை ஈர்த்த அந்தக் கதையினுடைய அமைப்பிலே நிறைய கதைகளை எழுதியிருக்கிறீர்கள். உதாரணத்துக்கு, வெளியூர்ல இருந்து ஒருத்தர் வருவது, அல்லது இங்கிருந்து ஒருத்தர் வெளிநாட்டுக்குப் போறது... திரும்பவும் தன் ஊரைப் பார்க்க வருவது, இதுவும் இல்லைன்னா, ரெண்டு வெவ்வேறு கலாச்சாரத்தை பிரதிபலிக்கக்கூடிய இரண்டு பேர் சந்திப்பது... அல்லது அந்த இரண்டு பேரும் ஒன்றாகப் பழகி இருப்பது. இதுபோல எல்லா கதைகளிலும் ஏன் கொண்டு வருகிறீர்கள்?

மா.அரங்கநாதன்: நிறைய கதைகளில் அப்படி இருக்கிறது. எல்லாம் ஒன்னுதான் என்கிற ஒரு ஃபிலிங் வந்திருக்கலாம். செண்பகராமன் புதூர் என்ற ஊரில் உள்ள ஒருத்தனும், ஹாலிவுட்டில் இருக்கின்ற ஒரு நடிகரும் ஒன்னுதான் என்று சொல்வதில் தப்பில்லையே... ஹாலிவுட் ஆக்டர் யாரு? ஜேம்ஸ்டீன்தானே...? அவன் முத்துக்கருப்பனைவிட பெரியவன் என்றோ, சிறியவன் என்றோ சொல்வதற்கு நமக்கு என்ன இருக்கிறது? அவன் படுகிற ஆனந்தமும், அவன் படுகிற துக்கமும், முத்துக்கறுப்பன் என்கிற ஒருவன் படுகின்ற அனந்தமும் துக்கமும் ஒன்னுதானே. போட்டிருக்கிற உடை வேறு வேறாக இருந்திருக்கலாம், பேசுகின்ற பாஷை வேறாக இருக்கலாம். துக்கம் ஒன்னுதானே... மகிழ்ச்சி ஒன்னுதானே.

துயரமும், மகிழ்ச்சியும் அமைதி என்று நம் அப்பர் சொல்லியிருக்கிறதுபோல, ஒன்றுமே இல்லாத ஒன்றாக இருக்கக்கூடியதுல எதுவாக இருந்தால் என்ன? அவன் அமெரிக்கனாக இருந்தால் என்ன, இந்தியனாக இருந்தால் என்ன, தமிழனாக இருந்தால் என்ன? யாராக இருந்தால் என்ன?

எஸ்.சண்முகம்: அங்க அந்த ஓஹாயோவில் ஜென் புத்தத் துறவியினுடைய ஓர் உரையில்தான், இரண்டு பேரும் முதலில் ஜேம்ஸ்டீனும் முத்துக்கருப்பனும் சந்திக்கறதாசொல்லியிருக்கீங்க..?

மா.அரங்கநாதன்: அப்படிச் சொல்ல முடியுமா? அந்த மீட்டிங்கை கேட்கக் கூடியவர்களில் முத்துக்கருப்பனும் ஒருவன். முத்துக்கறுப்பன் அவரிடம் கேட்ட கேள்விகளை ஆலோசித்துப் பார்த்தோமென்றால், இவன் பேசுவதற்கும், ஜேம்ஸ்டீன் வார்னர் பிரதர்ஸோட ஒர்க் பண்ணுகிறான். அவனோட பேசுவதற்கும், இவன் பேசுவதற்கும் சம்பந்தம் இருப்பதாக அவன் நினைக்கிறான். அவர்கிட்ட பேசிப் பார்க்கிறான். அப்போ ஜேம்ஸ்டீன் சொன்னதும் இவர் சொன்னதும் ஒன்றாக இருக்கிறது. சரி இவர்களை அறிமுகம் பண்ணலாமேன்னு நினைச்சு பேச வைக்கிறாங்க. இவர்கள் ஒரு மணிநேரம் பேசிக்கிட்டிருக்காங்க. அதுக்குப் பிறகு அவர்கள் சந்திக்கவும் இல்லை. ஆனால், கடைசி நாளன்று இவன் பத்திரிகையில பார்க்கிறான், ஜேம்ஸ்டீன் செத்துப் போய்விட்டார் என்று. இந்த புத்தகத்தை வைத்துக் கொள் என்று இவரும் வெளியே செல்கிறார். கொஞ்ச நேரத்தில் இவரும் செத்துப் போயிடறாரு. இரண்டு பேருமே கார் அக்ஸிடெண்ட்டில் இறந்து விடுகிறார்கள். ஜேம்ஸ் டீன் கார் அக்ஸிடென்ட் உண்மை. ஆனால் முத்துக்கறுப்பன் அப்படி கிடையாது. அவன் செத்துப்போயிடறான்.

எஸ்.சண்முகம்: இரண்டு பேருமே நட்சத்திரங்களை பார்க்கின்ற பழக்கம் உள்ளவர்கள் என்று எழுதியிருக்கிறீர்களே, அது என்ன?

மா.அரங்கநாதன்: ஆமாம், அவனை மாதிரி நட்சத்திரங்கள், மலை, ஆறு, குளம்... இப்படி இதைப் பார்ப்பதினால் பலவிதமான உண்மைகள் அவனுக்குத் தெரிகிறது என்று நான் கருதுகிறேன். எனக்கும் அதுபோல நடந்திருக்கிறது.

எஸ்.சண்முகம்: இரண்டு பேருமே எப்படி ஒரு யுனிவர்சல் மேன் என்பதுபோல...?

மா.அரங்கநாதன்: இவர்கள் இரண்டு பேருடைய மனநிலையும் ஒன்றாக இருப்பதினால், இவர்கள் இரண்டு பேரும் ஒரே ஆளோ என நினைக்க வாய்ப்பிருக்கிறது.

எஸ்.சண்முகம்: நான் என்ன கேட்கிறேன் என்றால், முத்துக்கருப்பனும், ஜேம்ஸ்டீனும் இரட்டைகளா... இந்த கதையில?

மா.அரங்கநாதன்: இவன் செண்பகராமன் புதூர்காரன்... ஓர் அநாதை, ஆறு ரூபாய் கடன் வாங்கிக்கொண்டு பாண்டிச்சேரி போய், பிரெஞ்சு படிச்சி, பிறகு பாரீஸுக்குப் போய் அங்க ஒரு வாத்தியாராக இருந்து, அவங்க தலைமையில அமெரிக்கா போய், அங்கே பிரஞ்சு க்ளாஸ் எல்லாம் எடுத்து பிறகு பெரிய ஆளாகி, அந்த ஊர்லேயே ஓகோன்னு இருந்து, வேட்டிக் கட்டிக்கொண்டு போயி சுத்திகிட்டிருந்தவன். ஆனால் அவர் அப்படியில்லை. ஜேம்ஸ்டீன் வந்து மார்லன் பிராண்டோ காலத்திலேயே உயர்தரமான நடிகன் என்று பெயர் எடுத்தவர். ஜேம்ஸ்டீன் உயிரோடு இருந்திருந்தால், மார்லன் பிராண்டோதான், த பெஸ்ட் ஆக்டர் என்று சொல்ல முடியாது என்று பல அமெரிக்க பத்திரிகைகள் எழுதியிருக்கின்றன.

எஸ்.சண்முகம்: ஜேம்ஸ்டீன் நடித்தது மொத்தம் மூன்று படங்கள்தானே..?

மா.அரங்கநாதன்: அதில் ஜெயண்ட் படம் பாதி, 'ஈஸ்ட் அஃப் ஈடன், ரெபல் வித்தவுட் காஸ்'.

எஸ்.சண்முகம்: ஜேம்ஸ்டீனை இந்தக் கதையில் எழுதினதற்கு எது காரணம்... எது உங்களை ஈர்த்தது?

மா.அரங்கநாதன்: ஈஸ்ட் அஃப் ஈடன் படித்ததில் இருந்து, அது என்னவோ தெரியவில்லை... மேனாட்டு படங்களைப் பார்த்தாலும், மேனாட்டு புத்தகங்களைப் படித்தாலும் வித்தியாசமே தெரியவில்லை. என்ன அழகா எடுக்கிறார்கள். குட் எர்த். அந்த புத்தகத்தைப் படிக்கறதுக்கு முன்னாடி அந்த குட் எர்த் படத்தைப் பார்த்தேன். பால்முனியுடைய அந்த பர்ஃபாமன்ஸும், அந்த லூயி ரெய்னர், அவதான் ஓலனாக நடிக்கிறா... புத்தகத்தில் சொல்லக்கூடிய அளவுக்கு அவளுடைய பர்ஃபாமன்ஸ் இருந்தது. அது நம்ம படங்களில் பார்க்க முடியாது.

எஸ்.சண்முகம்: உவரி கதையில் இதேபோல ஒருவர் பஸ்ஸில் பிரயாணத்தில் வருகிறார். எதிரே ஒரு லாரிகிட்ட பஸ் நிற்கிறது. கீழே இறங்கி இவரும் தயானந்தனும் பேசுகிறார்கள் அல்லவா? அப்போது இவர் சொல்கிறார், அதாவது பக்கத்தில் உள்ள ஒரு கோயிலைப் பற்றிப் பேசிக் கொண்டிருக்கிறார். அப்போது அவர் சொல்லும்போது, அங்கே உள்ள சிவலிங்கத்தைப் பார்க்கும்போது எனக்கு ஏசுநாதர் தெரிகிறார் என்கிறார்...?

மா.அரங்கநாதன்: அதில முத்துக்கறுப்பன் மதுரைக்காரன். அவன் கன்னியாகுமரியில் கோட்டாறு எல்லாம் பார்த்துக் கொண்டு, கன்னியாகுமரியில உள்ள சர்ச்சை எல்லாம் பார்த்துவிட்டு, அதுக்குப் பக்கத்தில் ஒரு சர்ச், அங்கே இந்த தயானந்தன் நின்னுக்கிட்டிருக்காரு. அவர் செய்குதம்பி பாவலருடைய ஒரு வெண்பாவை காட்டுகிறார். அதில் முத்துக்கறுப்பன் என்ற பெயர் இருக்கிறது. அப்ப தெரிஞ்சிகிட்டான். அவர் கிறிஸ்துவ பாதிரியார் ஆகறதுக்கு முன்னாலே அவருக்குப் பெயரே முத்துக்கறுப்பன் என்று. அங்கே என்னவெல்லாம் பார்த்தேன் எனும்போது, விஷயத்தைச் சொல்கிறார். மலையைப் பார்க்க வேண்டும், வயலைப் பார்க்க வேண்டும். இங்கிருந்து திருச்செந்தூர் போகிற வழியின் இடையில் ஓரி என்ற இடம் இருக்கிறது அதைப் பார்த்தீர்களா? அப்படீன்னு கேட்கிறார். விஷயத்தைச் சொல்கிறான். இந்த விஷயம் பைபிள்லயே சொல்லி இருக்கு பாருங்க. அரசன் சாலமனின் கப்பல்கள் ஓபர் துறைமுகத்தில் வந்து சரக்குகளைப் பெற்றுத் திரும்பியது பற்றிய பகுதி. இவன் ஆப்பிரிக்காவிலும் ஓபர் என்ற ஓர் இடம் உண்டு என்கிறார். "ஆப்பிரிக்கா இஸ்ரேலுக்குப் பக்கம். அப்படியிருந்தால் தூரக்கடல் கடந்த அந்த இடத்தைச் சொல்லியிருக்கமாட்டாங்க" என்கிறார். அங்கேகூட ஒரு கிறிஸ்தவ சர்ச் இருக்கிறது. நீங்க அதைப் பார்த்தீர்களா? இப்படி போகிற வழியிலே ஒரு குழந்தை, ஒரு ஃபேமிலியோட நட்பு, வழியில ஒரு சின்ன அக்ஸிடெண்ட்ல பஸ் நின்றுவிட்டது. அப்போது கீழே இறங்குகிறான். குழந்தையும் இறங்குகிறது. அங்கே காபியோ, தண்ணியோ குடிக்கலாமென்று அந்த குழந்தையை தூக்கிக்கொண்டு வருகிறான். அப்போ போகும்போது பார்க்கிறான். சாலமனோட கப்பல் எங்கேயுமே இல்லை. கடல்தான் இருக்கிறது. ஒரே வெயில். அப்போது எதிரிலே ஓர் ஆள் வருகிறார். உவரி கிராமத்துக்காரர், மணவெட்டி எல்லாம் எடுத்துக்கிட்டு வருகிறார். அவர் இப்படிதான் அடிக்கடி அக்ஸிடெண்ட் பண்ணுறாங்க, ரொம்ப வேகமா போறாங்க... இந்த டிரைவரைத் திட்டிக்கொண்டு, "இந்த பச்சைக் குழந்தையை இந்த மாதிரி வெயிலில் கொண்டு போகிறீர்களே?" என்று சொல்லி அந்தக் குழந்தையின் முகத்தைத் துடைத்து, தலையில் துண்டைக் கட்டி, பக்கத்தில் போய் தண்ணியெல்லாம் குடித்துவிட்டு வாருங்கள் என்று அனுப்புகிறார். அவர் போய் தண்ணியெல்லாம் குடித்துவிட்டு பிறகு வருகிறார். அப்பவும் பார்த்தா கப்பல் எதுவும் வரவில்லை. இந்த இடத்துக்கு, சாலமன் மட்டுமென்ன, அவனுடைய முப்பாட்டனும் வரத்தான் விரும்பியிருப்பார் என்று ஏனோ மனசுக்கு தோன்றியது.

எஸ்.சண்முகம்: அப்போது நீங்க சொல்கிறீர்கள் அல்லவா? அந்த சிவலிங்கத்தில் ஏசு தோன்றியது என்று? நீங்க சர்ச்சுக்குப் போயிருக்கீங்களா... சொல்லும்போது, ஆமா, நான் சர்ச்சுக்குப் போனேன், ஆனா அதுல சிவலிங்கம் தெரியவில்லை. அது என்ன...?

மா.அரங்கநாதன்: ஒரு ஹிஸ்ட்டாரிக்கல்படி பார்த்தோமானால், உலகம் பூராவுமே ஆவுடை இருந்திருக்கிறது. பிற்காலத்தில் லிங்கம் என்று சொல்லக்கூடிய ஒன்று உலகம் பூராவும் இருந்திருக்கிறது. டிரினிட்டி ஃபிலாசபி என்று பைபிளிலும் இருந்திருக்கிறது. ஆபிரகாம் என்று சொல்லக்கூடியதில் கூட மூன்று பேர் தான் வந்தாங்க. அந்த மூன்று பேர்தான் டிரினிட்டி... இவர் வந்து கேட்கிறார்... இவன் சொல்கிறான். அந்த சிவலிங்கத்தைப் பார்த்தவுடன் ஏசுநாதர்தான் ஞாபகம் வந்ததென்று. அதில் ஏசு உங்களை அழைக்கிறார் என்று இவர் ஆரம்பித்து விட்டார். இல்லை இல்லை, நான் சர்ச்சுக்குப் போகும்போது, அந்தச் சிலுவையைப் பார்க்கும்போது எனக்கு அது சிவலிங்கமா தெரிஞ்சதுன்னு... உவரி கதையில் தமிழே பழைமைதானே அப்படின்னு சொல்றான். அனா, அது ஒரு யூனிவர்சல் இதைத் தமிழ் மூலம் ஏதாவது சொல்ல முடியுமா? பாரதிதாசன் கவிதைகளை எனக்கு அப்போதே பிடித்திருந்தது. அவருடைய ஒரு வரி... "அன்பிலா நெஞ்சில் தமிழைப் பாடி அல்லல் நீக்க மாட்டாயா?" என்பது. அதைக் கவிதையா நினைக்கணும். தமிழ் என்ன இன்பத்தைக் கொடுத்ததோ, இங்கிலீஷ்காரன் இதை அனுபவிக்கலாம். எல்லோரும் அனுபவிக்கலாம். அது உண்மையிலேயே ஒரு நல்ல கவிதை. அது பல காலம் என் மனசில இருந்ததுன்னு நினைக்கிறேன். அதுதான் உவரியில சொல்லப்பட்ட காரணம். சாலமனையும் சொல்லி தமிழையும் சொல்லக்கூடிய ஒரு காரணமா அமைந்தது.

எஸ்.சண்முகம்: அப்புறம் உங்க கதைகளில் இந்த முத்துக்கருப்பனைக் கொண்டு வந்தீர்கள் அல்லவா? எனக்கு ஒரு விஷயம் தோன்றுகிறது. நகுலன் சுசீலா என்ற ஒரு விஷயத்தைச் சொல்கிறார். அந்த நகுலனின் சுசீலாவும் முத்துக்கருப்பனும், நகுலனுக்கு சுசீலா போல, நகுலனுடைய சுசீலா நான் படித்தவரை என்ன நினைக்கிறேன் என்றால், நகுலன் தான் காணாத ஒரு பெண்மைத்தன்மையை ஒரு கதையில கொண்டு வருகிறார். உங்களுக்குள் இருக்கிற இன்னொரு ஆண்தான் முத்துக்கருப்பனா?

மா.அரங்கநாதன்: அதாவது, சில விஷயங்களை நானாக சொல்ல முடியவில்லை. அப்ப முத்துக்கறுப்பன் எனக்கு ஹெல்ப் பண்ணுகிறான்.

எஸ்.சண்முகம்: அப்போது உங்களுக்கு முத்துக்கறுப்பன் போல, நகுலனுக்கு சுசீலா அப்படித்தானா?

மா.அரங்கநாதன்: இருக்கலாம்.

எஸ்.சண்முகம்: நீங்கள் நகுலனோடு நிறைய பழகி இருக்கிறீர்கள்... அதனால் கேட்கிறேன்...

மா.அரங்கநாதன்: இதைப்போல மேனாட்டில்கூட நிறைய இருக்கிறது என்று தெரியுமே? முத்துக்கறுப்பன் என்று சொல்வதின் மூலம் சில கஷ்டமான விஷயங்களை இலகுபடுத்துவதற்கு இந்த கேரக்டர் எனக்கு உதவி செய்திருக்கிறது. இது இல்லாமல் இருந்தால் ரொம்ப கஷ்டப்படும்.

எஸ்.சண்முகம்: நகுலனுக்குள் இருக்கும் சுசீலா என்ற கேரக்டர் மூலமா அவருக்குள்ள ஃபெமினைன் விஷயத்தை நகுலன் கதைகளில் வெளிப்படுத்தற மாதிரி, அப்படித்தான் நீங்களும் உங்களுக்குள் இருக்கும் முத்துக்கறுப்பன் மூலமா கதைகளில் பிரதிபலிக்கிறீர்களோ என்று...?

மா.அரங்கநாதன்: இருக்கும். எனக்குள் ஏதோ ஒன்று முத்துக்கறுப்பன் வாயிலாக சொல்ல முடிகிறது.

எஸ்.சண்முகம்: சித்தின்னு ஒரு கதை இருக்கிறது அல்லவா? ஒருவன் ஓட்டப் பந்தயத்தில் ஓடுகிறான். அவனுடைய பயிற்சிக்கு ஓர் ஆளை தருகிறார்கள். பிறகு பெரிய போட்டிகளில் கலந்துகொண்டு வெற்றி பெறுகிறான். பிறகு கொஞ்சம் பிரசித்தி பெறுகிறான். மற்றவர்கள் அந்தக் கதையில வேற வேற விஷயத்தைச் சொல்றாங்க... இதில ரெண்டு மூனு விஷயம் எனக்குப் பட்டதை கேட்கலாம்னு நினைக்கிறேன். அந்தப் பயிற்சியாளரை உட்கார வெச்சி பயிற்சி பண்ணும்போது, அடிக்கடி வெளிநாட்டில் ஓடுகின்ற விஷயத்தை க்ளிப்பிங்ஸ் போட்டு காண்பிக்கிறார். அது அவனை ஊக்குவிப்பதற்காக என்று வைத்துக் கொள்வோம். ஆனால் அவன் வெற்றி கண்ட பிறகு, அவன் பெயரை வேறு வேறு மொழிக்காரங்க எப்படி உச்சரிப்பார்கள், எப்படிச் சொல்லுவார்கள் என்ற விஷயத்தைப் பற்றி...

மா.அரங்கநாதன்: அவனுடைய பயிற்சியில் அவனுக்கு இம்ப்ரூவ்மெண்ட் கண்டுகொண்டே இருக்குது. அதைப்பற்றி எழுதுகிறார்கள். ஒவ்வொரு இடத்திலயும் அவனைப் பற்றி எழுதுகிறார்கள். ரஷ்யாவில அந்த ஸ்போர்ட் காலமில் (பத்தி)

கார்போன்னு அது யாருன்னு தெரியல... நீங்க அந்தப் பயிற்சியாளர்கிட்ட போய் விளையாட்டினுடைய கதைகளை அறிந்து கொள்கிற சமயத்தில், அவர் யார்? பெயரைச் சொல்லவே இல்லை. தமிழ்ல வேணும்னா கருப்பன்னு சொல்லியிருக்கலாம். ரஷ்ய பாஷையில அது கார்போ... வேற பாஷைகளில் வேற ஏதாவது.. அதாவது தென்னகத்தில் கருப்பன் என்று ஒருவன் இருந்திருக்கலாம்னு சொல்லியிருக்கிறேன். ஓடுகிறவன் பேரு கருப்புன்னு சொல்லவே இல்லை எந்த இடத்திலேயும். ஓடுகிறவனுடைய பெயரைச் சொல்லவில்லை. பல நாடுகளிலும் பல விதமாக உச்சரிக்கிறார்கள். சோவியத்தில் அவர் பெயரை கார்போ என்று சொன்னார்கள். ஐரோப்பாவில் கிரிஷ், வடநாட்டில் கிரிஷ்... அதுபோல தென்னகத்தில் கருப்பன் என்று சொல்லியிருக்கலாம். இருந்திருக்கலாம் என்றே சொல்ல வேண்டும்.

எஸ்.சண்முகம்: அதாவது அந்த இடம் கொஞ்சம் விநோதமாக இருக்கிறது?

மா.அரங்கநாதன்: அதாவது அங்கே தமிழ்நாட்டில் இருக்கிற ஒருத்தன்தான் ஓடுகிறான் என்று சுட்டிக்காட்ட விரும்பவில்லை. அவன் உலகத்து மனிதன்.

எஸ்.சண்முகம்: வடநாட்டில் கிரிஷ் என்று இருக்கும் என்று சொல்லியிருக்கீங்க... தென்னகத்தில் கருப்பன் என்று சொல்லியிருக்கீங்க...?

மா.அரங்கநாதன்: கிரிஷ் என்ற பெயருக்கு மீனிங்கும் கருப்புதானே. உச்சரிப்புல கிரிஷ்ஷுக்கும், கருப்புக்கும் ஓர் ஒற்றுமை இருக்கிறது. அதுபோல கார்ப்.. அதேபோல ரஷ்ய பாஷையிலும் க்ரிஷ்ஷுக்கு ஓர் அர்த்தம் இருக்குது... அதனால அதைச் சொல்லலாம்.

எஸ்.சண்முகம்: பிறகு கடைசியில் அவன் ஒரு பயிற்சியாளரோடு வரும்போது, நிலவு ஒளியில் ஓடணும் போல தோணுது... அதாவது காரில் ஏறுவதற்கு முன்னாடி... அதற்கு அந்த பயிற்சியாளர் என்ன சொல்றாரு...?

மா.அரங்கநாதன்: உவரியில் வந்த பாதிரியார், ஒரு நல்ல விஷயத்தை கிறிஸ்தவ மதம் மூலம் சொல்லணும்னு விரும்பற மாதுரி, இவன் ஒரு நல்ல விஷயத்தை தேசபக்தியின் மூலமா அவனுக்கு ஊட்டப் பார்த்து, நீதான் பெரியவன், நீ இந்த நாட்டுக்குரியவன், அப்படி அவர் பார்க்கிறார். அவன் அப்படி பார்க்கலை. மலைமீது ஓடினால் எப்படி இருக்கும்னு பார்க்கிறான். இரண்டாவது

டிசப்பாயிண்ட்மெண்ட்டாகி மலைமேல ஏறி, அங்கிருந்து குதிச்சு "செத்து ஒழி... என்று சொல்லி காரில் செல்கிறார்.

எஸ்.சண்முகம்: சித்தி என்றால் என்ன?

மா.அரங்கநாதன்: சித்தி என்றால் அச்சீவ்மெண்ட்ஸ்.

எஸ்.சண்முகம்: சித்தி என்பது சித்தி அடையறது இல்லையா?

மா.அரங்கநாதன்: இல்லை... இல்லை. அச்சீவ்மெண்ட்.. ஒரு கார்ப்பரேஷன் கமிஷனர் அந்த கதையைப் படித்தார். அவர் கேட்டாரு... சித்தியின்னா... சித்தினற பெண் கேரக்டரே இல்லையேன்னாரு... இல்லை சார், சித்தியின்னா அச்சீவ்மெண்ட் என்றேன். ரொம்ப சந்தோஷப்பட்டாரு... சந்தோஷத்திலே இன்கிரீமெண்ட் ஒன்றும் கொடுக்கவில்லை(சிரிப்புடன்)...

எஸ்.சண்முகம்: மோனாலிசாவும் ஒரு கறுப்பு குட்டியும் என்று ஒரு கதை எழுதியிருக்கீங்க. அந்த கதையில ஒரு மருத்துவர் முதல்ல ஓர் இடத்தைப் பிடிச்சு பிராக்டீஸ் பண்ண வருவார். அப்ப ஒரு சின்னப் பொண்ணு சாப்பிட வரும். சாப்பிட அனுமதிப்பார். அதுக்கப்புறம் இந்த இடம் வியாபாரத்துக்கு சரிபட்டு வராதுன்னு இடத்தை மாத்திக்கிறாரு. அதுவரைக்கும் கதை ஒரு சாதாரணமாகத்தான் போகுது. அதுக்கப்புறம் இரண்டு நண்பர்கள் பார்க்குறாங்க. அவங்க டாவின்சி பற்றி பேசுறாங்க. அவர் எப்படி மோனாலிசா ஓவியம் வரைஞ்சார் என்பதை சொல்லிவிட்டு, கறுப்பு குட்டி பொண்ணு பேசிட்டு, கடைசியில் கலைஞ்சு போவாங்க. கலைஞ்சுபோகும் டாவின்சியால ஒரு மோனாலிசா உருவாக்க முடிஞ்சது இவங்களால அந்த மாதிரி முடியலையேன்னு கேக்குற மாதிரி கதை வருது அதை பத்தி?

மா.அரங்கநாதன்: டாவின்சி பற்றியும், அவர் வரைந்த மோனாலிசா ஓவியத்தைப் பற்றியும் பல புத்தகங்கள்ல வந்திருக்கிறது. டாவின்சி, மோனாலிசாவைப் பார்க்கும்போது அவள் மாடு மேய்க்கும் பெண்ணாக இருந்தாள். அவள் இவரைப் பார்க்கும்போது ஒருமாதிரி தெரிந்தது. கொஞ்சம் நேரம் கழித்து பார்க்கும் வேறொரு மாதிரி தெரிந்தது. இன்னும் நேரம் கழித்து பார்த்தால் சாந்தமாக இருந்தது. இப்படி பலவிதமாக அந்த முகம் இருப்பதைத்தான் மோனாலிசா ஓவியமாக மாறியது என்று ஒரு செய்தி உண்டு. வீட்டுப் பக்கத்துல புதுசா டாக்டர் ஒரு டிஸ்பென்சரி திறந்திருக்கிறார்.. அந்தப் பெண் சிரிக்கிறாள். அவள் எதற்கு சிரித்தாள் என்பது தெரியவில்லை. கிண்டலுக்காக சிரித்தாளா? அல்லது வேறு ஏதாவதுக்காக

சிரித்தாளா? என்பது தெரியலை. பள்ளிக்கூடத்துல எதிர்ல அந்தக் கறுப்புப் பெண். அந்தப் பெண்ணை இவன் பார்த்துகிட்டே இருக்கிறான். அந்த நிகழ்ச்சியைப் பற்றி பேசும்போது, மோனாலிசாவைப் பத்தி சொல்ல முடிந்தது. மோனாலிசாவைப் பற்றி இதுக்காகத்தான் சிரிச்சா, அப்படி இப்படின்னு சொல்லிட்டு இருக்கிற இந்த ரெண்டு பேரும் இந்தப் பெண்ணோட சிரிப்பைப் பத்தி ஒன்னும் நினைக்கக் கூடாதான்னு நினைக்கும்போது அது மனசை ரொம்பப் பாதிச்சிடுச்சு. பெரிய இடத்து விஷயமா இருந்தா அது வேற மாதிரி. அதுவே இங்க நடந்தா வேற மாதிரி? அந்த ரெண்டு பேரும் பேசுறதுல சொல்ல பார்க்கிறேன். டாவின்சி அப்படியாக்கும் இப்படியாக்கும்னு பேசிக்கிட்டு, தன்னுடைய ரெஸ்பான்ஸ்பிலிட்டிய விட்டு கொடுத்துக்கிட்டு, சுயமா சௌக்கியமா இருக்கிறாங்க.

எஸ்.சண்முகம்: இந்தக் கதை க.நா.சு-வை ரொம்ப கவர்ந்த கதைன்னு சொல்லலாமா?

மா.அரங்கநாதன்: அவருடைய கட்டுரையில் சொல்லியிருக்கிறார். அதுமாதிரி அவருடைய நீண்ட பேச்சு ஒன்னு போட்டிருந்தேன் அதிலும் சொல்லியிருக்கிறார். நகுலன் இந்தக் கதைய பத்தி எழுதியிருக்கார்.

எஸ்.சண்முகம்: கடைசியில ரெண்டுபேரும் எதுவும் பண்ணாம பிரிந்து போய்விடுகிறார்கள்னு எழுதியிருக்கீங்க? அவங்க டாவின்சி மாதிரி அதை ஒரு கலையா பதிவு பண்ணணும்னு நினைக்கிறீங்களா? அதன் உள்ளீடு என்ன?

மா.அரங்கநாதன்: உள்ளீடாகவென்றால் அவர்களுடைய இர்ரெஸ்பான்சிபிலிட்டிய காட்டுது. வேற எத பத்திலாமோ அனலைஸ் பண்ணுவங்க. இத பண்ணக்கூடாதா? மோனாலிசா பத்தி பேசுறவங்க பக்கத்துல வராண்டாவுல சிரிக்கிற பெண்ணைப் பத்தி பேசக்கூடாதா? அந்த ஆற்றாமைய நான் எப்படி சொல்றது? அந்த டாவின்சி ஞாபகம் வந்தது அதனால அத சேர்த்துக்கிட்டேன்.

எஸ்.சண்முகம்: கறுப்பு குட்டியில சின்னப் பொண்ணு சிரிக்கிற மாதிரி, வெள்ளைக் கண்ணாடிங்கிற கதையில முத்துக்கருப்பனுக்கு கண் பார்வையில ஏதோ கோளாறு ஏற்படுது. அதுக்கப்புறம் அத பரிசோதிக்க கண் மருத்துவர்கிட்ட போறாரு. கண் மருத்துவர்கிட்ட போகும்போது வெளிய இருக்கிற மருத்துவரோட உதவியாளரா இருக்கிற பெண் ஒருத்தி சிரிக்கிறா... அதுக்கு என்ன காரணம்?

மா.அரங்கநாதன்: டாக்டர் வந்து ஏமாத்துறாரு. கண்ணாடி மாத்துறதுக்கு டாக்டர்கிட்ட போனா, அவர் பரிசோதித்து பார்த்துவிட்டு, பிரேம் வாங்கிட்டு வாங்க. இந்தக் கடைக்குப் போங்க. க்ரீன் பேலஸுக்குப் போங்க. வொயிட் பேலஸுக்குப் போகாதீங்க அப்படின்னு வழிகாட்டுறாரு. இத வாங்கிட்டு, நடக்க முடியாதவன் ஒருத்தன் வந்திருக்கான். அவன்கிட்டேயும் பக்கத்துலதானே இருக்கு போயிட்டுவாங்க. ஐ வோன்ட் எக்ஸ்லாம் டு ஸ்பெக்ஸ் வித்அவுட் லென்ஸ் ஐ மீன் அப்படின்னு சொல்றாரு. இவன் சொல்றத கேட்டுட்டு பிரிஸ்கிரிப்ஷன் வாங்கிட்டு வெளில போறான். வரவேற்பு பெண் சிரிக்கிறா. இந்த மாதிரி எத்தனை பேர் ஏமாத்தப்பட்டத அவ பார்த்துருப்பா.

எஸ்.சண்முகம்: அவர் வெளியில போகும்போது பார்வை....?

மா.அரங்கநாதன்: வெளியில போகும்போது, இந்தக் கண்ணாடி போட்டுட்டா எல்லாம் உண்மையா தெரியுமோன்னு இவன் பயப்படுறான். உண்மையா தெரியக் கூடாதுங்கறான். எல்லாருடைய முகமும் ஒன்னா இருக்கணும்ன்னு நினைக்கிறான். அப்படிப்பட்ட மனநிலை கொண்டவன். டாக்டர பார்க்கிறதுக்கு உட்கார்ந்து இருக்கிற பேஷண்ட் முகம்கூட ஒன்னா இருக்கணும்ன்னு நினைக்கிற மனநிலைக் கொண்டவன். அங்க தாழ்த்தபட்டவருக்கு சீட்டு கொடுக்கப்பட்டு பேசறப்போ கூட, டாக்டர பார்க்க வந்தவங்கிட்ட தாழ்த்தபட்டவன் என்ன? உயர்த்தப்பட்டவன் என்னன்னு நினைக்கக்கூடிய மனோநிலை கொண்டவன். இந்த கண்ணாடிய போட்டுட்டா உண்மை தெரியுமோ? ஒவ்வொரு முகமும் வெவ்வேறா தெரியுமோ? அதனால அது வேண்டாம்ணுட்டு, அத கிழிச்சுபோட்டுட்டு போயிடலாம்ன்னு இருக்கேன்னு அவர்கிட்ட சொல்றான்.

எஸ்.சண்முகம்: ஆனா, அந்த கோளாறு நீங்கிடுச்சா இல்லையா?

மா.அரங்கநாதன்: அந்தக் கோளாறு அப்படியே இருக்கட்டும். வெள்ளையாகவே தெரியட்டும். பரவாயில்லை. அத ஒன்னும் மாத்த வேண்டாம்னு சொல்றான். அந்த குறை நீங்கியதா நான் சொல்லலை. ஆனா வெள்ளையாவே தெரியட்டும்னு நினைக்கிறான். இந்தாங்க உங்க பிரிஸ்கிரிப்ஷன். கண்ணாடி ஒன்னும் மாத்த வேண்டாம் அப்படின்னு சொல்லிட்டு போயிடறான்.

எஸ்.சண்முகம்: அதென்ன கோபத்தின் வெளிப்பாடா? இல்லை அவன் உள்ளுக்குள்ளே இருக்கிற...

மா.அரங்கநாதன்: இப்படி ஏமாத்துற டாக்டர்கிட்ட அவன் வேற என்ன செல்லமுடியும்? வீட்டுல மகள் சொல்றா, குடும்பத்துல சொல்றாங்க, ஆபீஸ்ல ஆபீஸர் சொல்லுறாரு. பக்கத்துல ஒரு ஆளு உக்காந்திருக்கிறது கூட தெரியாது இவனுக்கு. எல்லார் பேச்சையும் கேட்டுட்டு டாக்டர்கிட்ட போனா... அவர் இவன் அடிப்படையையே தகர்க்கிறார்? கொள்கையையே மாத்துறாரு. எல்லாம் ஒன்னா தெரியக்கூடாது. பர்ட்டிகுலரா தெரியணும். இவன் நல்லவன். இவன் கெட்டவன். இவன் அந்த ஊர்க்காரன். இவன் இந்த ஊர்க்காரன். இவன் அமெரிக்கன். இவன் இந்தியன். இதெல்லாம் தெரியணும்ங்கறான்.

எஸ்.சண்முகம்: அப்ப வந்தவர்கிட்ட ஒரு பிரபஞ்சத் தன்மை இருக்கு?

மா.அரங்கநாதன்: ஆமா. எல்லாமே வெள்ளையா தெரியட்டும், அல்லது எல்லாமே கருப்பா தெரியட்டும். ஏதாவது ஒரு நிறமா தெரியட்டும். ஒவ்வொண்ணும் ஒவ்வொரு நிறமா தெரிய வேண்டிய அவசியமில்லைங்கிற மனப்பான்மையில அவன் மாறிட்டான்.

எஸ்.சண்முகம்: எல்லாமே ஒன்னா தெரியட்டும்னு சொல்றீங்க. அதனுடைய தத்துவார்த்தம் என்ன?

மா.அரங்கநாதன்: தத்துவார்த்தம் எல்லாமே ஒன்னா இருக்கு. எந்த வித்தியாசமும் கிடையாது. பிரபஞ்ச மயம்.

எஸ்.சண்முகம்: அஞ்சலிங்கற கதையில முத்துக்கறுப்பன் என்ற ஓர் இலக்கிய திறனாய்வாளர் இருந்தார். அவரைப் பற்றிய இரண்டு கட்டுரை வருது. இடையில அவர் இறந்து போகிறார். முத்துக்கறுப்பன் யாரென்று புரிவதற்கு சில விஷயங்கள் சொல்றீங்க. அதுல வேதங்கள் பற்றி சொல்லும்போது, வேதங்கள், ரிஷிகள் மூக்கால் இழுக்கப்பட்டு, வாயால் வெளியிடப்படும் கரிமிலவாயு என்கிறார் என்பதுபோல வருவது பற்றி...

மா.அரங்கநாதன்: எனக்கும் கோபம் இதெல்லாம் இருக்குமில்லையா அதுதான். அவர்கள் தமிழை கேலிப் பண்ணுறதைப் பார்த்தீர்களா? கல் தோன்றி... மண் தோன்றா.... காலத்தே... முன் தோன்றிய மூத்தக்குடி, என்று கேலி பண்ணுறவங்க. இது காத்த மூக்கால் இழுக்கப்பட்டு, வெளியே விடுற பாஷை சமஸ்கிருதம் சொன்னா, அது... கல்தோன்றி மண் தோன்றா காலத்தேன்னு சொன்னா கிண்டல் பண்ணுறாங்க. எங்க ஆபீசுலே ஒருத்தர் சொல்வார். அததான் இங்க சொன்னேன். கல், மண், நெல் என்று இரண்டு

வார்த்தைகளுக்கு தமிழ்ல அர்த்தம் உண்டு. கல் என்று சொன்னா கல்வி, கற்பு சொல்லலாம். கற்காலம் முடிஞ்சு கல் உருண்டு போனத வச்சுதான் சக்கர நாகரீகத்தை கண்டுபிடிச்சான். சக்கர நாகரீகம் வந்ததற்கு பிறகுதான் முல்லை நிலமே உருவாச்சு. அப்படி வரலாற்று நிகழ்வா சொல்லமுடியும். மனிதகுல நாகரீகம் வளர்ச்சின்னு சொல்ல முடியும். மேகத்துலேர்ந்து மூச்சை இழுத்து, அது சமஸ்கிருதமா வந்திருக்குன்னா அது ஒரு பொயட்டிக்கா எடுத்துக்கலாம். அத பத்தி பேசக்கூடாது. ஆனா தமிழ்ல பத்தி பேசலாம். அப்படின்னா அவங்களுக்கு இருக்கிற கோபம் எனக்கிருக்காதா? நான் சமஸ்கிருதத்தைச் சொல்லலை. சமஸ்கிருதம் மேல எனக்கு கோபமில்லை. இவங்க மேலதான் கோபம். இதுதான் வைதீகம்.

அந்தக் காலத்துல யாரோ ஒருத்தர் சொன்னது. பொட்டானிக்கல் புரொபசர் ஒருத்தர் கிராமத்துக்கு போறார். ஆய்வு மாதிரி. அங்கே மரங்கள் நிறைய இருக்குது. அந்த மரங்களை புரொபசர் பார்த்துவிட்டு, டர்ட்டி பெல்லோஸ், உங்களுக்கு கல்வியே கிடையாது. இந்த மரத்துல பத்து மாங்காய் கூட வராது. உரமே போட தெரியாது. எப்படி வளர்க்கணும்னே தெரியாதுன்னு சத்தம்போட்டு பேசுறான். எல்லாரும் வாய பொத்திக்கிட்டு கேட்டுகிட்டு இருக்காங்க. ஏன்னா படிச்ச தொரையாச்சே. ஆபீசராச்சே. கேட்கிட்டு இருக்காங்க. அதுல ஒருத்தன் சொல்றான். அண்ணாச்சி இதுல பத்து மாங்காய் என்ன? ஒரு மாங்காய் கூட காய்க்காது? ஏன்னா இது வேப்பமரம் அப்படின்னான். அப்ப அவன் சொல்றத இவங்க ஏன் நம்புறாங்க. ஏன்னா அவன் தொரை. அவன் பொய் சொல்லமாட்டான். ஒருத்தன பார்த்து உனக்கு டைபாய்டுன்னு டாக்டர் சொல்லிட்டார்னா நாம நம்பணும். ஏன்னா டாக்டர் சொல்லிட்டாரே. அவரு படிச்சிருக்காரே.

எஸ்.சண்முகம்: அப்ப பிராமணீயம் என்பது ஒரு தொரைத்தனம்தானா?

மா.அரங்கநாதன்: ஆமா. வேற என்னத்த சொல்றது.

எஸ்.சண்முகம்: காற்றிலிருந்து மூக்கால் இழுக்கப்பட்டு, வாயால் வெளியிடப்படும் கரியமில வாயுன்னு சொல்றீங்க. அப்ப சோடாவுல கூட கரிமிலவாயு இருக்கிறதே?

மா.அரங்கநாதன்: ஆமா. நீங்க சொல்ற மாதிரி. சோடா குடிக்கிறதனால ஓர் உபயோகம் உண்டு. அதுமாதிரி சமஸ்கிருதத்தினாலயும்

உபயோகம் உண்டு. அத நியாயப்படுத்தப் பாக்கறான் இவன். ஓர் அத்தியாயத்தில சமஸ்கிருதத்தை சப்போர்ட் பண்ணுறேன். அடுத்த அத்தியாயத்துல முத்துக்கறுப்பன் மூலம் சாடுறேன்.

எஸ்.சண்முகம்: வைதீக எதிர்ப்பு என்பது உங்களது கதைகளில் ஒரு பண்பாகவே வருகிறது. வைதீக எதிர்ப்பு என்பது உங்களுக்குள் எப்படி வந்தது?

மா.அரங்கநாதன்: வேதங்களைப் பற்றி அங்கிலத்தில் கொஞ்சம் படிச்சிருக்கேன். உபநிஷதங்களைப் பற்றி ஆங்கிலத்தில் கொஞ்சம் படிச்சிருக்கேன். அப்புறம் சமஸ்கிருதத்தில் இருக்கிற 18 புராணக் கதைகளையும் படிச்சிருக்கேன் காளிதாஸர் சாகுந்தலத்தில் வருகிற கவிதைகளில் தமிழ், ஆங்கிலத்தில் படித்திருக்கேன். அதுல ஒரு கவிதை ரொம்ப பிரமாதமா இருக்கும். அதை சமஸ்கிருத மொழியில் எழுதிவச்சு அந்த கவிதைய படிச்சேன். அவ்வளவு அற்புதமான வரிகள். இளங்கோவடிகளுக்கு அப்பால்தானே காளிதாஸன் இளங்கோவடிகள் சொன்னது மாதிரியிருக்கிறது அந்தக் கவிதை.

வண்டே... நாங்களெல்லாம் உண்மையைத் தேடி வீணாய்ப் போனோம். நீயல்லவா அதைக் கண்டுவிட்டாய் அப்படின்னு துஷ்யந்தன் வண்டைப் பார்த்துச் சொல்றான். இதுவே வைதீக எதிர்ப்பு. ஆனா இந்த காளிதாஸனைப் புகழ்ந்து பேசுகிற வைதீகர்கள். துஷ்யந்தனை ஆரிய புத்திரர் என்று சொல்றாரு காளிதாஸர் அதுதான் சிறப்புன்னு சொல்ற ஆசாமிகளை நான் பார்த்திருக்கிறேன். இப்படிப்பட்ட பல நிலைமைகளை ஒவ்வொரு கால கட்டத்திலேயும் நான் பார்த்திருக்கேன். மூக்கால இழுத்து, வாயால வெளியிடுறதுதான் இறப்பு அது ஒன்னு. வேதத்தில நான்கு வருணம். நெத்தியிலிருந்து வந்தவன் இவன் அதனால சிறந்தது என்கிறார்கள். மனுதர்மம் அதுதான் தர்மம். மனுநீதி அதுதான் நீதி. எதனால எல்லாரும் ஒன்னுதான்னு சொல்லியிருந்தா அவன் சொல்லியிருப்பானா? பிறப்பொக்கும் எல்லா உயிர்க்கும் சொல்லியிருந்தா சொல்லியிருப்பானா? மாட்டான். ஒரு காரணத்திற்காக உயர்வு, தாழ்வு கற்பிக்கப்படுகிறது. அது தமிழ்ல மட்டுமல்ல. சமஸ்கிருதத்திலும் இருக்கிறது. அது ஆரம்பம் காளிதாஸன்தான்னு சொல்வேன். காளிதாஸர் சமஸ்கிருதத்துல சிறந்த கவி. அவன் எழுதின ஒன்னுல இந்த மாதிரி இருக்கு. அனா இதுக்காக வேண்டி காளிதாஸனை அவங்க புகழ்ந்து சொல்லலை. ஏதோ ஒரு காரணம். என்ன காரணம்னு கேட்டா? ஆரிய புத்திரன், ஆரிய மைந்தன் அப்படின்னு துஷ்யந்தனை எழுதினதால அவன புகழ்ந்தா? அதை

வைதீகம்னு தானே சொல்லமுடியும். இப்படி பலகட்டங்களை சொல்லலாம். உபநிஷதத்துல வேதத்தை எதிர்த்து நிறைய இருக்கறது. சமஸ்கிருதத்தில, அத சொன்னா எடுத்துக்கலாம். அதே காரணத்தை தமிழ்ல சொன்னா... அதுபோச்சு... அதுல ஒன்னுமே கிடையாது. சார்வாகன். நாத்திகத்தைப் பத்திச் சொல்லுறான். அவன் நாத்திகம்தானே அப்போ. அவன் நாத்திகமாயிருந்தாலும் அவன் விட்டுக்கொடுக்க மாட்டான். ஏன்னா உபநிஷதத்துல ஒரு பாத்திரமா இருக்கிறான். ஜாபலியை விட்டுக் கொடுக்கமாட்டாங்க. சமஸ்கிருதத்துல சொன்னாங்க ஆரிய புத்திரரா இருந்திருக்காங்க. அந்த ஒரு காரணத்தினால விட்டுக்கொடுக்க மாட்டாங்க. இது இலக்கியரீதியா அங்கே விமர்சனம் பண்ணல. அமெரிக்காவுல நீக்ரோ எழுதினா மோசம். வெள்ளைக்காரன் எழுதினா நல்லதுன்னு சொன்னதுக்கும் இதுக்கும் என்ன வித்தியாசம்? அப்படித்தானே இருந்துட்டு வருது இவ்வளவு நாளும். புதுமைப்பித்தனை ஒத்துக்கிட்டு இருக்காங்களா? யாராவது, அவன் எழுதிக்கொண்டிருந்த சமயத்தில் புதுமைப்பித்தனை யார் ஒத்துக்கிட்டாங்க? ராஜாஜி, புதுமைப்பித்தன் கதைய படிச்சிருக்கவே மாட்டாரு. அவரே புதுமைப்பித்தனை விமர்சனம் செய்திருக்கிறார் ஏன்? வைதீகத்தை அவங்க விரிவுபடுத்த பார்த்திருக்காங்க.

எஸ்.சண்முகம்: அப்ப வைதீக எதிர்ப்புங்கிறது புதுமைப்பித்தனில் இருந்து தொடங்குகிறதா உங்களுக்கு?

மா.அரங்கநாதன்: ஆமா. அவர்தான் வைதீக எதிர்ப்பு சொல்லியிருக்கார். வ.ரா. சொல்லியிருக்கார். பாரதியார் சொல்லியிருக்கார். எதுக்கு விட்டுக்கொடுக்கணும். நமக்கு பிராமணன் இதெல்லாம் கிடையாது. இன்னும் சொல்லப்போனா, எங்க பக்கத்துல உள்ள பிராமின்ஸைவிட, நான்-பிராமின்ஸ்தான் அதிகமாக வைதீகத்தை எதிர்பாக்கிறாங்க. சாதி எதிர்ப்புல அதிகமா, உயர்வு, தாழ்வை அவங்கதான் கற்பிக்கிறாங்க. ஆறுமுக நாவலர் எவ்வளவு பெரிய சைவ சித்தாந்தவாதி. அவரு தாழ்த்தப்பட்ட மக்களோட சேர்ந்து சாப்பிடக் கூடாதுன்னு எழுதி வைச்சு இருக்கார், என்ன சொல்றீங்க. அவர் பிராமணன் இல்லையே. சைவ வெள்ளாளர் தானே. வைதீகம் வந்து பிராமணர்கிட்டேதான் இருக்குன்னு சொல்ல முடியாது. வைதீகம் ஏற்கனவே இருக்கிறது. தமிழ்லேயும், ஆங்கிலத்திலேயும் இருக்கிறது. வைதீக எதிர்ப்பே தவிர, பிராமண எதிர்ப்பு இல்லை. சொல்லப்போனால், க.நா.சு., நகுலன், அசோகமித்ரன், ஜெ.கிருஷ்ணமூர்த்தி இவங்க எல்லாருமே பிராமணர்கள்தான்.

எஸ்.சண்முகம்: சமீப காலத்தில் வெளியான உங்களின் காளியூட்டு நாவலில் அந்த ஆற்றோரமா குடிசைப் போட்டுட்டு ஒருத்தர் பட்டினத்தார் பாட்டைப் பாடிக்கிட்ட இருப்பாரு. இப்படிப்பட்ட பாத்திரங்கள் உங்கள் சிறுகதைகளில் நிறைய தோன்றுவதன் காரணமென்ன?

மா.அரங்கநாதன்: அப்படிப்பட்ட ஆட்கள் உண்டு என்னுடைய வாழ்க்கையிலே, என் வயசுலேயே திருவெண்பரிசாரத்திற்கு பக்கத்திலேயே பஃறளியாறு ஓடுது. அந்த பஃறளியாறு பக்கத்திலேயே குடிசைப் போட்டுட்டு ஒருத்தர் இருந்தார். அவருக்கு படிக்கக்கூட தெரியாது. ஆனால் மனப்பாடமாக பட்டிணத்தார் பாடல்களைச் சொல்வார். மனைவி ஊருக்குள்ள இருப்பா. ஊர்லேர்ந்து ஒரு கிலோ மீட்டர் தூரம் ஒத்தையடி பாதை வழியாக நடந்தே போனா பஃறளியாறு வரும். அதுக்கு ஐடாயுபுரம்னு பேரு. அங்கதான் அவரு குடிசைப்போட்டுட்டு இருந்தாரு, அவரை மனசில நினைச்சுக்கிட்டுதான் அந்தக் கேரக்டரை எழுதினேன்.

எஸ்.சண்முகம்: காளியூட்டு நாவலில் வருகிற உழவு சார்ந்த சமூகத்தை நீங்கள் தேர்ந்தெடுத்து எழுதுவதற்கான காரணமென்ன?

மா.அரங்கநாதன்: நாஞ்சில் நாடென்றாலே உழவுதானே. அங்கே உழவுத் தவிர வேற ஒன்றும் தெரியாது. என்னுடைய காலத்தில நான் அங்க ஒரு பாக்டரியும் பார்த்தது கிடையாது. விவசாயம் தவிர வேற எந்தவிதமான தொழிலையும் அங்க பார்த்தது கிடையாது. ஏதாவது உளுந்தம் பருப்பு வாங்கணும்னாகூட, எங்க வீட்டுல நெல் கொடுப்பாங்க. அதை நான் பலசரக்குக் கடையிலே கொண்டு கொடுத்துட்டு, வாங்கிட்டு வருவேன்.

எஸ்.சண்முகம்: காளியூட்டு என்பது ஒரு கிராமத்து திருவிழா. அந்த விழாவைப் நீங்கள் பார்த்திருக்கிறீர்களா? அந்தத் திருவிழாவை பற்றியே ஒரு நாவல் எழுதணும் நீங்கள் எண்ணியது ஏன்?

மா.அரங்கநாதன்: முதல் காரணம், கிராமங்களிலுள்ள ஆட்களுக்காகவே ஏற்படுத்தப்பட்ட ஒரு கோயில். அந்த கோயிலில் நடைபெற்று வருகிற திருவிழா. இது நாஞ்சில் நாடு முழுவதும் நடக்கக்கூடிய திருவிழா. திருநெல்வேலியிலும் நடக்கும். காளியூட்டுன்னு பேரு. காளிக்கு நாம உணவு கொடுக்கிறோம். மழை பெய்யாத காலத்தில் பன்னிரண்டு வருஷத்துக்கு ஒரு தடவை விழா நடத்துவாங்க. மூனு நாள் நடத்துவாங்க. திருவாதிரை

நட்சத்திரத்துல ஆரம்பிச்சு, பூசம் நட்சத்திரம் வரை நடைபெறும். 'ஆதிரை சிவனுக்கு பூசம் சேயோனுக்கு' பழமொழி சின்னப்பிள்ளைகளுக்கு கூட தெரியும். காளியூட்டு சமயத்தில் ஒரே சாதி மக்கள்தான் இங்கே கூடுவாங்க. ரொம்ப தயவு பண்ணி ஆதிதிராவிடர் மக்களை வெளியே உக்காரும்படியா சொல்லுவாங்க. பிராமணர்கள் வரமாட்டார்கள். பகல், ராத்திரின்னு மூனு நாட்கள் இந்த விழா நடக்கும். வைதீகச்சாயல் துளியும் இருக்காது. இந்த விழா முடிந்தவுடனேயே, அநேகமாக மழை பெய்யும். ஒரு தடவை மழை பெய்யுறத நான் பார்த்திருக்கிறேன். அதுக்கு காரணம் என்னன்னா அப்ப கத்திரி வெயில் முடியும். அதுக்கப்புறம் மழை பெய்யதானே செய்யும். அதை நியாயப்படுத்தலை. மழை பெய்யதான் செய்யும். மழை பெய்யுற காலத்துல விழாவை ஆரம்பிக்கிறாங்க. அந்த கிராமத்தில் உள்ளவர்களிடம் இருக்கிற சாதி வெறியும், வைதீக மனப்பான்மையும் பிராமணர்களைவிட அதிகம். அதைத்தான் சொல்ல வந்தேன்.

எஸ்.சண்முகம்: அப்போ வைதீகம் என்பது பிராமணர்களுக்கு மட்டும் சொந்தமல்ல என்று கூறுகிறீர்களா?

மா.அரங்கநாதன்: ஆமா. எல்லாருக்கும் வைதீகம் உண்டு. ஆங்கிலேயர்களுக்கும் உண்டு. அமெரிக்கர்களுக்கும் உண்டு. எத்தியோப்பியா நாட்டைத்தான் கடவுள் முதலாவது படைச்சார்னு அங்கே இருக்கிற நீக்ரோக்களுக்கு ஒரு நம்பிக்கை இருக்கு. அதுவும் வைதீகம்தானே. அப்படி எவ்வளவோ நம்பிக்கை இருக்கு. எங்க பக்கத்திலுள்ள யாதவர்கள், முல்லை நிலத்தவர்கள் நாங்கள்தான். நாங்கள்தான் இங்கு முதலில் வந்தோம். பிற்பாடுதான் நீங்கள் வந்தீர்கள் என்று எங்கப் பக்கத்துல யாதவர்களுக்கும் வேளாளர்களுக்கும் சொற்போர்கள் நடந்திருக்கு என்று க.நா.சு. சொல்லியிருக்கார். இடையர் என்று சொல்லாமல், யாதவர்கள் என்று சொல்கின்றனர். முன்பெல்லாம் கோனார் என்றுதான் சொல்வார்கள். ஆனால் இப்போ யாதவ் என்று சொல்கிறார்கள். யாதவர் என்றுகூட இல்லை, யாதவ் என்றே சொல்கிறார்கள்.

எஸ்.சண்முகம்: நாவலில் நிறைய விஷயங்கள் சொல்லியிருக்கீங்க. குறிப்பாக ஒரு கோயில் பூசாரி வீட்டில் நடக்கிற தப்பை வேறொரு சாதிக்காரர் எட்டிப் பார்ப்பதாக ஓர் இடம் வருகிறது ஞாபகமிருக்கிறதா?

மா.அரங்கநாதன்: அந்த குளிக்கிற சுவத்துல ஏறிப் பார்க்கிறதா? வைதீகக் கோயில் அது. ஆனால், அதையெல்லாம் தாண்டி ஊருக்கு

வெளியேதான் காளிக்கோயில் இருக்கிறது. இந்தக் கோயில் இருக்கிறவங்கள இவங்க மதிக்கமாட்டாங்க. அங்கே ஏழெட்டு பிராமணர்கள் வீடு இருக்கிறது. அதிலுள்ள ஒரு பூசாரி இங்கு இருக்கிறான். அவன் போத்தி. கன்னட தேசத்திலிருந்து வந்தவன். ஐயர், ஐயங்கார் போல போத்தி. அவர்களின் தாய்மொழி துளு. அவங்களுடைய வீட்டை முத்துக்கறுப்பன் எட்டிப் பார்க்கிறான். அவனுக்கு அதைப்பற்றி தெரியலை. சின்னப் பையனில்லையா? ஆனா, இவனப் பாத்த பெத்தாச்சி பிள்ளை வந்து, இவன் வேற யாருக்கிட்டேயும் சொல்லிவிடுவான்னு அவனைத் தொலைச்சுக்கட்டுறார். அது ஒரு சம்பவம். சம்பவமா அதை நாவலில் நுழைத்திருக்கேன்.

எஸ்.சண்முகம்: சிறுகதைகள் எழுதும்போதே இந்த இரண்டு நாவல்களும் எழுதினீர்களா?

மா.அரங்கநாதன்: சிறுகதைகள் எழுதும்போது இது எழுதினா போதாதே என்று தோன்றிய போது நாவல்கள் எழுதினேன்.

எஸ்.சண்முகம்: சிறுகதைகளாகட்டும், நாவல்களாகட்டும், எல்லாமே பக்க அளவு ரொம்ப சுருக்கமா எழுதியிருக்கீங்களே அதுக்கு என்ன காரணம்?

மா.அரங்கநாதன்: நான் சாண்டில்யனோ, வை.மு.கோதை நாயகியோ இல்லை. இன்னும் பத்து பக்கம் வேணுமா? பிரஸ்ல உக்கார்ந்துகிட்டே கொடுங்க பேப்பரன்னு சொல்லி, இன்னொரு பத்து பக்கம் எழுதித் தருவதற்கு, நம்மால முடியாது.

எஸ்.சண்முகம்: அந்த சுருக்கத்துக்குக் காரணம் இதுதானா? இல்ல, உங்க சிந்தனை முறையிலேயே அந்தச் சுருக்கம் இருக்கிறதா?

மா.அரங்கநாதன்: ஹெமிங்வே நூறு பக்கத்துல நாவல் எழுதிக் கொடுத்துட்டு பதிப்பாளர்கள் "ஒரு பேரா சேர்க்கணும்"னு சொன்னபோது, "ஒரு வரிகூட சேர்க்க முடியாது"ன்னு சொன்ன மாதிரி என்னாலயும் முடியாது.

எஸ்.சண்முகம்: கவிதைகள் பற்றி நிறைய எழுதியிருக்கீங்க. அது பற்றி?

மா.அரங்கநாதன்: கவிதைகளைப் பற்றித்தான் ஆரம்ப காலத்துல இலக்கிய விசாரமே கவிதைகள் மூலம்தான். கவிதைகளை நினைச்சு நினைச்சுப் பார்த்து, நாலடியார், காளமேகப் புலவர், ஔவையார்

சிலேடைப் பாடல்களைப் பார்த்து இதற்கு வெண்பா சொல்லவேண்டும். உரைநடையிலேயே சொல்லியிருக்கலாமா? என்ற எண்ணம் தோன்றியது.

சிலபேர் வந்து தனது கவிதைகளைக் கொடுப்பாங்க. எல்லாக் கவிதைகளையும் படிச்சு, ஆராய்ந்து பார்த்து மதிப்புரை தர்றதுல எனக்கு நம்பிக்கையில்லை. எனக்குப் பிடிச்சக் கவிதைகளைக் தேர்ந்தெடுத்து அதற்கான மதிப்புரைகளை எழுதியிருக்கிறேன். சில கவிதைகளைப் படிக்கும்போதே சிலது என்னை ஆனந்தப்படுத்தியது. சில கவிதைகள் என்னை கோபப்படுத்தியது. அது ஏன் கோபப்படுத்தியது, ஏன் மகிழ்ச்சிப்படுத்தியது என்பதைச் சொல்ல முயற்சி செய்திருக்கேன். புத்தகத்தை நாம் படிக்கிறோம். புத்தகமும் நம்மைப் படிக்கிறது என்று ஆங்கில அறிஞர் ஒருவன் சொன்னார். அதுமாதிரி ஞானக்கூத்தன் கவிதைப் படித்தாலோ அல்லது வேறொருவர் கவிதைகளைப் படித்தாலோ அது என்ன பண்ணியது என்பதை நான் சொல்றேன். அதை விமர்சனமாகவும் எடுத்துக்கலாம்.

எஸ்.சண்முகம்: பிரமிள் கூட நீங்கள் பழகியிருக்கீங்க. அவரது கவிதை பற்றிச் சொல்லுங்களேன்?

மா.அரங்கநாதன்: பிரமிளின் கடைசி காலத்தில் பழகக்கூடிய வாய்ப்பு கிடைத்தது. ஒரு வருடம் முன்றில் வருவார். பிரமிள் கவிதைகள் உலக உணர்வை ஏற்படுத்தும் வகையில் இருக்கும். வைதீக எதிர்ப்பும் இருக்கும். குருக்ஷேத்திரம் ரொம்ப நன்றாக இருக்கும்.

எஸ்.சண்முகம்: புதுமைப்பித்தனை நீங்கள் இருவரும் விரும்பியதால் வைதீக எதிர்ப்பு வருகிறதா?

மா.அரங்கநாதன்: இருவரும் சமகால எழுத்தாளர்கள் என்பதால் இருக்கும் என நினைக்கிறேன்.

எஸ்.சண்முகம்: அவருடைய சிறுகதைகள் பற்றி, அதில் பிடித்த அம்சம் என்ன? வைதீக எதிர்ப்பா இல்லை வேறு ஏதாவதா?

மா.அரங்கநாதன்: அவருடைய சிறுகதைகளும் ரொம்ப பிரமாதமாய் இருக்கும். அவரின் பிரசன்னம் சிறுகதையைப் பற்றி முன்றில்ல எழுதியிருக்கிறேன். பிரசன்னம் கதையில் சொல்லக்கூடியதே தமிழர்களின் மூட நம்பிக்கையைச் சொல்லிக்காட்டியே வைதீகத்தை எதிர்த்திருப்பார். அதிலிருந்தே நாம் புரிஞ்சுக்கலாம். வைதீக எதிர்ப்புன்னா குறிப்பிட்ட பிராமணர்களை எதிர்ப்பது என்பதாகாது.

நமக்குள்ளேயே வைதீகம் இருக்கு. நம்மாள்கிட்டேயும் வைதீகம் இருக்கு. காளி ஊட்டு நடத்தும்போது கூட கோயிலுக்கு வெளியில்தான் இருக்கணும்கிற, தள்ளித்தான் இருக்கணும்கிற மனப்பான்மை தானே நம்மவங்களுக்கும். அதுவும் வைதீகம்தானே. இதை பிரமிள் கதைகளில் அதிகம் பார்க்கலாம். கவிதைகளைவிட கதைகளில் ரொம்ப தெளிவா சொல்லுவார். என்னுடைய கதைகளைப் பற்றி அவர் ஒன்றும் சொன்னதில்லை. ஆனால், க.நா.சு வை ரொம்பத் திட்டுவார். ஞானக்கூத்தன் கவிதைகளை ரொம்ப மட்டம்னு சொல்லுவார். நான் ஞானக்கூத்தனின் சில கவிதைகளை நன்றாய் இருக்குனு சொல்வேன். அதனாலே எங்களிருவருக்கும் சண்டை வரும். கடைசியாய் சண்டை போட்டது எங்கிட்டதான். அதன்பின் அவரில்லை அதுதான் எனக்கு பெரிய வருத்தம்.

எஸ்.சண்முகம்: முன்றில் இலக்கியப் பத்திரிகை எப்படி தொடங்கினீர்கள்? சிறுபத்திரிகைகளில் முக்கியப் பங்காற்றியுள்ளது பற்றி...?

மா.அரங்கநாதன்: ஒருநாள் க.நா.சு சொன்னார் பத்திரிகை ஒன்று ஆரம்பிங்கன்னு. ஆரம்பிங்க என்று சொன்னவர், அப்புறம் நாங்க பத்திரிகை ஆரம்பிப்போம்னு நம்பலை. அப்போ இலக்கிய வட்டத்துல ஆசிரியர். நான் ஆரம்பிச்சு அவர்கிட்ட கட்டுரை வாங்கப் போனேன். கட்டுரைக் கொடுத்தார். பிரசுரம் பண்ணினோம் அவருக்கு சந்தோஷம். தொடர்ந்து நடத்துங்கன்னு சொன்னார். அப்படி தொடங்கியதுதான். முன்றில் வந்ததுனால பல சிறுகதைகள் எழுத முடிஞ்சது. ஞானக்கூத்தன் போன்றோருடைய கவிதைகளை போட முடிஞ்சது. க.நா.சு-வோட பல கட்டுரைகளை வெளியிட்டோம். அதன்பின் மூன்றில் சிறப்பாசிரியராகவும் க.நா.சு இருந்தார். பின்னர் அசோகமித்ரன் சிறப்பாசிரியரானார்.

எஸ்.சண்முகம்: வ.ரா, க.நா.சு, பாரதியார், புதுமைப்பித்தன் படைப்புகளில் எந்தெந்த படைப்புகளில் வைதீக எதிர்ப்பைப் பார்க்கிறீர்கள்?

மா.அரங்கநாதன்: அவருடைய பக்கக் கட்டுரைகள். பக்தி இலக்கியமே வைதீக எதிர்ப்பு என்கிறார் க.நா.சு.

எஸ்.சண்முகம்: க.நா.சுவின் நாவல்களில் உங்களுக்குப் பிடித்தமானது?

மா.அரங்கநாதன்: பொய்த்தேவு, ஒருநாள், அசுரகணம், தாமஸ் வந்தார் கதை அவருடைய இறுதி காலத்தில் எழுதியது.

எஸ்.சண்முகம்: முன்றில் பத்திரிகை நடத்திய அனுபவம்...?

மா.அரங்கநாதன்: முன்றில் பத்திரிகை நான் நடத்திய காலத்தில், நல்ல புத்தகங்கள் வெளியிட்டதன் மூலமா, நஷ்டம் ஏற்படாத வகையில் நடந்திருக்கு. நஷ்டத்தை எதிர்பார்த்தேன். அதனால நஷ்டம் வந்திருந்தாலும் தொடர்ந்து நடத்தியிருப்பேன். நல்ல நண்பர்கள் திருச்சி, மதுரை, ராமநாதபுரம் அங்கிருந்தெல்லாம் கடிதம் எழுதினார்கள். எஸ்.வி.ராஜதுரை கட்டுரைகளை வெளியிடணும் கிட்டதட்ட 100 பேர் கடிதம் எழுதியிருக்காங்க. 300, 500 பிரதிகள் போனது என்பதே பெரிய விஷயம் அதுவும் அந்த காலத்தில். புத்தகம் போட்டது எதுவும் சோடை போனதில்லை. கலைநுட்பங்கள், நகுலனுடைய வாக்குமூலம் போன்ற புத்தகங்கள் நன்கு விற்பனையானது. மாநில அரசு விருது கிடைத்தது.

எஸ்.சண்முகம்: முன்றில் கருத்தரங்கம் மிகவும் சிறப்பாக நடத்தியது குறித்து...?

மா.அரங்கநாதன்: முன்றில் கருத்தரங்கம் நடைபெற்றது. அதற்கு ராம்ஜியும், என் மகனும் முக்கியக் காரணம்.

எஸ்.சண்முகம்: தமிழ் இலக்கியத் திறனாய்வுகள், இலக்கிய விமர்சனங்கள் பற்றி...?

மா.அரங்கநாதன்: வ.ரா, க.நா.சு, புதுமைப்பித்தன் ஆகியோரின் திறனாய்வு கட்டுரைகள் படித்திருக்கிறேன். இவைகளையெல்லாம் படித்துவிட்டு, பிறகு கோவி.மணிசேகரன் மற்றும் இந்த மாதிரிப்பட்டவர்களின் கட்டுரைகளைப்படிக்கும்போது, எவ்வளவு மோசமா இருக்கிறது நம்முடைய நிலைமை என்பது புரிந்தது. அதுவும் கோவி.மணிசேகரன் கட்டுரையைப் படித்துவிட்டு, ரொம்ப கோபப்படவேண்டிய நிலை ஏற்பட்டது. ஜெயகாந்தன் போன்றவர்களின் இலக்கிய விமர்சனங்களைப் படித்திருக்கிறேன். விமர்சனக் கட்டுரைகளைச் சொல்ல வேண்டுமென்றால் செல்லப்பா, க.நா.சு. இப்படி இரண்டு, மூன்று பேரைச் சொல்லலாம். இப்பவும் பலர் வந்திட்டிருக்காங்க. இனிமே அவர்கள் எப்படி வருகிறார்கள் என்பதை பொறுத்துத்தான் கூறவேண்டும்.

எஸ்.சண்முகம்: நீங்கள் 'முன்றில்' இலக்கிய சிறு பத்திரிக்கையை நடத்தி வந்த கால கட்டத்தில், முன்றிலுக்குப் பிரசுரத்திற்காக வரும் சிறுகதை, கவிதை, கட்டுரைகளை நீங்களே ஒரு படைப்பாளியாக இருக்கும்போதும், இன்னொரு படைப்பாளியினுடைய படைப்பை எந்த அள்வுகோலுடன் தேர்ந்தெடுத்தீர்கள்?

மா.அரங்கநாதன்: முதல் மூன்று இதழும் அதன் பிற்பாடும் ஒரு நான்கைந்து இதழும் க.நா.சுவும் அசோகமித்ரனும் இருந்தபடியால், நான் சிலவற்றைத் தேர்ந்தெடுத்து அவர்களுக்கு அனுப்பி அவர்கள் சம்மதம் பெற்றுத்தான் பிரசுரம் செய்தேன். அதன் பின்னார் முழுவதும் நானே பொறுப்பு ஏற்றவுடன் சில எழுத்தாளர்களிடம் நானே கேட்டுப் படைப்புகளை வாங்கிப் போட்டிருக்கிறேன். பல படைப்புகளை வந்திருந்தவற்றை நானும் அசோகமித்திரனும் இருவருமாக படித்துப் பார்த்து அதிலிருந்து தேர்ந்தெடுத்து இருவருடைய அபிப்பிராயப்படி பிரசுரித்திருக்கிறோம். நானே முழுப்பொறுப்பு எடுத்துக்கொண்டவுடன், பொதுவாக நாம் முன்னரே பேசியபடி வைதீக எதிர்ப்பு, தமிழ்க் கலாச்சார உணர்வை ஒட்டி எழுதப்படுகின்றவை, இதுவரை தமிழில் வந்திராத புதிய கோணங்களில் தமிழ் படைப்புகள் இவற்றுக்கு முன்னுரிமைக் கொடுத்து நான் பரிசீலித்தேன். என்னுடைய பொறுப்பில் 'முன்றில்' வந்தவுடன் இது ஒன்றுதான் நான் அதற்கு வகுத்துக் கொண்ட சில கட்டளைகள்.

எஸ்.சண்முகம்: தமிழ் கலாச்சார உணர்வை பிரதிபலிக்கக் கூடியவை, இதுவரை தமிழில் வந்திராத புதிய கோணங்களில் எழுதப்படுபவை, வைதீக எதிர்ப்பு இவை மூன்றும் தான் 'முன்றில்' படைப்புகளுக்கானது என்பதைப்போல் உங்கள் படைப்புகளும் இதை ஒட்டியதுதானா? இந்த மூன்றையும் சார்ந்ததுதான் என்று எடுத்துக்கொள்ளலாமா?

மா.அரங்கநாதன்: இப்படிப்பட்ட சம்பவங்களும் இப்படிப்பட்ட படைப்புத் தன்மைகளும் கொண்ட கருத்துகள்தான் மனசிலேயே உதிக்கின்றன. நானாக அதை ஏற்படுத்திக்கொள்ள வேண்டிய அவசியமில்லை. இதற்கு மாறுபாடான கருத்துகள் என் மனதில் தங்குவதேயில்லை. முன்னரே சொல்லியபடி காளிதாஸனைப் பற்றி பலவற்றைப் படித்திருக்கிறேனே ஒழிய சிலதுதான் மனசிலே தங்குகின்றன. அப்படிப்பட்டதை நான் எழுதுகிறேன்.

எஸ்.சண்முகம்: சினிமாவைப் பற்றி நிறைய எழுதியிருக்கீங்க சினிமாக் கதிரிலே, ஏன் சினிமாவைப் பற்றித் தொடர்ந்து எழுதவில்லை? குறிப்பிட்டக் காலம் எழுதிவிட்டு ஏன் நிறுத்திவிட்டீர்கள்?

மா.அரங்கநாதன்: சினிமாக்கதிர், பொன்னி இதழுடன் சேர்ந்து ஓர் இதழ் வந்தது. அதிலும் சினிமா குறித்து மூன்று கட்டுரைகள் எழுதினேன்.

கதைகள் எழுதிக்கொண்டிருந்த காலத்தில் சினிமா கட்டுரைகள் எழுதவில்லை. வேலையில் சேர்ந்து, கன்னிமாராவில் படிப்பு, ஆபீஸ் வேலை இந்த மாதிரி நாட்களைக் கடத்திக் கொண்டிருந்த காலத்தில், கட்டுரை எழுதுவதை சுலபமாக எழுதிவிடுவேன். சினிமா பார்ப்பேன், அடுத்தநாளே கட்டுரை எழுதி முடித்துவிடுவேன். கதைகள் எழுதுவது பத்தாண்டுகள் நின்றிருந்தது. அதன் பின்னர் கதைகள் மட்டுமே எழுத ஆரம்பித்த காலத்தில், சினிமா கட்டுரைகள் எழுதுவது நின்றுவிட்டது. என்னுடைய கதைகளில் சினிமா சம்மந்தமான சில விஷயங்கள் வருவது அந்த வெற்றிடத்தை நீக்குவோம் என்னும் ஆவலில் தான்.

எஸ்.சண்முகம்: அதன் பின்னர் சினிமா சம்பந்தமாக கட்டுரைகள் நீங்கள் எழுதவில்லையல்லவா?

மா.அரங்கநாதன்: இப்போது சமீபத்தில் ஓவியர் ஜீவா அவர்களின் 'திரைச்சீலை' என்னும் சினிமாக்கலை நூல் குறித்த ஒரு விமர்சனம் எழுதினேன்.

எஸ்.சண்முகம்: இன்றைக்கு வரக்கூடிய நவீன கவிதைகள், சிறுகதைகள், நாவல்கள் உங்களைக் கவர்கின்றனவா? எதை நவீனத்துவமா நினைக்கிறீங்க?

மா.அரங்கநாதன்: நவீன இலக்கியம் என்று சொல்லும் போது ஒன்றை நான் கட்டாயமாக சொல்லவேண்டும். அந்த நாட்களில் கோணங்கி, எஸ்.இராமகிருஷ்ணன், பிரமிள் தினமும் முன்றிலுக்கு வந்து போவதுண்டு. அது தவிர நாகார்ஜுனன், பன்னீர்செல்வம், , தமிழவன், சாருநிவேதிதா வேறுபேர் விடுபட்ட நபர்கள் இவர்கள் அங்கு வந்து பேசும்போது அதுவே ஒரு பெரிய மீட்டிங் போன்று இருக்கும். அவர்களிடமிருந்து பல விஷயங்களை - நவீனம் சம்பந்தமான பல விஷயங்களைத் தெரிந்து கொள்ளலாம். எனவே அது சம்பந்தமாக திருச்சியிலிருந்தோ, மதுரையிலிருந்தோ யாரேனும் புதிதாக ஒருவர் கட்டுரையோ, கதையோ எழுதியனுப்பினால் அதைக் கட்டாயம் பிரசுரம் செய்துவிடுவோம். கோணங்கியினுடைய இரண்டு கதைகள், எஸ்.இராமகிருஷ்ணனுடைய சில கதைகள், இவ்வாறு நவீன இலக்கியம் குறித்த ஓர் ஆழ்ந்த பிரக்ஞை இருந்தபடியால் அங்கே வந்து நாலுபேர் பேச ஆரம்பித்தாலே நவீன இலக்கியம்தான். வேறே எதுவுமே கிடையாது. நாகர்ஜுனனும், பன்னீர்செல்வமும், எஸ்.சண்முகமும் பேசிய இலக்கியங்களைப் பற்றிப் பேசினாக்கூட அது நவீன இலக்கியம்தான்.

எஸ்.சண்முகம்: சங்க இலக்கியத்தின் 'இன்மைப் பண்பு' இன்றுவரை எழுதக்கூடிய இலக்கியத்தில் தொடர்ச்சியாக வருகிறதா? நீங்க எழுத வந்த ஐம்பதாண்டு காலத்தில் நீங்கள் பார்த்த அந்தப் படைப்புகளில் சங்க இலக்கியத்தின் அந்த இன்மைப் பண்பின் தொடர்ச்சி இருக்கிறது என்று நினைக்கிறீர்களா?

மா.அரங்கநாதன்: வேண்டுமென்றே புகுத்தி எழுதப்பட்ட பல படைப்புகள் வந்திருக்கின்றன. அவைகள் உண்மையில் படைப்புகளேயல்ல. அவை தமிழாசிரியர்கள் செய்ய வேண்டிய வேலை. அதை அவங்க செய்திருக்கிறாங்க. சங்க இலக்கியத்தின் உண்மையான பண்பை அறிந்து அது சம்மந்தமான சில படைப்புகளை செய்திருக்கிறார்கள் என்று சொல்ல வேண்டுமானால் அது அந்தக்காலத்தில் புதுமைப்பித்தன் பண்ணியிருக்கிறார். அதைக் கட்டாயம் சொல்ல வேண்டும். இப்போது ஒரு சிலரிடத்தில், பின்னர் தர்மு சிவராமைச் சொல்லலாம்.

கோணங்கியினுடையதில் மேஜிகல் ரியலிசம், போஸ்ட் மார்டனிசம் அது மாதிரிப்பட்டவை இருந்தாலும் கூட, சங்க இலக்கியத்தின் பண்பு இருக்கிறது. அதனால்தான் கோணங்கியை நாம் விட்டுக்கொடுக்க முடியாது. இப்படிப்பட்ட சில சமயத்தில் ஊர்பேர் தெரியாத நபர்கள் சிலதை அனுப்புவார்கள் ரொம்ப பிரமாதமாக இருக்கும். வேண்டுமென்றே அகத்திணை, புறத்திணை என்று வார்த்தைகளை உபயோகித்து இது சங்க இலக்கியத்தில் நான் படித்து ஆனந்தபட்டதென்று சொல்வதில் ஒன்றுமில்லை. கிராமங்களில் வீடுகளுக்குச் சென்றால் உள்திண்ணை, வெளித்திண்ணை என்பது இருக்கும். வெளித்திண்ணை என்பது தெருவோடு அமைந்திருக்கும். வெளித்திண்ணையில் வருவோர் போவோர் உட்கார்ந்துவிட்டுச் செல்லாம். முன்பின் தெரியாதவர்கள் கூட, சில சமயங்களில் வெயிலுக்காக வேண்டி அதில் உட்கார்ந்து "கொஞ்சம் தண்ணீர் கொண்டு வாம்மா" என்று கேட்டு வாங்கிக் குடித்துவிட்டு போவார்கள். சில அனாதைகள் வந்து இரவு நேரத்தில் அங்கே படுத்திருந்து விட்டு காலையில் எழுந்து போய்விடுவதுண்டு. அது வெளித்திண்ணை. உள்திண்ணை என்பது முற்றமும் அந்த அறையைச் சுற்றி இருக்கக்கூடிய பகுதி. அதில் சாதாரணமாக வந்த விருந்தினர்கள்-இவர்கள் உட்கார்ந்து பேசுவார்கள். இதுபோக இடத்திண்ணை என்ற ஒன்று வீட்டிற்கு உள்ளேயே இருக்கும், அதிலே எல்லோரும் உள்ளே போக முடியாது. உறவினர்கள் போகலாம் இப்படி இருக்கக்கூடிய ஒரு நிலைமையை வைத்தே

நாம் சங்கக்காலத்தைப் பற்றிச்சொல்லிவிடலாம். வெளித்திண்ணையில் பேசவேண்டிய, பேசக்கூடிய விஷயங்கள் என்னவென்றால் ஊரிலே நடக்கின்ற சம்பவங்கள், தேரோட்டம், திருவிழா, பக்கத்து ஊர் சமாச்சாரம், அந்த ஊர்ல பஞ்சம், இந்த ஊர்ல இது, காய்கறிகள் விளைச்சல் பற்றி இந்த மாதிரிப் பேசுவாங்க. ரொம்ப நெருங்கியவங்க வந்து முற்றத்துப் பக்கத்திலிருக்கும் திண்ணையில் உட்கார்ந்து வீட்டில் என்ன சமாச்சாரம், இப்படி ஆயிப்போச்சே, பையன் என்ன பண்ணுகிறான் - இந்த மாதிரி இருக்கும். இடத்திண்ணை என்று சொல்லக்கூடியதில் பேசக்கூடிய விஷயங்கள் ரொம்ப ரகசியமா இருக்கும். அத வெளியில் பேச முடியாது. அப்படியானால் இந்த வெளித்திண்ணையைப் புறம் என்றும் உள் திண்ணையை அகம் என்றும் நாம் ஏன் சொல்லக்கூடாது. அந்த நிலைமை இப்போதும் இருந்து கொண்டுதான் இருக்கிறது.

எஸ்.சண்முகம்: கோணங்கியினுடைய கதைகளைப் பற்றிச் சொன்னிங்க, எஸ்.இராமகிருஷ்ணனுடையக் கதைகளில் அந்தத் தொடர்ச்சி இருக்குதா?

மா.அரங்கநாதன்: சில கதைகளில்தான் இருக்கின்றன. அவர் வேண்டுமென்றே கோணங்கியினுடைய எல்லாவற்றையும் சொல்ல வேண்டுமானால்-வேண்டும் என்றே சிலவற்றைப் புகுத்திச் சொல்வதும் இருக்கின்றன. அதை நாம் மறுத்துச் சொல்ல முடியாது. எஸ்.இராமகிருஷ்ணனிடமும் அப்படியே இருக்கின்றன. இராமகிருஷ்ணனுடையதைப் படிக்கும்போது வேறு சில விஷயங்கள் தென்படுகின்றன. ஆனால் இப்போதும் கோணங்கி, இராமகிருஷ்ணன் இருவரும் நல்ல பயிற்சியாளராக இருந்துள்ளனர் - இராமகிருஷ்ணன் நிறைய படித்து - அது வேறு மாதிரியாகப் போய்க்கொண்டிருக்கிறது. ஆனால் கோணங்கி ஒரு புதுமாதிரியான நடையைப் புகுத்தி எழுதியது விசேஷம்.

எஸ்.சண்முகம்: தமிழவனுடைய சிறுகதைகள், நாவல்கள் பற்றி நீங்கள் சொல்லுங்கள்?

மா.அரங்கநாதன்: தமிழவனுடைய சிறுகதைகள் முன்றிலில் வந்திருக்கின்றன அவருடைய "ஏற்கனவே சொல்லப்பட்ட மனிதர்கள்": முன்மாதிரியான நாவல் என்றே சொல்ல வேண்டும். முன்றில் இதழில் அதன் விமர்சனமும் வந்திருக்கிறது.

எஸ்.சண்முகம்: உங்களுடைய கதைகளில் வரக்கூடிய ஏகாந்திகள் எல்லாவற்றையும் விட்டு விலகியிருக்கக் கூடியவர்கள் பற்றி...?

மா.அரங்கநாதன்: படைப்பு என்று சொல்லும்போது எல்லாவற்றுக்கும் வெளியில் நின்று பார்த்தால்தான் அது படைப்பாகிறது. இல்லாவிட்டால் அது என்னது? அப்படியே அதனுள்ளேயே இருந்து கொண்டிருந்தால் அவன் படைப்பாளியே இல்லையே. அவன் வாழ்ந்து கொண்டேயல்லவா இருக்கக்கூடியவன். படைப்பாளியைவிட வாழ்ந்து கொண்டே இருக்கிறவன் மேலானவன். அது வேறு விஷயம். அது எல்லாராலும் முடியாத காரியம். நமக்கு நாம்பட்ட அனந்தம், நாம் பட்ட துயரம் எல்லாவற்றையும் வெளியிலே சொல்ல வேண்டிய ஓர் உந்துதல் இருப்பதினால் அதைப்பற்றித்தான் எழுதுகிறதென்று ஒருமுறை என்று எடுத்துக்கொள்ளலாம். அப்ப அதையெல்லாம் விட்டுப் போய்க்கொண்டே இருப்பதானால் ரொம்ப நல்லதாப் போச்சு போய்க்கொண்டே அல்ல, இலக்கியமே இல்ல, வேண்டாம்.

***எஸ்.சண்முகம்:* இல்ல...இந்த விலகி நின்று பார்ப்பது...?**

மா.அரங்கநாதன்: எல்லாருமே விலகி நின்றுதான் எழுதுகிறார்கள். சில பாத்திரங்கள் அதற்குத் தகுதியான முறையில் நாம் போடும்போது மிகவும் நன்றாக அமைந்திருக்கிறது என்று சொல்லாம்.

***எஸ்.சண்முகம்:* உங்கள் சிறுகதைகளை, நாவல்களை படிக்கும்போது விலகி நின்று பார்க்கும் தன்மை உண்டா? நீங்களே உங்கள் கதைகளினுடைய வாசகரா?**

மா.அரங்கநாதன்: அப்படி வந்திருக்கிறது. நான் சில விஷயங்களை கவனத்துடன் பார்க்கும்போது... எழுத்தாளரே தன்னுடைய எழுத்துகளைப் பற்றிச் சொல்லக்கூடாது என்பார்கள். அப்படி எல்லாம் சொல்லக்கூடாது என்பதில்லை. நானே ஒரு வாசகன்தான். அதனால் சொல்லக்கூடாது என்றெல்லாம் கட்டாயப்படுத்த முடியாது. நான் கதையைப் பார்க்கும்போது இதை இப்படிச் சொல்லியிருக்கலாம் என்று தெரிகிறது. அதிலுள்ள குற்றம் குறைகளோ அல்லது ரொம்ப நல்லா இருக்கிற பகுதிகளே மனசில் படத்தான் செய்கிறது. மற்றவர்களிடமிருந்து விலகி நின்று வாழ்க்கையைப் பார்க்கும் குணம் படைப்பாளிக்கு நேச்சுரலாகவே இருக்கிறது.

***எஸ்.சண்முகம்:* விலகி நின்று பார்க்கும் தன்மை இலக்கியம் மூலமாக கிடைத்ததா? அல்லது வாழ்க்கைத் தத்துவத்தையே அப்படி நினைச்சு வாழறீங்களா?**

மா.அரங்கநாதன்: அந்த சமயத்தில் வேறு எந்தவிதமான ஒரு

கிராமத்துக் கிழவியும் சரி, ஒரு வயலில் நாற்று நடுகின்ற பெண்ணும் சரி, தொழிலாளியும் சரி எல்லோருமே சில விஷயங்களில் விலகி நின்று பார்க்கிறார்கள் என்று நான் நினைக்கிறேன். இன்னொன்று எனக்கு வேறு எந்த ஒரு விதமான இதுவும் தெரியாத காரணத்தால் படிப்பு நிலையிலேயே அமிழ்ந்துவிட்டது. அதாவது அந்தக் காலத்திலேயே தமிழில் வந்த எல்லா பத்திரிகைகளும் - மோசமானது என்று எல்லாவற்றையுமே படிக்கக்கூடிய குணம் இருந்தது. ஏறத்தாழ அதைப்பற்றியுள்ள ஓர் அபிப்பிராயத்தைக் உருவாக்கம் பண்ணியிருந்தபடியால், எது உண்மையான இலக்கியம் என்பதைப் பாகுபடுத்தி அறிந்து கொள்ளக்கூடிய ஒரு மனமிருந்தது. அதன்படி பார்க்கும் போது சிலவற்றைத் தள்ளினேன். சிலவற்றை எடுத்துக் கொண்டேன். அதிலேயே மனசு நின்றுவிட்டது. அப்போது இயற்கையாகவே இலக்கியத்தைப் பொறுத்தமட்டில் அமைந்துவிட்டது என்று சொல்லலாம்.

எஸ்.சண்முகம்: இலக்கியப் பார்வைதான் உங்கள் வாழ்க்கைப் பார்வையா?

மா.அரங்கநாதன்: கிட்டத்தட்ட ஒன்றாகத்தான் தெரிகிறது. வாழ்க்கை என்றால் பொருளாதாரமா என்ன? வாழ்க்கை என்றால் என்னவென்ற கேள்வி படைப்பாளிக்கு எழுந்ததால்தான் இலக்கியமே, சங்க காலம் உட்பட இதுவரைக்கும் தெரியாமல் இருக்கிறதைத்தானே அணிலாடு முன்றிலார் கவிதையில் சொல்கிறார். வாழ்க்கை என்றால் 'இது'தான் என்று சொல்லிட்டுப் போகக்கூடியதா. அப்படியில்லையே... ஒரே கங்கா இருக்குதே அதுக்கு என்ன அர்த்தம்?

எஸ்.சண்முகம்: உங்க வாழ்க்கை தத்துவம் என்ன?

மா.அரங்கநாதன்: வாழ்க்கைத் தத்துவம் புரிந்தா போதாது. அப்படி, ஒன்னும் விசேஷ கொள்கை ஏதுமில்லை.

எஸ்.சண்முகம்: அப்ப உங்க எழுத்துக்குத் தத்துவமுண்டா?

மா.அரங்கநாதன்: தத்துவம் தானாக அமைந்துவிடும். அதுவாக வந்து சேரவேண்டும் உண்மையையே வெளிக்கொணரும் அந்த நேரத்தில் தத்துவம் வந்து தானாகவே தோன்றிவிடும். அந்தத் தத்துவம் செயற்கையாக இருக்காது. இயற்கையை ஒட்டியதாகவே இருக்கும். முன்னால் ஏற்பட்ட படைப்புத் தன்மையோடு கூடிய ஓர் ஒன்றுதலை அது பெற்றுவிடும். நிச்சயமாக.

எஸ்.சண்முகம்: உங்களுடைய கதைகளை நீங்களே படித்திருக்கிறீர்களா?

மா.அரங்கநாதன்: படித்திருக்கிறேன்.

எஸ்.சண்முகம்: அது என்ன அனுபவத்தை தருது? உங்கள் கதையைப் படிக்கிற அனுபவமா இருக்குதா? வேறு எதையோ, யாருடைய கதைகளையோ படிப்பதைப் போன்ற உணர்வைத் தருகிறதா?

மா.அரங்கநாதன்: சிலசமயம் படிக்கிறதிலேயும் ஒரு சந்தோஷம் இருக்கும். ஏன்னா இப்படித்தான் நான் எழுதினேன் என்று என்னுடைய ஓர் இதுவே புரியும். ஏன்னா கடைசிவரைக்கும் என்ன எழுதப்போறோம்னே எனக்குத் தெரியாம இருக்கும். முடிவு சஸ்பென்ல அந்த 'மீதி' கதையினுடைய அந்தக் கடைசிப் பேரா திடீர்னு வந்ததுதான். ஆரம்பத்திலே நினைக்கிற சமயத்தில வேறவிதமா போக வேண்டிய கதை திரும்பவும் அந்த சினிமா தியேட்டர் கிட்ட வந்து நிக்கிறான்னு சொல்ல வந்தது திடீர்னு வந்த ஒரு நிலைமை. இப்படிப்பட்டக் கதைகளைத் திரும்பத் திரும்பப் படிக்கக்கூடிய ஓர் ஆவல் மனசுக்குள்ள வரத்தானே செய்யும்.

எஸ்.சண்முகம்: அந்தக் கதையை நீங்கள் படிக்கும் போது நீங்கள் எழுதின கதை என்னும் பிரக்ஞையுடன் படிக்கிறீர்களா?

மா.அரங்கநாதன்: ஆழ்ந்து அந்த முதல் முடிவு என்றில்லாமல் தானாக எழுதிக் கொண்டுவிட்டேன் என்று சொல்லப்பட்ட கதை அதைத் திரும்பத் திரும்பப்படிக்கும்போது அதை வேறு ஓர் ஆளாக நினைத்துத்தான் படிக்கிறேன். வாசகன் என்ற ரீதியில்தான் அதைப் படிக்கிறேன். அந்த 'முதற்றீ எரிந்த காடு' என்கிற கதையை எப்படி எழுதி முடிச்சோம்னு எனக்கே தெரியாது. எப்படியெல்லாமோ போனது. என் கை போன இடத்துக்கெல்லாம் அந்த சென்டன்ஸ் வந்து விழுந்தது. ஒரு சென்டன்ஸ், ஒரு ஐபென், ஒரு சென்டன்ஸ் என்று வந்து விழுந்துகொண்டே இருந்தது. அதைத் திரும்பத் திரும்பப் படிக்கிறேன். அதை நான்தான் எழுதினேனா என்ற ஐயப்பாடு கூட எனக்குண்டு.

எஸ்.சண்முகம்: 'முதற்றீ எரிந்த காடு' போன்ற அமைப்பாக்கம் உள்ள எந்தக் கதையேனும், எந்த மொழிகளிலிருந்தேனும் நீங்கள் படித்திருக்கிறீர்களா?

மா.அரங்கநாதன்: பதினாலு வயதில் கடவுளும் கந்தசாமிப் பிள்ளையும் என்ற கதையைப் படித்தேன். போன வாரம்கூட படிக்க ஒரு வாய்ப்புக் கிடைத்தது படித்தேன். 'அன்றிரவு' அதையும்

எத்தனையோ தடவைப் படித்திருக்கிறேன். இப்படி நிறைய சொல்லலாம்.

எஸ்.சண்முகம்: 'முதற்தீ எரிந்த காடு' பற்றி...

மா.அரங்கநாதன்: வைத்தீஸ்வரன் கோயிலுக்கு நான் தனியாக இரண்டு முறை போயிருக்கிறேன். கோயிலுக்குப் போயிருக்கிற சமயத்தில் பிரகாரத்தை சுத்தி சுத்திப்பார்ப்பேன். எந்தக் கோவிலுக்குப் போனாலும் பிரகாரத்தைச் சுத்தி சுத்திப் பார்பதெல்லாம் என்னுடைய வேலை. அங்கே அப்போ மூன்று மூன்றாக சில சிவலிங்கங்கள் இருந்தன. அது என்ன என்று யாருக்கும் சரியா சொல்லத் தெரியலே. நான் ஊரை கொஞ்சம் சுத்திப் பார்த்தேன் முதல் தரம் போனபோது. அடுத்தத் தடவை போன சமயத்தில், நண்பர்களோட. நாங்க ஆபிஸில டூரிஸ்டா அடிக்கடி வைத்தீஸ்வரன் கோயில் போவோம். அப்பத்தான் பேய் உருவில் ஒரு பெண் வந்து இது பண்ணாங்க அந்தக் கதை கிட்டத்தட்ட மறைமலையடிகளாரிலிருந்து ஒரு சாதாரண ஒரு மதபோதகர் வரைக்கும் அதைச் சொல்லியிருக்காங்க. உண்மையான இது எதுவாயிருக்கும்னு நினைச்சுப் பார்த்துதான். இது இப்படித்தான் இருக்கணும்னு எனக்குத் தோனுது. இதுக்கு மாற்றமா ஆன எந்த தடயமும் கிடையாது. 'முதற்தீ எரிந்த காடு' கதையில நான் சொல்லக்கூடியது. தீயில் மாண்டார்கள்னு அவங்க சந்ததியெல்லாம் இருக்குமில்லையா அப்படித்தான் அது நடந்திருக்கும். அந்த சமயத்தில் ஒருநாள் வைத்தீஸ்வரன் கோயில் போயிட்டுப் பக்கத்தில் அந்த ஓட்டலில்தான் தங்கியிருந்தோம். அன்னைக்குப் பார்த்து ஒரு ஸ்வப்னம். அந்த ஸ்வப்னத்தில் இந்தத் தீயிலே குளிக்கிற இது. இவங்கள்ளாம் யாரு? மேளம் அடிக்கிற சத்தம் கேட்குது காதுல. மேளம் என்ன மேளம்? மிருகங்களை ஓட்டுற, இங்கே வராதேன்னு சொல்லி விரட்ற, நாய்களை கல்லால் அடிக்கிற மாதிரி, அந்தக் காலத்துல மிருகங்கள், நாய், நரிகள் வந்துச்சுனா மேளத்த அடிச்சு விரட்டுவாங்களாம். அது நம்ம இதுல சொல்லப்பட்டிருக்கு. இங்குள்ள வழக்கம் அது. அந்த மிருகங்களை ஓட்டக்கூடிய காட்சியை நான் கனவில் பார்த்தேன். மிருகங்களை எதுக்காக வேண்டி ஓட்டினாங்க? அவங்களுடைய இடத்தை இவங்க ஆக்கிரமிச்சிருக்காங்க. அதுதான் வைத்தீஸ்வரன் கோவில்.

எஸ்.சண்முகம்: யாருடைய இடத்தை, யார் ஆக்கிரமித்திருக்கிறார்கள்?

மா.அரங்கநாதன்: வைதீஸ்வரன் கோவிலில் இருக்கக்கூடிய வேளாளர்கள் தீயில் குளித்தார்கள். அவர்கள் அந்த மிருகங்களை

ஓடவிட்டார்கள். அந்த மிருகங்களுக்கு ஒன்னும் தெரியாது. குறிப்பிட்ட நேரத்துக்கு அந்த இடத்துக்கு வந்து சேரும், இராத்திரி நம்ம துரத்துனவங்க இவங்கதாம்னு அதுக்குத் தெரியாது அடுத்த நாளும் குறிப்பிட்ட நேரத்துக்கு அந்த இடத்துக்கு வரும். நம்மள அந்த குறிப்பிட்ட இடத்திலிருந்து விரட்டிட்டாங்கன்னு அவற்றுக்குத் தெரியாது. குறிப்பிட்ட அந்த நேரத்தில மேளத்த கொட்டினாங்க. குறிப்பிட்ட நேரத்தில் மேளத்த கொட்டணும்ங்கறது அன்றையிலிருந்து தான் ஆரம்பிச்சது. அந்த வழக்கம் தமிழ் நாட்டில் சுடலைமாடன் சாமிக் கோயிலிலும், அந்தக் கோயிலிலும், அம்மன் கோவிலிலும் பிற்பாடு வைதீக சம்மந்தப்பட்ட கோவில்களிலும் குறிப்பிட்ட நேரத்தில் மேளம் கொட்டணுங்கறது, கோவில்களே இல்லாத அந்தக் காலத்தில்தான். அப்போது அரசனுடைய அரண்மனைத்தான் கோவில். கோவில்ன்னு ஒன்று கிடையாது. அரசனுடைய அரண்மனையில் அரசனுடையப் பூஜை அறைதான் கோவிலாயிருந்தது. அங்கே ஒரே ஒரு சிவலிங்கம் மட்டும் இருந்தது. இது தென்னகம் பூராவும் இருந்த ஒரு விஷயம்.

எஸ்.சண்முகம்: இந்தக் கதையை நீங்களே படிக்கும் போது வித்தியாசமாக இருந்ததா?

மா.அரங்கநாதன்: அதான்.

எஸ்.சண்முகம்: ஸ்டீன்பெக், வில்லியம் சரோயன், பாக்னர் போன்றோரைப் படித்ததாக சொன்னீர்கள். காஃப்காவை படித்தீர்களா? காஃப்கா ஏதாவது உங்களை பாதித்தாரா?

மா.அரங்கநாதன்: காஃப்காவின் கிட்டத்தட்ட எல்லாமே படித்திருக்கிறேன்.

எஸ்.சண்முகம்: உங்களுக்கு இலக்கியக் கோட்பாடுகளில் ஏதாவது ஆர்வம் இருந்ததா?

மா.அரங்கநாதன்: கோட்பாடுகளைப் பின்பற்றி எழுதுபவன் எழுத்தாளனாக இருக்க முடியாது என்பது என்னுடைய கோட்பாடு. கோட்பாடு இயற்ற முடியுமா? அவன் எழுதுவதே பெரிய கோட்பாடாக இருக்க வேண்டுமென்று நான் கருதுகிறேன். அதைப் பின்பற்றி எழுதுவதில் தப்பொன்றுமில்லை. பின்பற்றி எழுதி எழுதிதான் நமக்கு நிறைய வை.மு.கோதைநாயகி, ஆரணி குப்புசாமி முதலியாரும், வடுவூராரும், சாண்டில்யனும் கிடைச்சாங்க. அப்படியே ஒரு சமூகத்தில் ஒரு குரூப்பையே உருவாக்கி விட்டுட்டாங்க. தொடர்கதை குரூப்னு சொல்லலாம். அந்த மாதிரிப்

பண்ணிட்டாங்க. உலகத்திலேயும் பெரிமேஸன், ஷெர்லாக்ஹோம் - ஷெர்லாக்ஹோம் கெட்டிக்காரன் - அதை நான் குற்றம் சொல்லவில்லை ஆனா அவரும்கூட அந்த சமயத்தில ஏதோ அத்தியாவசியத் தேவை ஏதோ இருந்திருக்கிறது. அதனால்தான் இது மாதிரி எழுதினான் நல்ல எழுத்தாளருன்னு சம்மதிப்பாங்களோன்னு ஒரு பாப்புலாரிட்டிக்காக ஆசைப்பட்டிருக்கலாம் தெரியலே. இந்த மாதிரி உலகம் பூராவும் இருக்கத்தான் செய்யுது. அத அப்படி ஒன்று இல்லாம இருக்கக் கூடியவர்களைத்தான் எழுத்தாளர்னு நாம கருத முடியும் - படைப்பாளின்னு கருத முடியும். எழுதக்கூடிய எல்லாருமே எழுத்தாளர்தான். இல்லாத ஒன்றை அவன் உண்டு பண்ணக்கூடிய சமயத்தில்தான். அப்ப அங்க கோட்பாட்டுக்கு என்ன வேலை. கோட்பாடுங்கறது ஒன்னு – உள்ளத்த வெளியில கொண்டு வரணும் -உண்மையை கொண்டு வரணும். உண்மைக்குத் தான் அடையாளமே இல்லியே - உருவமே இல்லியே எப்படிக் கொண்டு வருவது? அதுக்குப் புதிய முறை தென்படும். புதிய முறையை எழுதாத ஒருத்தன் எப்படி உண்டு பண்ண முடியும். நான் முத்துக்கருப்பனை எல்லாக் கதைகளிலும் சொன்னாலும்கூட, எல்லாக் கதைகளும் ஒன்றாக இருக்குதா? நீங்கதான் சொல்லணும்.

எஸ்.சண்முகம்: ஒன்றாயில்லை. சரி எல்லா முத்துக்கருப்பனும் ஒரே ஆளில்லையா?

மா.அரங்கநாதன்: ஒரே ஆளில்லை. இந்த மாதிரி விஷயங்களை நாம் பின்பற்றினால் தான் ஒவ்வொரு எழுத்தாளனுக்கும் ஒரு கோட்பாடு இருக்கிறது என்று சொல்லமுடியும். மேஜிகல் ரியலிசம், நியோ ரியலிசம், போஸ்ட் மார்டனிசம் அப்படி இப்படின்னு சொல்லிக்கொள்ளலாம் அது வேறு விஷயம். நான் மெட்றாஸ்காரன், அவன் கல்கட்டாகாரன் என்று சொல்ற மாதிரிதானே. அது ஒன்னுமில்லே ஆனா கோட்பாடு என்று சொல்ற சமயத்தில இது தவிர வேறு கோட்பாடு ஏதாவது இருக்க முடியுமா? உண்மையை வெளியிடுவதைவிட வேறு என்ன கோட்பாடு இருக்க முடியும்? அப்படித்தான் அத - முடிவா எதுவோ சொல்லலாம் எப்படியின்னாலும் சொல்லாம் - சொல்லிட்டிருந்தாலும் எவ்வளவு சொன்னாலும் முடிவா சேரவேண்டிய இடம் அதுதான் “படைப்புத் தன்மை” அவ்வளவுத்தான்.

எஸ்.சண்முகம்: தமிழில் இலக்கியத் திறனாய்வு கட்டுரைகள் - தமிழ் சார்ந்த வையாபுரி பிள்ளை, தெ.பொ.மீ போன்றவர்களைப் படித்திருக்கிறீர்களா?

மா.அரங்கநாதன்: வையாபுரிப் பிள்ளை, மறைமலையடிகள். திரு. வி.க, வெங்கடசாமி நாட்டார், தேவநேயப் பாவாணர் இவர்களுடையதைக் கிட்டதட்ட எல்லாமே படித்திருக்கிறேன்.

***எஸ்.சண்முகம்:* உங்களை அவை ஏதாவது பாதிப்பை ஏற்படுத்தியதா?**

மா.அரங்கநாதன்: நான் முதலில் படித்தது மறைமலையடிகள். அவருடையது எல்லாமே படித்திருக்கிறேன். நாகப்பட்டினத்தில் இருந்து பதிப்பித்த நூல்களிலிருந்து, இங்கே பல்லாவரம் வந்து பதிப்பித்த நூல்கள் வரை எல்லாமே படித்திருக்கிறேன் என்று சொல்லலாம். அவர்களுடைய எல்லாவற்றையும் நான் ஒப்புக்கொள்ள வேண்டுமென்ற அவசியமில்லை. ஆனால் அவங்களெல்லாம் தமிழ் சார்ந்து முயற்சி எடுத்து அவங்க தங்களுடைய ஆய்வுகளை வெளியிட்டார்களில்லையா? அதற்காக வேண்டி நாம் பாராட்டணும். பலதை யாரும் இன்னும் மறு ஆய்வு பண்ணலை. சிலவற்றை மறுத்திருக்காங்க. வையாபுரிப் பிள்ளை மறைமலையடிகள் சொன்னதைப் பல விஷயங்களில் ஏற்றுக்கிடலை.

***எஸ்.சண்முகம்:* மறைமலையடிகளாரின் 'கோகிலம்பாளின் கடிதங்கள்' நாவல் படித்திருக்கிறீர்களா?**

மா.அரங்கநாதன்: அது ரொம்ப சாதாரண விஷயம். ரொம்ப சாதாரணமான நாவல். அவர் ஒரு முயற்சி பண்ணி பார்த்திருக்கிறார். சிறுகதையில் முயற்சி பண்ணல, அப்ப நாவல்தான் வந்திட்டிருந்தது. இந்தியாவைப் பொறுத்தவரை பிரிட்டீஷ் படைப்பிலக்கியம் அநேகமா நாவல்கள் தானே. 'டிக்கன்ஸ்' போன்றோர். அந்த மாதிரி மறைமலையடிகள் முயற்சி பண்ணிப் பார்த்திருக்கிறார்.

***எஸ்.சண்முகம்:* பழந்தமிழ் இலக்கியங்கள் குறித்து வையாபுரிப் பிள்ளை, தெ.பொ.மீ நூல்கள் குறித்து...?**

மா.அரங்கநாதன்: வையாபுரிப்பிள்ளை சொல்லும் எல்லாவற்றையும் நாம் மறுக்க முடியாது. மறைமலையடிகளாரின் எல்லாவற்றையும் ஏற்றுக்கொள்ளவும் முடியாது. வையாபுரிப்பிள்ளை ஆய்வுக் கட்டுரைகளில் சில உண்மைகள் இருக்கிறது ஏற்றுக்கொள்ளலாம். ஆனால் வையாபுரிப்பிள்ளை வேண்டுமென்றே சில சமஸ்கிருத பாங்காக சிலது சொல்லியிருக்கிறார். அதையும் நாம் சொல்லத்தான் வேணும். எனக்குத் தெரிந்து தமிழ்நாட்டில் ஒரு கூட்டம் இருக்குது. அவங்க தமிழில் வையாபுரிப்பிள்ளையைப் படித்ததே கிடையாது. ஆனால் அவங்க சொல்றது என்னன்னா, "தமிழ்நாட்டில்

வையாபுரிப்பிள்ளைதான் உண்மையான ஆய்வாளர்" என்று சொல்வாங்க. என் நண்பன் கிருஷ்ணன் நம்பி, என் பால்ய கால நண்பன் அவன் கருத்தை நான் உரிமையோடு சொல்வேன். அவன் வையாபுரிப்பிள்ளையைப் படித்ததே கிடையாது. ஆனா, "வையாபுரிப்பிள்ளை கூட சொல்லியிருக்காரே" அப்பிடின்னு சொல்வான்.

எஸ்.சண்முகம்: நீங்கள் 'தந்தை மொழி' கட்டுரையை ஏன் எழுதினீர்கள்?

மா.அரங்கநாதன்: வடலூர் வள்ளலார் ஒரு சங்கராச்சாரியோட மூன்று சங்கராச்சாரிகளுக்கு முன்னால் இருந்த ஒருவரோட வாதம் பண்ணியிருக்கிறார். அந்த சங்கராச்சாரியார் எல்லாரிடமும் பேசற மாதிரி இவரிடமும் (வள்ளலார்) பேசிவிட்டார். வள்ளலார் சமஸ்கிருதம் முதல் பல மொழிகளில் தேர்ந்தவர். அவரிடம் "சமஸ்கிருதம் எல்லா மொழிகளுக்கும் தாய்" என்று இப்ப சிலபேர் பேசற மாதிரி சொல்லிவிட்டார். வள்ளலார், "நீங்க செல்வது உண்மையாக இருக்கலாம். சமஸ்கிருதம் தாய் என்றால் - "தமிழ்" தந்தை என்று சொல்லி அந்த விஷயத்தை முடித்துவிட்டார். இந்த மாதிரிப்பட்ட இதுகளே மறக்கடிக்கச் செய்து வேற என்னெல்லாமோ இன்றுங்கூட நீங்க முன்னமே சொன்ன மாதிரி மூக்கால இழுத்து வாயால விடுறத சமஸ்கிருதம் குறித்து இன்னமும் சொல்லிக் கொண்டிருப்பதைப் பார்த்தால் எனக்குத் தெரிந்த இரண்டு மூன்று பெரிய எழுத்தாளர்கள் கூட சொல்லியிருக்காங்க, யாரு சொன்னது. அது நார்டிக் மொழிக்கூறில் வந்த ஒரு விஷயம் அது. சமஸ்கிருதத்தில் உள்ள ஒரு வார்த்தை எல்லா நார்டிக் மொழியிலும் இருக்கும். நார்டிக் மொழியின் குழு அது.

எஸ்.சண்முகம்: ஏற்கெனவே இலக்கியங்களில் எழுதப்பட்ட சமஸ்கிருத வார்த்தையை தமிழ்ப்படுத்தலாம் என்பதை நீங்கள் ஒத்துக்கொள்கிறீர்களா?

மா.அரங்கநாதன்: 'வார்த்தை' என்ற ஒரு சொல்லும் தமிழ்தான். அதை வையாபுரிப்பிள்ளை ஒப்புக்கொள்கிறார். 'ஓம்' என்னும் வார்த்தை சமஸ்கிருதம் என்று நாம் நினைத்துக் கொண்டிருக்கிறோம். அப்படியானால் 'ஓம்' என்பதற்கு உண்மையான பொருள் சமஸ்கிருதத்தில் கூட 'சப்தம்'னு பேரு. அப்ப 'சப்தம்' என்று இருக்கக்கூடிய விஷயத்தில் 'ஓம்' என்று எப்படி வந்தது? 'ஓம்' என்ற சொல்லுக்குச் சமமான-இணையான வார்த்தை தமிழில் தான் இருக்கிறது. 'ஓலி' 'ஓசை' 'ஓதம்' இதெல்லாம் 'ஓம்' என்பதிலிருந்து

வந்த வார்த்தைகள் தானே. 'ஓம்' என்பது எப்படி சமஸ்கிருதமாக இருக்க முடியும். அசிரியன் போன்ற அந்தக் காலத்து மொழிகளில் கூட ஆல்பா, பீட்டா என்று சொல்றாங்களே அதுலகூட. 'ஓம்' என்கிற வார்த்தை இருக்கு. தமிழ்ச் சொல்லை சமஸ்கிருதமாக்கி அதை சமஸ்கிருத வார்த்தை என்று சொன்னால் ஏற்றுக்கொள்ள முடியாது. 'ஒட்டாக்மண்ட்' என்பது இருக்கிறதல்லவா அது தமிழில் 'ஒற்றைக்கல் மன்று' துளுவிலும் 'உதக மன்று' இங்லீஸ்காரன் அதைச் சொல்ல முடியவில்லை "ஒட்டாக்மண்ட்" என்றான். தமிழ்ப் பண்டிதர்கள் தமிழுக்கு சேவை செய்தவர்கள் 'ஒட்டாக்மண்ட்' – 'உதக மண்டலம்' என்று சொல்லி அதற்கு "உதகம்" என்றால் 'மேகம்' 'மண்டலம்' என்றால் 'பிரதேசம்' - மழை அதிகமாக பெய்யும் பிரதேசம் என்று அதற்கு அர்த்தம் வரச்சொல்லிவிட்டார்கள். அதை 'ஒற்றைக்கல் மன்று' என்றே சொல்லியிருக்கலாமே. அந்த மாதிரி ஆங்கிலத்தில் கூட இருக்குது. பைபிளில் கூட இருக்குது. எத்தனையோ வார்த்தைகள் தவறான மொழிப்பெயர்ப்பில் உச்சரிக்கப்படுகிறது.

எஸ்.சண்முகம்: நகுலனுடன் உங்களுக்கிருந்த தொடர்பை – உறவைப் பற்றிச் சொல்லுங்களேன்?.

மா.அரங்கநாதன்: நகுலனை ஆரம்ப கட்டத்திலிருந்தே நான் படிச்சிட்டே வந்தேன். அவரோட தொடர்பு ஒன்னுமில்ல. இந்த 'முன்றில்' பத்திரிக்கை ஆரம்பித்தவுடன் அவரோட கடிதம் மூலம்தான் தொடர்பு, என்னுடைய பொருளின் பொருள்; வீடுபேறு இரண்டையும் பற்றி விமர்சனம் எழுதியிருந்தார். முன்றிலில் அதைப் பிரசுரம் பண்ணினோம். அப்போ புதுசா புத்தகங்கள் வெளியிடக்கூடிய ஒரு நிலைமை வந்தபோது நகுலனின் புதிய நாவலை வெளியிடலாம் என்று "வாக்கு மூலம்" நாவலை - கோயம்புத்தூர் கல்லூரியில் இருந்து ஒருவரை அனுப்பியிருந்தார். அவர் அந்த நபரிடம் கொடுதனுப்பியிருந்த நாவலைப் படித்துப் பார்த்து அதை வெளியிட்டோம். அப்போது அவர் வந்தார் அவர் தம்பி சைதாப்பேட்டையில் இருந்தார் அவரும் வந்தார். அதிலிருந்து வீட்டுக்கெல்லாம் வருவாரு, பேசுவாரு. ரொம்ப அன்பா பேசுவாரு. ரொம்ப உரிமையோட பேசுவாரு. அப்பத்தான் கேட்டாரு வீடுபேறு கதையைப் பற்றிச் சொன்னதை.

எஸ்.சண்முகம்: நகுலனின் நாவல்கள், சிறுகதைகளைப் பற்றி....?

மா.அரங்கநாதன்: நினைவுப் பாதை, நவீனனின் டைரி, வாக்கு மூலம் மூன்றுமே எனக்கு ரொம்ப பிடிக்கும்.

எஸ்.சண்முகம்: நகுலனிடமிருந்து எந்த அம்சம் உங்களுக்குப் பிடித்திருக்கிறது?

மா.அரங்கநாதன்: அவரே என்ன எழுதினோம்னு எனக்கே தெரியாது என்கிறார். அப்படி இருக்கும்போது, நானும் அனுபவிக்கிறேன். அவருடைய நாவலைப் படிச்சா அதையே நானும் அனுபவிக்கிறேன். உண்மையைத் தவிர அதில வேற ஒன்னுமேயில்லை. மனித மன அலைகள் வெளிப்படக்கூடிய விதம் நகுலனுடைய நாவல் மாதிரி வேறு எதிலுமே இல்லை. வாக்குமூலத்தை விட, நவீனன் டைரி, நினைவுப்பாதையில் அது அதிகமாக இருக்கிறது. நகுலன் எழுத்தாளருடைய எழுத்தாளர், அத நாம எல்லாரும் ஒத்துக்கிட்டுத்தானாகணும். அந்த நிலைமை நமக்குக் கிடைச்சது. நம்முடைய காலத்திலேயே அவர் உயிரோட இருந்து எழுதினது பெரிய விஷயம். அவ்வளவு தூரம் அவர் படிச்ச அங்கிலம், சமஸ்கிருதம் எல்லாம் படிச்சும் தமிழ் மீது அவருக்கிருந்த ஆர்வம் போகல. சமஸ்கிருதத்த நல்லா பெருமைப்படுத்தினார். ஆங்கிலத்தில் நல்லா எழுதினார். தமிழை அவர் இது பண்ணவேயில்லை. மற்றவங்க கொஞ்சம் சமஸ்கிருதம் படித்தாலே போதும் 'தமிழை' அது, இது என்பார்கள். அப்படிப்பட்ட ஒரு நிலைமை நகுலனிடம் இல்லை.

எஸ்.சண்முகம்: இலக்கியம் குறித்து நிறைய சிந்தித்திருக்கிறீர்கள். இலக்கியம் தவிர, வேறு எதில் உங்களுக்கு ஆர்வமிருந்தது?

மா.அரங்கநாதன்: இலக்கியம் பற்றிய சினிமாக்கள். அப்படியென்று வேண்டுமானால் சொல்லலாம்.

எஸ்.சண்முகம்: கோவில்கள் உங்களுக்கு என்னவாக தோனுச்சு?

மா.அரங்கநாதன்: உலகத்திலேயே கோவில்கள் தமிழ்நாட்டில் தான் தென்நாட்டில் தான் வந்திருக்குது என்பது ஓர் ஆய்வு முடிவு. வட நாட்டில் கோவில்கள் கிடையாது தலம் தான் உண்டு. இங்குள்ள கோயில்களின் அடிப்படை உண்மைகளைக் கொண்டுதான் ஜெருசலம் கோவில் ஏற்படுத்தப்பட்டதுன்னு சிலபேர் சொல்றாங்க. அது உண்மையாயிருந்தா ரொம்ப பெருமைப்படலாம். சாலமன் காலத்திலேயே இங்கே கோவில் இருந்திருக்கிறது கோவிலைப் பற்றி, ஒரு லிங்கத்தைப் பற்றிய உள்ள தத்துவம் இருக்குதில்லையா, அதைத்தான் அவங்க எடுத்தாங்கன்னு சொல்றாங்க. பின்னர் வந்த பாப்புலரைஸ் பண்ண அந்த நாட்டு அரசன் சிலையை அரண்மனையில் வைத்திருக்கிறான் உருவ வழிபாடு, கோயில் இதுகளெல்லாம் தென்நாட்டில் தான் முதலில் ஆரம்பமாயிருக்குது.

பல கலைகள் அதைச் சுற்றியே நடந்திருக்குது. காவியம் பண்றது, கவிதை எழுதறது, இசை, நாட்டியம் இது எல்லாமே அந்தக் கோவிலைச் சுற்றியே நடந்திருக்கு. பரமேஸ்வரனைப் பற்றியோ, நாராயணனைப் பற்றியோ ஒரு கவிஞன் எழுப்பின கூத்துத்தானே இன்னக்கி பரமேஸ்வரனை காளை மாட்டு மேல உட்காரவச்சி கைலாயத்திலேயும், இவரை பாற்கடல் மேலேயும், கவிஞனுடைய கற்பனைத்தானே அது. அத ஏன் உண்மையென்று நினைக்கணும். அதுவே ஒரு நாவல்னு எடுக்கலாம். அதுவே ஒரு சிறுகதைன்னு எடுக்கலாம். அதுவே ஒரு கவிதைன்னு எடுக்கலாமில்லையா. கவிதைக்கும் மற்ற இலக்கிய கூறுகளுக்கும் அந்தக் கோவில் துணை புரிஞ்சிருக்கு. - கடவுள், கோவில் இரண்டுமே துணை புரிஞ்சிருக்கு.

கோவில் இந்த மாதிரிப்பட்டவை தமிழ்நாட்டுடன் தான் அதிகம் சம்மந்தம் உடையனவாக இருந்திருக்குது சமஸ்கிருதத்திலே ஆழ்ந்த பற்றுள்ளவர்கள் கூட இந்த உண்மையை மறுக்கல, அந்த விதத்தில் மறைவில்லை. வட நாட்டில் பின்னால் ஏற்பட்ட கோவில்கள் - மகாலட்சுமி கோவில், காசியில் உள்ள விஸ்வநாதர் கோவில் எல்லாம் பின்னால் கட்டப்பட்டது காசி விஸ்வநாதர் கோவில் லிங்கம் தான். அதற்கு ரொம்ப காலத்துக்குப் பின்னால் பலர் கட்டப்பட்டு செட்டிநாட்டு அரசர் கூட அங்க கோயில் கட்டியிருக்கிறார். மகாலட்சுமி கோயில் நாகரீகத் தன்மையுடையது அது. பிர்லா கட்டியது. மகாத்மா காந்தி காலத்தில் கட்டப்பட்டது. கோயில் என்கிற சமாச்சாரம் இங்கதான். சங்கரர் பசுபதிநாதர் கோயிலை ஏற்படுத்தினாரே ஒழிய அவருக்கு முன்னாலே கோயில் வந்திடுச்சு - சங்கரருக்கு முன்னாலேயே கோயில் வந்திடுச்சு. கிட்டத்தட்ட 1800 வருஷங்களுக்கு முன்னால - இப்ப இருக்கிற அடிப்படையைக் கொண்ட கோயில் நிர்மாணிக்கப்பட்டது இராமேஸ்வரத்திலே. இராமேஸ்வரத்திற்கும் இராமனுக்கும் எந்த சம்மந்தமும் கிடையாது, அந்த சமயத்தில கம்பனுக்கு முன்னால் இராமசாமி என்ற பெயரே தமிழ்நாட்டில் கிடையாது.

எஸ்.சண்முகம்: சைவ சித்தாந்தத்தின் பேரில் உங்களுக்கு ஆழ்ந்த ஈடுபாடு உண்டா?

மா.அரங்கநாதன்: தென்னாட்டுச் சித்தாந்தம் ஒரிஜினலா இருக்குன்னு நான் இன்னமும் நம்புகிறேன் - அத வைணவ சித்தாந்தம்னு நீங்க பிரிச்சாலும் சரி, திருமூலர் சொன்னபடி சைவ சித்தாந்தம்னு பிரிச்சாலும் சரி. எப்படி இருந்தாலும் தென்னாட்டுக்குன்னு ஒரு சித்தாந்தம் - அந்த இரண்டு சித்தாந்தங்களுமே இன்னொரு பெரிய

தத்துவத்திலிருந்து வந்ததுன்னு நினைக்கிறேன். சங்க காலத்திற்கு முன்பிருந்தே இருந்திருக்குது. அப்படி தத்துவம்னு ஒன்னு இல்லேன்னா புதுசா ஓர் இலக்கியம் - தனிப்பட்ட குணம் கொண்ட ஓர் இலக்கியம் தமிழ்நாட்டில் உருவாகி இருக்க முடியாது என்கிறேன் நான், இன்னைக்கி நீங்க கிரேக்க லிட்ரேசரோ, லத்தீனோ, ஈப்ருவோ - அங்க ஒரு தத்துவம் இருந்திருக்கு அப்படி இல்லைன்னா இலக்கியம் உருவாகியிருக்க முடியாது இங்லீஸ்காரங்க யாராவது சொல்றாங்களா - இங்லீஸோட தத்துவம் ஐரோப்பியத் தத்துவத்திற்கு உட்பட்டது. அது தனிப்பட்டதில்லை. இதை இந்திய தத்துவம்னு நீங்க எடுப்பீங்ககளா? இந்தியாவுக்குன்னு ஒரு தத்துவமிருந்தது அதுதான் இந்த சைவ சித்தாந்தம் என்று உங்களால் சொல்ல முடியுமா? இந்திய தத்துவயியல் என்று சொல்லலாம். பல தத்துவங்கள் இருக்கு.

எஸ்.சண்முகம்: சங்க இலக்கியம் நீங்கள் தொடர்ந்து படித்ததில் தமிழர்களின் வாழ்வியல் சித்தாந்தம் என்னவாக இருந்திருக்கும் என்று நீங்கள் நினைக்கிறீர்கள்?

மா.அரங்கநாதன்: சங்க இலக்கியத்திற்கு முந்தியே தமிழர்களிடம் இந்த சித்தாந்தம் இருந்திருக்கணும். அத நிரூபிக்க முடியாது. ஆனா அதனுடைய நிழல் வந்து சங்க இலக்கியத்தில நமக்குத் தெரியுது. சில குறிப்பிட்ட,

'யாயும் யாயும் யாராகிரோ'

'யாருமில்லை தானே கள்வன்'

பூங்குன்றன் இதிலேயும் வருதில்லையா, "நான் உங்ககிட்ட வாரேன்ங்கிறான்" அவன். நீங்கள்லாம் ஒற்றுமையா இருங்கன்னு சொல்லாம 'நான் உங்ககிட்ட வாரேன்னு' சொல்றது இந்த மாதிரிப்பட்ட பாடல்கள் மூலமா தமிழர்களுடைய தனித் தத்துவம் இருந்திருக்கணும் - அது என்னான்னு தெரியல. அதுக்குப் பேருகீரெல்லாம் கெடையாது. சைவ சித்தாந்தம் என்ற பேரை வந்து லேட்டரா நாம கொடுத்துக்கிட்டதுதான். அப்படியெல்லாம் ஒன்னும் கெடையாது. திருமூலருடைய சைவ சித்தாந்தத்திலே நாவுக்கரசர், அப்பரை எல்லாம்கூட சொல்லல. இது சமயமா அவங்க வச்சிக்கிட்டாங்க.

இராமனுஜர் இவங்கள்லாம் வந்து சமயங்களா ஆக்கிட்டாங்க பிரிச்சிட்டாங்க. அதையும் வைதகீகமா எடுத்துக்கிட்டாங்க இரண்டு பிரிவினரும். இதையுமே வைதீகமா எடுத்துக்கிட்டாங்க. அது ஒரு

பெரிய அநீதி இங்கே உன்னை எதிர்த்து நான் போரிடணும்னா என்னையும் உங்கட்சியோட சேர்த்திடறது. அது ரொம்ப சுலபமா போச்சுதில்லையா? இது மாதுரி ஐரோப்பாவில் பார்க்க முடியாது. கத்தோலிக், புரோடஸ்டன்ட் என்று இருந்தாலும் அதில ஒரு தனித்தன்மை நல்லாத் தெரியும்.

எஸ்.சண்முகம்: சைவ சித்தாந்தத்தில் தேவாரம், திருவாசகத்தை ஒன்றாகவும், திருமந்திரத்தை ஒன்றாகவும், பதிநான்கு சைவ சாஸ்திரங்கள் சிவஞானபோதம் போன்றவை - சைவ சாஸ்திரங்கள் சைவ சித்தாந்தத்தைத்தானே போதிக்குது?

மா.அரங்கநாதன்: இப்ப பின்னாடி 18 ஆம் நூற்றாண்டு வரைக்கும் நமக்கு உமாபதி சிவாச்சாரியார். அவரு, இவரு, மெய்கண்டர் இதெல்லாம் நிறைய வந்திருக்கு. அதெல்லாம் எடுத்துக்காட்டுகள்தான். ஆனால் ஒரிஜினலா ஒரு தத்துவம் ஒன்று உருப்பெற்றால்தானே இந்தமாதிரி பல நூல்கள் வந்திருக்கணும். அப்படிப் பார்த்தோம்னா மாணிக்கவாசகரில் உள்ள சில குறிப்புகள், நம்மாழ்வாரில் உள்ள சில குறிப்பு, திருமூலர் ப்ளைனா சொல்லிவிடுகிறார் அந்தக் குறிப்பு, அதுக்கும் முன்னாலே இளங்கோவடிகள் சொன்ன சில குறிப்புகள், காளிதாஸன் மாதிரி சமஸ்கிருத புலவர்கள் - காளிதாஸன் 'வேடன்' என்று சொல்றாங்க. அவங்க கூட ஒரிஜினலா இங்கேயிருந்து போனவனா கூட இருக்கலாம் - அந்த மாதிரிப்பட்ட சில குறிப்புகள் ஓர் ஒரிஜினலான தத்துவம் வேத நாகரீகத்திற்கு முன்னால் இங்க இருந்திருக்குன்னு தான் சொல்லணும். அதனுடைய சில கோட்பாடு – சில நிழல்கள் வந்து சங்க இலக்கியத்துல தெரியுது. இதெல்லாம் நல்லா படிச்சு அறிந்துதான் திருமூலர் அதுக்கு ஒரு பேரைக் கொடுத்திட்டாரு. "சைவ சித்தாந்தம்"னு பேரைக் கொடுத்திட்டாரு. அவரு செய்தது ஒரு வகையில் நல்ல காரியம். ஒரு வகையில் அவ்வளவு இது இல்ல. அது பிரிவினையா போயிடிச்சு. 'இதையெல்லாம் படிக்கிறது ரொம்ப கஷ்டமாயிருக்கு பகவான் கால்ல விழுந்துடு' வேண்டாம்னு ஸ்ரீபெரும்புதூரிலிருந்து பெரிய மனுஷன் சொல்லிட்டாரு - இராமானுஜர்.

எஸ்.சண்முகம்: நீங்கள் உணர்ந்த - உங்களை பாதித்த சைவ சித்தாந்த கூறுகள், உங்கள் கதைகளில் எப்படி வந்திருக்குது? சைவ சித்தாந்த கூறுகள் அல்லது உங்கள் வாழ்க்கையில் தட்டுப்பட்டிருக்குறதா? அது உங்கள் கதைகளை பாதித்திருக்கிறதா?

மா.அரங்கநாதன்: சில குறிப்பிட்ட கதைகளில் என்னை அறியாமலேயே அது வந்திருக்கிறது என்று சொல்லலாம்.

கணையாழியில் நான் முதன்முதல் எழுதின 'அரணை' என்கிற கதை கொஞ்ச நேரத்துக்கு முன்பு பேசின 'வெள்ளைக் கண்ணாடி'.

எஸ்.சண்முகம்: அந்த 'வெள்ளைக் கண்ணாடி'யில் சைவ சித்தாந்த கூறுகளில் நீங்கள் உணர்ந்ததை என்ன என்று சொல்லுங்கள்?

மா.அரங்கநாதன்: விட்டு விலகுகிறான், அது இருப்பது பெரிய விசேஷம். இது வேண்டாம் எனக்கு என்று அவன் போய்க்கொண்டே இருக்கிறான்.

எஸ்.சண்முகம்: அதில் எல்லாம் ஒரே வெள்ளையா தெரியுதுன்னு சொல்றீங்களே.

மா.அரங்கநாதன்: வெள்ளையா தெரியணும்னு அவன் ஆசைப்படுகிறான், அது அவனுக்கு நடக்கலன்னா வேண்டாம்னு சொல்லக்கூடிய தன்மை அவனுக்குக் கிடைக்குது.

எஸ்.சண்முகம்: அப்போ அது விலகி போவதுதானே?

மா.அரங்கநாதன்: விலகி போகல - தேவையில்லை அவனுக்கு. அதைப்பற்றி கவலையில்லை.

எஸ்.சண்முகம்: அப்போ அது விலகி போவதென்பதில்லையா?

மா.அரங்கநாதன்: விலகி போறதா - போறதில்லையா என்று அவன் கவலைப்படாத சமயத்தில் நாம அதைப்பற்றி ஏன் விவாதம் பண்ணனும்.

எஸ்.சண்முகம்: இந்த விலகிப் போகாம, அது தேவையில்லை என்கிற மனோபக்குவம் உங்களுக்கு இருக்கா?

மா.அரங்கநாதன்: எல்லாமே வெள்ளையா இருந்தா நல்லதுன்னு நான் நினைக்கிறேன். வெள்ளையாக்கூட இல்ல. கருப்பாயிருந்தா - எல்லாமே ஒரே கலரா இருந்தா நல்லா இருக்கும்னு நான் நினைக்கிறேன்.

எஸ்.சண்முகம்: நீங்க சொல்றிங்க இல்லையா, அவன் அதைவிட்டு விலகிப் போயிடறான்னு...

மா.அரங்கநாதன்: அவனுக்கு அதைப்பற்றி சிந்திக்கக்கூடிய அளவுக்கு பார்மலேட் பண்ணி, ஒரு தத்துவத்தையும் கீழே கொண்டுவந்து - அதெல்லாம் பண்ணி - ஏதோ ஒன்னு - நாம சொல்றபடி ஒரு தியரியை வச்சுக்கிட்டு - கோட்பாட வெச்சுக்கிட்டு அதன்படி சிந்தித்து அந்தக் கொள்கையை அவன் கொண்டு வரல. இவனுக்கு இயற்கையோட அந்த மாதிரி ஒரு மனநிலை ஏற்பட்டிருக்கு. அதை ரொம்பப் பாராட்டணும்.

எஸ்.சண்முகம்: உங்க சொந்த வாழ்க்கையில் - தேவையில்லை என்று விட்டு விலகும் தன்மை இருந்திருக்கிறதா?

மா.அரங்கநாதன்: அப்படிப்பட்ட ஒரு கணம் எனக்கு அமைந்திருக்குமானால், 'வெள்ளைக் கண்ணாடியில்" அந்த முத்துக்கறுப்பன் செய்ததைத்தான் நானும் செய்திருப்பேன். அந்தச் சீட்டைக் கிழித்து அவருடைய தலையில் போட்டுட்டும் போயிருப்பேன்.

எஸ்.சண்முகம்: ஆனா அந்த கணம் அமையல...

மா.அரங்கநாதன்: ஆமாம். அமையுதோ அமையலையோ, அது வேறு விஷயம். ஆனா அந்த மாதிரி ஒரு தன்மைக்கு எதிரா இருக்கக்கூடிய ஒரு நிலைமையை யாராவது எனக்குச் சொன்னாங்கன்னா, அப்படி ஏதாவது நடந்தது என்றால் அது வேண்டாம் என்று சொல்லிவிட்டு அந்தப் பாதையிலே நடந்துக்கிட்டே இருப்பேன் - வேற ஏதாவது தென்படும் அப்படியென்ற நம்பிக்கையோடு போய்க்கொண்டே இருப்பேன்.

எஸ்.சண்முகம்: அப்படி ஏதாவது விட்டு விலகியிருக்கிறீங்களா நீங்க?

மா.அரங்கநாதன்: எத்தனையோ தடவை நடந்திருக்கலாம்.

எஸ்.சண்முகம்: கதையில சொல்ற மாதிரியே சொல்றீங்க...

மா.அரங்கநாதன்: நடந்திருக்கிறத எல்லாம் ஞாபகம் வைத்திருக்கிறது நல்லதில்லையே...

எஸ்.சண்முகம்: அத சொல்லாமலே இருந்தாலும் நல்லதில்லையே...

மா.அரங்கநாதன்: அது அந்த ஞானத்தன்மை முழுமையாக கை கொடுக்காததினால் சொல்லிக்கிட்டிருக்கிறோம்.

எஸ்.சண்முகம்: தமிழர்களுக்கான தத்துவம் - தமிழர்களுடைய இலக்கியத் தத்துவ பின்புலம் என்பது ஜைனம், பௌத்தம் எல்லாம் சேர்ந்த கூட்டு பிம்பம்தானே?

மா.அரங்கநாதன்: ஜைனம், பௌத்தம் எல்லாம் பிரிட்டிஷார் வந்த பின்பு ஏசியாடிக் ரிலிஜியன் என்று இந்து ரிலிஜியன் என்ற போர்வையில் அத புகுத்திட்டாங்களே ஒழிய - திருவாசகத்தில் மாணிக்கவாசகர் : புத்தன்-புரந்தரன் எல்லாருமே வணங்கின சிவன்: என்று சொல்கிறார். பணியா என்னும் குழு தமிழ் குரூப். அவங்க விவசாயிங்க இங்க வந்திருக்காங்க. இந்த மாதிரி பல எவிடன்ஸ்

இருக்கு. இந்தியாவே ரொம்ப கன்பியுசிட் கன்ட்ரி. அவற்றையெல்லாம் வைதீக மதத்துக்கு எதிரா எடுத்துக் கொள்ளலாமே ஒழிய, வேற ஒன்னுமில்லை. பிரிட்டிஷாரின் தயவில்தான் நமக்கு இந்து ரிலிஜியன் என்று ஒரு பேரு கிடைச்சிருக்கு. 1902-ல் விக்டோரியா மகாராணிதான் 'இந்து ரெகுலேடரி ஆக்ட்' ரெசலூஸன் பாஸ் பண்ணாங்க. என் சர்ட்டிபிகேட்டில் இந்து என்று போட்டிருக்குது. என் தாத்தா பெயர் சிவசங்கரன். அவரும் முருகன் கோயிலுக்குத்தான் போனாரு. வைத்தீஸ்வரன் கோயிலுக்கும் போயிருப்பாரு. அவர் சர்ட்டிபிகேட் வாங்கியிருந்தா என்ன போட்டிருப்பான். இந்து என்று போட்டிருக்க முடியாது. அவர் திருச்செந்தூர் முருகன் கோயிலுக்குப் போகக்கூடிய ஆளு. அவருக்கு என்ன மதம்' என்று பேரு கொடுக்க முடியும்? ஏதாவது ஒரு பேருதான் கொடுக்க முடியும்.

எஸ்.சண்முகம்: தொல்காப்பியத்தில் அந்தணர்கள் இருக்கிறார்களே?

மா.அரங்கநாதன்: அந்தணர் என்னும் சொல் தமிழ்ச் சொல்லாச்சே.

எஸ்.சண்முகம்: ஓதலும், ஓதுவித்தலும் அந்தணர் தொழில். அந்தணர்கள் என்ன ஓதினாங்க? என்ன ஓதுவித்தாங்க?

மா.அரங்கநாதன்: ஓதல் என்றால் படிப்புச் சொல்லித் தருவது. நீங்க வேதம் ஓதுதல் என்று எடுத்துக் கொண்டால் எப்படி?

எஸ்.சண்முகம்: ஓதல் என்பது குறித்து தமிழில் எங்கேனும் குறிப்பு இருக்கிறதா?

மா.அரங்கநாதன்: குறிப்பிட்டு இருக்கிறது. வாஸ்தவம். எந்த ஓதல், எந்த வேதம். ரிக் வேதம் மட்டும்தான் வேதமா? 'தம்மபதம்' வேதம் இல்லையா? "கிருஸ்துவ நண்பர்கள் 'பைபிளை' என்ன சொல்வாங்க? வேதம் இல்லைன்னா சொல்வாங்க? வேதாகமம் என்று அதிகமாக சொல்வது கிறிஸ்துவ நண்பர்கள்தான். வேதம் என்கிற வார்த்தையே மறைமலை அடிகளார் என்ன சொல்கிறார் என்றால், வித்து என்பதில் இருந்து வந்தது எல்லாவற்றையும் அடக்கி இருக்கிறது. அதனால வித் - அது சமஸ்கிருதத்திற்கு வித்துன்னு போய், விதா, வேதான்னு மாறுச்சுன்னு சொல்றாரு. அதை ஒப்புக்கொள்றது வேறு விஷயம்.

எஸ்.சண்முகம்: உங்களுக்கு இசை கேட்கும் பழக்கம் உண்டா? என்ன வகையான இசை பிடிக்கும்? என்ன மாதிரியான இசை கேட்பீங்க?

மா.அரங்கநாதன்: பெரிய அளவில் ஈடுபாடு கிடையாது. கச்சேரி, திரைப்படப் பாடல்கள் கேட்பேன். எம்.எஸ், பட்டம்மாள், மதுரை

சோமு பாடல்கள் கேட்பேன். என்ன ராகத்தில் அந்த பாடல்கள் அமைந்திருக்கின்றன என்று கண்டுபிடிக்கத் தெரியும். இசைதான் கலைகளுக்கு எல்லாம் அடிப்படை என்பது என் நம்பிக்கை. வார்த்தைகளே இல்லாமல் வெறும் ஒலி மூலமாக சொல்லப்பட்ட முதல் கலை வடிவம் அல்லவா. அது மிகவும் வலுவானது என்பது என் நம்பிக்கை. இசை ஓவியம் அதாவது ஒலியும் ஒளியும். அவைதான் எல்லா கலைகளிலும் முதன்மையானவை. அடிப்படையானவை. அதிலேயே அதிக ஆழம் வரை அறிந்து பார்க்கும் அறிவு எனக்கு இல்லை. அதனால அது அடைபட்டுவிட்டது என்று சொல்லலாம்.

எஸ்.சண்முகம்: தேவார இசை பற்றிச் சொல்லுங்கள்...

மா.அரங்கநாதன்: உண்மையான தமிழ் இசையானது கோயில்களில் பாடும் ஓதுவார்களிடம் தான் இருக்கிறது என்பது என் நம்பிக்கை. கோயில் இருந்திருக்கவில்லையென்றால் இசை, ஓவியம், சிற்பம், நாட்டியம் போன்ற எந்தக் கலையுமே இருந்திருக்க முடியாது. எந்தவித ஆதாய நோக்கும் இல்லாமல் அந்தக் கலைஞர்கள் அதையெல்லாம் செய்து வந்திருக்கிறார்கள். அதை நாம் கட்டாயமாக ஏற்றுக் கொண்டாக வேண்டும்.

எஸ்.சண்முகம்: குறிப்பாக ஏதாவது ஒரு பாடகருடைய குரல், பாடல் உங்களுக்குப் பிடிக்குமா?

மா.அரங்கநாதன்: மதுரை சோமுவின் இசை மிகவும் பிடிக்கும். கன்னடமா, தெலுங்கா தெரியவில்லை. யமன் கல்யாணி ராகத்தில் அமைந்த பாடல். "கிருஷ்ணா நீ பேகனே பாரோ" என்ற பாடல். அந்த ராகம் எனக்கு மிகவும் பிடிக்கும். கந்தா நீ இங்கு வாராய் என்று தமிழ்படுத்திக் கூட ரசிப்பேன்.

எஸ்.சண்முகம்: நீங்க நிறைய மொழிபெயர்ப்புகளும் செய்திருக்கிறீர்கள் அல்லவா?

மா.அரங்கநாதன்: ஆமாம் சுபமங்களாவில் வெளியாகியிருக்கின்றன.

எஸ்.சண்முகம்: கூகி வா தியாங்கோவின் சிலுவையில் தொங்கும் சாத்தான் நீங்கள் மொழி பெயர்த்ததுதானே?

மா.அரங்கநாதன்: பாதி அளவுக்கு நான் பண்ணினேன். திருமண வேலைகளினால் அதைத்தொடர முடியாமல் போய்விட்டது... சுபமங்களா, புதிய பார்வை பத்திரிகைகளில் என் மொழிபெயர்ப்புகள் வந்திருக்கின்றன. புதிய பார்வை அசிரியர் பாவைச் சந்திரன் ரீடர்ஸ் டைஜஸ்ட் போன்ற பத்திரிகைகளில் இருந்து மொழிபெயர்த்துத்

தரச்சொல்லுவார். கோமல் நிறைய எழுதித்தரச் சொல்லுவார். மொழிபெயர்த்துத் தந்திருக்கிறேன். பெரிதாக முழு நாவல்கள் என்று எதுவும் செய்ததில்லை.

எஸ்.சண்முகம்: தமிழில் முதன் முதலாக வெளிவந்த மாயூரம் வேதநாயகம் பிள்ளையின் பிரதாப முதலியார் சரித்திரம், ராஜம் அய்யரின் கமலம்பாள் சரித்திரம், பத்மாவதி சரித்திரம், பிரேம கலாவைத்தியம் - அந்த நாவல்களைப் படித்திருக்கிறீர்களா?

மா.அரங்கநாதன்: படித்திருக்கிறேன்.

எஸ்.சண்முகம்: மாயூரம் வேதநாயகம் பிள்ளையின் பிரதாப முதலியார் சரித்திரத்தில் இருக்கக்கூடிய சில கூறுகள், நீங்கள் சொல்லுவதுபோல் கிராம வாழ்க்கையில் - கிராம வாழ்க்கையின் பின்னணியில் இருக்கக்கூடிய கூறுகள், அதில் வரக்கூடிய புலி வேஷம் பற்றிய விஷயம், அந்தக் காலத்து வாழ்க்கை முறையெல்லாம் அவர் எழுதுகிறார். ஆனால் அவருகிட்டேயும் ஒரு 'பகடி' செய்யற தன்மை இருந்துகிட்டே இருக்குது. அது பெரும் பகுதி இராஜம் அய்யரில் இல்லை. மாயூரம் வேதநாயகம் பிள்ளை, ராஜம் அய்யர், அ. மாதவையா, பிரேமகலா வைத்தியம் எழுதியவர்கள் இவர்கள் நாவலை முதன்முதலில் படிக்கும்போது, இந்த நாவல்கள் உங்களுக்கு என்ன பாதிப்பை ஏற்படுத்தியது, நாவல் படிக்கணும் என்னும் பாதிப்பை ஏற்படுத்தியதா? இதற்கும் முன்னாடி, இன்னொரு கேள்வியும் சேர்த்துக் கேட்டுக்கிறேன். புதுமைப்பித்தனுக்கு முன்னாடி நான் படித்த கதைகளை எழுதினவர்கள் ஆங்கிலக் கதைகள் மாதிரியே தமிழ்கதைகள் எழுதினார்கள் என்று சொல்கின்றீர்கள். ஆனால் சிறுகதை வடிவம், நாவல் வடிவம் இரண்டையுமே ஆங்கில வடிவத்திலிருந்துதானே நாம் எழுதப் பழகினோம். அதற்கப்புறம் ஓர் இருபது, இருபத்தைந்து வருஷம் இந்த சிறுகதைகள், நாவல்கள் எழுதினது, அது தானாகவே தமிழ் மரபுப்படி ஒரு தமிழ் மரபாக மாறுது. இந்த நாலு நாவலாசிரியர்கள் பற்றிச் சொல்லுங்கள்...

மா.அரங்கநாதன்: முதல் நாவலாசிரியர்கள் என்று சொல்லும்போது நான் வேதநாயகம் பிள்ளையின் பிரதாப முதலியார் சரித்திரம் படிக்கும்போது, அது மற்றவர்கள் சொல்லிப் படித்ததல்ல. அது எங்களூரில் ஒரு பெரிய மனிதரிடம் அந்தப் புத்தகம் இருந்தது. அதைப் படிக்கக்கூடிய வாய்ப்பு எனக்குக் கிட்டியது. அப்போது அதைப்பற்றி, இந்த நாவல், வடிவமைப்பு இவைகளைப் பற்றித் தெரிந்து கொள்ளாமல் இருந்தாலும் கூட, அதில் மற்ற

கோதைநாயகியம்மாள் மற்றவர்களிடமிருந்து படித்தேன் அது அதில் இல்லையென்று தெரிந்தது இப்படி வேண்டுமானால் சொல்லாம். 'டான் க்யூஹோட்டே' அல்லது 'டாம் லஜோன்சையோ' அதைப் படித்து அந்த பாதிப்பில் அதை எழுதினார் என்று அப்போது தெரியாது. ஆனால் தமிழில் எழுதி வந்த மற்றவர்களிடமிருந்து மிகவும் மாறுபட்ட ஒன்றை அவர் கொண்டு வந்திருக்கிறார் என்பதை நான் நிச்சயமாகத் தெரிந்து கொண்டேன். அதில் அறவழி - அறம் இவைகளைப் பற்றிப் பேச ஆரம்பித்தாலும் கூட சாதாரணமாக எல்லாக் கதைகளிலும் இருக்கக்கூடிய அறநெறிகள் இவற்றை உபன்யாசம் பண்ணுவது போல் சொல்லியிருந்தாலும் கூட, அதில் ஒரு கதையம்சம் வேறுவிதமாக இருந்தது என்பதை என்னால் தெரிந்துகொள்ள முடிந்தது. க.நா.சு. சொன்ன பிற்பாடோ அல்லது சி.சு.செல்லப்பா சொன்னப் பிற்பாடோ, பிற்காலத்தில் விமர்சகர்கள் எழுதியது போல் 'டாம் லோன்ஸ்சிலிருந்து, டான் க்யூஹோட்டே'யிலிருந்து இதெல்லாம் பிற்பாடு படித்தது. ஆனால் முதன்முதலாக என்னுடைய கிராமத்தில் அந்தப் புத்தகத்தைப் படிக்கும்போது இலக்கிய ஞானம் இல்லாத கிழவர்கள் கூட அதைப் படித்து சிரித்திருக்கிறார்கள். அப்பொழுது அதில் இந்த மண்ணோடு சம்மந்தம் இருக்கிறது என்று நினைத்துப் பார்க்கும்போது தெரிகிறது. ஆனால் இலக்கிய ரீதியாக திறனாய்வு பண்ணும் போது 'டாம் ஜோன்ஸ்' சமாச்சாரம் எல்லாம் அப்பொழுது தெரியாது. மற்றவர்கள் இந்த வை.மு. கோதைநாயகி, ஆரணியார், வடுவூரார், ஜே.ஆர். ரங்கராஜு இவைகள் இல்லை என்பதை மட்டும் என்னால் சொல்ல முடிந்தது.

எஸ்.சண்முகம்: அந்த நாவலைப் படிக்கும் போது தன்னையும் அறியாமல் சிரித்தார்கள் என்று சொல்கிறீர்கள். இல்லையா? நவீன நாவலாக இருக்கட்டும், உலகின் முதல் நாவல்கள் எல்லாவற்றிலுமே, சொல்லக்கூடிய எல்லாவற்றிலுமே இந்த மாதிரியான 'நகைத்தல்' என்று சொல்ற ஒரு விஷயத்தைப் பற்றிப் பேசறாங்க. தமிழினுடைய துவக்க நாவல்களில் இந்த மாதிரி நகைத்தல் நமக்கு இருக்கிறது இல்லையா?

மா.அரங்கநாதன்: ஆமாம்.

எஸ்.சண்முகம்: நீங்க அந்த விஷயங்களைப் படித்து அந்த நகைத்தல் உங்களுக்கு வரும்போது, அந்த நாவல்களில் இந்த நகைத்தல் உருவாக்கக்கூடியது அந்தக் கதையாடல் எழுதுகிற பாணியால வருகிறதா, இல்லை அவங்க சித்தரிக்கக்கூடிய

பின்னணியில் இருக்கக்கூடிய வாழ்க்கையிலிருந்து இந்த வகையான 'நகைத்தல்' உங்களுக்கு வருகிறதா?

மா.அரங்கநாதன்: அதைக் கேட்டவர்கள் அந்தச் சித்தரிப்பிலிருந்தும் தங்களுடைய வாழ்க்கையிலிருந்தும் ஏதோ ஓர் ஒற்றுமையைக் கண்டார்கள். இவ்வளவுதான் சொல்ல முடியும். பிற்காலத்தில் அது எதிலிருந்து எடுக்கப்பட்டது, எந்த மாதிரிப்பட்டது என்பதை நாம் தெரிந்து கொண்டாலும் கூட அந்த சமயத்தில் ஒரு சின்ன துணுக்கைக் கூட அவர்கள் பெரிதாய் நினைத்தார்கள். கம்ப ராமாயணத்தைக் கூட அவர்கள் கவிதையைப் பற்றித் தெரிந்தல்ல ரசிப்பது. சின்ன விஷயத்தை,

"வந்து நின்றானை
எதிர் நின்றானை வணங்கினான்"

என்று ஒருவரி இருந்துவிட்டால், வந்து நின்று வணங்கியது யார்? குகனா, பரதனா? என்பதை ஒரு மணிநேரம் சர்ச்சை பண்ணுவார்கள். அது கவிதையாகவல்ல. ஏதோ இருக்கிறது என்று மனதுக்குப் பட்டிருக்கு. ஏதோ இருக்கு எதனால் நாம் ரசிக்கிறோம் என்பது அவர்களுக்குத் தெரியாது. அப்படிப்பட்ட ஒரு நிலைமை கவிதையில் மட்டுமல்ல, நாவலிலும், குறிப்பாக வேதநாயகம் பிள்ளை நாவலிலும் நிச்சயமாக இருந்திருக்கிறது என்று நான் அனுபவப்பூர்வமாக உணர்ந்திருக்கிறேன்.

எஸ்.சண்முகம்: அவர்கள் சிரிக்கும் போது தன்னுடைய வாழ்வில் இருக்கக்கூடிய ஒரு விஷயத்தையும் அந்த நாவலில் இருக்கக்கூடிய ஒரு விஷயத்தையும் அவங்க தொடர்புப்படுத்தித்தான் சிரிப்பு வருகிறது என்று சொல்றீங்க. வாசகன் அந்த நாவலைப் படிக்கும்போது அவர்களுடைய வாழ்க்கையில் சில விஷயங்களை அந்த நாவலுடன் பொருத்திப் பார்ப்பதும்...

மா.அரங்கநாதன்: நேரடியான அனுபவப்பட்டுத்தான் இதைப் பண்ண வேண்டும் என்றில்லை. இப்படியும் இருக்கலாம் என்று நினைக்கக் கூடிய பாணிதானே எல்லோருக்கும்.

எஸ்.சண்முகம்: அந்த நாவல் பிரதியைப் படிப்பதன் மூலம் ஒரு 'நகைத்தல்' கிடைக்குதுன்னா, நாவலும் நாவலை வாசிப்பவனும் சேர்ந்து நிகழ்த்துகிற ஒரு வாசிப்பு நிகழ்த்துதல் என்கிறீர்களா?

மா.அரங்கநாதன்: அந்தக் கதைப்பின்னல் ஒவ்வொரு சம்பவமாகச் சொல்லும்பொழுது சிலது வந்து புதியதாக இருக்கலாம். ஆனால் சில வடிவங்கள் அவர்களுடைய வாழ்க்கையோடு சம்மந்தப்பட்டிருக்கிறது. அப்போது புதியதாகத் தெரிந்து

கொண்டதையும் அவர்கள் ரசிக்கிறார்கள். ஏற்கனவே தெரிந்து கொண்டதையும் அவர்கள் ரசிக்கிறார்கள். இப்படிப்பார்க்கும் போது பிரதாப முதலியார் சரித்திரத்தில் ரசிப்பதற்கு ரொம்பவும் இருந்திருக்கிறது என்பது பெரியவர்களுடைய எண்ணம். அவர்கள் இலக்கிய ஞானம் பெற்றாலும் பெறாவிட்டாலும் கம்ப ராமாயணத்தை ரசிப்பதைப் போல.

எஸ்.சண்முகம்: கம்ப ராமாயணத்தை ரசிப்பது போல என்று சொல்றீங்க. தமிழ் மொழியின் பிற காப்பியங்களான சிலப்பதிகாரம், மணிமேகலை போன்றவற்றையும் இப்படியேதான் ரசிக்கிறார்களா?

மா.அரங்கநாதன்: அந்தக் காலத்தில் கம்ப ராமாயணத்தை ரசிப்பதைப் போல சிலப்பதிகாரம், சீவகசிந்தாமணி, மணிமேகலை இவைகளை எல்லாம் எடுத்துக் கொள்ளவில்லை. பெரிய புராணத்தை சில குறிப்பிட்ட காரணங்களுக்காக. அவர்கள் சைவர்களாக இருப்பார்கள். கட்டாயம் படிக்க வேண்டும் என்னும் மனநிலையில் ரசித்துக் கொண்டிருந்தார்கள். கம்ப ராமாயணத்தை கவிதையைப் பற்றித் தெரியாத ஒருவர்கூட அதை இரசிக்க முடிகிறது.

எஸ்.சண்முகம்: பெரிய புராணம் காப்பியம் இல்லையே. சைவ பெரியார்களின் வாழ்க்கை வரலாறுதானே?

மா.அரங்கநாதன்: அவர்களுக்கு சைவ பெரியார் வாழ்க்கை வரலாறு, இது கம்பர் எழுதிய ராமாயணம், கதையினுடைய பிரதி என்பதைப் பற்றியெல்லாம் அவர்களுக்குக் கவலையில்ல. பிரதி பண்டிகை நாள்களிலே பிரசங்கம் மாதிரி செய்யப்படும். அவர்கள் புத்தகத்தையா படித்தார்கள். சொல்வதைக் கேட்கிறார்கள். திருவிழாக் காலங்களில் ஒன்றாவது நாளிலிருந்து தேரோட்டம் வரை கம்பராமாயணம் அல்லது பெரிய புராணம் பிரசங்கம் நடக்கும். அதை பூராவும் உட்கார்ந்து கேட்பார்கள். பெரிய மனிதர்கள் என்று பெயரெடுத்தவர்கள் கட்டாயம் அங்கே வந்து உட்கார வேண்டும். அப்போதுதான் பெரிய மனிதர் ஸ்தானம் தொடர்ந்து கிடைக்கும். அப்படி வந்து உட்கார்ந்தவர்களில் உண்மையான ரசிகர் - அவங்களையும் அறியாமல் அந்தக் கவிதை வரிகளை, அவர்கள் பிறகு சொல்லி கேட்டிருக்கிறேன் நான்.

எஸ்.சண்முகம்: சிலப்பதிகாரம், மணிமேகலையில் இருக்கக்கூடிய கவிதை அம்சத்திற்கும், கம்ப ராமாயணத்தில் இருக்கக்கூடிய கவிதை அம்சத்திற்கும் என்ன வித்தியாசம் பார்க்கின்றீர்கள்?

மா.அரங்கநாதன்: கம்பனுடைய கவிதை உண்மையிலேயே உலகக் கவிதைகளோடு - நாம் பிற்காலத்தில் ஒப்பீடு பண்ணி பார்க்கும் போது கம்பனுடைய கவிதைத் தன்மை உலகத்தரத்தில் இருக்கிறது. சிலப்பதிகாரத்தில் கவிதையானது மேம்பட்டு இருந்தாலும் கூட அவருக்கு அதைத் தவிர வேறு சில பணிகள் இருக்கின்றன. நாம் அதை வேறொரு - கதைப் பின்னல் வடிவம் அங்கே ரொம்ப முக்கியம், இங்கே ராமாயணத்தில் அவர் ஏற்கனவே தெரிந்த கதை - இராமாயணம் என்பது ஏற்கனவே தெரிந்த கதை - சிலப்பதிகாரம் பேகன் - கண்ணகிக் கதை என்பதை நாட்டிலே பரவலாக தெரியாத இருந்த ஒன்றாக இருந்ததை இவர் மதுரைக்குப் போன கோவலன் - கண்ணகி கதையாக மாற்றிச் சொல்லும் போது, இவர்கள் தமிழில் உள்ள நாட்டியம், இசை, ஊர்கள், ஊரிலுள்ள ஆறுகள், அங்குள்ள தெருக்கள் இவைகளை எல்லாம் சொல்ல வேண்டிய அவசியம் தமிழ் நாட்டிலுள்ள விஷயங்களை சொல்ல வேண்டிய அவசியம் இளங்கோவுக்கு இருக்கிறது.

எஸ்.சண்முகம்: கம்பருக்கும் இருக்குதே...

மா.அரங்கநாதன்: கம்பருக்கு இருந்தாலும் அது தெரிந்த விஷயம். இது அப்படியல்ல.

எஸ்.சண்முகம்: அதை எப்படிச் சொல்கிறீர்கள்?

மா.அரங்கநாதன்: கம்பர் எழுதிய அயோத்தியோ, மிதிலையோ ஏற்கனவே சொல்லப்பட்ட விஷயம்தான். வால்மீகியில் இருந்து கிடைத்ததா, இல்லையா என்பதை விட்டுவிடுவோம்.

எஸ்.சண்முகம்: கம்பரில் சொல்லக் கூடிய மிதிலை, நகர வர்ணிப்பு, நாடுகாணும் படலம் தமிழ்நாட்டில் இருக்கக்கூடியதாகத் தானே இருக்கிறது?

மா.அரங்கநாதன்: உண்மைதான். கம்பன் எழுதிய இராமனும், சீதையும் கூட தமிழர்கள் தான். தமிழ்நாட்டு வாழ்க்கையைத்தான் அவர்கள் வாழ்ந்தார்கள். இல்லை என்று சொல்லவில்லை. ஆனால் அந்தக் கதை வந்து இளங்கோவுக்குக் கிடைத்த சான்ஸ் அவருக்குக் கிடைக்கவில்லை. இளங்கோவுக்கு ஒரு புதிய பொறுப்பு ஏற்பட்டிருக்குது. இவருக்கு அதில்லை.

எஸ்.சண்முகம்: மணிமேகலை?

மா.அரங்கநாதன்: மணிமேகலை கிட்டத்தட்ட - சிலப்பதிகாரமே இருந்திருக்காவிட்டால் - மணிமேகலை இருந்திருக்காது. இன்னும்

பிற்காலத்தில் சொல்லப் போனால் மணிமேகலை புத்த மதத்திற்காக வேண்டியே எழுதப்பட்ட ஒரு காவியம் என்றுகூட சொல்லிவிடலாம்.

எஸ்.சண்முகம்: மணிமேகலையில் இருக்கக்கூடிய அட்சயப் பாத்திரம் இருக்கிறததில்லையா - உள்ளேயிருந்து உணவு எடுக்க எடுக்க வந்துகொண்டே இருக்கும் என்பது - அப்படி எல்லோருக்கும் உணவளிக்க வேண்டும் என்பது ஒரு பௌத்தச் சிந்தனை - அதைத்தானே பெரிய புராணத்தில் சேக்கிழார் 'வருவோர் போவோர்க்கெல்லாம் உணவளித்தார் சைவர்' என்கிறார். பௌத்த மதத்தின் பின்னணியில்தான் பௌத்த மதத்தைப் பின்பற்றித்தான் சைவம் அதைச் செய்ததா?

மா.அரங்கநாதன்: பௌத்தத்திற்குப் போட்டியாகக் கூட சைவம் அதைச் செய்யலாம். பௌத்த மதத்தினர் இங்கே காலூன்றி தங்களுடைய மதத்தைப் பரப்பும்போது சைவர்கள் அதை எதிர்த்தும் கூட அதைச் செய்திருக்கலாம். ஆனால் சைவ சித்தாந்தமல்ல அது.

எஸ்.சண்முகம்: பௌத்தம் சைவத்திற்கு முன்பே தமிழர்களிடம் இருந்தது தானே? பௌத்தமும் ஜைனமும் தானே தமிழ்நாட்டில் முன்னால் இருந்திருக்கு?

மா.அரங்கநாதன்: சைவ சமயம் வேறு. சைவ சித்தாந்தம் வேறு. பெரிய புராணம் எழுதின சேக்கிழார் சைவ சமயம் சார்ந்தவர் என்றும், திருமூலரை சைவ சித்தாந்தி என்றும் சொல்லலாம்.

எஸ்.சண்முகம்: எல்லாருக்கும் உணவளிக்க வேண்டும் என்று சொல்லக்கூடிய அளவற்ற அன்பு, அட்சயப் பாத்திரம் என்று மணிமேகலையில் வரக்கூடிய அந்தப் பௌத்தச் சிந்தனையில் இருந்துதானே சைவர்களுக்கு வந்திருக்குது பௌத்தம் தமிழ் நாட்டில் பரவுவதற்கு முன்னாள் இப்படி எல்லாருக்கும் உணவளிக்கணும் என்ற சிந்தனை வந்து தமிழர்களுடைய மரபில் வேறு எங்கேயேனும் வந்திருக்குதா இதற்கு முன்னால்?

மா.அரங்கநாதன்: "இல்லாரும் இல்லை உடையாரும் இல்லை மாதோ" என்று சொன்ன ஒருவன் கம்பன்தானே.

எஸ்.சண்முகம்: கம்பர் பின்னாளில் வந்த வைணவராச்சே...

மா.அரங்கநாதன்: கம்பர் வைணவர் என்று எப்படிச்சொல்ல முடியும்? இராமன் என்ன வைணவரா? இராமனும் சைவன்தானே?

வைதீக சமயம், வேத சமயம் அல்லது பிராமண மதம் என்பதை ஒன்றைப் பற்றி முதலிலே நாம் தெரிந்து கொண்டது என்னவென்றால்

இங்கே வேதத்திலுள்ள சில சுலோகங்களிலிருந்து அவரவர்களுடைய கடவுள், அவரவர்களுடைய நடவடிக்கைகள் இவற்றிற்கும் பின்னால் ஏற்பட்ட புத்தமதச் சிந்தனை, ஜைன மதச் சிந்தனை இவர்களுக்கும் எந்தவிதமாக தொடர்பும் இல்லை. அவர்கள் சரித்திரப்படி இந்தோ - ஆரியர்களாக இருந்த போதிலும் இந்த வேதம் இங்கே காலூன்றுவதற்கு முன்னரே என்பது. இங்கே இருந்த சிந்தனை - அதற்குப் பெயர் தெரியவில்லை. அது வேதத்திற்கு எதிராக இருந்தபடியால் அவற்றுடைய சின்னமாக இருந்த தஸ்யு கடவுள் அல்லது லிங்கம் என்று சொல்வதை அழித்திருக்கிறார்கள் என்பதை வேதத்தில் நாம் தெரிந்து கொள்கிறோம். ரிக் வேதத்திலிருந்து ருத்ரன் என்ற கடவுள் ஆவுடை என்கிற லிங்கத்தை இழிவுபடுத்தி இருக்கிறான் என்பது தெரிய வருகிறது. புத்தரும் சரி, ஜைனரும் சரி இந்த விஷயத்தை சிவன் என்ற வார்த்தையே உபயோகித்து இரண்டு சுலோகங்கள் செய்கிருக்கிறார்கள். பின்னர் நாம் எடுத்துக் கொள்வோமானால் ஜைனமதம் அங்கே அழிக்கப்படும்போது இவர்கள் இங்கே தென்னாட்டிற்குத்தான் வந்திருக்கிறார்களே ஒழிய அவர்கள் பக்கத்திலுள்ள திபேத்திற்கோ, சைனாவுக்கோப் போகவில்லை. அதனுடைய முக்கிய காரணம் இதுதான் என்று எனக்குத் தோன்றுகின்றது. என்னவென்றால் அதனுடைய ஒரிஜினல் சிந்தனை இந்த தென்னகத்தில் இருக்கிருக்க வேண்டும். இல்லாவிட்டால் இந்த சரவணபெலகுலாவில் அந்த பரதன் என்பவன் குரு, சரித்திர - நான் குறிப்பிடுவது ஜைன மதகுரு அங்கே ஏன் வரவேண்டும்? ஒன்று - புத்த மதத்தை நீங்கள் எடுத்துக் கொண்டாலும் அவர்கள் வேதத்தை நீங்கள் எடுத்துக் கொண்டாலும் அவர்கள் வேதத்தை எதிர்த்திருக்கிறார்கள். வேதத்தை எதிர்ப்பதற்கு அவர்களுக்கு ஒரு சரியான அடிப்படை இருந்திருக்கிறது. அந்த அடிப்படை என்ன? புத்தருக்கும் சரி, ஜைன மதகுருமார்களுக்கும் சரி ஓர் அடிப்படை இருந்திருக்கிறது. அது என்னவாக இருந்திருக்க முடியும்? அதற்கு வேதத்திலேதான் சான்றுகள் கிடைக்கப் பெறுகின்றனவே தவிர வேறு இலக்கியங்களில் இல்லை. எதிர்பாராத விதமாக அந்த வேதத்தில் நமக்குக் கிடைக்கின்ற சான்றுகள் சிவலிங்கத்தை அவர்கள் சிவலிங்கம் என்று இப்போது சொல்கிறார்கள். அதற்குப் பெயர் நமக்குத் தெரியாது. அந்த வடிவத்தை அவர்கள் இழிவுப்படுத்தி இருக்கிறார்கள். அந்த வடிவம் என்ன? எனவே புத்தமதம், ஜைன மதம் இங்கே தோன்றுவதற்கு முன்பு வடபுலத்திலேயே ஒரு சரியான சிந்தனை இருந்திருக்கிறது. அதற்கு அடிப்படை தென்னகமாகத்தான் இருந்திருக்க முடியும். ஏன் என்றால் அவர்கள் தென்னகத்திற்கு வந்திருக்கிறார்கள். இங்கு

தோன்றிய சைவ மதத்தையும், வைணவ மதத்தையும் வேதத்தை எதிர்ப்பதற்காகத் தோன்றியதாக என்பதை நாம் எடுத்துக் கொள்ளலாம். வேத மதத்தினர் என்று சொல்லக்கூடிய இந்திரன், மித்திரன், பிரம்மன், வாயு, வருணனை கடவுளாக ஒப்புக் கொள்ளவில்லை. புராணங்கள் தோன்றிய பிற்பாடு சிவபுராணத்தில் சில விஷயங்களும், நாரத புராணத்தில் சில விஷயங்களும் வைத்துப் பார்த்தோமானால் அவர்கள் புராணங்கள் மூலமாகவே வைதீக மதத்தை எதிர்த்திருக்கிறார்கள். சிவனுக்குக் கொடுக்க வேண்டிய அவில்பாகத்தை, தட்சண் வந்து இந்திரனுக்குக் கொடுக்கும்போது இவர் வீரபத்திரரை அனுப்பி அதைத் தடுத்து நிறுத்தி தானே எடுத்துக் கொள்கிறார். வைதீக மதத்தை எதிர்ப்பதற்காகத் தோன்றிய ஒன்றுதான் பிற்பாடு வந்த சைவ மதம். இந்த சைவ மதத்தில் உள்ள சில சிக்கல்கள் என்வென்றால், அவர்கள் சைவ சித்தாந்தத்தைப் பூரணமாக ஏற்றுக் கொள்ளாமல் பாதியாக ஏற்றுக்கொண்டு பரப்பி வந்தார்கள். இந்தப் பாதியாக ஏற்றுக்கொண்டதை வைணவம் சரியாக எடுத்துக் கொள்ளாமல் காலில் விழுந்து வணங்குவதே - அடிப்படையிலேயே அவர்கள் பாதார சேவை பண்ணுவதாலேயே கடவுளை நாம் அறிந்து கொள்ளலாம் என்று இருந்ததினால், இந்தத் தென்னகத்து சிந்தனைக்குப் பிற்பாடு ஏற்பட்ட வைதீக எதிர்ப்பு சிந்தனைக்கு ஒரு பிரிவு ஏற்பட்டது. அதைத்தான் நாம் வைணவம், சைவம் என்று சொல்லிக் கொண்டிருக்கிறோம் இந்த இரண்டுமே வைதீக எதிர்ப்புத்தான்.

எஸ்.சண்முகம்: பௌத்தத்தில் சரணம் என்று சொல்வது சரணாகதி இல்லையா?

மா.அரங்கநாதன்: இருக்கு, சரணம் என்று சொல்வதை எல்லாம் நாம் அப்படி எடுத்துக்கொள்ள தேவையில்லை. சிவனும் சரி, நாராயணனும் சரி - அந்தக் கடவுளை ஞானத்தை அடிப்படையாகக் கொண்டு அறியவேண்டாம், நாம் பணிந்து விடுவோம். அதன் மூலம் ஞானம் நமக்குக் கிடைக்கும் என்பது வைணவக் கொள்கை.

எஸ்.சண்முகம்: பௌத்தத்தில் வரும் சரணம்...

மா.அரங்கநாதன்: பௌத்தத்தில் வரும் சரணம் புத்தமதக் கொள்கைக்குத்தானே. அவர் கடவுளைப் பற்றி என்ன சொல்லி இருக்கிறார். புத்தர் சொல்லி நாம் கடவுளைப் பற்றி என்ன தெரிந்து கொண்டோம். இன்னும் சொல்லப்போனால், மெய்க்கண்டார் சொல்லக்கூடிய ‘இல்லை...இல்லை...’ என்பதில் உள்ளதைத் தானே ஜைனமும் சொல்கிறது.

எஸ்.சண்முகம்: உபநிஷதமும் அப்படித்தானே சொல்கிறது.

மா.அரங்கநாதன்: உபநிஷதமும் அப்படித்தான் சொல்கிறது. நாம் உபநிஷதத்தை வைதீகம் என்று சொல்ல முடியாது. உபநிஷதத்திலும் சில கருத்துகள் இருக்கிறது. அது தொகுப்புத்தானே. வேதமும், உபநிஷதமும் எல்லாமே தொகுப்பு. வேதத்தை எதிர்த்துச் சொல்லக்கூடிய பல விஷயங்கள் உபநிஷதத்தில் இருக்கின்றன.

எஸ்.சண்முகம்: பௌத்தம் தோன்றுவதற்கு முன்னால்) வந்த உபநிஷதமும் இருக்குது - பௌத்தத்திற்குப் பின்னால் வந்த உபநிஷதமும் இருக்கு...

மா.அரங்கநாதன்: நமக்குச் சரியான முறையில் தீர்மானம் பண்ண முடியவில்லை. நமக்குக் கிடைத்ததெல்லாம் புத்தர் சொன்னதுதான் முதலில் கிடைத்திருக்கின்றன. எழுத்து மூலமாக நமக்குக் கிடைத்தது எல்லாம் அதுவுங்கூட - அவருடைய - புத்தருடைய சீடர்கள் காசியாபரும், அனந்தரும் எழுதி வைத்ததைத்தான் நாம் படித்திருக்கிறோம். கிட்டத்தட்ட 2600 வருடங்களுக்கு முன்னர் அல்ல என்று தான் சொல்ல முடியும். எவ்வளவு என்று சொல்ல முடியாது அதற்குப் பிற்பாடு கிடைத்ததுதான் நமக்கு இலக்கியங்களாக – உலக இலக்கியமே அவ்வளவுதானே. பைபிளும் சரி, ஈப்ருவில் உள்ள மற்ற இலக்கியங்களும் சரி 2600 வருடங்களுக்கு முன்னர் எழுதப்பட்ட எதுவுமே கிடைத்ததாக ஆய்வாளர்கள் சொல்லவில்லை.

எஸ்.சண்முகம்: பௌத்தத்தில் அனுபூதி நிலை இருக்கிறதா?

மா.அரங்கநாதன்: பிற்கால புத்தமத இலக்கியங்கள் அதைப் பற்றி நிறைய சொல்கின்றன. சைவத்திலும் இருக்கிறது. வைணவத்திலும் இருக்கிறது.

எஸ்.சண்முகம்: பௌத்தத்திற்கும் முன்பு இருக்கக்கூடிய தமிழ் இலக்கியங்களில் - சங்க இலக்கியங்களில் அப்படி இருக்கிறதா?

மா.அரங்கநாதன்: அப்படி இல்லை. சங்க இலக்கியங்களிலும் இல்லை.

எஸ்.சண்முகம்: ஏன் இல்லை?

மா.அரங்கநாதன்: அவர்கள் அந்த விஷயத்திற்குப் போகவில்லை அதுதான் காரணம். இயற்கையோடு சேர்ந்து வாழ்பவர்கள். நீங்கள் பூங்குன்றனார் கவிதையை எடுத்தாலும் சரி, முன்றிலார் கவிதையை எடுத்தாலும் சரி, முடிநாகனார் கவிதையை எடுத்தாலும் சரி அவர்கள் பலவற்றைக் கலந்து பேசி இருக்கிறார்களே ஒழிய, இந்த மாதிரி

விஷயத்தில் அதிகமாக சொல்வில்லை. ஒன்றிரண்டு பாடல்கள் இருக்கலாம் நிலம் சார்ந்தே அவர்கள் பாடியிருக்கிறார்கள். அப்படித்தான் நமக்குக் கிடைக்கின்றன. ஒருவேளை அவர்கள் பாடினது ஏதும் கிடைக்காமலும் கூட இருக்கலாம். சொல்ல முடியாது.

எஸ்.சண்முகம்: சங்க இலக்கியத்தில் வரக்கூடிய தலைவன்-தலைவி, காதலன்-காதலி பற்றிப் பேசக்கூடிய கவிதைகளில் அந்தக் காதலில் ஓர் அனுபூதி நிலை இருக்கிறதில்லையா?

மா.அரங்கநாதன்: அது இப்போது இலக்கிய அனலைஸ் மூலமாக அவ்வாறு நாம் சொல்லலாம். "யாரும் இல்லை; தானே கள்வன்" என்று சொல்லக்கூடியது கூட, பழைய தென்னாட்டு சித்தாந்தம் என்று சொல்வதற்குக் காரணங்கள் இருக்கின்றன.

"யாரும் இல்லை
தானே கள்வன்"

அது ஒரு களவியல் முறையில் தலைவனும் தலைவியும் மற்றவர்கள் புரிந்து கொள்ளாத விதத்தில் தாங்கள் சந்தித்ததை சொல்லக்கூடிய கவிதை என்று சாதாரணமாக எடுத்துக்கொள்ள முடியாது. அதற்குப் பின்னாடி ஒன்று இருக்கிறது. அதனுடைய அடிப்படை தென்னாட்டுச் சித்தாந்தம் என்று நாம் சொல்ல முடியும். சொல்வதற்கு காரணங்கள் இருக்கின்றன.

எஸ்.சண்முகம்: சைவ சித்தாந்தத்திலும் சங்க இலக்கியத்திலும் - தேவாரத்திலும் காதல் வெளிப்பாட்டை திருஞான சம்பந்தர் "என் உள்ளம் கவர் கள்வன்" என்கிறாரே?

மா.அரங்கநாதன்: ஆமாம், நாயகன் - நாயகி பாவம் அந்தக் கால கட்டத்தில் வந்துவிட்டதல்லவா. மாணிக்கவாசகரே சொல்லி இருக்கிறாரே.

எஸ்.சண்முகம்: பாரதியாரின் கவிதைகள், பாரதிதாசன் கவிதைகள், பாரதிதாசனின் தமிழ் இயக்கம் சம்மந்தமான கவிதைகள் உங்களை எப்படி பாதித்தது?

மா.அரங்கநாதன்: கவிதை, நாவல், சிறுகதை எதை எடுத்துக்கொண்டாலும் அவன் எதைப் பற்றி எழுதுகிறான் என்பதைப் பற்றி அவ்வளவு தூரம் முக்கியத்துவம் கொடுக்க வேண்டியதில்லை ஒருவன் வைதீக வாழ்க்கை வாழ்ந்தாலும் சரி, வைதீக எதிர்ப்பில் இருந்தாலும் சரி, கம்யூனிஸ்டாக இருந்தாலும்

சரி, கம்யூனிச எதிர்ப்பாக இருந்தாலும் சரி இலக்கிய பாதிப்பு இருக்குமானால் அது நல்ல இலக்கியம். அப்படிப் பார்த்தோம் என்றால் பாரதிதாசன் கொள்கை என்ன, அது என்ன என்பது நமக்கு ரொம்ப முக்கியத்துவம் கொடுக்க வேண்டிய அவசியமில்லை. பாரதியார் அளவு புதுக்கவிதையை பரீட்சித்துப் பார்க்கக்கூடிய நிலையில் பாரதிதாசன் இல்லை. முக்கிய காரணம் பாரதிதாசனுக்கு இருந்த வைதீக எதிர்ப்பு.

எஸ்.சண்முகம்: பாரதியாருக்கும் வைதீக எதிர்ப்பு இருந்ததே...

மா.அரங்கநாதன்: இருந்தாலும்கூட அந்த நிலைவேறு அவருடைய மண்ணில் அப்போது தோன்றி இருக்கக்கூடிய சில அரசியல் நிலவரத்தையும் சேர்த்து அவர் பார்த்திருக்கிறார். பாரதியார் அப்படிப் பார்க்கவில்லை அவர் 'பாரத தேசம்' என்கிற முழு மனநிலையில் அவர் கவனிக்கவில்லை. அவரும் வைதீக எதிர்ப்புத்தான் இது அதைவிட நுண்ணிய அளவில் போகக்கூடிய ஒரு வைதீக எதிர்ப்பு. அப்படிப் பார்க்கும் போது பாரதிதாசன் கவிதைகளைப் பற்றி - ஏன்னா இலக்கணம் வைத்திருந்தார். அதைப் பற்றியெல்லாம் நாம் கவலைப்பட வேண்டிய தேவையில்லை. பாரதிதாசன் எழுதி இருக்கிறது கவிதை. அதை யாரும் ஆட்சேபிக்க முடியாது. யாரும் மறுத்து சொல்ல முடியாது. அவர் எந்தக் கட்சியில் இருந்தாரோ, எந்த அரசியல் கொள்கையில் இருந்தாரோ அதிலெல்லாம் நமக்குக் கவலையில்லை. அப்படிப் பார்க்கப் போனால் பாரதியாரும், பாரதிதாசனும் கிட்டத்தட்ட நல்ல கவிதைகளை எழுதி இருக்கிறார்கள் என்பதை நாம் மனதார ஒப்புக் கொள்ளலாம்.

எஸ்.சண்முகம்: பாரதிதாசன் அன்பிலா நெஞ்சில் கவிதை குறித்து எழுதியிருந்தீங்க, தமிழவனும் அது பற்றி நவீன கவிதை விமர்சனம் எழுதி இருந்தார். அதைப்பற்றி சொல்லுங்களேன்.

மா.அரங்கநாதன்: 'அன்பிலா நெஞ்சில் தமிழைப் பாடி' அந்தக் கவிதையை நான் பாரதிதாசன் கவிதைகளில் படித்திருந்தாலும், தண்டபாணி தேசிகர் இசையில் அதைக் கேட்கும்போது எனக்கு ஒரு புதியதொரு வேகம் பிறந்ததென்று சொல்ல வேண்டும். உணர்வு, அதுக்கு பாஷை எல்லாம் இல்லை. அப்படி ஏன் இதற்காக வேண்டி நாம் மயங்குகிறோம். இந்த 'அன்பிலா நெஞ்சில் தமிழைப்பாடி' என்ற வரியை பெரிய கவிதையாக நினைத்துக்கொண்டு மன்றாடுகிறோம் என்று என்னையே நான் சோதித்துப் பார்த்தேன் அப்படிப் பார்க்கும்போது ஒருசில உண்மைகள் எனக்குக் கிடைத்தது. பாரதிதாசன் வாழ்ந்த காலத்தில் அவன் அன்புடன் சோதனைப்

பண்ணி பார்க்க வேண்டிய ஒரு நிலை தமிழுக்கு இருந்தது. அந்த நிலைமை 'அன்பிலா நெஞ்சிலே' நான் தமிழை எப்படி நேசிக்கிறேனோ அதை நீ பாடு என்று தமிழுக்கு 'அன்பு' என்ற ஒரு பொருளைக் கொடுத்துப் பாடிவிட்டான். இதை நாம் ஆங்கிலத்திலும் படிக்கலாம், மராத்தியிலும் படிக்கலாம். இது உலகத்திலுள்ள எல்லாக் கவிஞர்களும் செய்யக்கூடிய ஒன்றுதான். எனவே தமிழுக்காக வேண்டி அவன் பாடினான். அவன் அதை வெறுத்தான், இதை வெறுத்தான் அந்த நினைப்பில் இதை கவிதை, கவிதை இல்லை என்று சொல்ல வேண்டிய அவசியம் இல்லை. அப்படிப் பார்க்கும் போது கவிதையினுடைய ஒரு நுண்ணிய பார்வை கிடைத்தது என்று சொல்லலாம். தமிழைப் பற்றிப் பாடிவிடுவதால் தமிழுக்குத்தான் கவிதை அப்படியென்று இல்லை. அது கவிதையினுடைய இலக்கணத்தைக் கொண்டிருக்கிறது. இல்லை என்று சொல்லிவிட முடியாது.

எஸ்.சண்முகம்: தமிழ்நாட்டில் - பெரியார் பாதிப்பு, அவர் நடத்தின இயக்கங்களுக்கு மக்களிடையே வரவேற்பு, குறிப்பாக பெரியாருடைய பணியில் பாரதிதாசன் நேரடியாக பெரியாருடன் தொடர்பில் இருந்தவர். அவருடைய வைதீக மறுப்பு என்பது பெரியார் நாத்திகத்தில் இருந்துதான் வருகிறது. பெரியாரின் நாத்திகவாதம் வந்து வைதீக மறுப்பிலிருந்து வந்ததா? பெரியார் இறை மறுப்புக் கொள்கை என்பது வைதீக எதிர்ப்பு என்பதில் இருந்து தோன்றியதா?

மா.அரங்கநாதன்: அவருடைய காலகட்டத்தில் வைதீகம் என்று நாமும் சரி, பெரியாரும் சரி கருதிக் கொண்டிருந்தோமோ அதை எதிர்த்து அவர் போராடிக்கொண்டு இருக்கிறார். இன்னும் சொல்லப்போனால் - சங்க காலத்திலும் ஓர் எதிர்ப்பு இருந்திருக்கிறது. பின்னாளில் சித்தர்களும் எதிர்த்திருக்கிறார்கள். பாரதியும் எதிர்த்திருக்கிறார், பாரதிதாசனும் எதிர்த்திருக்கிறார். கம்பனை எடுத்துக் கொண்டால் அவன் இரண்டு மரபுக்குள் வாழந்து இருக்கிறான். பாரதியாரை எடுத்துக்கொண்டால் அவன் மூன்று மரபுக்குள் வாழந்திருக்கிறான்.

எஸ்.சண்முகம்: பாரதியாரிடம் இருக்கும் மூன்று மரபுகள் என்ன?

மா.அரங்கநாதன்: தமிழ் மரபு, பாரத மனப்பான்மை, சமஸ்கிருத மனப்பான்மை. இப்படி மூன்று மனப்பான்மை மூன்று மரபு இருக்கிறது. பாரதிதாசனுக்கு அதில்லை. தமிழ் மனப்பான்மை மட்டுமே. இது வேதகாலத்திலும் இருந்திருக்கிறது. இராமாயண

காலத்திலும் இருந்திருக்கிறது. இராமாயண காலத்தில் அல்லது பாரத காலத்தில் நாம் நினைக்கின்றபடி இராமரையோ, கிருஷ்ணரையோ நாராயணனையோ அவதாரமா யாரும் கருதவில்லை. பாரதகாலத்தில் சொல்லப் போனால் நாராயணன், இந்திரனின் உபேந்திரன் - அசிஸ்டெண்ட் என்று சொல்லி இருக்கிறார்கள். சிவனை கேவலப்படுத்தி இருக்கிறார்கள். நாராயணனை அக்செப்ட் பண்ணி கொண்டார்கள். ஏனென்றால் அவர் காசியபா கோத்திரத்தை ஒப்புக் கொண்டுவிட்டதால் அவரை வேத மதத்தில் சேர்த்துக் கொண்டு அவரையும் வேதக்கடவுளாக பின்னால் ஏற்றுக் கொண்டார்கள். அதுதான் சைவம், வைணவம் பிரிந்ததற்குக் காரணம். நாம் பார்க்கப் போனால் வால்மீகி இராமாயணத்தில் எட்டாவது அவதாரம் இராமன், ஒன்பதாவது அவதாரம் கிருஷ்ணன் என்று சொல்லப்படவில்லை. பாரதத்திலும் சொல்லப்படவில்லை. இராமாயணத்திலும் சொல்லப்படவில்லை. இராமன்பூஜை செய்திருக்க வேண்டுமானால் அது சிவலிங்கத்தைத்தான் பூஜை செய்திருக்க முடியும். பாரதத்தில் கிருஷ்ணன் சொல்கிறான். "அர்ஜுனா, நான் சிவ பூஜை செய்யாமல் சாப்பிட மாட்டேன். லிங்கத்தை பிரதிஷ்டை செய்" என்று சொல்கிறான்.

எஸ்.சண்முகம்: இராமன் சிவலிங்கத்தைப் பூஜை செய்திருப்பதாகச் சொல்கிறீர்கள். இராமன் விஷ்ணுவுடைய அவதாரம். அவர் சிவலிங்கத்தைத்தானே பூஜை பண்ண முடியும். எப்படி தன்னையே பூஜை பண்ண முடியும்? பண்ணியிருக்க முடியாதே?

மா.அரங்கநாதன்: *இராமரும், கிருஷ்ணரும் விஷ்ணுவினுடைய அவதாரம் என்று விஷ்ணு புராணமும், பாகவதமும் தோன்றிய பின்னர்தானே நமக்கே தெரியும். அதற்கு முன்னால் எங்கே இருந்தது?*

எஸ்.சண்முகம்: சிவலிங்கம்தான் முதலில் இருந்தது என்று சொல்ல வர்றீங்களா?

மா.அரங்கநாதன்: *அதற்குப் பெயர்கூட நமக்குத் தெரியாது. தமிழில் அதை ஆவுடை என்று சொல்கிறோம். சமஸ்கிருதத்திலும் ஆங்கிலத்திலும் அதை லிங்கம் என்று சொல்கிறார்கள்.*

எஸ்.சண்முகம்: நாலடியார் - நீதி இலக்கியங்களை நான் வீட்டில் படித்திருக்கிறேன் என்கிறீர்கள். முன்னாலயே ஒரு கேள்வி கேட்டிருக்கிறேன். "நாலடியார் போன்றவை போதனை இலக்கியமா இருக்குதே, அதைப் படித்துவிட்டு எப்படி

படைப்பிலக்கியம் எழுத வந்தீர்கள்? என்று இப்ப நாலடியார் போன்றவற்றில் கதைத்தன்மை இருப்பதா சொல்றாங்க. திருக்குறளில் கதைத்தன்மை இருக்கிறதா இல்லையா சொல்லுங்க. நாலடியார் போன்ற நூல்களில் நீதியைச் சொல்லும் போது ஒரு கதை மூலமா இது ஒரு பழைய கதை சொல்லும் முறை. உதாரணத்திற்கு ஈசாப் கதைகள் எடுத்துக்கங்க, ஈசாப் கதைகளில் கதையும் இருக்கும் ஒரு நீதியும் சொல்றாங்க. இப்படி ஒரு மரபு இந்தக் கதை சொல்ற மரபுல வந்திருக்குது. அந்த ஈசாப் கதைகளில் பார்த்தீங்களா? நிறைய மிருகங்கள் வருகின்றன. இந்த மாதிரி விஷயங்களை வைத்து இதைச் சொல்வது. ஆனால் உங்க சிறுகதைகளில் பெரும்பாலும் மிருகங்கள் - இல்லையே ஏன்? உங்கள் சிறுகதைகளில் பெரும்பாலும் மிருகங்களுடைய பதிவு - நாயோ, பூனையோ - அரணை என்று ஒரு கதை எழுதி இருக்கிறீங்க, மற்றபடி, ஓர் இடத்தில யானை வருது - பெரும் பகுதி இயற்கைச் சார்ந்து வருகிறது. பெரும்பாலும் உங்கள் கதைகளில் மிருகங்களைப் பற்றி இல்லையே ஏன்?

மா.அரங்கநாதன்: மிருகங்களையும் பறவைகளையும் பற்றி எழுதவேண்டும் என்பதுதான் என்னுடைய ஆசையும். ஆனால் அவைகளைவிட நான் அதிகமாக பார்வையிடுவது மனிதர்களைத்தானே. வேறு நான் என்ன பண்ணமுடியும். அதைத்தான் சொல்ல வேண்டும். அந்தக் காலத்தில் குறிஞ்சி நிலத்திலும் முல்லை நிலத்திலும் வாழ்ந்த மாந்தர் மனிதர்களைவிட அவர்கள் பார்வையிட்டது மலர்கள், மிருகங்கள், பறவைகள் இவற்றை. பறவைகளுக்கு மட்டும் எத்தனைப் பெயர்கள் இருக்கின்றன. குறிஞ்சி நிலத்தில் இருக்கக்கூடிய பூவின் பெயரைச் சொன்னாலே ஒரு புத்தகம் எழுதலாம் அவ்வளவு பெயர்கள் இருக்கின்றன. இப்போது என்ன சொல்லமுடியும். குழந்தைகளுக்குக்கூட அது தெரியும். ‘கண்ணி’ என்று சொன்னால் குழந்தைகளுக்கு என்ன என்று தெரியும்.

எஸ்.சண்முகம்: முல்லைப் பாட்டு முழுக்க அதுதானே?

மா.அரங்கநாதன்: முல்லைப் பாட்டு நிலத்தைப் பற்றி சம்பந்தப்பட்ட ஒன்றுதான். பூக்களைப் பற்றியும் வருகிறது.

***எஸ்.சண்முகம்:* நீங்க சென்னைக்குக் குடிபெயர்ந்ததால் அதிகம் இந்த விஷயங்கள் பாதித்ததா?**

மா.அரங்கநாதன்: இருக்கலாம். நான் அதை மறுத்துச் சொல்ல

விரும்பவில்லை. கிராமத்திலேயே இருந்திருக்க முடியாதா என்னும் நப்பாசையும் மனதிலே இருந்திருக்கிறது என்றுதான் சொல்ல வேண்டும்.

எஸ்.சண்முகம்: நீங்கள் சிறுகதை எழுதக்கூடிய நுட்பம் இருக்கில்லையா அதைப் பற்றி கொஞ்சம் சொல்லுங்களேன். அந்த கதையாடல் எப்படி எழுதறீங்க? இல்ல உங்களுக்கு முன்னாடி இருந்த யாராவது ஒருவருடைய கதையாடலா?

மா.அரங்கநாதன்: இல்லை யாரையுமே பின்பற்ற விரும்பவில்லை. ஆனால் என்னை அறியாமல் நான் பின்பற்றி இருந்தால் நீங்கள்தான் சொல்ல வேண்டும். என்னுடைய பின்பற்றுதல் தன்மையைப் பற்றி உங்களுக்குத்தான் அதிகம் தெரிந்திருக்கும் ஆனால் நான் ஒன்றை இதைப்பற்றி எழுத வேண்டுமென்று எந்தக் கணத்தில் தீர்மானிக்கின்றேனோ அந்தத் தொனி, அந்தப் பாதிப்பு அதைச் சுற்றிச்சுற்றி இப்போதிருக்கிற நான் என்னுடைய அனுபவத்திற்கேற்றவாறு மனிதர்களைப் போடுகிறேன். அல்லது மிருகங்களைப் போடுகிறேன். அல்லது பறவைகளைப் போடுகிறேன். அந்தத் தொனி ரொம்ப முக்கியம். இப்ப அரணை என்று எடுத்துக் கொண்டால், அவன் ஒரு கணத்தில் அவனுக்கு ஏற்பட்ட உணர்வு உடனடியாக போய்விட்டதல்லவா, அந்த உணர்வு அல்லவா உண்மை. அந்த உணர்வுதானே வாழ்க்கை. அந்த உணர்வல்லவா கடவுள். நாம் ஆண்டாண்டுகளாக சொல்லிக்கிட்டிருக்கிற கடவுளே அதுதானே. அப்பா நமக்காக வேண்டி தீபாவளியைக் கொண்டாடாமல் இருந்து விட்டார்கள் என்று அந்தப் பையன் சொன்னதைக் கேட்டு பிரமித்துப் போய் நிற்கிற ஒரு கணம் வருவது வாழ்க்கையல்லவா. ஆனா அடுத்த கணமே அதை மறந்திட்டானே, அது ரொம்ப முக்கியம். அதைச் சுற்றிப் போடக்கூடியது எல்லாம் நம்முடைய அனுபவத்திற்கு ஏற்ப இருக்கக்கூடிய அன்றாட வாழ்க்கைதான். நான் ஆபீஸுக்குப் போறது. ஆபீஸர்கிட்ட லேட்டா போறது, அது இது இதெல்லாம் அவருக்காக வேண்டி போடப்படுகின்றதே தவிர, இது வேறொன்றுமில்லை.

எஸ்.சண்முகம்: உங்கள் சிறுகதையினுடைய கதையாடல் இருக்குது இல்லையா - மா.அரங்கநாதன் கதைகளுக்கு என்று ஒரு ஸ்டைல் இருக்கிறது. இது... இந்தக் கதையினுடைய ஸ்டைல் நீங்க வந்து டிசைன் பண்ணீங்க. முதலில் எழுதின கதையை எழுதும்போதே இந்த ஸ்டைலில் எழுதணும்னு தோணுச்சா? இல்ல புதுமைப்பித்தனைப் படிச்சு... புதுமைப்பித்தன்

இந்தக் கதையில இப்படி எழுதி இருக்கிறாரே அந்த மாதிரி இத எழுதலாம்னு நினைச்சிங்களா? மா.அரங்கநாதன் கதைசொல்லும் பாணி என்பது எப்படி வந்தது?

மா.அரங்கநாதன்: நீங்கள் இப்போது குறிப்பிடுகிற முறையைப் பற்றி எதுவுமே நான் சிந்திக்காமல், புதுமைப்பித்தன், கு.ப.ரா இவர்களைப் படித்திருக்கிறேனே ஒழிய - அவர்களுடைய முறையைக் கூட என்னால் பின்பற்றவே முடியாது. அதற்கும் முன்னால் எல்லாம் படித்த பழையகாலக் கதைகளை வைத்துக்கொண்டு அதையும் நான் பின்பற்ற விரும்பவில்லை. ஆனால் நான் பின்பற்றுவதற்கு என்று ஏதாவது இருக்குமானால் அன்றாட வாழ்க்கையில் நான் கண்ட சிறுசிறு சம்பவங்கள் - அதுதான் எனக்கு ரொம்ப முக்கியமாகப்படுகின்றன. ஒவ்வொரு சின்னச்சின்னத் தன்மையில்கூட கடவுள் தன்மையைக் கண்டு கொள்ளலாம் என்று எனக்கு என்னை அறியாமலேயே ஒரு நம்பிக்கை இருக்கிறது. அதைச் சொல்ல விரும்புகிறேன்.

***எஸ்.சண்முகம்:* நீங்க எந்தக் கணத்தில் கதை எழுதுகிறோம் என்பதைப் பற்றி சொல்கிறீர்கள். நான் அதைக் கேட்கவில்லை. கதை எழுதுகிற பாணி - கதையை மொழியில் எப்படி எழுதறீங்க – மொழியில் எழுதும்போது அந்த பாணியை எப்படி கண்டுபிடிக்கிறீங்க? அந்த பாணியை எப்படி பயிற்சி பண்றீங்க?**

மா.அரங்கநாதன்: இத யாராவது சொல்ல முடியுமா? யாராவது சொல்லி இருக்கிறார்களா? இதுவரை எனக்குப் பிடித்தமான எழுத்தாளர்கள் என்று நீங்கள் குறிப்பிட்டீர்கள் அல்லவா? அந்த ஜான் ஸ்டீன்பெக்கோ, வில்லியம் சரோயனோ கூட அவ்வளவு தெளிவாக அதைச் சொல்ல முடியவில்லை. ஸ்டீன்பெக் கூட ஒரு கட்டுரையில் சொல்லியிருக்கிறார். “நீங்கள்தான் சொல்கிறீர்கள். எனக்கு அப்படித் தோன்றவில்லை” என்கிறார்.

***எஸ்.சண்முகம்:* அது வந்து... ஒரு எழுத்தாளர போய்... நீங்க எப்படி எழுதறிங்கன்னா... அதக் கேட்டு மற்றவங்க எழுதிடுவாங்க என்னும் பயத்தில சொல்லாமல் இருக்கலாம். உங்களுக்குத்தான் அந்த பயம் இல்லையே - நீங்க சொல்லலாம்.**

மா.அரங்கநாதன்: இந்தக் கையும், இந்தக் கண்ணும், வயிறும் என்னுடையதாக இருக்கலாம். அதிலுள்ள குற்றம் குறைகளை டாக்டர்தான் சொல்ல வேண்டும். அதுமாதிரி நீங்கள்தான் அதெல்லாம் சொல்ல வேண்டுமே தவிர என்னால் சொல்ல முடியாது.

எஸ்.சண்முகம்: நோயாளி சமிக்ஞைகளை சொல்றதில்லையா?

மா.அரங்கநாதன்: நான் அனுபவிக்கிறேன் சொல்கிறேன். நான் கஷ்டப்படுகிறேன் என்று சொல்கிறேன். நான் சந்தோஷப்படுகிறேன் என்று உங்களுக்குத் தெரிவிக்கிறேன். அதற்கு வேண்டிய சமிக்ஞைகளை நான் குறிப்பிடுகிறேன். வருத்தப்படுகிறேன். என்னுடைய முறையில் சொல்கிறேன் நான் எப்படி என்னுடைய தாயிடம் சொல்வேனோ அதுபோல அதைச் சொல்கிறேன். அதுகூட சொல்கிறேன் என்று சொல்லமுடியாது - சொல்ல முயற்சிக்கிறேன். அந்த முயற்சி வெற்றி அடைந்திருக்கலாம், தோல்வி அடைந்திருக்கலாம். தான் பெற்ற அனுபவத்தை அவன் மீண்டும் அடைய வேண்டுமென்ற அவனுடைய ஆர்வம் ஒரு புதுமொழியைச் சிருஷ்டிக்கிறது. அது அதற்கு முன்னால் தோன்றியதாக இருக்க முடியாது. ஏன்னா அவன் பெற்ற அனுபவம் வேறு யார் பெற்றதுமல்ல. அது அவனுடைய சொந்த அனுபவம். இவன்கூட அதைத் திரும்பப் பெற முடியாது. அப்படிப்பட்ட அனுபவம். அவனது முயற்சி இருக்கிறதே, அவன் அதைப் பெறவேண்டும் என்று சொல்லக்கூடிய முயற்சிதான் படைப்பு. அவன் அனுபவத்தை அடைந்து விட்டான் என்றுகூட சொல்ல முடியது. அடைய முயற்சிக்கிறான். அனால் அதன் மூலம் நாம் எப்பொழுதோ பெற்ற ஓர் அனுபவத்தை அடைந்து விட்டதாக நாம் அந்த இடத்திற்கு வந்து சேருகிறோம். நம்முடைய மனநிலையும் அவனுடைய மனநிலையும் அந்த ஒரு கணத்தில் சங்கமமாகிறது என்று எடுத்துக்கொள்ளலாம். இது அந்தக் காலத்திலிருந்தே பலவிதமான சர்ச்சைகளுக்கு உள்ளான ஒரு சங்கதி, அதற்கு முடிவு இருக்கிறதா இல்லையா என்று தெரியவில்லை. சண்முகம் போன்ற அனலிஸ்டுகள்தான் அதை சொல்ல வேண்டும்.

எஸ்.சண்முகம்: கு.ப.ரா. சிறுகதைகளில் பெண்களைப் பற்றி வரக்கூடிய நிறைய சித்தரிப்புகள் இருக்கிறது. கு.ப.ரா-வினுடைய கதைகள் பேசக்கூடிய பெண்கள் குறித்த ஒரு ஏரியா இருக்குது இல்லையா, அந்த வகையான கதையாடல்கள் - உங்கள் கதைகளில் இல்லையே? நீங்கள் பெண்கள் பற்றி எழுதி இருக்கிறீர்களா?

மா.அரங்கநாதன்: எழுதி இருக்கிறேன் என்றுதான் சொல்ல வேண்டும்.

எஸ்.சண்முகம்: உங்கள் கதைகளில் பெண்கள் பற்றி எழுதக்கூடிய ஏரியாவில் எது உங்களை எழுத வைத்தது? பிரத்தியேகமான அம்சம் என்ன நீங்க பார்த்தீங்க?

மா.அரங்கநாதன்: பொதுவாக உலக மக்களிலே பெண்கள் ஆப்ரிக்கா நாட்டிலே வாழ்கிற கருப்பு இன அடிமைப்பெண் மிகவும் அதிகமாக கொடுமைப்படுத்தப்படுகிறாள். அதற்கு அடுத்தபடியாக நமது நாட்டில் சொல்லலாம். பொதுவாக பெண்கள் நிலைமை அப்படி இருந்தது. ஸ்வீடன் போன்ற நாடுகளில் இப்போது முன்னேறிக் கொண்டு வருகிறது. ஆண்களைவிட அவர்கள் உயர்வாக கருதப்படுகிறார்கள் அமெரிக்காவில் இருக்கலாம். ஆனால் ஒரு பரந்த நோக்கில் நாம் சொல்ல வேண்டுமானால், ஆப்ரிகா, இந்தியா போன்ற நாடுகள் பெண்களை நிரந்தரமான அடிமை ஸ்தானத்தில் வைத்திருக்கிறது. அதுவுமில்லாமல் இன்னொரு பெரிய விஷயம் என்னவென்றால் பெண் என்பவள் நாம் அடிமைத்தானே என்று தானாகவே நினைக்கத் தொடங்கி இருக்கிறாள். எப்படி அமெரிக்காவில் ஒரு நீக்ரோவானவன் நான் வெள்ளையனுக்கு அடிமை என்ற மனப்பான்மை அவனுக்குத் தானாக ஏற்படுகிறதோ அதுபோல பெண் என்பவள் ஆணுக்கு அடிமைத்தான் என்கிற ஒரு மனப்பான்மை தானாகவே பெண்ணுக்கு ஏற்படக்கூடிய விதத்தில் அவர்கள் வாழ்க்கை அமைந்திருக்கிறது. இது அந்தக் காலத்தில் வை.மு.கோதைநாயகியம்மாள் மற்ற பெண் எழுத்தாளர்கள் இவர்களுடையதைப் படித்தாலும் தெரிகிறது.

எஸ்.சண்முகம்: நீங்கள் கிராமத்தில் இருந்து நகரத்திற்குப் பெயர்ந்து வந்தீங்க. சென்னைக்கு முன்பாகவே வந்துட்டீங்க. கிராமத்திலிருந்து சென்னைக்குப் பெயர்ந்து வந்த பின்பு உங்க பாரம்பரிய நிலப்பரப்பு மீதான உங்களுடைய நாட்டம் - நினைவுகள், உங்க கதைகளை எழுத ஏதாவது ஒருவிதத்தில் உதவியிருக்கிறதா?

மா.அரங்கநாதன்: அந்தக் காலத்தில் எழுந்த உறவுகள்தான் பிற்காலத்தில் எனக்குக் கை கொடுத்தது என்று சொல்ல வேண்டும். இம்மாதிரிப்பட்ட ஒரு நிலப்பரப்பு அதுவும் அந்த வாழ்க்கை முறையும்தான் எனக்குக் கை கொடுத்தன என்று சொல்ல வேண்டும். என்னுடைய கதைகளிலே அதை நீங்கள் பார்த்திருக்கலாம். பட்டணத்தில் ட்ராமில் ஆபீஸுக்குப் போய் வேலை செய்யக்கூடியவனாக இருந்தாலும் என் மனநிலை பூரவும் மலையும் மலை சார்ந்த நாடும் அது சம்மந்தப்பட்டதாகவே அந்த நிலப்பரப்பு சமாச்சாரம் என்னிடமிருந்து போகவில்லை என்பதைத்தான் இது காட்டுகிறது.

எஸ்.சண்முகம்: காளியூட்டு அப்படித்தானா?

மா.அரங்கநாதன்: காளியூட்டும் அதுதானே. ஒரு மலைநாட்டுப் பகுதியிலே இருக்கக்கூடிய ஒரு பெண்ணுக்கு ஏற்படுத்தக்கூடிய - பெண் தெய்வத்துக்கு ஏற்படுத்தக்கூடிய ஒரு சிறப்புதானே அது.

எஸ்.சண்முகம்: சென்னைக்கு வந்துவிட்டீர்கள் அல்லவா? சென்னையினுடைய நிலப்பரப்பு உங்கள் மனதில் பதிந்ததா?

மா.அரங்கநாதன்: பதிந்தது. வாழ்க்கை என்பது - மனித வாழ்க்கை என்று சொல்லும் போது அதில இந்த சமாச்சாரம் எல்லாம் ஒன்றாகி விடுமல்லவா. அவர்கள் கஷ்டமும் இங்குள்ள கஷ்டமும், பொருளாதார அங்குள்ள கஷ்டமும், பொருளாதார இங்குள்ள கஷ்டமும். அவன் சாப்பிடாமல் வயலுக்குப் போய் உழுவான். அவனுக்குக் கஞ்சி இல்லையே என்று ஒரு கஷ்டம். இவனுக்கு காபி கிடைக்கவில்லையே என்ற கஷ்டம். கஷ்டம் ஒன்னுதானே. அப்படிப் பார்க்கும்போது இந்த சமாச்சாரம் அதிக மேற்படி இதை எனக்குத் தரவில்லை.

எஸ்.சண்முகம்: கிராமம் நிலம் சார்ந்த ஒரு பண்பாடு - ஒரு வாழ்க்கை முறை - குறிப்பாக நகரம் சார்ந்த வாழ்வியலுக்கும் கிராம வாழ்வியலுக்கும் இந்த இரண்டு வாழ்வியலுக்கும் இடையில் என்ன ஒத்தத்தன்மை இருந்தது? என்ன வேற்றுத்தன்மை இருந்தது? இந்த ஒத்தக்தன்மையும் வேற்றுத்தன்மையும் உங்க கதைகளை எழுதுவதற்கு எப்படி, உதவி இருக்கிறது?

மா.அரங்கநாதன்: அது அந்த - நகரத்திற்கு வந்து அந்த வாழ்க்கை முறையிலே பலகாலம் இருந்த பிற்பாடு கிராமத்தில் இருக்கிற ஓர் இன வேறுபாடு, ஜாதி முறைகளெல்லாம் நன்றாக புரிந்தன. இங்குப் பற்பல ஜாதிகளும் இருந்தாலும்கூட மற்றவனுடைய உதவி நமக்கு அவசியம் என்கிற உணர்வு இங்கே இருந்தது. அங்கே அப்படியல்ல. ஒருவனுக்கு உதவி தேவைப்பட்டால் அவனுடைய ஜாதியைச் சேர்ந்தவன்தான் கொண்டு தருவான். அவன் வேறொரு ஊரில் இருந்தோ, வேறொரு ஜாதியிடமிருந்தோ பெற வேண்டிய அவசியமில்லை. இங்கே அப்படியில்லை, இங்கே எல்லோரும் ஒற்றுமையாக இருக்க வேண்டிய ஒரு நிர்பந்தம் நகரத்திலே இருந்தது. அது சில மாற்றங்களை என்னுள்ளே ஏற்படுத்தி இருக்கலாம்.

எஸ்.சண்முகம்: உங்கள் கதைகளில் இரண்டு வாழ்வியலுக்கும் இடையில் உள்ள எதிரும் புதிருமான வாழ்வியல் இருக்குதில்லையா அது உங்க கதைகளில் வந்து பதிவாகியிருக்கிறதா?

மா.அரங்கநாதன்: பஃறளியாற்று மாந்தர் நாவலில் நல்லசிவம் என்னும் பாத்திரம் இருக்கிறதே அது நீங்கள் சொல்லக்கூடிய அதே முறையில்தான் வாழ்வியல் முறையில்தான் அதை சிருஷ்டி, பண்ணி இருக்கிறேன்.

எஸ்.சண்முகம்: நீங்கள் உறவு கதையில் இரண்டு ரயில்களும் ஒரே சீரான வேகத்தில் செல்லும் போது இரண்டும் போகாத மாதிரி நிற்பது போல எழுதிக் காட்டுகிறீர்கள் அல்லவா? அதுபோல் நகர வாழ்வும் - கிராம வாழ்வும் இரண்டும் ஒரே நேரத்துல இணையான தளத்தில் - இணையாக - போகும்போது நிற்கிறதா? இல்லை.. நகர்கிறதா? இந்த இரண்டு வாழ்வியலும் உங்கள் கதைகளுக்குள் வருகிறது இல்லையா? இந்த இரண்டும் கதைகளுக்குள்ள ஒன்றுக்கு ஒன்று எதிர்த்துக் கொள்கிறதா, ஒன்றில் ஒன்று மயங்குகிறதா?

மா.அரங்கநாதன்: இந்த இரண்டு வாழ்க்கையும் ஒன்றாக போகும்போது என்று சொல்கிறீர்கள் அல்லவா...

எஸ்.சண்முகம்: இல்லை. வாழ்க்கை இல்லை. வாழ்வியல் ஒன்றாக இருப்பதும் - எதிராக இருப்பதும்.

மா.அரங்கநாதன்: இருந்தாலும் அப்போது நகரத்தில் வாழும் இன்பம், துன்பம், எல்லாமும், கிராமத்தில் வாழும் இன்பம், துன்பம், எல்லாமே ஒன்றுதான் என்று படுகிறது.

எஸ்.சண்முகம்: உங்கள் கதைகளில் அது எப்படி பிரதிபலித்திருக்கிறது?

மா.அரங்கநாதன்: கதைகளில் அந்தப் பாத்திரங்கள் படக்கூடிய வேதனை மூலமாக என் மனதை சுட்டிக்காட்ட கஷ்டப்பட்டிருக்கிறேன்.

எஸ்.சண்முகம்: இந்த இரண்டு வாழ்வியல் முறைக்கும் இடையில் -இந்த இரண்டு வாழ்வியல் முறைகளும் ஒன்றோடு ஒன்று எதிர்த்துப் மோதும்போது சிக்கல்படுத்தலுக்கு உள்ளாகிறதா?

மா.அரங்கநாதன்: பிரச்சனை தீரும் என்று சொல்ல முடியாது. பிரச்சனை இருக்கு என்று தெரிந்து கொண்டாலே போதும். பிரச்சனை தீர்வான மாதிரித்தான். நல்ல சிவம் அப்படித்தானே அதில பண்றார். ஒரு தெலுங்குப் பெண்ணை கல்யாணம் பண்ணிக்கிட்டார். அதனால் அவர் கஷ்டப்படலையே. அவர் வாழ்க்கையை ரொம்ப நல்ல முறையில் அமைச்சுக்கிட்டாரே. அவளும் அந்தப் பெண்ணும் வாழ்க்கையை நல்ல முறையில்

அமைச்சுக்கிட்டாளே நகரத்துப் பெண். கடலூரில் வந்து ஒரு கிராமத்துல உழுதுக்கிட்டிருந்த ஒருத்தன் இங்கவந்து பட்டணத்திலேயும் கடலூரிலும் நல்ல முறையில் - வேறு ஓர் இனப் பெண்ணை மணந்து சௌகரியமாகத்தானே இருந்தாரு. அவருக்குப் பிறந்தவன்தானே முத்துக்கறுப்பன் - அதில இருக்கிற முத்துக்கறுப்பன்.

எஸ்.சண்முகம்: இலக்கியம், சினிமா குறித்து வேறு யாருடன் பேசினீர்கள்?

மா.அரங்கநாதன்: விவாதம் பண்ணது ரொம்ப குறைவு. சா.கந்தசாமி, அசோகமித்திரன் இந்த மாதிரி. சா.கந்தசாமிக்கு அங்கிலப் படத்துடன் அவ்வளவு தொடர்பு இல்ல. அசோகமித்ரன் அதில நல்ல அனுபவம் வாய்ந்தவர். மற்றபடி எழுத்தாளர்களில் எனக்கு அவ்வளவு இதுவா எனக்குத் தெரியலை.

எஸ்.சண்முகம்: இதுமாதிரி விஷயங்களை யார் யாருடன் நீங்க விவாதிப்பீங்க?

மா.அரங்கநாதன்: அது ஆபீஸிலுள்ள நண்பர்கள்தான். அதுவும் பெரிதாக இல்லை. கவிஞர் குடியரசு இருந்தாரில்லையா அவர் அரசியலிலேயே முழுமையாக இருந்தார். இலக்கியத்திலும் கொஞ்சம் படித்து - உண்மையான இலக்கியம் அவர் மனசுக்குள்ள இருந்ததனாலே சுலபமா ஆங்கிலப் படங்கள் பார்த்து அதைப் பற்றி என்னிடம் பேசுவார். அவர் காலமாயிட்டார். அப்புறம் ஆங்கிலப் படம் சம்மந்தமா விசேஷமாக யாரும் நண்பர்கள் இல்லை.

எஸ்.சண்முகம்: இந்திப் படங்கள் பார்த்திருக்கிறீர்களா?

மா.அரங்கநாதன்: இந்திப் படங்கள் பழைய அசோக்குமார் அந்தப் பீரியடில் உள்ள கிஸ்மத், மேளா, ரத்தன் அந்த மாதுரி நாலஞ்சுப் படங்களைப் பார்த்திருக்கிறேன். இந்திப் படங்களில் பாக்கறதுக்கு என்ன இருக்குது. தமிழ்ப் படங்களைவிட மோசமா இருக்கும்.

எஸ்.சண்முகம்: வேற எந்த இந்திப் படம் பார்த்தீங்க?

மா.அரங்கநாதன்: மொகலே அஸம் மட்டும் பார்த்தேன். ஏன்னா அது ஆபிஸில எல்லாருக்கும் பக்கத்துத் தியேட்டரில இலவச அனுமதிச்சீட்டு வந்தது. அதுக்காக வேண்டி போனோம்.

எஸ்.சண்முகம்: சென்னைக்கு வந்த பிறகு அன்றாட வாழ்க்கை, வீடு, அலுவலகம் இதுபோன்ற வாழ்க்கை எப்படி இருந்தது?

மா.அரங்கநாதன்: எனக்குச் சென்னையில் - சென்னைக்கு வரக்கூடிய சமயத்திலதான் நான் ரயிலையே பார்த்திருக்கிறேன். எங்க கிராமத்தில இருந்து பஸ் பிடிச்சு திருநெல்வேலி ஜங்ஷனில் இறங்கி, ஸ்டேஷனுக்குள் நுழைந்து ரயிலைப் பார்த்தேன். நாகர்கோயில்ல வச்சே மெட்ராஸுக்கு ஒன்பது ரூபாய் கொடுத்து டிக்கெட் வாங்கிட்டோம். ரயிலில் ஏறினேன் ரயில் நகர்வது எப்படின்னுகூட எனக்குத் தெரியாது. அடுத்த நாள் காலையில் சென்னை வந்து சேர்ந்தேன். வந்து, உறவினர் வீட்டுக்குப் போனேன். இரண்டு நாள் கழிச்சு ஆபீஸில் சேர்ந்திட்டேன். ட்ராம் வண்டியில் ஏறினேன். ரயிலக்கூட பார்க்காத ஒருத்தன் ட்ராமில் ஏறி, ட்ராம்லாம் நீங்க பார்த்திருக்க மாட்டிங்க, ஆபிஸில இறங்கி வேலையில சேர்ந்தேன். அன்னைக்கு ஆங்கிலம் பேசியாக வேண்டிய கட்டாயம் ஏற்பட்டுப்போச்சு ஆபிஸுக்குள்ளே.

எஸ்.சண்முகம்: சிறுகதைகள் எழுதியதற்கும், கட்டுரைகள் எழுதியதற்கும், நாவல் எழுதியதற்கும் என்ன வித்தியாசத்தைப் பார்த்தீங்க? அந்தப் படைப்பு அனுபவத்தைச் சொல்லுங்கள்.

மா.அரங்கநாதன்: வித்யாசம்... அதனுடைய மைய விஷயத்தை பார்க்கப் போனா இரண்டுக்கும் ஒன்னும் பெரிய வித்தியாசம் இல்லை. அத கொண்டு சேக்கறதுக்கு அதுக்காக வேண்டி நம்முடைய அனுபவங்களெல்லாம் ஒரு பின்னல் முறையில் நாம சேர்த்துக்கொண்டே போகிறோமே அதில கொஞ்சம் வித்யாசமாக சொல்லாம்னு எனக்குத் தெரிஞ்சது. பஃறளியாற்று மாந்தரில் முடியக்கூடிய ஒரு விஷயமும், காளியூட்டில் முடியக்கூடிய விஷயமும் பல சிறுகதைகளில் முடியக்கூடிய விஷயமும் கிட்டத்தட்ட ஒன்னாத்தான் நாம பார்க்க வேண்டி இருக்குது - நீங்க சொன்ன அந்த இன்மை எல்லாம். அதையுங்கூட, சொந்த ஊரைப் பற்றி நினைச்சுக்கிட்டே இருந்த ஒரு மனுஷன் காரில் போற சமயத்துல இதுதான் என் ஊருன்னு பெண் காட்டுறா, சோ... இவன் பார்த்திட்டு சரிதான் என்று மீண்டும் தூங்கிப் போயிட்டான். இந்தக் காளியூட்டிலும் அதே மாதிரி இதுதான் என்று அந்த மண்ணைப் பார்த்திட்டு இதுல செடி முளைத்தா நல்லா இருக்குமுன்னு சொல்லிட்டு அதுபோன்றே இப்படி பல இதுகளிலேயும் அதைத்தான் உபயோகப்படுத்தியிருக்கிறேன். நாவலில் சொல்லக்கூடிய சமயத்துல பல கதைப்பின்னல் மூலமாக பலவிதமான சங்கதிகளை சேர்த்து சொல்ல முடியும்னு தெரியுது. சிறுகதைகளில அத சொல்ல முடியலே. புதுமைப்பித்தன் சொன்ன மாதிரி ஜன்னலைத் திறந்து பார்த்தால் ஒரு காட்சி, அதோட அது

முடிஞ்சு போச்சு. அந்த மாதிரிப்பட்ட நிகழ்ச்சி மூலமா நம்முடைய வேதனையோ, சந்தோஷமோ எதையோ காட்டணும். இது அப்படியில்லை – இது இந்த நாவல்னு சொல்லக்கூடிய விஷயம் முடிந்த போதிலும் கூட அதைப்பற்றி சிந்தித்துக் கொண்டே இருக்கக்கூடிய ஒரு வாய்ப்பு அதிலே இருக்குது. சிறுகதையில அது முடியல. கவிதையில ஒன்னுமே இல்ல மௌனம். கவிதை, சிறுகதை, நாவல் இந்த மூன்றுக்கும் உள்ள வித்தியாசத்தை இப்படி எளிமையா சொல்லலாம்னு நினைக்கிறேன். கவிதைங்கறது மௌனம். எதுவுமே கிடையாது. சிறுகதை என்று சொல்லக்கூடியது அவன் ஒரு கணத்தில் அடைந்த அமைதியை அவன் வெளியில் காட்டிடறான். இது அப்படியல்ல முடிந்த பிறபாடும் நாம சிந்தித்துப்பார்க்க வேண்டிய நிலையில் இருக்குது நாவல் - என்று சொன்னா இன்னும் கொஞ்சம் புரியும்படியா - இதுவரை எத்தனையோ பேர் சொல்லி இருக்கிறாங்க — எஸ்.சண்முகம் சொல்லி இருக்கிறாரு ஆனா இப்படிச் சொன்னா நம்மள மாதிரியான அளுங்களுக்குப் புரியும்னு நினைக்கிறேன்.

எஸ்.சண்முகம்: இப்பொழுது சமீப காலங்களில் பத்து பதினைந்து வருஷங்களா சிறுகதைகள், நாவல்கள் இவை எல்லாவற்றையும் புனைவு இலக்கியம் என்று பேசுகிறோம். எதார்த்த இலக்கியம் - சிறுகதைகளில் எதார்த்த சிறுகதை - தொடர்ச்சியற்ற கதையாடல் இல்லாத சிறுகதை என்று சொல்கிறோம். அப்புறம் மாயா எதார்த்தம், ரியலிஸம் சிறுகதை என்று சொல்கிறோம். புனைவு என்று ஒரு பதம் இருக்குது. தமிழில் இதற்குப் புனைவு என்று ஒரு பதம் இருக்குது. உங்களுடைய கதைகளில் புனைவுகளுக்கு எவ்வளவு இடம் இருக்குது? உங்க கதைகளில் புனைவு இருக்கிறதா?

மா.அரங்கநாதன்: புனைவு நீங்க குறிப்பிட்ட அந்த மைலாப்பூர், அழல்குட்டம், சில கதைகள் - அந்தக் 'காலக்கோடு' இந்த மாதிரிப்பட்ட இன்னும் சில கதைகளில் பேன்டஸி இருக்குதுன்னு சொல்லலாம். இப்ப அதைப் பற்றி அனலைஸ் பண்ணிப் பார்த்தா அப்படித்தான் சொல்வோம்னு நினைக்கிறேன். ஆனா அதை எழுதக்கூடிய சமயத்தில நம் பேன்டஸிய கொண்டு வர்றோம் அப்பிடின்னு சொல்லல. அவன் வயலில் இரவில் காவல் காப்பதற்காகப் போகக்கூடியப் பையன். அங்க ஒரு பேய் வருதுன்னா அவன் அதை ரொம்ப சாதாரணமா எடுத்துக் கொண்டு பேசிக்கொண்டே இருக்கிறதுன்னா நமக்கு வந்து ஒரு - பேன்டஸிய கொண்டு வரணும்னா கிராமத்துல அது சகஜமாக இருந்தது.

எவனாவது ஒருத்தன் அங்க ஒரு குரல் கேட்டா நம்பக்கூடிய ஆளுங்க இன்னமும் இருக்கறாங்க. அது புனைவா இருந்தாலும்கூட அதை ரொம்ப நூறுசதம் பேன்டஸின்னு சொல்ல முடியுமான்னு எனக்கே சந்தேகம்.

எஸ்.சண்முகம்: இலக்கியத்தில இன்மை வெளிப்பாடு என்று பேசும்போது இல்லாத ஒன்றிலிருந்து இருப்பதைச் சொல்வது சிறுகதையா?

மா.அரங்கநாதன்: இல்ல. அப்படிச் சொல்ல முடியாது. அந்தத் தன்மை அவனுக்குள் இருந்தால் அது பல்வேறு விதமா அந்தக் காலக்கட்டத்திற்கேற்ப பல்வேறு விதமா வெளிப்படுகிறது. அவன் இன்மையை வெளிப்படுத்துவதற்காக வேண்டிதான் தாம் எழுதுறோம்னு அவன் ஒன்னும் நினைக்கல. அந்த மாதிரிப்பட்ட ஒரு தன்மை இல்லைன்னா விருப்பு வெறுப்பற்ற தன்மை அவனுக்கு இருந்திருக்காது. தன்னுடைய குறிப்பிட்ட காலக்கட்டத்திலிருந்து இயலாத காரியமா இருந்திருக்கும். எடுத்து ஒன்றை வெளிப்படுத்துவதற்கு அதனால் ஒரு தன்மை அவனிடம் நிச்சயமா இருந்தது. லா.ச.ரா கிட்டேயும் இருந்தது. புதுமைப்பித்தன் கிட்டேயும் இருந்தது. மற்றவர்களிடமும் மௌனியிடமும் இருந்திருக்கிறது.

எஸ்.சண்முகம்: இல்லாத ஒன்றிலிருந்து இருப்பதை சொல்வது என்பது இன்மையா? உதாரணத்திற்கு 'மலையைப் பார்த்தான்' என்று ஓர் இடத்தில் எழுதி இருக்கீங்க. மலையைப் பார்த்தேன் என்று நீங்கள் சொல்லும்போது மலையைப் பார்த்ததை மட்டும் சொல்றீங்களா? அவன் அந்த மலையைப் பார்க்கிற நிகழ்வு மட்டும் சொல்லப்படுதா? இல்ல அதில இருந்து வேறு ஒன்னு சொல்லப்படுதா?

மா.அரங்கநாதன்: அந்த நான் பார்த்த கணத்தில மலை என்பது என்ன என்று எனக்கு ஒரு பொருளைத் தருகிறதோ அதை நான் சொல்லணும். அப்படிச் சொன்னா அதற்கு முன்னால அது இல்லைன்னு அர்த்தமாகுது. இலக்கியத்துல அந்த மாதிரிப்பட்ட விஷயங்களில் இன்மை என்பதைப் பற்றி குறிப்பிட்டுச் சொல்லாம்.

மலையை இதுவரை குறிஞ்சி நில மக்கள் பார்த்தது மாதிரியா நான் பார்க்கிறேன். என்னால அதுமாதிரி பார்க்க முடியுமா? முடியாது. யாராலயும் பார்க்க முடியாது. நீங்க பார்த்தது மாதிரி நான் பார்க்க முடியாது. இந்த மாதிரிப்பட்ட தன்மையில இன்மையை இப்படித்தான் எடுத்துக்க முடியுது. முன்னால அந்த மலை இல்லை. அப்படிச் சொல்லலாம்னு நினைக்கிறேன்.

எஸ்.சண்முகம்: பெரியாருடைய இறை மறுப்பு இருக்கில்லையா, பெரியார் சிந்தனை மரபில் காணப்படும் இறை மறுப்பு வைதீக மறுப்பு என்கிறது - சார்வாக மரபோட ஒத்ததா?

மா.அரங்கநாதன்: இல்லைன்னு நினைக்கிறேன். இந்த நாட்டிலேயே உள்ள - இந்த மண்ணிலே உள்ள ஓர் எதிர்ப்பாதான் அதை எடுத்துக்கணும். தமிழ் மண்ணிலும் வைதீகம் இருக்குதில்லையா? வைகீகம்னு எடுத்தாச்சானா அதை ஒரு பொதுவான வார்த்தையாத்தான் நாம் உபயோகிக்கணும். வைதீகம்னா வேதத்தை மறுக்கிறது மட்டுமல்ல. எல்லாத்தையும் தான் மறுக்கணும், எல்லாவற்றையும் மறுதலி.

எஸ்.சண்முகம்: ஜேகேவும் அதைத்தானே சொல்றார்?

மா.அரங்கநாதன்: ஜே.கேவும் சொல்றாரு இருக்கட்டும். ஜே.கே சொன்னா என்ன, பெரியார் சொன்னா என்ன?.

எஸ்.சண்முகம்: ஜே.கே வைப்பற்றி நீங்க நிறைய சொல்லி இருக்கீங்க. ஜே.கேவை நிறைய படிச்சி, ஜே.கே பேசுறத நேர்ல கேட்டிருக்கிறீங்க. ஜே.கேவை கேட்கும்போது உங்களுக்கு எந்தமாதிரி மனநிலை ஏற்பட்டது? அது உங்களுடைய சிறுகதைகளை, எவ்வாறு எப்படி பாதிச்சது?

மா.அரங்கநாதன்: நாம இப்படி இவ்வளவு நேரம் பேசிக்கிட்டிருந்த இன்மை என்னும் உணர்வுதான் ஜே.கே-விடம் அதிகமா என்னை டச் பண்றது. அத ரொம்ப அருமையா எக்ஸ்பிளைன் பன்றாரு. ரொம்ப அருமையான மொழியில எல்லாருக்கும் புரியும்படியான ஒருநிலையில எக்ஸ்பிளைன் பண்றது எனக்கு ரொம்பவும் புடிச்சிருந்தது. பெரியார் சொல்றதத்தான் அவரும் சொல்றதா இருந்தாலும் அதை இன்னொரு விதத்தில சொல்றதுனால நாம ஏற்றுக்கொள்ள வேண்டிய விதத்தில இருக்குது. அருமையான மொழியில அதை சொல்றதுனால ஏற்றுக்கொள்ளக் கூடியதா இருக்குது.

எஸ்.சண்முகம்: எப்படி நீங்க ஜே.கேவிடம் போனீங்க? முதலில் அவரைப் படித்தீர்களா? இல்லை முதலில் பேசுவதைக் கேட்டீர்களா?

மா.அரங்கநாதன்: ஜே.கே 60-65-ல் இருக்கும் என்று நினைக்கிறேன் அவர் பேசுறதத்தான் முதல்ல கேட்டது. வசந்தவிஹாருக்கு டிசம்பர் - ஜனவரியில் ஞாயிற்றுக்கிழமை தோறும் போவேன். ஞாயிற்றுக்கிழமை சாயந்திரம், திங்கட்கிழமை காலையிலேயும்

போவேன். சாய்ந்திரமா பேச்சும், திங்கட்கிழமை காலையில் கேள்வி பதிலுமா இருக்கும். அந்த இரண்டுமே ரொம்ப அருமையா ரசிக்கலாம். அவருடைய முறைகள் எல்லாத்தையுமே ரொம்ப ரசிக்கலாம். ரப்பிஷ்(Rubbish)னு சொல்வாரு வைதீகம் இத ரப்பிஷ்ன்னு சொல்வாரு. வேதம், வைதிகம், உபநிஷதத்தக்கூட ரப்பிஷ்னு சொல்வாரு.

எஸ்.சண்முகம்: பெரியார் வெங்காயம் என்று சொல்ற மாதிரியா?

மா.அரங்கநாதன்: பெரியார் வெங்காயம் என்று சொல்லுவதும் இவர் ரப்பிஷ் என்று சொல்லுவதும் ஒன்னுதான்.

எஸ்.சண்முகம்: சைவ சித்தாந்தத்துல சொல்லக்கூடிய சிவஞான போதம் - மற்ற பதினான்கு சைவ சாஸ்திரங்களில் சொல்லக்கூடிய வகைமைகள் பற்றி உங்களிடம் கேட்க வேண்டும். அகச்சமயம், புறச்சமயம், என்று சொல்றாங்க - அப்புறம் அகப்புறம் - புறப்புறம்ன்னு சொல்றாங்க. அகச்சமயம்னு தமிழுக்கு எதை நினைக்கிறீங்க?

மா.அரங்கநாதன்: நீங்க சொல்லக்கூடிய சைவ சமய பாகுபாடு பிற்காலத்தில சிவஞான போதம் இந்த மாதிரி நூற்களிலிருந்துதான் நமக்குத் தெரிகிறது. சைவ சாஸ்திரங்கள் இந்த மாதிரி நூல்கள் வைதீக சமயம் ஏற்பட்ட பின்னர் எழுதி வைத்ததுதான். இங்குள்ள இது சங்க காலத்துக்கு முன்னால் உள்ளது இல்லை. நான் சொல்றது அடிப்படையில் இருந்தது அவ்வளவுதான். இந்த இதையே வைதீகம்னு சொன்னாக்கூட நாம மறுத்துப் பேச முடியாது. இந்த வைணவ சமயத்தையும் சைவ சமயத்தையும் சைவ சித்தாந்தம் என்று சொல்ல முடியாது.

எஸ்.சண்முகம்: தமிழர்களுக்கு அகச்சமயம் புறச்சமயம் என்று சொல்றது - என்பது பொருந்துமா?

மா.அரங்கநாதன்: சைவ சமயத்துல சொல்லி இருக்குது அது. அப்படி எடுத்துக்கிட்டா, சங்க காலத்துக்கு முன்னால் இருந்தது. நாட்டுக்கே சொந்தமான ஒரு சமயம் சைவ சித்தாந்தம்தான். தென்னாட்டுச் சித்தாந்தம்னு அதைச் சொல்லலாம்.

எஸ்.சண்முகம்: சங்க இலக்கியத்திற்கு முன்னாடியா? எப்படி?

மா.அரங்கநாதன்: ஆமாம். சங்க காலத்துக்கு முன்னாடியே இருந்திருக்குது. எப்படி இருந்ததுன்னா நான் சொன்ன இன்மை என்பதை பேசற சமயத்திலே, 'யாயும் யாயும்' அந்தப் பாட்டு மற்றும் பூங்குன்றனுடைய பாட்டு, அந்த மாதிரிப்பட்ட ஒரு

சித்தாந்தம் இல்லைன்னா இந்த மாதிரி ஒரு தோன்றல் அவனுக்கு ஏற்பட்டிருக்குமா? எனக்குத் தெரியல. இந்த நாட்டில் பேய்க்கதை இல்லைன்னா "காலகோடு" என்ற கதையை நான் எழுதி இருப்பேனா. முடியாது இல்லையா? அதுமாதிரி 'யாயும் யாயும்' நீ யாரோ நான் யாரோ நாமளும் தான் சேர்ந்திருக்கிறோம் என்று சொல்லக்கூடிய இது ஒரு சித்தாந்தத்தில இருக்குது. சைவ சித்தாந்தத்துல இருக்குது.

எஸ்.சண்முகம்: அது இயற்கையில் இருக்கக்கூடிய சூன்யமா ஏன் இருக்கக்கூடாது?

மா.அரங்கநாதன்: ஆமாம். அந்த சூன்யம்தானே இன்மை. இன்மையை அடிப்படையாகக் கொண்டதுதானே சைவ சித்தாந்தம். திருமுலர் சொல்லக்கூடிய சைவ சித்தாந்தம் இன்மையை அடிப்படையா கொண்டதுதானே. "அன்பும் சிவமும் வேறென்பார் அறிவிலார்" என்பது என்ன அர்த்தம்.

எஸ்.சண்முகம்: ஆனால் 'மான்கன்று நின்று வளர்கின்ற வாறே' என்கிறாரே?

மா.அரங்கநாதன்: அது பலது சொல்லி இருக்கிறார். அதை டீட்டைலா பார்க்கப் போயாச்சுன்னா கடைசில விக்ரக ஆராதனையில் வந்து முடியலாம் அதுவேறு விஷயம். இன்னைக்கி வாழ்க்கையில் இப்படி இப்படி நடக்கிற சமயத்தில நீ கோயிலுக்குப்போ, சிவனை கும்பிடு! அப்படின்னு வரும். அது வேறு விசயம். பொதுவாக அவர் எழுதறதுக்கு உத்வேகம் எங்கிருந்து வந்ததுன்னா - அந்த சித்தாந்தம்தான். திருமூலர் தானே அந்தப் பெயர் கொடுத்தாரு. அவரு இல்லைன்னா அந்தப் பெயரே நமக்குக் கிடைத்திருக்காதே. சைவ சிந்தாந்தின்னு சொல்லலாம். அப்பர், சம்பந்தர், சுந்தரர் சைவ சமயத்தைத்தானே கிரியேட் பண்ணாங்க. ஒரு சமயத்த எதிர்க்கிறதிற்காக வேண்டிதானே கிரியேட் பண்ணாங்க. அது மாதிரி திருமூலர் பண்ணலியே.

எஸ்.சண்முகம்: திருமூலர் முழுமையா வெறும் தமிழ்நாட்டிலிருக்கிறதை மட்டும் சொல்லலையே? அதிலே தாந்திரிகம் வருதே?

மா.அரங்கநாதன்: அதெல்லாமே வருது. அதெல்லாம் இங்க உள்ளது. நீங்க அத எப்படி எடுத்துக்கிட்டாலும் சரி. இந்த மண்ணுக்கே உரியது. அதுக்குப் பேரு வேற எது வேணும்னாலும் இருக்கலாம். தாந்திரிகம்னு இருக்கலாம், மாந்திரீகம்னு இருக்கலாம்.

எஸ்.சண்முகம்: சங்க இலக்கியத்தில் தெரியக்கூடிய இன்மை இல்லையென்றால் இயல்பைச் சார்ந்த சூன்யம் என்பது சைவத்தினுடைய தோற்றம் என்று நினைக்கிறீர்களா?

மா.அரங்கநாதன்: அந்தத் தோற்றத்தினுடைய வழிமுறையில் வந்ததுதான் திருமூலருடைய சைவ சித்தாந்தம். இப்படி என்று வேண்டுமானால் சொல்லலாம், சங்க காலத்திற்கு முன்னால் இருந்ததுதான் சைவ சித்தாந்தம். பரமசிவனை கைலாசத்தில் சென்று கும்பிடச் சொன்னா-அப்படி எல்லாம் யாரும் சொல்லல. சாக்ரடீஸ் சொல்லக்கூடியதெல்லாம் எப்படி வந்தது அவருக்கு? புத்தரைப் படித்திருக்கலாம் அல்லது புத்தரைப் பற்றித் தெரிந்திருக்கலாம், புத்தர் அல்லாத இன்னொருவரைப் பற்றித் தெரிந்திருக்கலாம் அந்த மண்ணில் அது இருந்திருக்குதில்லையா? அதை நாம் ஒத்துக் கொள்ளணுமே. எனக்கு எதுவுமே தெரியாது என்பதுதான் எனக்குத் தெரியும்னு சொல்றார்னா அந்த மாதிரி சொல்வதற்கு ஏதோ ஓர் அடிப்படை இருந்திருக்குதில்லையா? அது கிரேக்கமா இருக்கட்டும், ஈப்ருவா இருக்கட்டும், தமிழா இருக்கட்டும், சமஸ்கிருதமா இருக்கட்டும். நேதி. நேதின்னு கூடத்தான் சமஸ்கிருதத்தில் இருக்குது. அதை எழுதினது காஞ்சிபுரத்தில் உள்ள ஆளு. அது எங்களுடையதுன்னு சொல்ல முடியாது. சைவ சித்தாந்தம்னு ஒன்னு இல்லைன்னா நேதி... நேதிங்கற தியரி உபநிஷதத்தில வந்திருக்க முடியாது. அதை ப்ரூப் பண்ண முடியாது. அது ஒரு சின்ன இது அவ்வளவுதான். காஞ்சிபுரத்தில் படிக்கத்தான் இராகுல சாங்கிருத்தியாயன் கூட இங்கே வந்தான். சில விஷயங்களை நாம் புரூப் பண்ண முடியாது. ஒப்புக்கொள்ள வேண்டிய அவசியத்திற்கு உட்பட்டு நாம இருக்கிறோம். ‘வெர்ஜின் ஸ்பிரிங்’ என்று ஒரு படம் இருக்குதே அதில அந்தப் பெண்ணை மூன்று பேரு கொலைப் பண்ணிடறாங்க, அந்தப் பெண் பிணமா கிடக்கறா. அப்போ கதை முடிஞ்சுது கிட்டத்தட்ட முடிஞ்சுது. தகப்பனார் அந்த மூனு பேரையும் பழிவாங்கிட்டு கதை முடிஞ்சு போச்சு. ஆனா அந்த இன்மைக்கு ஒரு தொடர்ச்சி வேணும்னு அந்தப் பிணம்னு சொல்லி அவளை தூக்கக்கூடிய சமயத்துல அந்த இடத்தில இருந்து ஒரு நீர் ஊற்று கிளம்புது. முடிவில்ல, ஆரம்பமில்ல. முடிவுன்னு ஒன்னு இருந்தா ஆரம்பம்னு ஒன்னு இருக்கணும். ஆரம்பமும் இல்லை, முடிவும் இல்லை அந்த இரண்டையும் சொல்றதுக்குப் பெயர்தான் சித்தாந்தம், வாழ்க்கை எல்லாம். அந்து ஒரு விஷயத்தை அந்த இங்மர் பெர்க்மன் தெரிஞ்சிருக்கிறான். அது அவன் எழுதின கதையோ, வேறு யாரு எழுதின கதையோ எனக்குத் தெரியாது.

ஆனா அதை அவன் காட்டக்கூடிய விதம் இருக்கிறதே அது, அவன் ஆழ்ந்து படிச்சவனா இருக்கணும். இதையும் அந்த இன்மை விஷயத்துல சேர்த்துப் பேசினா நல்லா இருக்கும்.

எஸ்.சண்முகம்: பெர்க்மன்னோட வேறு ஏதாவது படங்கள் பார்த்திருக்கிறீர்களா?

மா.அரங்கநாதன்: அவருடைய படங்களை முன்னாள் 60-களிலேயே காசினோவில் பிலிம் பெஸ்டிவலில் பார்த்திருக்கிறேன். அப்போ சப் டைடல் இல்லாம பார்த்தேன். அதில்லாம செக்காஸ்லோவியா படங்கள் ஒரு பத்து பதினைந்து பார்த்திருக்கிறேன். அதுகளில்கூட இதுமாதிரி சில விஷயங்களை சொல்லலாம். ஹாலிவுட் படங்களில் எத்தனையோ படங்களைச் சொல்லலாம்.

எஸ்.சண்முகம்: தமிழ்ப்படங்களில் நீங்க சொல்ற இன்மை இருக்கிறதா?

மா.அரங்கநாதன்: அப்படி ஏதாவது இருந்தாலுங்கூட அது ஹாலிவுட் படத்தோட காப்பியா இருக்கும்.

எஸ்.சண்முகம்: இருக்கிறதா... இல்லையா?

மா.அரங்கநாதன்: இல்லைன்னுதான் சொல்லணும். இல்லையே... பிரச்சனைக்கு முடிவு காணணும்... தமிழ் பட டைரக்டஸ்கிட்ட கேட்டா அவங்க இப்படித்தானே சொல்றாங்க, "இதுக்கு ஒரு மெஸ்சேஜ் கொடுக்கணும்" இவங்க என்னவோ வாத்தியார் மாதிரியும், நாம எதுவோ மாணவர் மாதிரியும்... பிரச்சினைக்கு முடிவு காணணும்.

எஸ்.சண்முகம்: வெர்ஜின் ஸ்பிரிங்ல ஹெரிசி சொல்றவங்கள கொளுத்துறாங்க இல்லியா? மதத்துக்கு எதிராப் பேசக்கூடியவங்கள, போக் ப்ராக்டீஸ் இருக்கிறவங்க அந்த மாதிரி ஆளுங்கள கொளுத்துறாங்க இல்லையா?

மா.அரங்கநாதன்: இது தமிழிலும் இருந்திருக்கில்லையா. நம்மகிட்டேயும் ரொம்ப இருந்திருக்குது. அவனை, அப்புறமா படிச்சதிலே இருந்து, இங்கமர் பெர்க்மனுடைய தகப்பனாரே ஒரு ப்ரிஸ்டா இருந்திருக்கிறாரு. அவரை நேரடியா கிரிட்டிசஸ் பண்ண முடியாம, இந்த மாதிரி ஒரு மறைமுக கிரிட்டிசிசம்தான். அலெக்ஸாண்டர் அண்டு ஃபானி, பெர்ஸோனா போன்ற படங்கள்...

எஸ்.சண்முகம்: வெர்ஜின் ஸ்பிரிங்ஸ்-ல் கல்யாணம் ஆகாத பெண் கொல்லப்படுகிறாள். அவளின் சாவிலிருந்து ஊற்று வருகிறது என்பது என்ன? அது எதைக் குறித்தது?

மா.அரங்கநாதன்: அது அந்த நாட்டு மரபாக்கூட இருக்கலாம் அவங்களுடைய பழைமையான ஸ்வீடிஸ் மரபில்கூட ஒரு பெண் இப்படிக் காலமானால் ஊற்று தோன்றும் என்பது. ஆனா இந்த இடத்தில இப்படிச் சொல்லணும்னு இவனுக்கு எப்படித் தோணுச்சு? அதுதானே சொல்ல முடியும். புதுமைப்பித்தனையும் லா.ச.ராவையும் சொன்னோம்னா அவங்க அதைத்தான் செய்திருக்கிறாங்க. அவங்க செய்ததிலேயும் நம்ம மரபுகளில்லெல்லாம் இருக்குது இந்த மாதிரி மரபு எப்படி உண்டாச்சுன்னு பார்த்தா இந்த மாதிரி இப்படி ஒரு சாவுக்குப் பின்னால ஓர் ஊற்று கிளம்புச்சுதே அதுக்கு நன்றி சொல்ல வேண்டாமா. அந்த மாதிரிப்பட்ட ஓர் இது ஸ்வீடிஸ் அந்த மாதிரிப்பட்ட பழைமையான மக்கள் கூட்டம் அது. அந்தக் கூட்டத்திலேயும் இது மாதிரிப்பட்ட இது இருந்திருக்குதில்ல.

எஸ்.சண்முகம்: உங்க கதைகளில் 'ஜேம்ஸ்டீனும் செண்பகராமன் புதூர்க்காரரும்' பற்றி பேசினோம். செண்பகராமன் புதூர்க்காரரும் ஜேம்ஸ்டீனும் இரட்டைகளா என்று கேட்டதற்கு "ஒரு வகையில் இரட்டைகள்" என்று சொன்னீங்க. இரண்டு வெவ்வேறு கலாச்சாரப் பின்னணியிலிருந்து வர்றவங்கள ஒரு பிரபஞ்ச அடையாளத்தோட இரட்டைப் பிரதிகளா பார்க்கறீங்களா? நீங்க அந்தக் கதையை எழுதும்போது என்ன நினைச்சீங்க?

மா.அரங்கநாதன்: மனித குலத்தை எந்த விதமான நாட்டு வேற்றுமையும் இருந்தாலும் இல்லாவிட்டாலும் ஒரே மனநிலை உள்ளவங்க இருக்கத்தான் செய்யறாங்க. அந்த மாதிரிப்பட்ட எண்ணத்தில்தான் அதைக் கொண்டு வந்தது. அதைப் பிரபஞ்சம்னு நீட்டிச் சொல்லலாம். அதிலேயும் தப்பு இல்லை. உலகம்னும் சொல்லிக்கலாம் - பிரபஞ்சம்னும் சொல்லிக்கலாம்.

எஸ்.சண்முகம்: அவங்க இரண்டு பேருக்கும் இருக்கக்கூடிய ஒத்த தன்மை எல்லாம் என்னான்னு நீங்க நினைக்கிறீங்க?

மா.அரங்கநாதன்: எல்லாருக்கும் ஒத்த தன்மை இருக்குது. இந்த இரண்டைச் சொல்வதன் மூலம் பாய்ண்ட் அவுட் பண்ண முயற்சி பண்ணியிருக்கிறேன். எல்லாருக்கும் இருக்கு. பூங்குன்றன் சொன்ன மாதிரி,

"நம்மளவிட பெரியவனும் இல்லை
நம்மளவிட சின்னவனும் இல்லை"

நாம பார்க்கிற பார்வையில் எல்லாம் இப்படி இருக்குது.

எஸ்.சண்முகம்: பிரபஞ்சம் முழுமையிலும் இருக்கக்கூடிய மக்களுக்கெல்லாம் ஒத்த பண்பு இருக்கும் அப்படி என்றால், ஒரு குறிப்பிட்ட மக்கள் கூட்டத்துக்குத் தனிப்பண்பும் இருக்கும் இல்லையா?

மா.அரங்கநாதன்: தனிப்பண்பு இருக்கிறது. ஏற்கனவே உள்ள தன்மையை விரட்டியடிச்சுக்கிட்டு, ஒரு புதுத்தன்மை உள் புகுத்தப்படுகிறது.

எஸ்.சண்முகம்: ஜேம்ஸ்டீன் என்பவர் அமெரிக்காவில் வாழக்கூடிய ஒரு நடிகர் - ஒரு கலைஞர். செண்பகராமன் புதூர்காரர் இங்கே தமிழ்நாட்டைச் சேர்ந்தவர். இந்த இரண்டு வேறு கலாச்சாரத்தில் இருக்கக் கூடியவங்களுக்கும் பொதுவான பிரபஞ்சத் தன்மை ஒன்று இருக்குது - இரண்டு பேருக்கும் ஒரே பண்பு இருக்குது - ஒத்த தன்மை இருக்குது என்பதைச் சுட்டிக் காட்டுற மாதிரி அந்தக் கதையை எழுதி இருக்கிறீங்க. ஆனால் பிரபஞ்ச முழுமைக்குமான ஒரு பண்பு வந்து எல்லா மனிதர்களிடமும் இருக்குமானால், ஒவ்வொரு மனிதருக்கும் ஒவ்வொரு பகுதியில் ஒவ்வொரு நிலப்பரப்பில் இருக்கக்கூடிய மனிதருக்குமான தனிப்பண்பும் இருக்கும் இல்லையா?

மா.அரங்கநாதன்: மனிதருடைய மனசு நினைக்கிற அந்த அமைதி, மகிழ்ச்சி, துயரம் இதுகளுக்கெல்லாம் நாடு இதெல்லாம் எதுவுமே கிடையாது. முத்துக்கறுப்பன் என்கிற செண்பகராமன் புதூர்காரனுக்கு சொல்லக்கூடிய ஜேம்ஸ்டீனுடைய குவாலிபிகேஷனையும் அவனுக்கு இருக்குன்னு சொல்ற சமயத்தில, செண்பகராமன் புதூரில் உள்ள எல்லோருக்கும் அந்தக் குவாலிபிகேஷன் இருக்கிறதுன்னு ஏன் சொல்லக் கூடாது? அவங்களுக்கும் இருந்திருக்கணும். அவங்கல்லாம் அத விட்டுக்கிட்டு வேற எதிலேயோ இருக்கறாங்க.

எஸ்.சண்முகம்: ஏன் செண்பகராமன் புதூர்காரரும் ஜேம்ஸ்டீனும் இரண்டு பேரும் ஒரே ஆளா இருக்கலாமே?

மா.அரங்கநாதன்: இரண்டு பேரும் ஒரே மாதிரியா இருக்கிறதக் காட்டுறதன் மூலம் நான் சொல்ல நினைக்கிறது என்ன என்றால், செண்பகராமன் புதூர் மட்டுமல்ல, உலகத்தில் உள்ள எல்லா ஊர்களில் உள்ள மனிதர்களுக்கும் மற்ற ஊர்களிலுள்ள மனிதர்களுக்கும் நிச்சயமாக ஒற்றுமைத் தன்மை உண்டு. அதை நாம உணராம இருக்கிறோம்.

எஸ்.சண்முகம்: அப்ப தனிப்பண்பு என்பது தேவையில்லையா?

மா.அரங்கநாதன்: தனிப்பண்பு என்று குறிப்பிடத்தக்க ஒன்னை நான் அதில சொல்லலையே எதுவுமே. ஒரு தனிப்பண்பைச் சொல்வதன் மூலம் இந்த மாதிரித் தனிப்பண்பு எல்லோருக்கும் உண்டுங்கிறத நிலை நிறுத்தத்தான் நான் பார்த்திருக்கிறேன்.

எஸ்.சண்முகம்: ஒவ்வொரு மக்கள் வட்டத்திற்கு என்று ஒருசில தனிப்பண்பு இருக்கில்லையா?

மா.அரங்கநாதன்: இருக்கட்டுமே.

எஸ்.சண்முகம்: இருக்கட்டுமே என்றால்...

மா.அரங்கநாதன்: இருக்கட்டும். இருக்கும். முத்துக்கருப்பனுக்கு ஒரு தனிப்பண்பு இருக்கும்னா, வேற ஒரு தனிப்பண்பு அவனுக்கு இல்லாம இருக்கக் காரணம் இருக்கும் இல்லையா? செண்பகராமன் புதூருக்குள்ள ஒரு தனிப்பண்பு இருக்கில்ல. அதே மாதிரி சஹாரா பாலைவனத்தில் இருக்கக் கூடியவனுக்குத் தனிப்பண்பு இருக்கும் இல்லையா. அதே மாதிரி செண்பகராமன் புதூர்க்காரன் மாதிரிப் பண்பு இல்லை அவனுக்கு. இவனுக்கு சஹாராப் பாலைவனத்துத் தனிப்பண்பு, தனிக்குணம், தனியன் என்று நினைக்கிறது எல்லாம் எதையோ மனசில் வச்சிக்கிட்டு, மூடி வைச்சிக்கிட்டு வெளியில தள்ளாம - ஜன்னல திறக்காம இருக்கிறான். ஜன்னல திறந்து வைக்காம இருக்கிறான். காற்று உள்ள வந்தா எல்லாம் போயிடும்.

எஸ்.சண்முகம்: பிரபஞ்சம் முழுமைக்கும் எல்லாரிடமும் ஒரு தனிப்பண்பு இருப்பதைப்போல, தென்னாடு என்றால் தென்நாட்டுக்கு என்று ஒரு தனிப்பண்பு இருக்கும் இல்லையா? அந்தப் பிரபஞ்சப் பண்புக்கும் இந்தத் தென்நாட்டுத் தனிப்பண்புக்கும் என்ன உறவு?

மா.அரங்கநாதன்: உறவு இருக்கிறதப் பற்றியில்ல இப்போ. தென்நாடு என்று ஒரு தனிப்பண்பு இருக்கு இல்லையா, அதே மாதிரி அமெரிக்கன் என்று அவனுக்கு ஒரு தனிப்பண்பு இருக்குது இல்லையா, இந்த இரண்டையுமே அவங்க விட்டுட்டு, நட்சத்திரங்களைப் பார்க்கிற ஒரு தனிப்பண்பை அவங்க இரண்டு பேரும் வச்சுக்கிட்டிருந்தாங்க. மலையைப் பார்க்கணும்கிற தனிப்பண்பை அவங்க இரண்டு பேரும் வச்சிக்கிட்டிருக்காங்க - அந்தப் பண்பை மட்டும்தான் அவங்க பார்த்தாங்க.

எஸ்.சண்முகம்: அந்தக் கதைப் பார்த்தது. அதைத்தான் நீங்கப் பார்த்திருக்கிறீங்க?

மா.அரங்கநாதன்: ஆமாம். நான் பார்த்துருக்கிறேன். மற்றபடி அமெரிக்கன் என்கிற தனிப்பண்பையும், தென்நாடு என்கிற தனிப்பண்பையும் விட்ட காரணத்தினால...

எஸ்.சண்முகம்: விடலாமா? தென்நாடு என்கிற தனிப்பண்பை விடலாமா?

மா.அரங்கநாதன்: அதுபாட்டுக்கும் போறத பத்தி நமக்குக் கவலை இல்லை. அதுவாக போகும்போது மலை என்கிற ஒரு தனிப்பண்பு – ஒற்றுமை இருக்குதில்லையா...

எஸ்.சண்முகம்: அதுவாக போகலாமா?

மா.அரங்கநாதன்: மலை என்கிற ஒற்றுமை இருக்குதில்லையா...

எஸ்.சண்முகம்: தமிழர்களுக்கென்று ஒரு தனிப்பண்பு தேவை இல்லையா?

மா.அரங்கநாதன்: தனிப்பண்பை உணருவதன் மூலம் மனிதனுடைய பண்பை உணருவதுதான் அங்கே முக்கியம்.

எஸ்.சண்முகம்: பிரபஞ்ச மனிதன் என்கிற பண்பை எல்லா மனிதர்களும் உணரணும்னு சொல்றீங்களா?

மா.அரங்கநாதன்: உணரணும்னு சொல்றேன். உணரல அவங்க. உணரணும்.

எஸ்.சண்முகம்: அப்போ தமிழுக்கென்று தனி அடையாளங்களை நீங்க ஏன் வற்புறுத்தி எழுதறீங்க?

மா.அரங்கநாதன்: ஒரு ஹாஸ்டலில் எத்தனையோ மாணவர்கள் இருக்கறாங்க. எல்லா மாணவருக்கும் ஒவ்வொரு குணம் இருந்தாலும், எல்லோரும் ஹாஸ்டல் மாணவர்கள் தானே. அதே மாதிரி இந்த பிரபஞ்சத்தில் எல்லா அமெரிக்க பண்பு உடையவர்கள், தமிழ்ப்பண்பு உடையவர்கள் எல்லாரும் இருந்தாலும், அந்தப் பண்புகள் எப்படி தெரிஞ்சுது? மனிதப் பண்புங்கிற ஒன்னுடைய அடிப்படைலதான் இந்தப் பண்புகள் எல்லாம் இருக்கிறது. அந்த பண்புகளுக்கு உள்ள அறைகள் - ஒவ்வொரு அறை, ஒன்னாவது அறை, இரண்டாவது அறைன்னு வேணும்னா வச்சுக்கலாம். அதைத் தவிர தமிழ்ப்பண்புங்கிறது வந்து - இப்ப ஆனந்தம் என்கிறது ஒரு பண்புதான். அது அமெரிக்கன் ஆனந்தம், தமிழ் ஆனந்தம் என்பது எல்லாம் கிடையாது. தமிழில் எப்படி ஆனந்தப்படணும்னா என்ன செய்யணும்னு, என்ன இருந்தா ஆனந்தப்படுவாங்கிறத சொல்றோம். தமிழன் ஒருவன் மதுரையில ரோட்ல போய்க்கிட்டிருக்கிற

போதுகூட அவன் ஆனந்தப்படணும்னா - நியூயார்க் சிட்டியில் போயிட்டு இருக்கிறவன் ஆனந்தப்படற மாதிரி - அந்தக் காட்சிக்கு இவன் படமாட்டான் - இவனுக்குத் தெரியாது அதைப் பற்றி அறிவில்லை. ஆனால் ஆனந்தம் என்று சொல்லக்கூடியது அவனுக்கும் இவனுக்கும் ஒன்னுதானே.

எஸ்.சண்முகம்: நான் என்ன கேட்கிறேன் என்றால், இலக்கியம் என்று சொல்லக் கூடியது சமஸ்கிருதத்திற்கும், தமிழுக்கும் ஒன்னுதானே?

மா.அரங்கநாதன்: சரியாப் போச்சு! இப்ப சமஸ்கிருதம் விரோதம்னா சொன்னோம்?

எஸ்.சண்முகம்: அவன் விரோதமாக சொன்னாலும் நாம ஏன் விரோதமாக எடுத்துக்கொள்ள வேண்டும்?

மா.அரங்கநாதன்: இரண்டு மூன்று பேர் சொல்லத்தானே செய்வாங்க.

எஸ்.சண்முகம்: நீங்களே சொல்றீங்களே? 'கரியமில வாயு' என்கிறீர்களே.

மா.அரங்கநாதன்: "கல்தோன்றி மண் தோன்றா காலத்துன்னு" அவங்க கேலி பண்ணா, ஏன் கரியமில வாயுன்னு பண்ணக் கூடாதுன்னு நான் கேட்கிறேன். வெங்கட் சாமிநாதன் சொல்ற சமயத்தில "கல் தோன்றி மண் தோன்றா காலத்துலதான் இவங்க வந்தவங்களான்னு" சொல்லியாச்சுன்னா - ஆமாம் இவரு - ரிஷிகள் வந்து மூக்கால இழுத்து வாயால வெளியிட்ட கரியமில வாயு என்று கேட்க வேண்டிய இது – கோவத்துல வரத்தானே செய்யும்.

எஸ்.சண்முகம்: நட்சத்திரங்களைப் பாக்கறவங்களுக்கு எப்படி இப்படிப்பட்டவை வரும்?

மா.அரங்கநாதன்: அத பாக்காததிலதான் இது. நீங்க பாக்கலியே... நான் இதைக் கேட்டிடுவேனே. நீங்க பாக்கலியே என்ற வருத்தத்துல நான் இதெல்லாம் சொல்றேன்.

எஸ்.சண்முகம்: ஜேம்ஸ்டீனும், செண்பகராமன் புதூர்காரரும் இரண்டு பேருமே நீங்கதான். நீங்களே இரண்டு பேரா மாறி நட்சத்திரங்களைப் பார்க்கறீங்க, மலையைப் பார்க்கறீங்க... அப்படி இருந்துகிட்டு, கரியமில வாயுன்னு எப்படிச் சொல்லலாம்?

மா.அரங்கநாதன்: நீங்க பாக்கலயே என்னும் கோபம் எனக்கு இருக்குமில்லையா? என் பையன நான் திட்டுறது மாதிரிதானே அது.

எஸ்.சண்முகம்: நீங்க உங்க பையன திட்டலாம். சமஸ்கிருதத்தை திட்டுறீங்களே, ஏன்?

மா.அரங்கநாதன்: சமஸ்கிருதம் என்ன திட்டுற சமயத்துல நான் சமஸ்கிருதத்த திட்டுவேன்னு - திட்டக்கூடிய சமயத்தில நான் இப்படித் திட்டுறதுக்கெல்லாம் ஒரு வாய்ப்பு இருக்குது. அதனால இந்த மாதிரி திட்டாதேன்னு நான் உங்களுக்குச் சொல்லிக் கொடுக்கிறேன்.

எஸ்.சண்முகம்: திட்டச் சொல்லிக் கொடுக்கிறீங்களா?

மா.அரங்கநாதன்: நீங்க இப்படி சொல்றீங்களே... அப்படிச் சொன்னால் என்ன...? ரொம்ப சின்னப் பையனா இருந்தா சரி. அவர் படிச்சவர் - உலக இலக்கியங்கள் எல்லாம் கற்றவர் வெங்கட் சாமிநாதன். அவர் இப்படி சொல்ற சமயத்தில... நீங்க இப்படிச் சொன்னா நான் சொல்றதுக்கு வழிமுறை இருக்குது இனிமேலாவது நீங்க சொல்லாதீங்க என்பதுதானே இது.

எஸ்.சண்முகம்: நட்சத்திரங்களை இரண்டு பேருமே பார்க்கிற பண்பு பற்றி கொஞ்சம் சொல்லுங்களேன்?

மா.அரங்கநாதன்: நாம முன்னால பேசின மாதிரி அந்த ஆரம்பம், முடிவு, இன்மை இந்த மாதிரித் தன்மைக்குப் போகிற விஷயம் இது. "உலகத்திலேயே அதைப்பற்றி எழுதினவங்க ரொம்ப குறைவு. ரஷ்யாவில ஒரு கவிஞன் வந்து கொஞ்சம் சொல்லிட்டுப் போனான். சமீபத்தில எங்கப் பிரதேசத்தில ஒரு ஞானிகூட இதப்பத்தி சொல்லிட்டுப் போனார்" என்று சொல்றான், முத்துக்கறுப்பன். அந்த ஞானின்னு நான் சொல்றது தெரியுமல்லவா?

எஸ்.சண்முகம்: எல்லா மனிதருக்குள்ளும் ஒரு பிரபஞ்ச ஒருமை உள்ள சிந்தனை இருக்கிறதென்றால், ஒரு மனிதனுக்குத் தனிப்பண்புத் தேவையில்லையா?

மா.அரங்கநாதன்: தனிப்பண்பின் மூலம்தான் அந்த மாதிரிப் பெரிய பண்பைப் பெற முடியும் அவன். தனிப்பண்பே இல்லைன்னா எல்லாரும் ஒன்னா இருந்தாச்சுன்னா அது வேறு விஷயம். தனிப்பண்பை பெறுவதன் மூலம்தான் - புரிந்து கொள்வதின் மூலம்தான் அப்படி ஒரு பெரிய பண்பு இருக்குன்னு அவனுக்குத் தெரியவரும். தன்னுடைய ஊரில் உள்ள ஒரு விசேஷத்தைப் பத்தித் தெரிந்து கொள்ளாதவன் இமயமலைப் பற்றியா தெரிஞ்சுக்கப் போறான். அதுதான் அதுக்குப் பதில்.

எஸ்.சண்முகம்: பிரபஞ்சம் முழுவதற்குமான சில பண்புகளைத் தெரிந்துகொள்ள, அவன் தன்னுடைய தனிப்பண்பை தெரிந்துகொள்ள வேண்டுமா?

மா.அரங்கநாதன்: ஒரு சில தனிப்பண்பை தெரிஞ்சுக்கிட்டாதான் - பிரபஞ்சத்தில் உள்ள ஒருவனுடைய தனிப்பண்பைத் தெரிந்துகொள்வதன் மூலம் பிரபஞ்சத்தையும் அறிந்து கொள்கிறான்.

எஸ்.சண்முகம்: சிறுகதைகள் எழுதும்போது உங்களோடு உங்களுக்கு உங்களுக்குள் நிகழும் உரையாடல்-தத்துவார்த்தமான ஓர் உரையாடல், நாவல் எழுதும்போது உங்களுக்குள் நடக்கிற ஒரு தத்துவார்த்த வித்தியாசம் இருக்கிறது. அதை எப்படி எதிர்கொள்கிறீர்கள்?

மா.அரங்கநாதன்: பக்கங்கள் நீளமா இருக்குது அத வச்சி கன்ஸிடர் பண்றதில்ல. அந்த சம்பவங்களின் கோர்வைகள் மூலமாக ஒரு முடிவுக்கு வரமுடியாது. முடிவற்ற முடிவுக்குப் போகுது. இந்த மாதிரிப்பட்ட ஒரு இதுகளில் வாழ்க்கை – ஒவ்வொரு வாழ்க்கையையும் ஒரு சின்ன சம்பவங்கள் மூலமாகவே சொல்லிக்கொண்டே போவதில் நாவல் வந்து நம்மள ஈடுபடுத்துது. சிறுகதைகளுக்கு அது தேவையில்லை. முந்நூறு பக்கங்களிலும் சிறுகதை இருக்குது. நூறு பக்கத்திலும் நாவல் இருக்குது. தாகூருடைய 'குமுதினி' நாவல் வந்து ஒரு சிறுகதைதான். உண்மையில் அது நாவல் இல்லை. நம்முடைய புதுமைப்பித்தனின் "நாசகார கும்பல்" கூட சிறுகதையா – நாவலா என்றுகூட ஒரு சந்தேகம் இருக்குது. வீடு பேறு கதையைக்கூட நாவலாதான் எடுக்கணும்னு அசோகமித்ரன் சொல்றாரு. அப்படியெல்லாம் இருக்குது - அதை சம்பவக் கோர்வைகளைப் பொருத்துத் தீர்மானிக்கலாம்.

எஸ்.சண்முகம்: சிறுகதை, நாவல் இந்த இரண்டு விஷயங்கள் பற்றி நீங்கள் அடிப்படையா எழுதுவதற்கான தத்துவார்த்த பின்புலம் என்ன?

மா.அரங்கநாதன்: தத்துவார்த்த - நீங்க முன்னமேயே குறிப்பிட்ட அந்த சங்கக் காலத்திலுள்ள சில பாடல்களில் சிறுகதை அம்சத்தைக் கொண்டிருப்பதாக எனக்குத் தோன்றுகிறது. திருவாசகத்தில் உள்ள சில பாடல் வரிகள் சிறுகதை அம்சத்தைக் கொண்டிருப்பதாக எனக்குத் தோன்றுது. 'சுடர்த்தொடி கேளாய்' என்ற சங்கக் காலப் பாடல் ஒரு நாடகத்தைக் கொண்டிருப்பதாக எனக்குத் தோன்றுகிறது.

அதுகளைப் பற்றியும் கொஞ்சம் நினைத்துப் பார்த்ததில சில விஷயங்கள் நமக்குத் தெரிந்ததை சிறுகதைகளிலும் பல விஷயங்கள் சேர்த்து சொல்ல வேண்டிய அவசியம் ஏற்படும்போது அதைக் கதைப்பின்னல்கள் மூலமா நாவலா நீட்டி இரண்டு நாவல்களும் எழுதி இருக்கிறேன். சிறுகதைகளில் உள்ள ஒரு தீவிரம் நாவலில் கிடைக்கல என்று எனக்கொரு பீலிங் உண்டு.

எஸ்.சண்முகம்: *அடிப்படையில் நீங்க என்ன சிறுகதையாளரா? உங்க மனசுக்குள் இருக்கக் கூடியது என்ன?*

மா.அரங்கநாதன்: எனக்கு சிறுகதையா சொல்லணும்னுதான் தோணுது.

எஸ்.சண்முகம்: *சிறுகதை எழுதும்போதுதான் உங்களுக்கு நிறைவளிக்கிறதா?*

மா.அரங்கநாதன்: ஆமாம்.

எஸ்.சண்முகம்: *சிறுகதை எழுதக்கூடிய உத்திகள் இருக்குது இல்லையா? உத்திகள் மேல உங்களுக்கு நம்பிக்கை இல்லையா?*

மா.அரங்கநாதன்: உத்திகள் - நான் எழுதும்போது அதைப்பற்றி எல்லாம் நினைக்கிறதில்லை. இந்த மாதிரி கேள்வி-பதில் எல்லாம் வரக்கூடிய சமயத்துல ஓகோ இப்படி இருக்கும் - அப்படி இருக்கும்னு அப்படின்னு சொல்லலாம். சில படிக்கக்கூடிய சமயத்துல சில விஷயங்கள் நமக்குத் தெரியுது. எழுதும்போது அந்த உத்திகள்...

எஸ்.சண்முகம்: *எழுதற உத்திகளைப் படிச்சிருக்கீங்களா நீங்க?*

மா.அரங்கநாதன்: கொஞ்சம் கொஞ்சம் படிச்சிருக்கேன்.

எஸ்.சண்முகம்: *என்னென்ன?*

மா.அரங்கநாதன்: மேனாட்டுடையது. நம்ம தமிழில க.நா.சு, சி.சு.செல்லப்பா, தமிழவன் இவங்கல்லாம் சொல்லக்கூடிய இதுகளெல்லாம் படிச்சிருக்கிறேன். நாகர்ஜுனன், சாரு நிவேதிதா இவங்களெல்லாம் நிறைய எழுதி இருக்கிறாங்களே. அவைகளெல்லாம் படிச்சிருக்கேன். அதுகளை உபயோகம் பண்ணுமுன்னு சொல்ல முடியாது. அதைப் பற்றி கொஞ்சம் விஷயம் தெரிஞ்சுக்கலாம். ஆனா எழுதறதுக்கு உள்ளுணர்வுதான் காரணமே தவிர, உத்திகள் வச்சு - இந்த மாதிரி உத்திகள் மூலம் இந்த மாதிரி ஒரு கதையை அமைக்கலாம், நாவல் அமைக்கலாம்னு நான் இதுவரை அப்படி நினைச்சதில்லை.

எஸ்.சண்முகம்: உத்திகள் வைத்து எழுதப்படும் நாவல்கள், சிறுகதைகளை ஒத்துக்கொள்வீங்களா?

மா.அரங்கநாதன்: உதாரணத்துக்கு...

எஸ்.சண்முகம்: ஒரு சர்ரியலிச கவிதையா இருக்கு - ஞானக்கூத்தனுடைய ஒரு கவிதை - அந்தக் கவிதையைக் கவிதைன்னு - சர்ரியலிச கவிதைன்னு ஒத்துக்கொள்வீங்களா?

மா.அரங்கநாதன்: ஒரு கவிதையிலிருந்து ஒரு கதையை உற்பத்திப் பண்ண முடியுது. ஒரு நீள் கவிதையில இருந்து ஒரு நாவல்கூட உற்பத்தி பண்ண முடியும் - செய்யலாம்.

எஸ்.சண்முகம்: இல்ல... இல்ல.. நான் கேட்கக் கூடியது என்னவென்றால், ஒரு குறிப்பிட்ட கவிதையோ, கதையோ இருக்குது. அந்தக் கதையையோ, கவிதையோ எழுதக்கூடியவர் சர்ரியலிச பாணியில் எழுதறார். அப்ப அது குறிப்பிட்ட உத்தியின் அடிப்படையில் எழுதப்பட்ட கதைதான், குறிப்பிட்ட உத்தியின் அடிப்படையில் எழுதப்பட்ட கவிதைதான் என்பதை நீங்கள் ஒப்புக் கொள்வீர்களா?

மா.அரங்கநாதன்: பிற்காலத்துல அது ஆய்வு பண்ணற சமயத்துல அதை ஒத்துத்தானே ஆகணும். எழுதக்கூடிய சமயத்துல அவன் அதை நினைச்சு எழுதி இருப்பானா? எழுதி இருப்பதை நாம கொஞ்சம் யோசித்துப் பார்க்கணும். சர்ரியலிசத்தைத் தான் நாம எழுதணும்னு அப்படின்னு சொல்லிக்கிட்டா கதை எழுத ஆரம்பிப்பாங்க. அவன் மனசுல அது தோன்றினதால - மனசுல தோன்றும் ஓர் எண்ணத்தை நாம சர்ரியலிசமா பேர் கொடுத்து விளக்குகிறோம்.

எஸ்.சண்முகம்: சர்ரியலிசம் மாதிரியான புதிய உத்திகளுக்கு மேலை நாடுகளில் ஓர் அறிக்கையே தயாரித்து எழுதறாங்க.

மா.அரங்கநாதன்: பண்ணி இருக்கிறாங்க. ஆனா அவங்க எல்லாம் ஆரம்பம் - அடிப்படை என்னன்னு பார்த்தா தனக்கு இதுவரை இல்லாத ஓர் உத்தி மனசுல தோன்றியதால - போக்கு மனசுல தோன்றியதால அந்த மனத்துப் போக்கை அவங்க உத்தியா கடைப்பிடிச்சிருக்காங்க – அப்படின்னு வேணும்னா சொல்லலாம். இந்த உத்தியிலதான் நாம கதை எழுதணும்னு சொல்லி, கட்டடத்துக்குப் பிளான் போடுற மாதிரி போடுறது எனக்கு அவ்வளவு சரியா தோணல.

எஸ்.சண்முகம்: எழுதற முறைதானே?

மா.அரங்கநாதன்: ஆமாம். எழுதற முறை. எழுதிக்கொண்டே இருக்கும்போதே இந்த முறையில் எழுதுவோம்னு அவனுக்குத் தெரியாது. "நான் என்ன எழுதினேன் என்பதே எழுதி முடித்தப் பிறகுதான் எனக்குத் தெரியும்" என்று நகுலன் சொல்லி இருக்கிறார் ஒரு தடவை. உணர்வுபூர்வமாக அது வெளிவரக்கூடிய சமயத்தில - கவிதை என்பது வெளிவரக் கூடியது. எழுதப்படுவதல்ல. எழுதப்பட்டதுன்னுகூட சொல்லக் கூடாதுன்னு சொல்றாங்க இல்லையா? சிறுகதைகூட கிட்டத்தட்ட அந்த அம்சம் தோன்றுவது. தோன்றுவதற்கு நாம் அலங்காரம் கொடுக்கிறோம்.

எஸ்.சண்முகம்: நாவலும் அப்படித்தானா?

மா.அரங்கநாதன்: நாவலும் ஒரு சில கருத்துக்கு உட்பட்டுச் சொல்லப்போனா அப்படித்தான்.

எஸ்.சண்முகம்: 'பொருளின் பொருள் கவிதை' எழுதினீங்க இல்லையா, அது உத்தித்தானே?

மா.அரங்கநாதன்: ஆமாம்.. வாஸ்தவம். அது விமாசனமாச்சே. படைப்பில்லையே. நாம படைப்புப் பத்தியில்லையா பேசறோம்.

எஸ்.சண்முகம்: படைப்பு வேற, விமர்சனம் வேற அப்படியென்று இருக்கிறதா?

மா.அரங்கநாதன்: "பொருளின் பொருள்" விமர்சன நூல். கவிதையைப் பற்றி என்னுடைய மனநிலையை சொல்கிறேனே ஒழிய அதை ஒரு படைப்புன்னு சொல்ல முடியாதில்லையா? ஒரு நாவலோ, சிறுகதையோ ஒரு கவிதையோன்னு அதை சொல்ல முடியாதில்லையா?

எஸ்.சண்முகம்: அப்ப நீங்க சொல்ற பிரகாரம் படைப்பாளிக்கு உத்தி தேவையில்லையா?

மா.அரங்கநாதன்: படைப்பாளிகள் உத்தியை நினைத்துக் கொண்டு எழுதலைன்னு சொல்லலாம். உத்தி வேண்டாம்னோ, வேணும்னோ அந்த மாதிரி ஆர்க்யுமெண்டுக்கே நான் போகலை. படைப்பாளி எழுதக்கூடிய சமயத்துல இந்த உத்திலதான் நாம எழுதணும்னா, ஏன்னா அந்த உத்தியில அவன் மனசுல ஏற்கெனவே தோன்றி இருக்குதே – அதுவே தோன்றி இருக்குதே - அதுவே தோன்றன பிற்பாடு நீதான் அதைத் தோன்றவச்சன்னு ஏன் சொல்லணும்? அதுவே தோன்றி இருக்குது.

எஸ்.சண்முகம்: இப்ப அந்தத் தோன்றி இருக்கிறத பொருளின் பொருள் கவிதைன்னு எழுதறீங்க?

மா.அரங்கநாதன்: நான் எழுதணும்னா இன்னொன்று இருக்கணும் இல்லையா. கவிதை என்று ஒன்னு இருக்கிறதாலதானே நான் அதை எழுதினேன்.

எஸ்.சண்முகம்: பொருளின் பொருள் கவிதை என்பது நீங்க உத்தியைப் பற்றி எழுதின கட்டுரைதானே?

மா.அரங்கநாதன்: உத்தியைப் பற்றி எழுதின கட்டுரை. அதுக்காக வேண்டி நான் என் மனசுல நினைச்சுக்கிட்டு எழுதினேன். அது விமர்சன நூல் என்று எடுத்துட்டோம்னா அதைப் பற்றி எழுதலாமே. இப்ப சர்ரியலிசம் வேணாம்னு யாரும் சொல்லலையே.

எஸ்.சண்முகம்: 'பொருளின் பொருள் கவிதை' என்று சொல்றீங்க இல்லையா? அது குறித்து விரிவா சொல்லுங்க. அதை நீங்க என்ன கோட்பாடா நினைக்கிறீங்க? கவிதையைப் பற்றி உங்களின் கருத்து என்ன?

மா.அரங்கநாதன்: கவிதையில ஒரு பொருள் இருக்குது. 'பால்போல் நிலவு' ஒரு கவிஞன் பாடுறான். 'பால்' வந்து ஓர் உவமை - அதைக் கட்டாயம் சொல்லியாகணும். நிலவு பத்தி, இவன் ஏன் சொல்றான். இவனுக்கு நிலவு பற்றி என்ன தெரியும்? இவன் என்ன ஐன்ஸ்டீனா, விஞ்ஞானியா? இவனுக்கு நிலவுப் பத்தி ஒரு எழவும் தெரியாது... இல்ல... நிலவுப் பற்றி கவிஞனிடம் ஏன் கேக்கணும்? பத்தாம் வகுப்புப் பையன்கிட்ட கேட்டா, சையன்ஸ் புக்கைத் தருகிறான். லைப்ரரியில் போனா எவ்வளவோ புக்ஸ் இருக்கு. இவன் ஏன் நிலவைப் பற்றி இவங்கட்டப் போய்க் கேக்கணும்? சைன்டிஸ்டா? ஒருத்தனும் இல்லை. அவன் ஏன் எழுதினான் என்று ஒரு கேள்வி வருது. அந்தக் கேள்வி வரும்பொழுது அவன் எழுதறதுக்கு இன்னொரு பொருள் இருக்குது என்று சொல்லக்கூடிய சமயத்துல 'பொருளின் பொருள்' என்று நான் போட்டேன்.

எஸ்.சண்முகம்: என்ன பொருள் அது?

மா.அரங்கநாதன்: அது இருக்கட்டும். அது வந்து ஒவ்வொன்னுக்கும் ஒவ்வொரு இது இருக்குது.

எஸ்.சண்முகம்: பொருளின் பொருள் கவிதைன்னு சொல்றீங்க இல்ல. 'பொருளின் பொருள் கவிதை'ன்னா - மா.அரங்கநாதன் கவிதைகள் பற்றி சொல்லி இருக்கிறாரு. அப்ப 'பொருளின்

பொருள் கவிதை' என்பது கோட்பாடுதான். மா.அரங்கநாதன் சொல்ற கோட்பாடுங்கறது என்ன என்று விளக்குங்க?

மா.அரங்கநாதன்: இப்ப நான் அதுக்கு ஒரு சங்க காலத்தில இருந்து ஒரு பாடலை சொல்லி விடுகிறேன். சங்க காலத்துக்கு முன்னாலேயே, தொல்காப்பியனுக்கு முன்னாலேயே அகத்திணை, புறத்திணை எல்லாம் இருந்திருக்கணும். அதாவது அதுக்கு இலக்கணம் யாரோ அகத்தியர் வகுத்திருக்கலாம். அதுக்கு முன்னால எவன் எவனெல்லாமோ வகுத்திருக்கலாம். நமக்குத் தெரியாது. தெரியல. இரண்டாயிரத்து ஐநூறு வருஷங்களுக்கு முந்தி உள்ள எழுத்து எதுவுமே நமக்குக் கிடைக்கல. அப்ப அந்தக் காலத்திலேயே களவியல், கற்பியல் எல்லா இருந்திருக்குது. தெரிஞ்சிருக்குது. தெரிஞ்சதனால தானே எழுதினான். களவியலுக்கு இத்தனைப் பாட்டு அகநானூறிலேயும், ஐங்குறு நூறுலேயும் இருக்கணும்னா அதுபத்தி தெரியாதவனா எழுதி இருப்பான். அதை அந்த தெரிஞ்ச விஷயத்துக்காக வேண்டி ஒருத்தன் கவிதை எழுதி இருப்பானா? யோசிக்க வேண்டிய விஷயம்.

எஸ்.சண்முகம்: இப்ப ஐங்குறுநூறை எடுத்துக்கிட்டீங்கன்னா நூறு நூறா - நூறு பாட்ட ஒரு திணைக்கு - இன்னொரு திணைக்கு நூறு பாட்டு இன்னொரு திணைக்குன்னு இருக்குது.

மா.அரங்கநாதன்: அதெல்லாம் நீங்கதானே பிரிச்சு வச்சீங்க. அவனா பிரிச்சு வச்சான். அவன் எழுதக்கூடிய சமயத்துல குறிஞ்சிக்கு நான் எழுதறேன். முல்லைக்கு நான் எழுதறேன் என்றா பிரித்திருப்பாங்க? பெயர் அவன் கொடுத்திருக்கலாம். பிற்பாடு வேறு. ஆனா அகநானூறு - இது முல்லைக்கு எழுதினது. திணை எல்லாம் நீங்கதான் கொடுத்தீங்களே ஒழிய, அவன் ஒன்னும் கொடுக்கல. அவன் எழுதக்கூடிய சமயத்தில அது தெரியாது அவனுக்கு. நான் சொல்ல வர்றது - ஒரு காலத்தில - சங்க காலத்தில இருந்தான். அவனுக்கு பேரும் தெரியாது - ஊரும் தெரியாது - அவன் என்ன படிச்சிருக்கோம்னு ஒன்னும் தெரியாது. ஆனா கவிதைல இருந்து எல்லாமே தெரிஞ்சு -அவனைப் பற்றி தெரிஞ்சு போயிடுது. அது வேற ஒன்னுமில்ல. அவன் உலகத்துல உள்ள தத்துவங்களை எல்லாம் கரைச்சு குடிச்சிருக்கிறான். சொல்லக்கூடிய இலக்கிய ரசனைகளைக்கூட அவன் கரைச்சு குடிச்சிருக்கணும் நிச்சயமா. அந்தக் காலத்தில் உள்ளது. கிரேக்கம், ஈப்ரு, சமஸ்கிருதம், ஈஜிப்டியன் கூட அப்ப எழுத்தெல்லாம் இருக்கும். புக்ஸ் எல்லாம் இருந்திருக்கும். அதக்கூட படிச்சிருப்பான். தாய்மொழி தமிழ்மொழி

நிறைய படிச்சிருக்கான். இவ்வளவும் படிச்சப் பிற்பாடு இந்த இன்மை கொஸ்டின் அவனுக்கு வந்திருக்குது. நாம யாரு? எங்கே இருந்து வந்தோம்? நம்ம பாட்டன், பாட்டி எல்லாம் இருந்தாங்க போயிட்டாங்க, நாம இருக்கிறோம், போகப் போறோம். நம்ம பிள்ளைங்க பேரப் பிள்ளைங்க எல்லாரும் இருக்கறாங்க, இவங்கெல்லாம் இருந்து, வந்து வந்து போகறாங்களே அதெல்லாம் என்ன? என்கிற கொஸ்டின் அவனுக்கு வந்திருக்கு. அந்த கொஸ்டினுக்கு அவன் என்ன பண்ணினான், ஒரு பாட்டு எழுதினான். அந்தப் பாட்டு எப்படி எழுதுவான்? இந்த கொஸ்டினை - நான் சொன்னா - இப்பவே நமக்குள்ள சரியா பேச முடியல. அந்தக் காலத்துல பொதுமக்கள் கிட்ட இந்த விஷயத்த எப்படி சொல்லுவான் அவன்? அவன் என்ன சொல்றான் தலைவி வந்து தோழியிடம் சொல்ற மாதிரி சொன்னாத்தான் புரியும் அப்போ. தலைவி சொல்றா, நேத்திக்கு இந்த ஊரு பூராவும் ஒரே கூட்டமா இருந்தது. இன்னைக்கி...? மைதானத்துல கூட்டம், அங்க கூட்டம், இங்கக் கூட்டம் எல்லா எடத்திலேயும் கூட்டம். இன்னைக்கி ஊரே காலி, தெருவெல்லாம் காலி, வீடு காலி, வீட்டு முற்றம் காலி, முற்றத்தில் ஓர் அணில் ஓடிக்கொண்டிருக்கிறது - என்று சொல்றா. அவனுடைய தத்துவார்த்தம் கிரேக்கத்திலேயும், இதிலேயுங்கூட படிச்சுங்கூட, பாட்டனும் பாட்டியும் வந்தாங்க, போயிட்டாங்க. நாம இருக்கிறோம் - போகப் போறோம். நம்ம பிள்ளைங்க, பேரப் பிள்ளைங்க அப்பிடியே போயிட்டே இருக்குதே. இதுக்கு அரம்பம் இல்லாம முடிவும் இல்லாம இருக்குதே. இதுக்கு ஆரம்பம் இப்ப என்னான்னு கேட்கிறான். நீ அதைப் பத்தி கவலைப்படாதே, பாரு ஓர் அணில் ஓடிக்கொண்டிருக்கிறது. இப்ப என்ன? அதப் பாரு! அவன் சொல்றான். இத சொல்றதுக்கு அவன் சார்தர் மாதிரியோ, காம்யு மாதிரியோ என்னமோ எழுதிட்டுப் போறான். அந்தக் காலத்தில - அவன் என்ன சொன்னான் - அணில் - பொருள்வகைப் பிரிச்சுட்டான். கணவன் வந்து பொருளுக்காக வேண்டி பிரிஞ்சு போயிருக்கிறான். அது நியாயமான பிரிவு. பிரிவுல கஷ்டப்பட்ட தலைவி வந்து தோழிகிட்ட சொல்றா. நேத்திக்கு ஒரே கூட்டம். இன்னைக்கு ஊரே காலி. அதோட இவனோட தத்துவத்தையும் அணில் மூலமா கொடுக்கிறான். இந்த ஆளுக்குப் பேரே கிடையாது. ஒரே ஒரு கவிதையை எழுதி இருக்கிறான். தொல்காப்பியருக்கு முன்னால கூட அவன் இருந்திருக்கலாம். நாம அதைப் பொருள் வழியில் பிரிக்கையில பேர போட்டு – நாம இப்ப சங்ககாலக் கவிதைன்னு – அணிலாடு முன்றிலார்னு படிக்கிறோம். எல்லாம் பத்தாம் நூற்றாண்டில் நம்ம ஆளுங்க செய்து வச்ச வேலைதான் - பேரு

எல்லாம் கொடுத்தது எல்லாம். அவனுடைய சங்க காலத்திலேயே இவன் பெயர் அணிலாடு முன்றிலார்ன்னு யாருக்கும் தெரியாது. கவிதை கிடைச்சது அவ்வளவுதான்.

எஸ்.சண்முகம்: அப்போ நீங்க சொல்ற மாதிரிப் பார்த்தா, பத்துப்பாட்டில் வரக்கூடிய குறிஞ்சிப் பாட்டு, முல்லைப் பாட்டு எல்லாம் ஒவ்வொரு துணைக்காகவே எழுதப்பட்ட பாடல்கள்தானே அது?

மா.அரங்கநாதன்: திணைக்காகவே எழுதப்பட்டிருக்கலாம். வாஸ்தவம். அதவச்சு அவர்களுக்கு எழுதறதுக்கு ஒன்னுமில்லையே. குறிஞ்சி நிலத்தில இருக்கக் கூடியவன் விவசாயத்தைப் பற்றியா எழுதுவான்?

எஸ்.சண்முகம்: நான் இல்லை என்று சொல்லவில்லை. குறிஞ்சியில் உள்ள பாகுபாட்டுக்குரிய எல்லா கட்டுப்பாட்டுடன் தான் அவன் எழுதறானா?

மா.அரங்கநாதன்: அவன் அதைத்தான் எழுதறான். ஒருவேளை அந்த காலத்துல ஒரு நீதி கூட இருந்திருக்கலாம். ஆர்டர்கூட அந்தக் குறிஞ்சி நில மன்னன், "நீ இப்படித்தான் எழுதணும்"னு ஆர்டர்கூட போட்டிருக்கலாம். சொல்ல முடியாது. எப்படியோ - அப்படித்தான் எழுதினான் அவன்.

எஸ்.சண்முகம்: 'பொருளின் பொருள்' விளக்கவே இல்லையே இன்னும்.

மா.அரங்கநாதன்: இதுக்கு அவன் சொல்லக்கூடிய பொருள் ஒன்று. அவன் சொல்ல வந்த பொருள் வேறு. அதுதான் கவிதை. கவிதைன்னு எனக்கு மனசுல தோன்றினத...

எஸ்.சண்முகம்: சொல்லக்கூடிய பொருளும், உணர்த்தக்கூடிய பொருளும் அதுக்கு இடையில இருக்கக்கூடிய ஓர் இடைவெளிதான் கவிதைங்கறீங்களா?

மா.அரங்கநாதன்: ஆமாம். அதுக்கு சா.கந்தசாமி "பொருளின் பொருள்" என்றே போட்டிருக்கலாமே கவிதைன்னு ஏன் சேக்கணும். அத - பொருளின் பொருள்னு சொன்னாலே கவிதைத்தானே அது – அப்படின்னு ஒரு தடவை சொன்னாரு எங்கிட்டே.

எஸ்.சண்முகம்: ஒரு பொருளைச் சொல்வதன் மூலம் வேறு ஒரு பொருளை உணர்த்துவது.

மா.அரங்கநாதன்: உணர்த்தக்கூடிய ஒரு பொருள் இருக்குமானால், நிச்சயமாக அது கவிதைதான்.

எஸ்.சண்முகம்: அதைத்தானே தொல்காப்பியர் உள்ளுறை இறைச்சி என்கிறார்.

மா.அரங்கநாதன்: அது அதற்குப் பிற்பாடுதானே - அதான் தெரியல எனக்கு. அணிலாடு முன்றிலார் காலத்திற்குப் பின்பு தொல்காப்பியமா? இந்த மாதிரி பல பாடல்கள் இருந்ததனாலதான் தொல்காப்பியம் செய்திருப்பான். யாருக்குத் தெரியும். தொல்காப்பியன் காலத்துல நடந்ததெல்லாம் நமக்குத் தெரியுமா? அவன் பேரே தெரியாது. அவன் அகஸ்தியர் மாணவன் அப்படி இப்படின்னு சொல்லிக்கிட்டு இருக்கிறோம்.

எஸ்.சண்முகம்: பிரமிளோட உங்களுக்கிருந்த பழக்கத்தைப் பத்தி நிறைய சொல்லியிருக்கீங்க. அவரோட உங்களுக்கு இருந்த நட்பு, நடந்த உரையாடல்கள் எல்லாம் பற்றி சொல்லி இருக்கீங்க. பிரமிளோட கவிதைக்குக் கிடைத்த வாசிப்புத்தளம், அதற்குக் கிடைத்த கவனிப்பு ஏன் அவர் சிறுகதைகளுக்குக் கிடைக்கல? ஏன்?

மா.அரங்கநாதன்: கவிதை வந்து - சிறுகதை, நாவல் எதுக்குமே கிடைக்காத வரவேற்பு கவிதைக்கு நிச்சயமா கிடைச்சாகணும். ஒரு முறைப்பாடு. பாரதிதாசனுடைய 'சஞ்சீவி பருவதத்தின் சாரல்' என்கிற வரிகளைவிட எத்தனையோ பேர் கதை எழுதனவங்க இருக்கிறாங்க. இருந்தாலும், 'சஞ்சீவிப் பருவதத்தின் சாரலு'க்கு உள்ள மதிப்பு கிடைக்கல.

எஸ்.சண்முகம்: பாரதிதாசனே 'ஏழைகள் சிரிக்கிறார்கள்' சிறுகதைகள் எழுதி இருக்கிறார்.

மா.அரங்கநாதன்: கவிதைக்கு எப்போதுமே ஒரு மதிப்பு உண்டு. அதன்படி பிரமிளுடைய கவிதை, பல கவிஞர்களுடைய கவிதைகளைவிட, பல எழுத்தாளர்கள் கூட பிரமிள் கவனிக்கப்பட்டு - கவனிக்கப்பட வேண்டும்னுதான் - இன்னும் சொல்லப் போனா பலர் சிறுகதை, பலர் நாவல்களே அவர்கள் கவிதை எழுத முடியாத காரணத்தாலத்தான் எழுதுகிறார்கள் என்று சொல்லலாம். அவங்களால முடியாத காரணத்தாலத்தான் நாவலும், சிறுகதையும் எழுதிக்கிட்டு இருக்காங்க.

எஸ்.சண்முகம்: நீங்களும் அப்படித்தானா?

மா.அரங்கநாதன்: என்னைப் பற்றி இன்னொரு டாக்டர் சொன்ன மாதிரி அதை எடுத்துப் பார்க்கலாம். கவிதை எழுத முடியல. அதனால கதை எழுதறாங்க. கவிதை எழுத முடியல, அதனால

நாவல் எழுதறாங்க. அப்படிச் சொல்லலாம். தப்பில்லைன்னு நான் நினைக்கிறேன்..

எஸ்.சண்முகம்: நீங்க சிறுகதை எழுதறீங்க, நாவல் எழுதறீங்க, கவிதை எழுத முடியல என்ற ஏக்கம் இருக்கிறதா?

மா.அரங்கநாதன்: கவிதை எழுத முடியலையேன்னு எனக்கும் ஏக்கம் உண்டு. கவிதையைப் பற்றி நிறையப் படிச்சிருக்கிறேன்னு சொல்லலாம். 'பொருளின் பொருள்' எழுதி இருக்கிறேன். அதெல்லாம் கரெக்ட்தான். இருந்தாலும் கவிதை என்னால எழுத முடியாது.

எஸ்.சண்முகம்: முடியல? ஏன் முடியல?

மா.அரங்கநாதன்: விளக்கங்களில் எனக்கு ஆழ்ந்த பிடிப்பு இருக்குது. எதைச் சொன்னாலும் விளக்கணுங்கிறதுல எனக்கு ஆழ்ந்த பிடிப்பு இருக்குது. விளக்கங்களில் ஆழ்ந்த பிடிப்பு இருக்கக்கூடிய சமயத்தில கவிதை எப்படி எழுத முடியும்.

எஸ்.சண்முகம்: கவிதை எழுதறவங்களுக்கு விளக்கத் தெரியாது?

மா.அரங்கநாதன்: கவிதை எழுதினாலும் விளக்கத்தை எழுத வேண்டி அவங்க கவிதை எழுதல. விளக்கம் மூலமாக சொல்ல முடியாத இன்னொன்றை சொல்வதற்காக - அந்த விளக்கம் வருது அங்க.

எஸ்.சண்முகம்: விளக்கங்கள் மீது உங்களுக்கு ஓர் ஈடுபாடு இருக்குதில்லையா?

மா.அரங்கநாதன்: இதுவே அதுதானே. அணிலாடு முன்றிலார் சொன்னாரே.

எஸ்.சண்முகம்: விளக்கத்தின் மீது இருக்கிற நாட்டத்தால கதை எழுதறேன் அப்படின்னு சொல்றீங்க. அது என்ன? கதையில என்ன சொல்லுங்க?

மா.அரங்கநாதன்: கிட்டத்தட்ட எல்லா கதைகளுமே சொல்லலாம். ஆமாம். கவிதையாக எழுத முடியாத ஒரு காரணத்தால - கவிதை எழுத முடியாத ஒரு தாகம் சிறுகதை ஆசிரியனுக்கு இருக்கும். ஆனால் கவிதை எழுத முடியல. சுஜாதா கூட ஒரு தடவை சொல்லி இருக்கார். "இத்தனைக் கதை எழுதி இருக்கிறேன். கவிதை கூட எழுதி இருக்கிறேன் இருந்தாலும் புல்டைம் கவிஞனாக இல்லையேன்னு ஓர் ஆத்திரம் எனக்கு உண்டு" என்று. அவர் சொல்றதில சில உண்மைகள் இருக்குது அந்த இதுல.

எஸ்.சண்முகம்: விளக்கங்களில்...

மா.அரங்கநாதன்: இப்ப சொன்னமில்லையா, அந்த மாதிரிப்பட்ட விளக்கங்களில் எனக்கு நாட்டம் இருக்குது. அதுமாதிரி இலக்கிய தன்மைன்னு வரக்கூடிய சமயத்தில - இலக்கியத்தில ஒவ்வொரு போர்சனிலேயும் அந்த மாதிரி போர்சன் பற்றி விளக்கணும். அது என்ன என்று தெரிஞ்சுக்கணும். அந்த மாதிரி இது இருக்குதே ஒழிய, அதையே கவிதைகளா நாம மாத்தணும் என்கிற ஓர் இது எனக்கில்லை. அப்படி இருந்தாலே – அந்த விளக்கத்துக்கு அடிமைப்பட்டு இருப்பதாலே அவன் கவிஞனாக முடியாது என்றுதான் நான் நினைக்கிறேன்.

எஸ்.சண்முகம்: சிறுகதை எழுதலாமா? சிறுகதை என்பது விளக்கமா?

மா.அரங்கநாதன்: ஏன்னா சிறுகதை எழுதலாம். சிறுகதையே இன்னொரு விதத்தில கவிதையோட விளக்கம்தான்.

எஸ்.சண்முகம்: எப்படி?

மா.அரங்கநாதன்: சொல்ல முடியாத தன்மையை சொல்ல நான் முயற்சி எடுக்கிறேன். அதுதான் சிறுகதையும், நாவலும். கவிதையில அப்படி இல்லை. ஏன்னா, ஒரு வெளிப்பாடு. டி.எஸ்.எலியட் என்று எல்லாரும் சொல்றாங்க. எனக்கு அதைப் பற்றி அதிகமா தெரியல. அவனுடைய “வேஸ்ட் லேண்டை” சொல்றாங்க. ஆமாம்.

எஸ்.சண்முகம்: பிரமிள் கவிதைக்குக் கிடைச்ச கவனிப்பால, சிறுகதைகளுக்கு கவனிப்பு குறைஞ்சிடுச்சா?

மா.அரங்கநாதன்: ‘கவிஞர் பிரமிள்’ தான் அறியப்பட்டவர். அவர் சிறுகதைகளையும் எழுதி இருக்கிறார் - என்றுதான் எல்லாரும் சொல்வது. ஆனால் என்னைப் பொறுத்தவரையிலும் சிறுகதைகள் ரொம்ப நல்லா இருக்குது. ரொம்ப கவிதைகளுக்கு என்ன மதிப்புக் கொடுக்கணுமோ அவ்வளவு மதிப்பு சிறுகதைகளுக்கும் நான் கொடுப்பேன் _ என்னைப் பொறுத்தவரையிலும். ஆனா சும்மா ஊரார், உற்றார் என்ற சமயத்துல அவங்க பேச்சுக்கு ஒரு மதிப்புக் கொடுப்பமே, கவிதைக்குக் கொடுக்கிற மதிப்பை மற்ற இதுகளுக்குக் கொடுக்க முடியாதுங்கற மாதிரி பிரமிள ஒரு கவிஞரா மதிக்கறோம்.

எஸ்.சண்முகம்: பிரமிள் கோட்பாட்டத்தானே கவிதை எழுதுகிறார்? படிம உத்தியோடத்தான் கவிதை எழுதி இருக்கிறாரு. நீங்கள் உத்திகள் தேவையில்லை என்கிறீர்களே? பிரமிள் அதை செய்து வெற்றிபெற முடிந்ததே.

மா.அரங்கநாதன்: எழுதி இருக்கிறாரு. இல்லைன்னு சொல்லல. ஆனா அத வச்சுத்தான் எழுதணும்னு கூடிய ஓர் இதுக்கு நாம சேர முடியாது. குறைந்தபட்சம் நான் அப்படி இல்லை. நான் சிறுகதை எழுதறதுக்கு உத்திகளைத் தேர்ந்தெடுத்து - அது மாதிரி இல்லை நான். பிரமிளோட குறைந்தபட்சம் ஒரு வருஷம்தான் பழகி இருப்பேன். கவிஞன், இலக்கியவாதியென்ற இத விட்டுட்டுப் பார்த்தோம்னா, அவருக்கு மற்றவர்கள் மீது ஏற்படக்கூடிய கோபம் - ஞானக்கூத்தன் கவிதையை நான் புகழ்ந்து சொன்னா என்னை திட்ட அரம்பிச்சுடுவான். அவனுக்குன்னு ஒரு குறிப்பிட்ட நபருங்க உண்டு. இன்னொன்னு அவன் அந்த இலங்கையை விட்டு வந்து ரொம்ப கஷ்டப்பட்டவன். அதனால அவன் மனநிலை கொஞ்சம் மாறி, ரொம்ப கஷ்டப்பட்டு மனநிலையும் மாறிப்போச்சு அவனுக்கு. அந்த சமயத்துலதான் அவனை நான் சந்திச்சேன். அதுக்கு முன்னால சந்திச்சிருக்கக் கூடாதான்னு நான் ஆற்றாமை பட்டதுண்டு. அப்படிப்பட்ட நிலையில் பிரமிளோட எனக்குப் பழக்கம் ரொம்ப இல்ல. கடைசி டைம்ல பேசியிருக்கிறேன். அவ்வளவுதான்.

எஸ்.சண்முகம்: இலக்கியத் திறனாய்வு பற்றி உங்களுடைய அபிப்பிராயம் என்ன?

மா.அரங்கநாதன்: கட்டாயம் வேணுமே!

எஸ்.சண்முகம்: உதாரணத்திற்கு க.நா.சு.வினுடைய திறனாய்வு கட்டுரைகளை எடுத்துக்கிட்டா– அதிக ரசனை அடிப்படையில்தான் அவர் கட்டுரை எழுதி இருக்கிறார். சி.சு.செல்லப்பா சில இலக்கியத் திறனாய்வு கோட்பாடுகளைத் தமிழுக்கு அறிமுகப்படுத்தி இருக்கிறார். குறிப்பா, எப்.ஆர்.லூயிஸ் இந்த மாதிரிப்பட்டவை.

மா.அரங்கநாதன்: சொல்லி இருக்கிறாரு. நான் இதை எப்படிப் பார்க்கிறேன் என்றால், இலக்கியத்தில் மட்டும் ஹண்ரட் பர்சண்ட் என்று எதையுமே சொல்ல முடியாது. எதையும் எடுத்தாலும்கூட இப்படியும் இருக்கலாம் என்று ஒரு பாயிண்டுக்கு வரமுடியும். அப்படிப்பட்ட சமயத்துல இந்த உத்தியிலதான் இருக்குது. இந்த உத்தியிலத்தான் இருக்கும்னு நாம கண்டிப்பா சொல்ல முடியாது. இலக்கியத்துல இப்படியும் இருக்கலாம் - அப்படி இருந்தாத்தான் இலக்கியம்னு - நல்ல இலக்கியம்னு சொல்ல முடியுமாம், அப்படின்னு ஒரு கட்சி இருக்குது. சில விஷயங்களில் இதுதான் இலக்கிய ஆசிரியன் சொல்லி இருக்கிறான்னு சொன்னா, அது கட்டுரை மாதிரி ஆகிப்போயிடும். இப்படியும் இருக்க முடியும்னு

கூடிய ஒரு நிலைமை இருந்தாத்தான் அது படைப்பாக முடியும். நாம படைப்பா ஒத்துக்க—ஏத்துக்க முடியுங்கிற அபிப்பிராயத்த க.நா.சு. வெளிப்படுத்தி இருக்காரு. அத நான் ஆதரிக்கிறேன். அந்த விஷயத்துல நான் க.நா.சு-வை ஆதரிக்கிறேன்.

எஸ்.சண்முகம்: சங்க இலக்கியத்தில இருக்கக்கூடிய கவிதைகளுடைய நடைக்கும், உங்க சிறுகதைகளில் இருக்கக்கூடிய உரைநடைக்கும் ஏதாவது தொடர்பு இருக்குதா? சங்க இலக்கியங்களைப் படிச்சதின் மூலம் உங்களுடைய சிறுகதைகளுடைய எழுத்து நடையில் ஏதாவது பாதிப்பு இருக்குதா? அது ஏதாவது பங்களிச்சிருக்குதா? அதைப்பற்றி கொஞ்சம் சொல்லுங்களேன்.

மா.அரங்கநாதன்: பொதுவாக சங்க இலக்கியப் பாடல்களின் சிறப்பே அது இன்றுவரை அதனுடைய தொடர்ச்சி இருந்து கொண்டிருக்கிறது என்பதுதான். ஏகதேசம் புதுமைப்பித்தன், லா.ச.ரா. இவர்களுடைய நடையில்கூட அந்தத் தொடர்ச்சி இருக்கத்தான் செய்கிறது. நான் ஏற்கெனவே கூறிய கபிலனுடைய அந்த வரியை எடுத்துக் கொண்டீர்களானால்,

"எவனில குறுமகள்

இயகுதி என்ப" என்னடி இது.. வெயில் இவ்வளவு காய்தே, கால் சுடாது! நீ வீட்டுக்குள்ள போ!ன்னு எல்லா தகப்பன்மார்களும் இன்னும் சொல்லிக் கொண்டுதான் இருக்கிறார்கள். குழந்தை வெளியில் போனால் தகப்பன்மார்கள் இப்படித்தான் சொல்வார்கள். கண்ணுக்குள்ள வச்சுக் காப்பாத்தறான் - அந்து அம்மா வந்து கண்ணுக்குள்ள வச்சிக் காப்பாத்துனா. இந்தப் பெண் என்ன இப்படிப் பண்ணிப் போட்டுதேன்னு இன்னமும் சொல்லிக்கிட்டுதான் இருக்கறாங்க. இந்த நடையை அந்தக் காலத்தில் கபிலன் பயன்படுத்தி இருக்கிறான். அத ஒரு விசேஷமாக கருதலாம். மற்ற பூர்வகால மொழிகள் கிரேக்கத்திலோ, லத்தீனிலோ இந்த மாதிரி இருக்கிறதா என்பது எனக்குத் தெரியாது. இதை நான் நிச்சயமாக சொல்ல முடியும். புதுமைப்பித்தனும், லா.ச.ரா.வும் சில கட்டங்களில் இப்பொழுது எழுதிக் கொண்டிருக்கிற பல எழுத்தாளர்களும் என்னையும் சேர்த்து சொல்லலாம். அதைப் பயன்படுத்திக் கொண்டுதான் இருக்கிறார்கள் என்பது நிச்சயம்.

எஸ்.சண்முகம்: நீங்க புதுமைப்பித்தனைப் பற்றி சொல்வது சரி - லா.ச.ரா-வுக்கு சங்க இலக்கியப் படிப்புப் பயிற்சி இருந்துச்சா?

மா.அரங்கநாதன்: சங்க இலக்கியப் பயிற்சி அவருக்கு இருந்துதா என்பது எனக்குத் தெரியாது. ஆனால் தமிழர் வாழ்க்கையோடு அவர்கள் பழகி இருக்கிறார்கள் அல்லவா. தமிழர்களுடைய வாழ்க்கையில் அது ஓர் இன்றியமையாத காரியமாக இருந்து கொண்டிருக்கிறபடியால், அவர்களும் தகப்பன், மகள், மகன், பேரன், பேத்தி இவர்களோடு பழகும் முறை நம்ம கிராமங்களை ஒத்துத்தான் இருக்கிறது. அதையும் நாம் ஒத்துக்கொண்டு தான் ஆகணும். அவர்களுடைய நடை அக்ரகார நடை என்று மட்டும் எடுத்துக்கொள்ள முடியாது. அப்படிப் போனால் லா..ச.ரா. சில சமயங்களில் தி. ஜானகிராமன் இன்று எழுதக்கூடிய பல எழுத்தாளர்கள் அதைப் பற்றியும் நாம் சொல்லலாம்.

எஸ்.சண்முகம்: குறிப்பா உங்கள் சிறுகதைகளில் சங்க இலக்கியத் தாக்கம் - 'சங்க இலக்கியத்தின் பாதிப்பில் வந்தது இந்த வரி' என்று உங்கள் கதைகளில் குறிப்பிட்டுச் சொல்ல முடியுமா?

மா.அரங்கநாதன்: 'அழல் குட்டம்' கதை, அறிமுகம், சிறிய புஷ்பத்தின் நாணம் இந்த மாதிரிப்பட்ட சிறுகதைகளில் - இந்தக் கான்வென்சேஷனை நினைத்துக் கொண்டு - சங்க இலக்கியத்தை நினைத்துப் பார்த்து எழுதவில்லை. இப்பொழுது அதைப் படித்துப் பார்க்கும்போதுகூட, இதில் ஏதோ சங்க இலக்கிய பாதிப்பு இருக்கிறது என்றுதான் எனக்குத் தோன்றுகிறது. சொல்லக்கூடிய முறை இருக்கிறதல்லவா, அதுகளை எல்லாம் வைத்துக்கொண்டு பார்த்தால் இது சங்க இலக்கியத்தின் பாதிப்பு எனக்கு என்னை அறியாமலேயே இதில் கலந்து கொண்டிருக்கிறது என்றுதான் சொல்லுவேன்.

எஸ்.சண்முகம்: உங்கள் சிறுகதைகளில் நீங்கள் சொல்ல வந்த விஷயத்தை நேரடியா சொல்லாம பூடகமா அதைச் சொல்றதும் - அத தொட்டுச் சொல்றதுமான, நேரடியா முழுமையா சொல்ல முடியாம அங்கங்க சில இடங்களில், வந்து சில இடைவெளியை விட்டுட்டு நீங்க சொல்றது வந்து சங்க இலக்கியத்தினுடைய சொல்லும் முறைமைன்னு சொல்லலாமா?

மா.அரங்கநாதன்: சில கதைகள் அப்படி இருக்கலாம். சொல்லாமல் சொல்ற இது நான் வேண்டுமென்றே சொல்லவில்லை. நான் என்ன நினைத்தாலுங்கூட அதை சொல்லி இருக்க முடியாது.

எஸ்.சண்முகம்: படிக்கிறவங்களுக்கு வேண்டுமென்றே செய்த மாதிரி இருக்குமே?

மா.அரங்கநாதன்: நானும் அந்த சமயத்துல ஒரு வாசகன்தானே. சொல்லாமல் சொல்லுகின்ற விஷயத்துல, நான் வேண்டும் என்றே துப்பறியும் கதைகள் மாதிரி குற்றவாளிகள் யாரென்று மறைத்தா காட்டுகிறேன். அப்படி ஒன்னும் இல்லையே. எனக்கு அந்த நீங்கள் சொல்கிற இன்மை சமாச்சாரம் வந்து விடுகிறது. அதை விளக்க முடியாத சமயத்தில் பலவிதமான வெளி உறவுகளை வைத்து 'இது இப்படி இருந்திருக்கலாம்' வாசகனைப் போல் எனக்கும் சந்தேகம் உண்டு. அதைச் சொல்லி முடிக்கிறேனே ஒழிய, பொதுவாக இலக்கிய ஆசிரியர்கள் செய்யக்கூடிய வேலையே அதுதானே. வேண்டும் என்றே அவர்கள் செய்வதில்லை.

எஸ்.சண்முகம்: நீங்க பேசும்போது, நீங்க எழுதும்போது, 'இப்படி இருக்கலாம், இப்படிச் சொல்லலாம்' என்று எதையுமே தொக்கி நிற்கிற மாதிரியே சொல்றீங்க இல்ல, இது வந்து பழக்கத்துனால உங்களுக்கு வந்ததா? இல்ல நீங்க எதையும் தீர்மானமா சொல்ல முடியாதுன்னு - இது எல்லாமே ஒரு வகையான சொல்லப்படாம போறதுதான் அவங்க - சொல்றது என்பதுதானா?

மா.அரங்கநாதன்: உண்மைதான். எதையுமே நிச்சயமாக சொல்லப்பட முடியாது என்றுதான் எனக்குத் தோன்றுகிறது. "மனக்குகை" கதையிலே புதுமைப்பித்தன் கடைசி கதையில் என்ன சொல்கிறான்? ஆசிரியனும் மாணவனும் இதுதான் உலகத்தின் உயரமான சிகரம் என்கிறான். சேசு சொல்கிறான், "இந்த உயரமான மனிதத்தை எப்படி ஏறுகிறான்" என்பதைப்போல் கேட்கிறான். இவர் ஒரு பதில் சொல்லிவிட்டு, அவரே சொல்கிறார், "அப்படியில்லை நான் சொன்னது பிசகு" என்று அவர் சொல்கிறார். இது குறிப்பாகச் சொல்லப் போனால், இல்லை... இல்லை... என்கிற சைவ சித்தாந்தம்தான் அதில் வருகிறது - இருக்கட்டும். அது ஒருபுறம் இருக்க, புதுமைப்பித்தனுக்கும் அது சந்தேகம்தானே. இதுதான் உயரமான மலை என்று நிச்சயமாக சொல்ல முடியாது. ஆனால் சொல்கிறார். சொல்லிவிட்டு, அப்படி இருக்காது. வேறேயும் இருக்கலாம் என்று சொல்ல வேண்டிய நிலைமை ஓர் ஆசிரியனுக்கு ஏற்பட்டிருக்குமானால், சாதாரண ஓர் எழுத்தாளனுக்கு ஏற்படாதா? வாழ்க்கையைப் பற்றி அவன் என்ன கரைச்சா குடிச்சிருக்கிறான்.

எஸ்.சண்முகம்: பாரதியாரின் குயில் பாட்டிலும், கடைசியில் அப்படித்தான் வருகிறதில்லையா?

மா.அரங்கநாதன்: ஆமாம். அப்படித்தான் வருகிறது. பாரதி, புதமைப்பித்தன் மட்டுமல்ல, உலகத்தில பல எழுத்தாளர்களும்

அப்படித்தான் செய்து கொண்டிருக்கிறார்கள். வேற வழியில்ல. இன்னன்ன காரணங்களால் நான் இப்படி... இப்படி... நினைக்கிறேன் என்று கொண்டு வந்துவிட்டாலே போதும். வாசகன் சில சமயம் ஆசிரியரைவிட புத்திசாலியாக இருப்பான். அவன் புரிந்து கொள்வான். அது புரியாவிட்டாலும் புரிய வைக்க வேண்டும் என்பது ஆசிரியனுடைய தலை எழுத்தா என்ன?

எஸ்.சண்முகம்: புரிந்துகொள்ள வேண்டும் என்பதும் வாசகன் தலை எழுத்து இல்லை இல்லையா?

மா.அரங்கநாதன்: இல்லை. கிடையாது. படின்னு சொல்லிட்டுப் புத்தகத்தக் கொடுத்திட்டு - நீ படிச்சு கட்டுரை எழுதுன்னா சொல்லப் போறாங்க.

எஸ்.சண்முகம்: பக்தி இலக்கியத்தில் தேவாரம், திருவாசகம் இந்த மாதிரியான இலக்கியங்கள் - அதனுடைய நடைக்கும், உங்களுடைய கதைகளில் வரக்கூடிய நடைக்கும் ஏதாவது சம்மந்தம் இருக்கிறதா? இல்ல அவங்க வெளிப்பாட்டு முறையை உங்க கதைகளில் நீங்க உபயோகித்து இருக்கீங்களா?

மா.அரங்கநாதன்: பொதுவாக பக்தி இலக்கியம் என்று எடுத்துக்கொண்டால் நாம் ஏற்கெனவே பேசி இருக்கிறோம். வைதீக எதிர்ப்பு என்று எடுத்துக்கொள்ள வேண்டும். அது தமிழில் மட்டுமல்ல, சமஸ்கிருதத்தில இருக்கக்கூடிய பதினெட்டுப் புராணங்களிலும் சில புராணங்கள் வைதீக எதிர்ப்பைக் கொண்டிருக்கின்றன. அந்த புராணங்கள் வட நாட்டவராக இல்லாத, காஞ்சிபுரத்துத் தமிழர்கள்தான் எழுதி இருக்கிறார்கள் என்பதற்கு ஒரு சில ஆதாரங்கள் உண்டு. பக்தி இலக்கியங்கள் மட்டும் இல்லை என்றால் வேதத்தை அவ்வாறே எடுத்துக்கொள்ள வேண்டிய நிர்பந்தம் நமக்கு ஏற்பட்டிருக்கும். சிவனையும், நாராயணனையும் வணங்கக்கூடிய ஒரு நிலை வேத காலத்திற்குப் பின்னர் தொடர்ச்சியாக வந்திருக்காது. அதை அழிப்பதற்கு அவர்கள் செய்த முயற்சித்தான் சில வேத சுலோகங்கள். அதை எதிர்த்துப் போராடியதுதான் சமஸ்கிருதத்தில் எழுதப்பட்ட சில புராணங்களும், மகாபாரதம், இராமாயணம் போன்ற இதிகாசங்களும் - நமது பக்தி இலக்கியமும். இராமாயணமும், மகாபாரதமும் பக்தி இலக்கியங்கள் அல்ல. இதிகாசங்கள் தான். ஆனால் பக்தி இலக்கியம் என்று சொல்லக்கூடிய தேவாரம், திருவாசகம் போன்ற திருமுறைகளும், பிற்காலத்தில் ஏற்பட்டவைகளும் கண்டிப்பாக வைதீக எதிர்ப்பைத் தெரிந்தோ தெரியாமலோ செய்துகொண்டுதான் இருந்தன.

நம்முடைய மாணிக்கவாசகரை எடுத்துக் கொண்டால் வெளிப்படையாகவே திட்டுகிறார்.

‘பொய்த்தேவு பேசிப்
புலம்புகின்ற பூதலத்தை’ என்கிறார்.

நீங்கள் கும்பிடுகிற கடவுள் பொய்யான கடவுள் என்று சொல்ல வேண்டுமானால், மாணிக்கவாசகருக்கு ஒரு சில சரியான காரணம் இருந்திருக்கவேண்டும்.

எஸ்.சண்முகம்: ‘பொய்த்தேவு’ என்று சொல்வதை, அவர் சமஸ்கிருத கடவுளைச் சொன்னார் என்பதற்கு என்ன ஆதாரம் இருக்கிறது?

மா.அரங்கநாதன்:

“அத்தேவர் தேவர்
அவர்தேவ ரென்றிங்ஙன்
பொய்த்தேவு பேசிப்
புலம்புகின்ற பூதலத்தே”

என்று சொல்லக்கூடிய சமயத்துல – பூதலத்தை என்பதை நமது நாட்டைத்தான் சொல்கிறார். இந்த நாட்டில் அந்தத் தேவர் - பிரம்மன் - அத்தேவன் இந்திரன், மித்திரன், ருத்ரன் இந்த மாதிரிப்பட்ட பொய்யான கடவுள்களை கும்பிட்டுக் கொண்டு இருக்கிறீர்களே, இந்த மெய்யான கடவுளான சிவனை நீங்கள் கும்பிடவில்லையே என்று சொல்கிறார். பொய்யான கடவுள்களில் பிரம்மனும் உண்டு, இந்திரனும், ருத்ரனும் உண்டு. இவ்வளவு வெளிப்படையாக அப்பரோ, நாவுக்கரசரோ, சம்பந்தரோ, சுந்தரமூர்த்தியோ திட்டவில்லை.

எஸ்.சண்முகம்: இப்ப நீங்க சொல்றது சரி – அவங்க சிறுதெய்வ வழிப்பாட்டை எதிர்த்துச் சொல்லையா?

மா.அரங்கநாதன்: சிறுதெய்வ வழிபாடு என்பது - நாம் சொல்வது வேத காலத்தின் இன்புளுயின்ஸினால் சில தெய்வங்கள் - சிறுதெய்வங்களாக மாற்றப்பட்டன. அந்த மாற்றப்பட்டதை முயற்சி செய்து அவைகளை சிவன் என்றும், நாராயணன் என்றும் மாற்றியதற்கு நமது பக்தி இலக்கியங்களுக்குச் சிறந்த பங்கு இருக்கிறது. அப்படி இல்லை என்றால், வேதகால பிரம்மன், இந்திரன், மித்திரன், வாயு இவர்களைத் தவிர அங்கிருக்கிற எல்லா கடவுளுமே சாதாரண கடவுள், சிறுகடவுள், பழங்குடி, மக்கள் - அறிவுத் தெரியாத மக்கள் கும்பிடக்கூடிய கடவுள் என்று நம்முடைய

நிலைப்பாடு என்பது இன்றுவரை வந்திருக்கும். அப்படி வரவில்லை. கருப்பண்ணசாமி என்கிறதுதான் நாராயணன். சுடலை மாடன் என்பதுதான் சிவன் என்று சொல்லக்கூடிய ஒரு முறையை பக்தி இலக்கியத்தினால் நாம் ஏற்றுக்கொண்டு விட்டோம். பெண் தெய்வ வழிபாடு கூடாது என்பது வேதம். கன்னி தெய்வத்தைப் பற்றி முன்பு பேசினோம் என்று நினைக்கிறேன். இந்தக் கன்னி வழிபாடு என்பது - அப்போது கன்னிகா பரமேஸ்வரி என்பது கன்னி வழிபாடுதான். அந்த சிறுதெய்வ வழிபாட்டைக் கேவலப்படுத்தி இருக்கிறது வேதம். நாம் பெண் தெய்வ வழிபாட்டை முதலில் ஆரம்பித்தோம். உலகத்து முதல் நாகரிகங்களான மாயா, இன்கா, மொசபடோமியா, ஹரப்பா இதிலெல்லாமே பெண் தெய்வ வழிபாடு உண்டு. ஹரப்பா சிவிலைசேஷன் வேறு, தமிழ்நாட்டு சிவிலைசேஷன் வேறுன்னு சொல்ல முடியாது. அப்போது அது அழிந்துவிட்டது. இன்னும் உயிரோடு இருக்கிறது தமிழ்நாடு. இதிலுள்ள பெண் தெய்வ வழிபாடும், சிவ, நாராயண வழிபாடும் அன்றும் இன்றும் என்றும் இருக்கிறது. இதை மறைப்பதற்குச் செய்த முயற்சிகள் வீணாகப் போய்விட்டன. பக்தி இலக்கியங்கள் இல்லாவிட்டால் அது கன்டினியூ என்பது என்னுடைய நம்பிக்கை.

எஸ்.சண்முகம்: பக்தி இலக்கிய வெளிப்பாட்டு முறை உங்க சிறுகதைகளை எப்படி பாதித்திருக்கிறது?

மா.அரங்கநாதன்: பலவிதத்தில் அதைச் சொல்லலாம். என்னுடையதை மட்டுமல்ல, "அன்றிரவு", 'கட்டிலைவிட்டு இறங்காத கதை' 'சாப விமோசனம்'...

எஸ்.சண்முகம்: புதுமைப்பித்தன் கதைகளில்லையா?

மா.அரங்கநாதன்: இந்தப் புதுமைப்பித்தன் கதைகள் எல்லாமே நாம் படித்தோமானால், ஏதோ ஒரு பக்தி இலக்கியத்தைப் படித்தது மாதிரி இருக்கிறது. ஆனா நிச்சயமாக அவன் நாத்திகன்தான். புதுமைப்பித்தன் நாத்திகன் என்பதை ஒத்துக்கொண்டுதான் அதைப் படிக்கிறோம். அன்றிரவு படித்துப் பாருங்கள், முன்றிலில் விளையாடுகிற சிசு மீது விழுந்தது என்று சொல்லுகிறானே. அன்றிரவு கதையை நாம் படித்தோமானால், மாணிக்கவாசகர் என்னவோ உயிர்பெற்று திரும்பி வந்ததுபோல் நமக்கு இருக்கிறது. பரமசிவன் மீது அந்தப் பாண்டியன் கொடுத்த அடி அவங்க மீது விழுந்தது, இவங்க மீது விழுந்தது என்று அப்படியெல்லாம் சொல்லிவிட்டு 'முன்றிலில் விளையாடுகிற சிசுமீதும் விழுந்தது' என்று சொல்லும்பொழுது, அது,

'பால்நினைந் தூட்டு

தாயினும்' என்கிறார்.

திருவாசகத்தை நமக்கு ஞாபகப்படுத்துகிறது. தாயின்மீது விழுந்தது என்கிறார். காமாட்சியையே - அன்னையையே ஓர் சாதாரண பெண்ணாக - தாயாக மதித்து அவள் மீதும் விழுந்தது என்கிறார். இப்படி புதுமைப்பித்தன் மட்டுமல்ல, ஒரு பேச்சுக்கு சொல்லப் போனால் லா.ச.ரா.வின் ஜனனி, தரங்கிணி போன்ற சிறுகதைகளிலும் இந்தப் பாதிப்பு இருக்கிறது. திருவாசக பாதிப்பு அதிலிருக்கிறது இல்லையா. அவர்கள் சிறுவயதில் கேட்டப் பாடலாக இருந்தால், தெரிந்தோ தெரியாமலோ கூட அது வந்து இருக்கலாம். நம்முடைய சிறுவயதில் அப்பா, அம்மாவிடமிருந்து கேட்ட சொற்கள் நம்மை அறியாமல் நாம் இப்பொழுது கூட பயன்படுத்துகிறோம் அல்லவா? அதுபோல் வந்திருக்கலாம் அது. தேவாரம், திருவாசகம் நம்மாழ்வார் இவைகளைப் போன்ற இது தற்கால எழுத்தாளர்களிடமும் இருக்கத்தான் செய்கிறது. எப்படி சிறுதெய்வ வழிபாடு - வழிபாட்டில் உள்ளோர் வாயை மூடிக்கொண்டுதான் பூஜை செய்வார்கள் - வாயைத் துணியால் மூடிக்கொண்டுதான் பூஜை செய்வார்கள் - (வாயைத் துணியால் மூடிக்கொண்டுதான் பூஜை செய்வார்கள்) சுடலை மாடன், கருப்பண்ணசாமி பூஜை செய்யும்போது வாயைத் துணியால் மூடிக்கொண்டுதான் செய்வார்கள். அந்தப் பூசாரிக்கே எதற்காக அப்படிச் செய்கிறார்கள் என்று தெரியாது. ஏதோ பெரியவங்க எல்லாம் சொன்னாங்க அப்படின்னுதான் சொல்வான். ஆனால் வாயை மூடிக்கொண்டு பூஜை செய்ய வேண்டும் என்பது திருமந்திரம் உட்பட எல்லாவற்றிலும் ஒப்புக்கொள்ள வேண்டிய விஷயம் அது. கிராமம் மட்டுமல்ல - எல்லா பட்டிணங்களிலும் தமிழ்நாட்டில் பூராவும் சென்றாலுங் கூட, "வாயை மூடிக் கொண்டிரு, நாக்கை அடக்கு, பேசாமல் இரு" என்று சொல்வதற்குப் பதிலாக, சொல்லக்கூடிய ஒரே ஒரு வார்த்தை 'சிவனேன்னு இரு. சிவனேன்னு' என்று சொல்லக்கூடிய பதத்துக்குப் பொருளே 'சும்மா இரு'ன்னு அர்த்தம். 'சும்மா இருப்பதே சுகம்' என்பது வள்ளலாரும், தாயுமானவரும் பல சித்தர்களும் சொல்லப்பட்ட ஒன்றுதானே. இது தெரிந்தோ தெரியாமலோ கிராமவாசிகள் வரைக்கும் பரவி இருக்கிற ஒரு விஷயம். அது மாணிக்கவாசகர் மட்டுமல்ல, தற்கால எழுத்தாளர்களும் இதைப் பின்பற்றத்தான் செய்திருக்கிறார்கள். அவர்கள் அறியாமலேயே அவர்கள் பின்பற்றக்கூடிய ஒரு நிலைமை வந்துவிடும்.

எஸ்.சண்முகம்: சித்தர்கள் குறித்து உங்கள் வாசிப்பு அனுபவங்களை சொல்லுங்கள். எந்த சித்தருடைய பாடல் ரொம்ப கவர்ந்தது? வள்ளலார் வரை இந்த மரபு தொடருது - வள்ளலாருடைய பங்கு என்ன? உங்களுடைய எழுத்துகளை பாதிச்சிருக்கா - அவருடைய பாடலோ - உரைநடையோ - விளக்கங்களோ உங்களை எந்த விதத்தில் பாதிச்சிருக்கு? அதைப் பத்தி கொஞ்சம் சொல்லுங்கள்.

மா.அரங்கநாதன்: சித்தர்கள் என்பது நாம் பதினெட்டு சித்தர்கள் என்று நாம் ஓர் ஒப்புக்காக அப்படிச் சொல்கிறோம். அறுபத்து மூன்று நாயன்மார்கள் என்று சுந்தரமூர்த்தி நாயனார் எழுதி வைத்தார். அவருக்கு முன்னால் இருந்தது அறுபத்து மூன்று நாயன்மார் - அதனால அப்படி எழுதினார். அவர் பின்னாள் வந்த தாயுமானவரையும், வள்ளலாரையும் சேர்க்காமல் தானே எழுதி இருக்கிறார். அதுபோல பதினெட்டு சித்தர்கள் என்று எப்பொழுது சொன்னார்களோ, அவர்களுக்கு முன்னாள் பதினெட்டு சித்தர்கள் இருந்திருக்கிறார்கள் - பதினெட்டு இருந்திருக்கிறது. வள்ளலாரைவிடவா பெரிய சித்தர். பூங்குன்றனை விடவா. சங்க காலத்திலும் சித்தர்கள் என்னும் பேர் இல்லாமல் இருந்திருக்கலாம், ஆனால் ANGRY YOUNG MAN என்ற பதம் ஆங்கிலத்தில் உண்டல்லவா? எழுத்தாளர்கள் கூட "கோபக்கார இளைஞர்கள்": என்று ஒரு சிலர் இருப்பதைப் போல, இந்த நாட்டினுடைய மண்ணினுடைய நிலைமையைப் பொறுத்து சில கவிஞர்கள் மிகுந்த கோபக்காரர்களாக மாறி இருக்கிறார்கள். அது சங்க காலத்திலும் இருந்திருக்கிறது, வள்ளலார் காலத்திலும் இருந்திருக்கிறது. நம்முடைய பூங்குன்றன் கவிதை, 'யாயும் யாயும் யாராகியரோ' கவிதை இதுபோன்ற பல கவிதைகளை எழுதியவர்கள் சித்தர்களாக இருந்திருக்க வேண்டும். அவர்களுக்குப் பெயர் சித்தர்கள் இல்லாமல் இருக்கலாம். நமக்குத் தெரியாத அகத்தியர் என்ற ஒரு சித்தர் இருந்தார் என்று சொல்றதைவிட, பூங்குன்றன் ஒரு சித்தன் என்று சொல்றதுல எந்தவிதமான தப்பும் இல்லை. பிற்காலத்தில் பக்தி இலக்கியக் கட்டத்திலும் திருமூலரை நாம் சித்தர்களுடைய தலைவர் என்பதுபோல வைத்திருக்கிறோம். பிற்காலத்தில் தாயுமானவரை சித்தராக சேர்க்கவில்லை. அவர்கள் சித்தர்களாகத்தான் இருந்திருக்கக்கூடும்.

எல்லாவற்றுக்கும் மேலாக கோபமே படாத வள்ளலார், "நீ சைவ சித்தாந்தத்தைக் கூட விட்டுவிடு, உனக்கு வேண்டியது அன்பு என்ற ஒன்றுதான். சன்மார்க்கம் என்ற ஒன்றுதான்" அவர் வேண்டும்

என்று சொல்ல வேண்டுமானால், அவர் ஒரு சித்தர் இல்லாமல் இருக்க முடியுமா? 'அன்பெனும் பிடியினுள் அகப்படும் மலையே' சண்முகம் போன்ற தற்காலப்படிப்பு அதிகமாகப் படித்த திறனாய்வாளர்கள் "எஸ்ரா பவுண்ட்" என்ற ஐரோப்பிய கலைஞன் இமேஜிசம் என்கிற ஒரு படிமக் கலையைப் பற்றி வெகுவாக பேசியவன். இந்த "அன்பெனும் பிடியினுள் அகப்படும் மலையே" என்பதைப் பற்றிப் படித்திருக்க முடியுமா? அதைப் பற்றி யோசிக்க வேண்டும். எஸ்ரா பவுண்டுக்கு முன்னரே வள்ளலார் சொல்லி இருக்கிறார். நம்முடைய சங்க இலக்கியத்திலும் அப்படி இருக்கிறது. பக்தி இலக்கியத்தில் நிறைய இருக்கிறது. ஆனால் இமேஜிசத்தைச் சொன்னவன் எஸ்ரா பவுண்டுதான். அதில சந்தேகம் இல்லை. படிமம் என்கிற ஒரு கவிதை முறையை சொன்னவன் எஸ்ரா பவுண்டு தான். சித்தர்களின் இன்னொரு விஷயத்தைச் சொல்லப் போனோம் என்றால், ரொம்ப தைரியமாகப் பேசி இருக்கிறார்கள். சொல்லக் கூடாது என்று நாம் நினைத்திருக்கின்ற விஷயத்தை வெட்டு ஒன்று துண்டு இரண்டாக சொல்லி இருக்கிறார்கள். அண்ணாமலையில் ஒரு சித்தர் பாடக்கூடிய சமயத்துல சொன்னது. கோவையில் சொன்னது. வள்ளலார் காலத்தில் வாழ்ந்த பலர் அப்படி சொல்லி இருக்கிறார்கள். எல்லாவற்றுக்கும் மேலாக நம்முடைய பட்டினத்தாரே சொல்லி இருக்கிறார் அல்லவா? சிவவாக்கியர் சொல்லி இருக்கிறார் அல்லவா. பட்டினத்தாரும்

ரொம்ப அருமையாக சொல்லி இருக்கிறார். அவரை சித்தர்களாக சேர்க்கவில்லை. குறிப்பிட்ட காலத்தில் எழுதியதுதான் பதினெட்டு சித்தர்கள் என்று. அதனால் பட்டினத்தாரை விட்டுவிட்டார்கள். பட்டினத்தாரை நாம் தாராளமாக சித்தர்களாகத்தான் ஏற்றுக்கொள்ள வேண்டும். வள்ளலார் 'வாழையடி வாழையாக வந்ததுன்னு' ஏன் சொன்னார் அவர். சங்க காலத்துக்கு முன்னரே இருந்த ஒரு சித்தாந்தத்தின் அடிப்படையில் அவர் சொல்லி இருக்கிறார். நம்மாழ்வார்,

"ஆணல்லன் பெண்ணல்லன் அல்லா தலியுமல்லன்,

காணலு மாகான் உளனல்லன் இல்லையல்லன்,"

என்று சொன்னது எந்தத் தத்துவம். உலகத்திலுள்ள எல்லா மதங்களும் கடவுளை ஆண் என்று சொல்கிறதே. இங்குள்ள ஒன்று தான் - தமிழில் உள்ள ஒன்று தான் 'கடவுள்' என்று சொல்லி இருக்கிறது. கொஞ்சம் யோசிச்சுப் பாருங்க.

"உளனெனி னுளவை னுருவமிவ் வுருவுகள்,

உளனல னெனிலவன் அருவமிவ் வருவுகள்"

- இப்படிச் சொல்ல வேண்டிய நிர்ப்பந்தம் அந்தக் காலத்தில் ஏற்பட்டிருக்கிறது. சைவம், வைணவம் என்ற பேதம் சித்தர்களுக்குக் கிடையாது. கடைசி காலத்தில் வள்ளலார் அதை வற்புறுத்தி சொல்வதற்குக்காரணமே அதுதான். சைவ சித்தாந்தத்தையும்விட்டுவிட வேண்டும் - தான் சைவ சித்தாந்தவாதி என்று சொல்லக்கூடாது என்று உரைநடையில் கட்டுரை எழுதி இருக்கிறார். வள்ளலார் கிட்டத்தட்ட நூற்று ஐம்பது வருஷங்களுக்கு முன்பு இருந்தார். ஓர் ஆங்கில வார்த்தையைக் கூட உபயோகித்து இருக்கிறார். அந்த மாதிரிப்பட்ட ஒரு நிலைமை சித்தர்களுக்கு இருந்திருக்கிறது. சித்தர்களுடைய ஒரு வெளிப்பாடு நமக்குக் கிடைத்த ஒரு பொக்கிஷம். அது இல்லை என்றால் பலவிதமான விதங்களில் தமிழ் இலக்கியம் வளர்ந்திருக்காது. பிற்பாடு பக்தி இலக்கியம் கொஞ்சம் வளர்க்கத் தொடங்கி இருக்கிறது. பக்தி இலக்கியத்தையும் வைதீகமாக்கி விட்டார்கள் நம் ஆட்கள். அதற்குப் பின்னால் அதை உயிரோடு இருக்கச் செய்தது சித்தர் இலக்கியம்தான். வள்ளலார் வரை இருந்த சித்தர் இலக்கியம்தான் அந்த பக்தி இலக்கியம் தொடங்கிய சேவையை உயிரோடு வைத்திருக்கிறது. வளரச் செய்யவில்லை. அவர்களால் முடியவில்லை. உயிரோடு வைத்திருக்கிறது என்று சொல்லலாம். இன்றைக்கும் வாயால் துணியை மூடிக்கொண்டுதான் பாதாள லிங்கத்தைப் பூஜை செய்ய

வேண்டும் என்னும் முறை எப்படி வந்திருக்க முடியும். சித்தர்கள் சொன்னது. இவ்வாறு பலவிதமான நிலைகளை மாற்றி அமைத்தது. இப்படிப் பண்ணக் கூடாது இப்படித்தான் பண்ண வேண்டும் என்று சொன்னது சித்தர்கள்.

எஸ்.சண்முகம்: குணங்குடி மஸ்தான் சாகிபு?

மா.அரங்கநாதன்: மதமாவது ஜாதியாவது... சித்தர்களுக்கு அது ஏது?

எஸ்.சண்முகம்: உங்களுக்குப் பிறகு இரண்டு புதிய தலைமுறைகள் உருவாகி வந்திருக்கின்றன. நீங்கள் சென்னைக்கு எப்போது வந்தீர்கள்?

மா.அரங்கநாதன்: 1952-இல்

எஸ்.சண்முகம்: அதன் பிறகு இலக்கியத்தில் என்னென்ன மாற்றங்கள் ஏற்பட்டிருப்பதாக உணர்கிறீர்கள்?

மா.அரங்கநாதன்: அந்நிய எழுத்தாளர்களின் தாக்கம் நம் இலக்கியத்தில் அதிகமாக இருக்கிறது. போர்ஹே, காஃப்கா, கேபிரியல் கார்ஸியா மார்க்வெஸ் இவர்களுடைய தாக்கம் அதிகமாக இருக்கிறது. அதற்கு முன்னால் இருந்த ரஷ்ய படைப்புகளின் தாக்கம் 60-க்கு அப்பால் கொஞ்சம் கொஞ்சமாகக் குறைந்துவிட்டது என்றுதான் சொல்லவேண்டும். லத்தீன் அமெரிக்க எழுத்தாளர்களின் தாக்கம் அதிகமாக இருக்கிறது. அதெல்லாம் வரவேற்கத்தகுந்த ஒன்றுதான். போர்ஹேசை எல்லாம் நாம் விலக்கி வைத்துவிட முடியுமா என்ன? எந்த மொழியில் எழுதியிருந்தால் என்ன?

எஸ்.சண்முகம்: கடந்த ஐந்தாறு ஆண்டுகளில் எழுதப்பட்டிருக்கும் தமிழின் நவீன எழுத்துகள் கவிதைகள், சிறுகதைகள் பற்றி என்ன நினைக்கிறீர்கள்?

மா.அரங்கநாதன்: பல ஆயிரம் ஆண்டுகளுக்கு முன்னால் அணிலாடு முன்றிலார் என்பது போல் எழுதிய பெயர் தெரியாத கவிஞர்களின் படைப்புகளில் இருந்து நமக்கு எப்படியான அனுபவங்கள் ஏற்படுகின்றன இல்லையா. அந்தக்காலம் பற்றிய ஒரு முழு சித்திரம் அதில் வந்துவிடுகிறது அல்லவா. இன்றைய காலகட்டத்தைப் பற்றி எழுதும் போதும் சங்கக் கவிதைகள் நம்மில் ஏற்படுத்துவது போன்ற தாக்கத்தை ஏற்படுத்தும் வகையில் எழுத வேண்டும். அதை இன்றைய கவிஞர்களுக்கு யாரும் கற்றெல்லாம் தரமுடியாது. அது தானாக வரவேண்டிய ஒன்று. அப்படி எழுதுபவர்களை நாம்

பாராட்டலாம். வேறுவிதமாக வாழ்க்கையை முன்வைப்பவர்களையும் நாம் பாராட்டலாம். பாராட்டுவதில் பாரபட்சம் எதற்கு? சில நேரங்களில் என்னதான் முயற்சி செய்தாலும் எதுவும் நடக்காமல் போய்விடலாம். சில நேரங்களில் எதுவும் செய்யாமலேயே எல்லாம் நடந்துவிடலாம்.

எஸ்.சண்முகம்: இந்த நேர்காணலில் நிறைய விஷயங்கள் சொல்லியிருக்கிறீர்கள். இளமைக்கால அனுபவங்கள், பிறந்த ஊர் பற்றிய நினைவுகள், எழுத்து அனுபவங்கள், இலக்கிய நண்பர்களுடனான அனுபவங்கள், வைதீக மறுப்பு தொடர்பான தத்துவார்த்த பின்னணி, நவீன இலக்கியம் குறித்த கருத்துகள், மரபிலக்கியம் இவற்றையெல்லாம் பற்றி நிறைய சொல்லியிருக்கிறீர்கள். இசை பற்றியும் மதுரை சோமு பற்றியும் சொல்லியிருக்கிறீர்கள். இந்த நேர்காணலில் ஏதாவது விடுபட்டிருப்பதாக நினைக்கிறீர்களா? வேறு ஏதாவது சொல்ல விரும்புகிறீர்களா?

மா.அரங்கநாதன்: நேர்காணலும் ஒருவகையான படைப்பாக்கம் தான். அதன் மூலம் பல கருத்துகள் சொல்லப்படுகின்றன. விவாதங்கள் நிகழ்கின்றன. இந்த நேர்காணலும் பல கருத்துப் பரிமாற்றத்துக்கு வழி வகுக்கும். சிறப்பான சிந்தனைகளை உருவாக்கும் வகையில் கேள்விகள் இருந்தன. பலரும் இதனால் பலன் பெறும் வகையில் அமைந்திருக்கிறது. இதில் எனக்கு மிகவும் மகிழ்ச்சிதான்

எஸ்.சண்முகம்: உங்களுடைய 80 வயது நிறைவுக்கும் 80 கதைகள் 'முத்துக்கறுப்பன் எண்பது' ஒரு தொகுப்பாக வந்திருப்பதற்கும் வாழ்த்துகள். நன்றி.

மா.அரங்கநாதன்: நன்றி.

பகுதி 2

சிறுகதைகள்

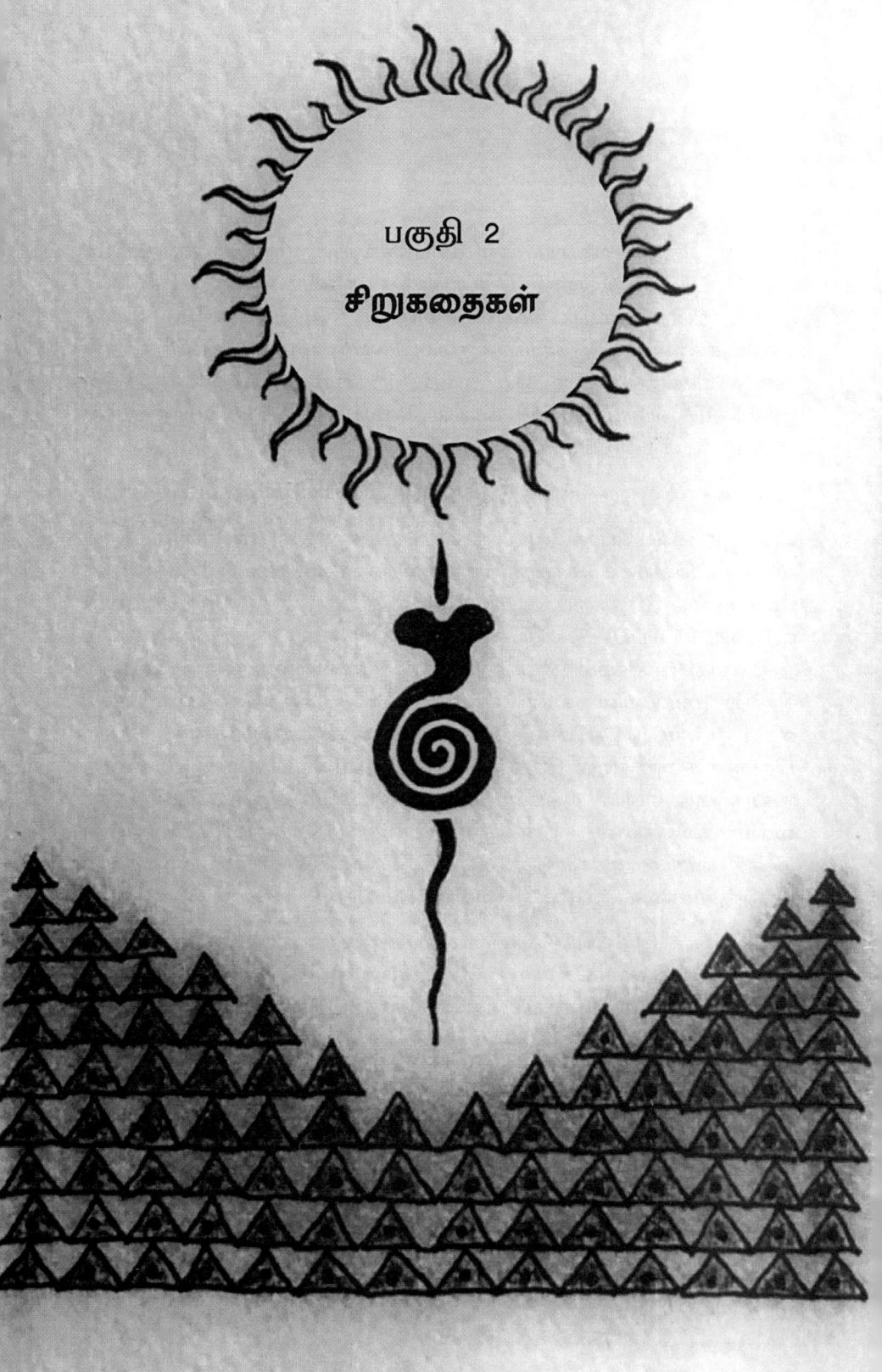

வீடுபேறு

சாலை நெடுஞ்சாலையானது சமீபத்தில்தான் இருக்க வேண்டும். முனிசிப்பாலிடி ஆவணக் கோப்புகளில் எந்தவித சான்றும் இல்லை. ஓங்கி நின்ற கட்டிடங்களும் சினிமா அரங்குகளுமே அதை நெடுஞ்சாலையாக ஆக்கியிருக்கும். இரண்டு மைல் அளவிற்கு அது நீண்டு சென்றது. இடையே கணக்கற்ற உணவு விடுதிகள் அதன் இரு கோடிகளிலும் இரண்டு காவல் நிலையங்கள் அவசியமாகையால் அவைகள் எல்லைக் கற்களாக நின்றன.

நட்ட நடுவில் ஒரு சந்தை - இரண்டு பட்சிணிகளுக்கும் உதவிற்று.

நெடுஞ்சாலை போலவே அந்தப் பட்டிணத்தில் எல்லாமே மாறி விட்டிருக்கின்றன. மாற்றத்தை அவர் கவனித்தவாறே வந்திருக்க வேண்டும். பேருந்துப் பயணத்தைக் கட்டாயமாக மேற்கொண்டு வந்தவர், சிரமப்பட்டு பிரயாணம் செய்தார். எதிர்பார்த்திருந்ததைவிட அதிகமாகவே சிரமம் இருந்தது. அந்தச் சாலையில் டிராம் வண்டியில் செல்ல முடியவில்லையே என்ற நிராசை ஏற்கனவே ஏற்பட்டாகி விட்டது. எட்டு தடவை அந்த நெடுஞ்சாலையில் வண்டி நின்று பிரயாணிகளை ஏற்றி இறக்கிவிட நிறுத்தம் செய்யவேண்டும் என்று அவருக்குத் தெரிந்திருக்கவுமில்லை. இன்னும் ஒரு நிமிடம் அந்த வண்டியிலிருந்தால் தனக்கு ஏதாவது நேர்ந்துவிடும் என்று அஞ்சியவராக அதிலிருந்து இறங்கி சாலையில் காலை வைத்தார். நெடுஞ்சாலை மண் அவர் காலில் பட்டது.

அதென்ன - இந்த நெடுஞ்சாலை பரிசுத்தமான ஏதாவது ஒரு படை வீடா - ஏதோ கோபுர தரிசனத்திற்காக தலையை உயர்த்திப் பார்ப்பது போல நின்றவிடத்திலேயே சுற்றிக்கொண்டார்.

ஒரு பத்து நிமிட அவகாசத்தில் அவர் உத்தேசமாக ஒரு குறிப்பிட்ட பிரதேசப் பக்கம் நெருங்கினார். நடுத்தரமான அந்த வீட்டை ஆழ்ந்த யோசனையுடன் வெகு நேரம் பார்த்து திருப்தியுடன் தலையசைத்துக் கொண்டார்.

நெடுஞ்சாலையின் மெத்தப் பெரிய கட்டிடங்களின் பக்கத்திலும் சிலவிடங்களில் முடிவெட்டும் கடைகளின் பின்புறங்களிலும் இருப்பவைதாம் குடும்பத் தலங்கள். சொல்லப்போனால், இவை அந்தச் சாலையில் இருப்பதில் அர்த்தமில்லை. அவைகள்

வேறெங்காவது மைதானங்களில் மாற்றப்பட்டிருக்க வேண்டும். ஆனால், நெடுஞ்சாலையும் பழைய நிலைக்குத் திரும்பிவிடும் என்ற நப்பாசை அந்தக் குடித்தனவாசிகளுக்கு இருந்தது போலும். அவர்கள் தங்கள் வீடுகளிலிருந்து தலைகுனிந்து வந்துபோகும் நபர்களாயிருந்தார்கள்.

502 என்ற எண்ணைப் பெற்றிருந்த அந்த வீடு திறந்திருந்தது. முகப்பில் பெயர்ப் பலகை ஒன்று அடித்து மாட்டப்பட்டிருந்தது. கதவைத் தட்டுவதானால் என்ன சொல்ல வேண்டுமென்பதை ஆழ்ந்து சிந்தித்துப் பார்த்து *'Sir'* என்பதைத் தமிழாக்கம் செய்துகொண்டு வந்தவருக்கு வேலையில்லாது போயிற்று. "யாரு" என்று கேட்டுக்கொண்டே வெளியே வந்தவர், வீட்டுக்காரரர் இருக்கும் குழந்தையைத் தூக்கி வைத்துக்கொண்டிருந்தார். கட்டியிருந்த வேட்டி சரியான நிலையிலில்லை. நரைத்த அவரது தலைமுடி குழந்தையின் கை பிடியில் சிக்குண்டு கிடக்க, ஒரு கையால் மட்டும் எடையை சமன் செய்தவாறு "யாரு?" என்று கேட்டார்.

வந்தவர் பதில் சொல்லுமுன்னர் குழந்தை முரண்டு பிடித்தது. அதை உள்ளே கொண்டுவிட்டுவிட்டு வந்து "வாங்க - எங்கிருந்து வாறீக" என்று கேட்டார். திரும்பவும் குழந்தை உள்ளிருந்து தன்னை வந்தடைவதற்குள் சம்பாஷணை முடிந்துவிடும் என்ற நம்பிக்கை.

இரண்டாவது கேள்விக்கு "ஸான் பிரான்சிஸ்கோ" என்று வந்தவர் பதில் சொல்லிவிடுவது சுலபம். நல்ல ஆரம்பத்திற்கு அது வழிகோலாது என்பதால் இயல்பாகவே பேசினார்.

நான் பாலகிருஷ்ணன். இரண்டு நாள் முன்புதான் பட்டணம் வந்தேன். இந்த வீட்டைப் பார்த்துப்போகலாம்னு வந்திருக்கேன் ஒரு நாற்பது வருடம் - அதற்கு முந்தி நாங்க இங்கதான் இருந்தோம்.

வீட்டுக்காரரர் பேசவில்லை. பேசாது உள்ளே சென்று விநோதமான ஒரு நாற்காலியைத் தூக்கிவந்தார். தரையில் ஒரு தட்டுத் தட்டி அதை விரித்தார். உட்காரும்படிச் சொல்லிவிட்டு பக்கத்து முக்காலியொன்றில் அமர்ந்துகொண்டார்

பாலகிருஷ்ணன் சிறிது நேரம் தலைகுனிந்து உட்கார்ந்திருந்தார். பிறகு மெதுவாக "நாம சந்திச்சதில்லே. உங்க அப்பாவை மட்டும் ஒரு தடவை பார்த்திருக்கேன். நாம இரண்டு பேருக்கும் ஒரே வயசுன்னு அவர் சொல்லியிருக்கார் - உங்க பேரு முத்துக்கறுப்பன் – இல்லையா?"

வீட்டுக்காரர் தலையசைத்தார். சத்தம் கேட்டு உள்ளே திரும்பிப் பார்த்து "வந்துட்டியா - வா" என்று கைகளை விரித்துக்கொண்டு வந்த குழந்தையை தூக்கி மடியில் வைத்துக்கொண்டார். பிறகு 'பேத்தி' என்று வந்தவரிடம் சென்னார்.

பேத்தி இப்போது சாதுவாக உட்கார்ந்திருந்தாள். உள்ளே குடத்தைக் கவிழ்த்துவிட்டு வந்த காரணத்தால் இருக்கும் பல்லியைப் பார்த்து விட்டாளுமிருக்கும்.

சம்பாஷணை தொடர்ந்தது. பாலகிருஷ்ணன் கம்பளி உடை அணிந்திருந்தார். டிசம்பர் குளிர் முத்துக்கறுப்பனை ஒன்றும் செய்ததாகத் தெரியவில்லை.

"உங்க அப்பாவை நான் பார்க்கும்போது எனக்கு இருபது வயசிருக்கும். கழுத்தில் மாலை போட்டிருப்பார். பேரு ஞாபகமில்லே."

"பண்டாரம் பிள்ளை" என்று உதவினார் முத்துக்கறுப்பன்.

"ஆமாம் - நிறையப் படிச்சவர்னு எங்கப்பா சொல்லுவார்."

முத்துக்கறுப்பன் குழந்தையின் தலையைத் தடவிக்கொடுத்துக் கொண்டிருந்தார். அது மெதுவாக அவர் மடியிலிருந்து கீழே இறங்கி தரையில் உட்கார்ந்து கொண்டது. அடிக்கொரு தரம் இருவரையும் பார்த்துக் கொண்டு தூணைப் பிடித்துச் சுற்றிவர ஆரம்பித்தது.

"அவங்க இப்போ..."

"போயாச்சு - அது ஆச்சு ஒரு நாப்பது வருசம் - இந்த வீட்டுக்கு வந்து ஒரு தடவை ஊருக்குப் போயிருந்த சமயம். அது கதை. நீங்க இங்க விட்டு போயி எவ்வளவு காலமாச்சு."

"ஆச்சே - கிட்டத்தட்ட அத்தனை வருசம் - இப்ப ஸ்டேட்ஸ்லே இருக்கேன். அங்கேயேதான் எல்லாம். இங்க எல்லாவற்றையும் ஒரு தரம் பாத்துட்டுப் போயிரலாம்னு வந்திருக்கோம்."

"யாரெல்லாம்"

"நானும் என் மனைவியும் தான். அங்கேயே கல்யாணம் பண்ணிக்கிட்டேன்".

"அப்படியா நீங்க அழைச்சுக்கிட்டு வந்திருக்கலாமே"

"வரேன், சொல்லுங்க உங்க அப்பா..."

"திருச்செந்தூர் போய் வாரேன்னு புறப்பட்டாரு. போய் ஒரு

வாரமாயும் திரும்பலே. இங்கிருந்து போய் எல்லாருமா தேடியாச்சு. பேப்பரிலே கூட விளம்பரம் கொடுத்தோம். தகவல். ஆச்சு நாப்பது வருஷம்."

பாலகிருஷ்ணன் உன்னிப்பாகக் கேட்டுக் கொண்டிருந்தார்.

"நீங்க ஏதாவது சாப்பிடறேளா?" என்று ஏதோ திடீர் நினைவுடன் கேட்டார் முத்துக்கறுப்பன்.

"வேண்டாம் அடையார் ஹோட்டலில் தான் இப்போ தங்கியிருக்கோம். சாப்பிட்டாச்சு. நிறைய இட்லியும், தேங்காய் சட்னியும் - நல்லா இருந்தது"

"ம் - தேங்காய் எங்க கிடைக்குது - ஏதோ ஒரு சட்னி."

"ஆமா ரொம்பவும் மாறிப்போச்சு - உங்க அப்பா விஷயம் சொன்னீங்களே, அம்மாதிரி யாருக்கும் ஏற்படுவதில்லை... அம்மா."

"அம்மா வந்து அப்பாவுக்கும் முந்தியே போயிட்டா - நீங்க அங்க இருக்கிற இடம் ஏதோ ஒரு படம் பேரு சொன்னேளே"

"அமெரிக்காவில் உள்ள பட்டணம் – சான்பிரான்சிஸ்கோ - நல்ல இடம். தென்னை கூட உண்டு. வெயிலும் குளிரும் நம்ம ஊர் மாதிரிதான் - கிட்டத்தட்ட நாப்பது வருசம். ஊர்ப் பக்கமே வரலே. வரணும்ன்னும் தோணலே"

குழந்தை இரண்டு பேராகப் பேசிக் கொண்டு முற்றத்தில் விளையாடிக் கொண்டிருந்தது. பாலகிருஷ்ணன் கழுத்தை உயர்த்தி மேல் விட்டத்தைப் பார்த்துக் கொண்டார்.

ஒரு பெண் தடதடவென வெளியிலிருந்து வந்து அவர்களைக் கடந்து உள்ளே விரைந்து சென்றாள். குழந்தை அவளைக் கண்டதும் மலர்ச்சியுடன் சிரித்துக்கொண்டே பின்தொடர்ந்தது.

"இவ வீட்டு வேலைகளையெல்லாம் பாத்துக்கறா. என் வீட்டுக்காரி பள்ளிக்கூடம் போயிருக்கறா - அவ ஹெட்மாஸ்டர் - ரிட்டையராகிற வருசம்தான்."

"நீங்க ரிட்டையராகி நாளிருக்கும்."

"இல்ல - நான் வேலையே பார்க்கல்லே - படிப்பை நிறுத்திட்டேன். படிப்பு வராதுன்னு அப்பாவே சொல்லிக்கிட்டிருப்பார். இந்தத் தெரு கடைசியிலிருக்கிற அச்சாபிசிலேதான் இரண்டு வருடம் வேலை பாத்தேன். அம்மா இரண்டு நாளிலே படுக்கையிலே கிடந்து போயிட்டா. எனக்கு தகவல் கிடைக்கல்லே. நான் அப்போ

ஊருக்குப் போயிருந்தேன். வருவதுக்குள்ளே எல்லாம் முடிஞ்சு போச்சு. அடுத்த வருஷம் அப்பா போயிட்டாரு - காணாமல் போயிட்டாரு”

“மக வயத்துப் பேத்திதானே இது.”

“ஆமா - அவளும் இல்லே. இந்தக் குழந்தையை என்கிட்டே கொண்டு வந்து தந்தா - இரண்டு நாள் இங்கே இருக்கட்டும். பிறகு வரேன்னு வேலூருக்குப் போனா. மருமகப் பிள்ளைக்கு அங்கே வேலை வரவேயில்லை. போய்ப் பார்த்தேன் மருமகப் பிள்ளை கைது பண்ணியிருக்கிறா – ஏதோ ஒரு கேஸ் - அது முடியறதுக்குள்ளே இந்தப் பெண் என்னவோ ஏதோன்னு பயந்து எதையோ சாப்பிட்டுட்டா. நான் அவ கடைசிக் கால முகத்தைப் பாக்கல்லே. சொல்லப்போனா, பிறகு கேசே இல்லே. போலீசிலே விட்டுட்டா. இப்போ அவன் சௌகரியமாக கல்யாணம் பண்ணிட்டு அங்கேயே இருக்கான். இங்கே கூட அடிக்கடி வந்து குழந்தையைப் பார்த்துப்பான். சொல்லப் போனா, மூணு பேருமே காணாமல்தான் போயிட்டா. அப்பாவே சொல்லிக்கிட்டிருப்பாரு - எல்லாம் நல்லாத்தான் இருக்கு. எங்க போனாலும் நல்லாவே யிருக்கும். எங்காவது போய் அப்படியே எங்க போனோம்னு தெரியாமலேயே போயி திரும்பி வராமலேயிருந்துட்டா இன்னும் நல்லாயிருக்கும் அப்படின்னு.”

சொல்லிவிட்டு முத்துக்கறுப்பன் உள்ளே போய் ஏதோ சொல்லிவிட்டு வந்தார். அந்தப் பெண் இரண்டு தம்ளர்களில் பானம் கொண்டுவந்தாள். அவள் சேலையைப் பிடித்துக்கொண்டு குழந்தையும் பிரசன்னமாகியது.

மணி பதினொன்று ஆகிவிட்டது. நெடுஞ்சாலையில் நெரிசல் குறையத் தொடங்கியிருந்தது. வண்டி இரைச்சல் லேசாகியது.

இப்போது குழந்தை பாலகிருஷ்ணனை நேருக்கு நேராகப் பார்த்தது. முத்துக்கறுப்பன் அதன் தலையைத் தடவிக் கொடுக்கவாரம்பித்தார்.

‘டமார்’ என்று எதிர் டீக்கடையில் சப்தம். முத்துக்கறுப்பன் வெகு வேகமாகப் பார்த்தார். தலையை அசைத்து புரிந்துவிட்டதற்கான அறிகுறியைக் காட்டினார். சாவதானமாக பாலகிருஷ்ணனைப் பார்த்து “சாப்பிடுங்க” என்றார். வெளியே கேட்ட சப்தம் அலுமினியப் பாத்திரம் ஒன்று தெருவில் வீசப்பட்டதாலும் அதைத் தொடர்ந்து பக்கம் நின்றுகொண்டிருந்த ஒரு டீக்கடைப் பிச்சைக்காரியாலும்தாம்.

“இவள் எப்பவும் இந்தக் கடையிலதான் வந்து நிப்பா. நீங்க

பாக்கறேளே இந்தப் பிச்சைக்காரி - இவள் இந்தக் கடை வாசலில்தான் நிற்பா - பத்தடி தள்ளியுள்ள கடைக்குப் போறதில்லே. அங்கே போக ஒரு மதிப்புக்குறைவு - அந்தக் கடைக்காரன் இவளது ஊர் ஆள் - போக மாட்டா - இங்கே ஏச்சும் பேச்சும்னாலும் பழிக்கிடையா இங்கேதான் எப்படி இருக்கு ஒரு பதினைந்து வருசமா நடக்குது.”

பதினைந்து வருட கால எண்ணிக்கையைக் கூறியதும் பாலகிருஷ்ணன் சிறிது வியப்புக்குறி காட்டினார்.

ஸான் பிரான்ஸிஸ்கோவில் அவர் குறள் வகுப்பு நடத்தியிருக்கிறார். வருபவர்கள் அந்த ஊர் நண்பர்கள்தான். ஐம்பது மைல் தூரத்திலிருந்து வந்து போவார்கள் - ஒரு பத்து வருட காலம்.

“அங்கே நல்ல சாப்பாடெல்லாம் கிடைக்குதா?”

“ஓ. நம்ம சாப்பாடே கிடைக்கும். ஆனா நான் சாப்பிடறது ரொட்டிதான். அதுவே போதும். இடம் பழங்கள் எல்லாம் நல்லபடியாக கிடைக்குது நம்ம அன்னாசி – தாராளமா.”

அன்னாசியென்று சொன்னது சரிதானா என்ற கேள்வியில் ஒரு கணம் பேச்சு தடைப்பட்டது. முத்துக்கறுப்பன் தலையாட்டிக் கொண்டார். இருவரும் காப்பி சாப்பிட்டு முடித்தனர்.

“காப்பியெல்லாம் இங்கே அத்தனை வளமாகயிருக்காது. எல்லாமே மாறிப் போச்சு”

“இங்கே ரோடு கடைசியிலே ஒரு ஹோட்டல் இருந்ததே - அங்கே கிடைக்கும் காப்பி.”

“நான் ஹோட்டல் பக்கம் போயி வருசமாச்சு” என்றார் முத்துக் கருப்பன்.

*

நெடுஞ்சாலையில் இருந்து கிழக்காகப் பிரிந்து செல்வது கடற்கரைக்கும் தென்கிழக்காகப் பிரிந்து செல்வது சுடுகாட்டிற்கு வழிகாட்டும். மேற்கே திரும்பிப் போவது பட்டணத்தின் நாகரீகம் புழக்கத்திலுள்ள இடங்களுக்கு.

“பீச் ரோடில் அந்தக் காலத்தில் ஒரே ஒரு புத்தகக் கடைதான் இருந்தது” என்று பாலகிருஷ்ணன் கூறினார். “நான் அங்கேயுள்ள ஒருவரிடம் தமிழ்ப் பாடங் கேட்டேன், தலைப்பாகை போட்டிருப்பார். பேர் மறந்து போய்விட்டது.”

“தெரியல - இருக்கும். நீங்க இந்த வீட்டிலிருந்த பிறகு திண்டிவனம் போயிட்டதாக அப்பா சொல்வார்களே” என்று விசாரித்தார் முத்துக்கறுப்பன்.

“ஆமா. அங்கு போய் கொஞ்ச காலம் இருந்தோம் அப்பாவும் நானும்”

“அம்மா”

“அம்மா” என்றார் பாலகிருஷ்ணன். “அவ இங்கே இந்த வீட்டில் இருக்கையிலேயே போயிட்டா” என்று சொல்லி மேலே விட்டத்தைப் பார்த்தார்.

“இதுக்கு மேலே ஒரு ரூம் இருக்கல்லவா? அங்கதான்” என்று திரும்பவும் சொன்னார்.

“அப்படியா எனக்குத் தெரியாதே” என்று முத்துக்கறுப்பன் தலையை உயர்த்தினார்.

“ஆமா - நான் காலேஜ் விட்டு வர சமயம் அப்பதான் போய்ட்டே இருக்கறா”

முத்துக்கறுப்பன் நேராக பாலகிருஷ்ணன் பார்த்தார்.

“அம்மா தொங்கிக்கொண்டிருக்கிறா. நான் கதவை உடைக்கப் பார்க்கிறேன். சன்னலை மட்டுமே திறக்க முடிந்தது.”

இருவரும் சிறிது நேரம் பேசாதிருந்தனர். “எனக்குத் தெரியாது” என்று முனகிக்கொண்டார் முத்துக்கறுப்பன். காரண கரியங்களைப் பற்றிக் கேட்கத் துணிவில்லை.

“ஏதாவது சாப்பிடலாம் - பகல்லே கொஞ்சம் பலகாரம்தான்

நான் சாப்டறது - உப்புமா ஏதாவது இந்தப் பெண் செய்வாள். பள்ளிக்கூடம் முடிந்து அவள் வர ஆறு ஆயிடும். வந்துதான் பொங்குவா.”

முத்துக்கறுப்பனின் ஆலோசனைக்கு பாலகிருஷ்ணன் கை அமர்த்தினார்.

“இப்ப வேண்டாம் - நான் ஆறு மணிக்கு சாப்பாடே எடுத்துப்பேன். பகல்லே ஏதாவது சாண்ட்விச் காப்பிதான்.”

குழந்தை உள்ளே தூங்கிக்கொண்டிருந்தது. பாலகிருஷ்ணன் தொடர்ந்து பேசிக் கொண்டிருந்தார்.

”அம்மா விஷயம் முடிந்த பிறகு திண்டிவனத்தில் நாங்க இருந்தது கொஞ்ச காலம்தான் - இங்க இருந்த மாதிரி என்னால் அங்கே

முடியல்லே. வயல் வரப்பிலேயெல்லாம் நடப்பேன் – அது ஒண்ணுதான் எனக்குக் கிடைச்சுது."

"உங்க சொந்த ஊரு திண்டிவனம் தானே?"

"ஆமா - அப்பா அங்கேதான் காலமானது. அதுவும் வயல்க்கரையில் வைத்து - என் மடியில். காலையிலே வரப்பிலே நடந்துகொண்டே என்னைத் திரும்பிப் பார்த்து 'டேய் வலிக்குது - தலை சுத்துது' அப்படின்னார். கொஞ்சம் உட்காரேன்னேன். உட்கார்ந்தவர் என் மடியிலே தன் தலையை வைத்துக்கொள்ளும்படி சைகை செய்தார். இரண்டு நிமிடத்திலே போயிட்டார். அந்த இடத்தைப் பார்த்துட்டுத்தான் இங்கே வரேன்.

'சிவா' என்ற பழகிப்போன வார்த்தை முத்துக்கறுப்பனிடமிருந்து வந்தது.

"திண்டிவனத்திலே எனக்கு ஒரே ஒரு நண்பன். என்னோடு காலேஜ் வரை படிச்சான். நாங்க அங்க போனதும் ரெண்டு பேரும்தான் எங்கேயும் போவதும் வருவதும். ஏரியிலே போய் குளிப்போம். அவன் ஏரியிலே மூழ்கிச் செத்தான். தண்ணீரிலே மூழ்கி கைவிரல் இரண்டும் வெளியே தெரிய நான் பார்தது நின்றேன். நான் பார்த்த கடைசிச் சாவு. நான் அதன் பிறகு இங்கு இருக்க விரும்பல்ல. விவசாய சம்பந்தமா படிச்சிருந்தேன். எனக்கு ரொம்ப சுலபமா வெளியே போக வழி கிடைச்சுது. உருளைக்கிழங்கு சம்பந்தமா ஒரு ஆராய்ச்சி கட்டுரை எழுதி எனக்கு பேரு கிடைச்சு - உத்யோகமும் ஆச்சு."

'அமெரிக்காவிலேயா?'

"இல்லே. முதலில் கானடா. எனக்கும் பிடிச்சுப் போச்சு. இரண்டாம் உலகம் சண்டை சமயமெல்லாம் அங்கேதான். பிறகுதான் ஸ்டேட்ஸ். நல்ல கம்பெனி. விவசாயப் பண்ணை உள்ளேயே - இடமும் நல்லாவேயிருந்தது. நிறைய வருசம் அங்கேதானிருந்தேன். பதினைஞ்சு தமிழ் காரங்க சேர்ந்து சங்கம் கூட வைச்சோம். ஒரு நாள் பூரா தமிழ்லேயே பேசுவோம். கம்பெனி டைரக்டர் குடும்பத்தார்க்கு விடுமுறை நாளில் குறள் சொல்லுவேன். அவருடைய மகள் மட்டும் நல்லா படிச்சா. நாங்க ரெண்டு பேருமே படிச்சுக்கிட்டோம் - ஆமாங்க - ரெண்டு வருசங்கழிச்சு கல்யாணம் பண்ணிக்கிட்டோம். ஒரு முப்பத்தஞ்சு வருஷம் சௌக்கியமா இருக்கோம்".

"பிள்ளைக"

“இல்லே - வேண்டாம்னு தீர்மானிச்சுட்டோம். காரணந் தெரியாமலேயே எனக்கு அது சரியாப்பட்டது. பல சமயம் என்னை தமிழ்ப் பேசச் சொல்லிக் கேட்டிருப்பா. ஒரு சமயம் ஒரு சந்தேகம் கேட்டா - நல்ல சந்தேகம் - என் பதிலைக் கேட்டுச் சிரிச்சா - ஆனா, சிரிக்க வேண்டிய விஷயம் தான்.

“திண்டிவனத்தை நினைத்துக்கொண்டு இந்தக் ‘கப்லெட்’டைச் சொன்னால் வேறு எப்படியிருக்கும் – நன்றாகத்தானிருக்கும்” என்பதுதான் அவ சொன்னது. நீங்க என்ன நினைக்கறீங்க”

முத்துக்கறுப்பன் பதில் சொல்லவில்லை. அது பதில் எதிர்பாராத கேள்வியென்று எண்ணிக்கொண்டதுபோல் சம்பாஷணையில் ஆழ்ந்திருந்தார்.

“எடித் - அவ பேரு - என்ன சொன்னாலும் மறு பேச்சே இல்லை. தமிழ்நாடு போலாம்னாலும் இங்கேயே இருக்கணும் அப்படின்னாலும் ஓ.கே.தான்”

இருவர் முகங்களிலும் ஒரு மலர்ச்சி தெரிந்தது. அவர்கள் தங்கள் சம்பாஷணையை அனுபவித்துக் கொண்டிருந்தார்கள்.

“மிஸ்டர் முத்துக்கறுப்பன், நான் உங்களுக்கு கடன் பட்டிருக்கேன். நான் இங்க வந்தது அந்த ரூம் - என் அம்மா போய்ச் சேர்ந்த அந்த அறை - அதை ஒரு தடவை பார்க்கலாம் தான்.”

“அதுக்கென்ன?”

“எப்படி இருக்குமோன்னு நான் எடித்தை ஹோட்டலிலேயே விட்டு வந்தேன். உங்களுக்கு கஷ்டமில்லையென்றால் ஒன்று செய்யலாம்”

“சொல்லுங்களேன்”

“வீட்டிலே குழந்தையைப் பாத்துக்க ஆள் இருக்கில்லா?”

“அவ - அந்தப் பெண் இருக்கா - இருப்பா - சாயந்தரம் வரைக்கும்”

“அப்போ - வாங்களேன். ஒரு தடவை இந்த சாலையிலே நடந்து வரலாம் - டிசம்பர் வெயில் தானே”

*

கடற்கரை செல்லும் சாலையில் ஒரு சந்திலிருந்து சுப்புவையர் உணவு விடுதி - பலகாரங்களும் கிடைக்கும். இலைகள் கழுவி வைக்கப்பட்டிருக்கும். யாரும் தண்ணீர் ஊற்றக்கூடாது. கூட்டு - கறி எதுவும் இரண்டு தடவைக்கு மேலே போடப்பட மாட்டாது.

“வேண்டாம்னா போயிடுங்கோ” என்பார் சுப்பு. ரொம்பவும் கண்டிப்பு. ஆனால், அத்தனைக்கத்தனை சாப்பாடு ருசி.

அந்த விடுதி என்றில்லை. புழுங்கல் அரிசி சோற்றுக்கு எங்கும் நபர் காண வேண்டிய இடமும், ரவா தோசைக்கு போக வேண்டிய பவனமும் அந்த நெடுஞ்சாலையில் வகை வகையாக வரையறுக்கப்பட்டிருந்தது. உண்ணுங்கலை பொதுவாக வரவேற்கப்பட்டது. புதிய தயாரிப்புகள் உற்சாகப்படுத்தபட்டன.

இது தவிர, நடைபாதைகளில் தயாரிக்கப்படும் ஆப்பங்கள் சொல்லப்பட வேண்டியவை. முதிய பெண்கள் தயாரிக்கும் ருசியான பண்டங்கள் நெடுஞ்சாலைவாசிகளின் நாகரீகத்தைத் தூளாக்கும். அந்தச் சிறிய தெரு வழி புகுந்து வருகையில் “நான் இங்கே சாப்பிட்டிருக்கேன்” என்று முத்துக்கறுப்பனுக்கு அந்த மெஸ்ஸைக் காட்டினார் பாலகிருஷ்ணன்.

“அப்படியா - இந்த வழியிலேயே இப்பதான் வாரேன் - ஹோட்டல் போய் வருசக் கணக்காச்சு”

“ஒரு காப்பி சாப்பிடலாமா - பசியில்லே - ஆனால் சாப்பிடலாமே”

பாலகிருஷ்ணன் கெஞ்சினார். முத்துக்கறுப்பன் வாய்விட்டுச் சிரித்தார்.

காபி சாப்பிடுகையில் அந்த இடத்தையும் சாப்பிடுபவர்களையும் இருவரும் பார்த்துக் கொண்டனர்.

“வீடாகத்தானிருந்தது. நடுவில் முற்றமிருக்கும். இப்போ இல்லை - மற்றபடி, மாற்றம் இல்லை” என்று ரசித்தார் பாலகிருஷ்ணன்.

“இருக்கும் - எனக்குத் தெரியாது. ஆனா காப்பி நல்லா இருக்கு”

“அங்கே ஸ்டேட்ஸ்லே நானும், எடித்தும் சில சமயம் வெளியே சாப்பிடப் போவோம். முன்கூட்டித் தெரிவிக்கணும். இப்பவெல்லாம் கார் நிறுத்த முடியாது. ஆனா சாப்பாடு ரொம்ப ஆரோக்யமாயிருக்கும். கடைசியா அவள் ‘டீசர்ட்’ எடுத்துக்கொள்வா - நான் காப்பி.”

“வீடெல்லாம் சௌகரியமா இருக்குமா?”

“நாங்க இப்ப இருக்கிறது ஸான்பிரான்ஸிஸ்கோ சிட்டியில் சௌகர்யந்தான். ரோடு ஒரு குன்றிலிருந்து இறங்கிப்போவது மாதிரி ஓர் இடம் உண்டு நீங்க சினிமாவிலே கூட பார்த்திருக்கலாம் - அடிக்கடி அதே இடத்தைக் காட்டுவாங்க”

“சிவகவி படம்தான் நான் பார்த்த ஒரே படம்” என்றார் முத்துக்கறுப்பன்.

"இப்பவெல்லாம் அங்க தமிழ் சினிமா நிறைய பார்க்கலாம். போன வருசம்தான் நான் மனோன்மணி பார்த்தேன்"

"அப்பாவுக்கு சினிமா பிடிக்காது. எனக்கும் அந்தப் பழக்கம் வரலே. நம்ம சாலையிலே ரெண்டு தியேட்டர். ஒண்ணை நான் பார்த்ததேயில்லை. இன்னொண்ணு வீட்டு வாசல்லே நின்னா கண்ணில் படும்"

இருவரும் சந்திலிருந்து கடற்கரைச்சாலைக்கு வருகையில் பாலகிருஷ்ணன் அந்த ஒரேயொரு புத்தகக்கடையைத் தேடினார். "அவ்வளவு தூரம் போக வேண்டாம் இந்த இடத்தில்தான்" என்று காற்றிலே வரைபடம் வரைந்து சுட்டிக்காட்டினார் - ஒரு மிலிட்டரி ஹோட்டல்தான் காட்சியளித்தது.

"கடற்கரை பார்க்கணுமா?" என்று முத்துக்கறுப்பன் கேட்டார்.

"வேண்டாம்" என்று சுருக்கமாகப் பதில். பாலகிருஷ்ணன் யோசித்துக்கொண்டே நடந்தார்.

சாலையின் மேற்குப் பக்கமாகவிருக்கும் மைதானத்தின் ஒரு மூலையில் பெண்ணொருத்தி உடைமாற்றி நின்றாள். வெட்ட வெளியில் நாலைந்து கள்ளிப்பெட்டிகள், அந்தக் குடும்பத்தின் உறைவிடத்தை எடுத்துக்காட்டின அவள் தன்னுடைய இடத்தில் பாதுகாப்பான நிலையில் குடும்பத்தைப் பரிபாலித்துக் கொண்டிருந்தாள்.

அவர்கள் மைதானத்தின் ஒரு பகுதியைக் கடந்து நெடுஞ் சாலையைத் தொடுமிடத்திற்கு வந்து சிறிது நேரம் நின்றனர். சுகமான குளிர். "இந்த இடத்தைக் குளிர் காலத்தில்தான் பார்க்கவேண்டும் - மழைக்கும் வெயிலுக்கும் பயந்து அடைந்துகிடக்க வேண்டியதில்லை" என்று கூறிய பாலகிருஷ்ணன் ஏதோ நினைப்பில் திடீரென நிறுத்திக் கொண்டார்.

அவர்கள் வீடு திரும்புகையில் குழந்தை வெளிநடையில் வேடிக்கை பார்த்துக்கொண்டிருந்தது. அதைத் தூக்கிக்கொண்டார் முத்துக்கறுப்பன். "வா" என கைகளை நீட்டிய பாலகிருஷ்ணன் அழைப்பை யோசனை செய்து தாத்தாவைப் பார்த்தது. அவர் பார்வை எதிரே சென்று எதிரே டீக்கடைப் பக்கம் பிச்சைக்காரி ஒரு குவளையுடன் தரையில் உட்கார்ந்துகொண்டிருந்தாள். முத்துக்கறுப்பன் வெகுநேரம் வாசலருகேயே நின்றிருக்கக்கூடும். கூட்டம் தெருவில் அதிர்ந்து, தூசுப் படலம் புதிதாக எழ ஆரம்பித்தது. அவர்கள் உள்ளே சென்றனர். இருவரும் இருமிக் கொண்டனர்.

முன்பு உட்கார்ந்திருந்த அதே நிலையில் நாற்காலியும் முக்காலியும் கிடந்தன. அவர்கள் உட்கார, வேலைக்காரப் பெண் வந்து குழந்தையை வாங்கிச்சென்றாள். “மூன்று மணிக்கு ஏதாவது தந்தால் போதும். உப்புமா செய்” என்று அவளிடம் கூறி விட்டார் முத்துக்கறுப்பன்.

டீக்கடையைத் தாண்டி தூரத்தில் நெடுஞ்சாலை முனையில் இருந்தது உடுப்பி ஹோட்டல். அது முன்பு அச்சகமாக இருந்தபோது மட்டுமே முத்துக்கறுப்பனுக்குப் பரிச்சயமான இடம். நெடுஞ்சாலையின் கடைசியிலிருந்ததால் இப்போது முத்துக்கறுப்பன் அதைப் பார்த்ததேயில்லை. அந்த ஹோட்டலின் மேல்மாடிகளில் அறை வசதிகள் உண்டு. வசதியான அறையொன்றில் தங்கியிருந்த வாலிபன் செய்த காரியமொன்றை சொல்வதற்காக உடுப்பிக் கடைக்காரர் முத்துக்கறுப்பனை முன்பு தேடி வந்தார். சொல்ல வந்த விஷயத்தை அழுதுகொண்டே சொல்வதுதான் நல்லது என்று தீர்மானித்தவர் போன்று ஆரம்பித்தார். கண்களும் உதடுகளும் கூம்பி சொற்கள் தீனமாக வெளிவந்தன. தங்கியிருந்த வாலிபன் முத்துக்கறுப்பனுக்குத் தெரிந்திருக்கவேண்டும் என்பது நம்பிக்கை - ஊர் சம்பந்தப்பட்ட நம்பிக்கை.

“தெரியாது” என்றார் முத்துக்கறுப்பன்.

“ஆனா. திருச்செந்தூர் பக்கம்தான் - உங்க ஊர்தான். லெட்ஜரில் எழுதும்போதே சொன்னான் – பாவி”

“இருக்கட்டும் - இதுலே நான் செய்ய என்ன இருக்கு - சவத்தை விட்டுத்தள்ளுங்க”

“அப்படி சொல்லப்படாது. நான் மானஸ்தன்”

பாபியான வாலிபன் தவறேதும் செய்துவிட்டதாகத் தகவல் இல்லை. அவரது பெண்ணை பதிவுத் திருமணம் செய்து கொண்டது போலீசில் சொல்லவேண்டிய விஷயமாகாது. பையன் மூன்று மாத அட்வான்ஸ் கொடுத்து ரசீது வாங்கியிருப்பதால் அறையை விட்டும் ‘போ’ என்று சொல்லலாகாது. தங்க ஆரம்பித்த ஒரு மாதத்திற்குள் திருமணம் முடிந்த தம்பதியினர் அந்த அவரது விடுதி அறையிலேயே தங்கி இருவரும் முறையே தங்களது அலுவலகம் சென்று அங்கேயே குடித்தனம் பண்ணவாரம்பித்ததுதான் பாபமான விஷயமாகி நின்றது.

“இல்லை - தெரியாது. எங்க ஊரிலேயே எனக்கு ரெண்டு பேரைத்தான் இப்போ தெரியும். நீங்க சொல்ற மாதிரி நான் வந்து

அவன்கிட்ட பேசறதைவிட உங்க பெண் கிட்ட சொல்லி வேறே இடம்பாக்கச் சொல்லுங்கோ - சொல்லப்போனா நீங்களே ஓர் இடம்பாத்துக் கொடுத்துடலாம்"

திருச்செந்தூர் இப்போதெல்லாம் அந்நியமாகத் தெரிகிறது முத்துக்கறுப்பனுக்கு.

"மிஸ்டர் பாலகிருஷ்ணன் நீங்க உப்புமா சாப்பிட்டு எவ்வளவு காலமிருக்கும்"

"அப்படியொன்றும் இல்லை - ஸ்டேட்ஸிலும் கிடைக்கும் - எடித் கூட செய்வாள் - எண்ணெய் அதிகமாகச் சேர்க்கிறதில்லே"

"நீங்க மேலே போய்ப் பாக்கணும்னு சொன்னேளே"

"ம் - போகலாமே – இருக்கட்டும்.

பாலகிருஷ்ணன் சாய்ந்து உட்கார்ந்தார். முத்துக்கறுப்பன் சிறிது யோசித்தவாறே சொன்னார்.

"மேலேயுள்ள அறை காலியாகத்தானிருக்கு - நான் அதைப் பாத்து வருசக் கணக்கிருக்கும்"

"அது என்ன - ஏன்" என்பதாகப் பார்த்தார் பாலகிருஷ்ணன்.

"அப்படித்தான். எங்கேயும் போகக்கூடாது என்பதாக இல்லை எனக்கு நேரமில்லை என்று சொன்னால் அது பொய்யுமில்லை. பேத்தியைத் தவிர நான் பார்க்கவேண்டிய இடம் இந்த வீட்டில் நிறைய இருக்கிறது - எவ்வளவுதான் செய்ய முடியும்? பேசிமுடிக்க வேண்டிய சீவன்கள் இப்போதிருக்கிற இடத்திலேயே வேண்டிய மட்டும் இருக்கு. அதுக்கே இந்த ஆயுசு போதாது என்று தோணுது. என்னவோ அப்படித்தான் தோணுது - அதுதான் ஒற்றுமைன்னு தெரியுது. குடும்பத்திலே ஒத்துமை ஊரிலே நாட்டிலே உலகத்திலே ஒத்துமை - இதெல்லாம் எவ்வளவு பொய்யாப் போச்சு - இதுக்கெல்லாம் அர்த்தம் ஏதாவதிருக்கா - என்ன மண்ணாங் கட்டியோ தெரியல"

பாலகிருஷ்ணன் பேசாதிருந்தார். உருளைக்கிழங்கு பண்ணைக்குச் சொந்தக்காரரின் மகள் எடித் அவருடன் பேசிக் கொண்டதற்கு குறிப்பிடும்படியான காரணமெதுவுமில்லை. பேசித்தானாகவேண்டிய கட்டாயமுமில்லை. இரண்டு அடிகளைக் கொண்ட செய்யுளுக்கு ஆங்கில விளக்கமளித்த அற்புதத்திற்கு அவள் மயங்கிவிட்டிருக்க முடியாது. அந்த நாளில் அந்த இடத்தில் அவர்கள் சம்பாஷணையின் ஒவ்வொரு சொல்லிற்கும் ஏதோ அர்த்தம் இருந்தது. அது ஒன்றுதான் அர்த்தமுள்ளதாக இருந்திருக்கும்.

“மிஸ்டர் முத்துக்கறுப்பன். நான் அவளை அழைத்துவராததற்கு வேறு காரணமும் உண்டு. முதலில் அவள் இதைப் பார்க்கவேண்டிய அவசியம் ஒன்றுமில்லை. நான் பஸ்ஸில் இந்தச் சாலையில் வர விரும்பினேன். அவளால் பஸ்ஸில் வருவது கஷ்டம்.”

“என்ன” என்பது போல கேட்டார் முத்துக்கறுப்பன்.

“எடித் காலில் அடிபட்டு சரியாக நடக்க முடியாதவள். பயணத்தில் விருப்பம். ஆனால் நடக்க முடியாது ”

“அப்படியா”

பாலகிருஷ்ணன் ரொம்ப நேரம் பேசாதிருந்தார். ஏதாவது கேள்வி வரவேண்டுமெனக் காத்திருந்தார். முத்துக்கறுப்பன் அந்தப் பெண்ணைக் கூப்பிட்டு “மணியாச்சு - எங்களுக்கு ஏதாவது கொண்டு வா” என்று சொல்லிவிட்டு இரண்டு நாற்காலிகளுக்கு மிடையே இன்னொரு விநோதமான காலுள்ள பலகையைக் கொண்டுவந்து நிறுத்தினார். அதன் மீது இரு தட்டுகளில் உப்புமா வந்தது.

‘ஆகா’ என்றார் பாலகிருஷ்ணன். சிற்றுண்டியினிடையே கிடந்த முந்திரிப் பருப்பை கையில் நிமிட்டி எடுத்து ஆராய்வதுபோல் தன் உள்ளங்கையில் வைத்து மலர்ச்சியுடன் பார்த்தார். முத்துக் கறுப்பன் சிரித்தவாறே சாப்பிட ஆரம்பித்தார்.

“முந்திரிப் பருப்பு சாப்பிடாதவன் வாழ்வென்ன வாழ்வா” என்று நான் நாற்பதுகளில் கலங்கியிருக்கிறேனே - இப்போது எங்கும் தாராளமாகக் கிடைக்குது. இருந்தாலும் இப்படித் தாளித்துப்போட்ட பருப்புக்குத்தான் என்ன ருசி”

தண்ணீர் கொண்டுவந்தவளிடம் முத்துக்கறுப்பன் ஏதோ சொல்லியனுப்பினார். அவள் திரும்பி இரண்டு வாழைப்பழங்களுடன் வந்தாள்.

“நீங்க மத்தியானம் ஒன்னும் சாப்பிடல்லே. இதை எடுத்துக்குங்க” என்று இரண்டையும் பாலகிருஷ்ணன் தட்டில் வைக்கச் சொன்னார்.

கல்யாணம் முடிந்து உணவு விடுதியொன்றில் சாப்பிட்டு முடிந்ததும் ‘எடித்’ தன் தகப்பனாருக்கு தொலைபேசி மூலம் தகவல் தெரிவித்தாள் – கல்யாணம் பண்ணிக்கொண்டோம் என்று. தகப்பனார் வாழ்த்து சொன்னார் தாயாரிடம் பேசுகையில் மட்டும் அவள் சிறிது கலங்கினதாக பாலகிருஷ்ணனுக்குத் தோன்றியது. தனது முடிவை ஏற்கனவே தெரிவித்திருந்தபடியால் நடந்து

முடிந்துவிடும் என்பது பெற்றோருக்குத் தெரியும் அவர்கள் சம்மதம் இருந்தாலும் இல்லா விட்டாலும்.

கல்யாணம் நடந்த இரண்டாம் வருடம் எடித் தனது பாதி காலை இழந்தாள். அது பாலகிருஷ்ணன் ஊருக்குப் போய்வரலாமா என்று ஆலோசித்துக்கொண்டிருந்த நேரம்.

“வெள்ளரிக்காய் ஏதாவது சேர்த்துக் கொள்றேளா” என்று கேட்டு நான் அடிக்கடி பலகாரத்துடன் சேர்த்துப்பேன். எனக்கு ஒத்து வருகிறது” என்றார் முத்துக்கறுப்பன்.

“கொஞ்சம் போதும் - அங்கேயும் கிடைக்கிறது”

“பிறகுதான் ஸான் பிரான்ஸிஸ்கோ வந்தோம். நல்ல வேலை கிடைத்தது. அவளுக்கு நிம்மதியாகவிருக்க வசதிகள் செய்து கொடுத்தேன். எனது பணக் கஷ்டமெல்லாம் தீர்ந்த போது - பணத்தை துச்சமாக மதிக்கத் தொடங்கியிருந்த போது - அவள் பெற்றோர் அந்த விவசாயப் பண்ணையை எடித் பெயருக்குத் தந்து விட்டார்கள்.

“இன்னும் கொஞ்சம் உப்புமா.”

“வேண்டாம் – போதும்”

சம்பாஷணையிடையே இருவரும் யோசித்துக்கொண்டும் இருந்ததாகத் தெரிந்தது. சாப்பிட்டு முடியும் தறுவாயில் பேச்சே இல்லை. எந்த வகையான வருத்தமும் இல்லாது எந்த மாதிரியான கொள்கையைப் பின்பற்றியுமில்லாது அமைபவைகள் மௌனத்தில் தான் முடியும் போலும். பிள்ளையின் உடம்பு மீது படர்ந்த சொறி சிரங்கை பெற்றவள் பார்த்து ஆராய்வதுபோல அவர்கள் பார்த்துக்கொண்டிருந்தனர்.

யோசிப்பது பழக்கத்தில் வந்த பாதிப்புதான். அச்சாபீசில் வேல பார்த்து வந்தபோதே முத்துக்கறுப்பன் முடிவு கட்டிய துண்டு கொடுமைகள் மனித குலத்தின் அவசியமாக மாறி ட்டதன் ஆரம்பமே இந்த யோசிப்பால்தானென்று.

அந்த அச்சகத்தில் வேலை செய்துவந்தபோது அத்தனை யோசனை செய்வதற்கு நேரம் இருந்ததில்லை. சிறிதளவு நேரம் இருந்ததென்றால் வேலைக்குறைவுதான் காரணம். முதலாளி மக்கு - இரண்டு இனிப்புகள் வேண்டும் தினசரி - குறிப்பிட்ட ஹோட்டலில் இருந்து வரவேண்டும். அவர் மனைவி நோயாளி - பெண் பட்டதாரி.

எப்போதோ நடந்திருக்க வேண்டிய நிகழ்ச்சி பின்னர் நடந்தது.

அச்சகம் உடுப்பி ஹோட்டல்க்காரனுக்கு விலை பேசப்பட்டது. பெண்ணுக்கு கல்யாணம் பண்ணுவதைவிட மனைவியின் நோய் உடனடியாகக் கவனிக்கப்படவேண்டியதாயிற்று. குடும்பம் பாண்டிச்சேரிக்குப் பெயர்ந்துபோகவேண்டியது அவசியம். அதுதான் முதலாளியின் சொந்த ஊர்.

முத்துக்கறுப்பன் தனது வீட்டின் கீழ்பகுதியை முப்பது ரூபாய்க்கு வாடகைக்கு விட்டிருந்தான். மேலேயிருந்த அறையில் தங்கிக் கொண்டு இரவில் சமைத்துச் சாப்பிட்டான். சித்தப்பா ஊரிலிருந்து வந்திருந்தபோது இவன் சரியாகப் பேசவில்லை என்ற புகாரோடு போய் விட்ட பிறகு ஊர் ஆட்களென்று யாரையுமே பார்த்தது கிடையாது. முதலாளி வீட்டில் இரண்டொரு தடவை சாப்பிட்டிருக்கிறான். அந்த நோயாளி அம்மாள் இவனிடம் கதை பேசுவதுண்டு. அவளது தெலுங்குத் தமிழ் முத்துக்கறுப்பனுக்குப் புரிந்தது.

அந்தப் பெண் படிப்பில் சுறுசுறுப்பானவள் போலும். எப்பொழுதும் படித்துக்கொண்டிருப்பாள். அவனிடம் பேசியதேயில்லை.

ஆனால், அப்படிப்பட்ட பெண் அவர்கள் பாண்டிச்சேரிக்குப் போக வேண்டிய நாளிற்கு முன்தினம் இவன் கால்கள் பிடித்துக்கொண்டு அழுதிருக்கிறாள். "எனக்கு இந்த ஊரை விட்டுப் போக இஷ்டமில்லை - நான் யாருக்கும் பிரயோசனமில்லாதவளாப் போயிட்டேன் - உனக்குங்கூட" என்று அழுதாள்.

இரவில் அறை ஜன்னல் அருகே நின்று கொண்டு இந்த நெடுஞ்சாலையின் ஒவ்வொரு சீவராசியையும், சீவனில்லாத ராசிகளையும் பார்த்து காலத்தைக் கழித்துவரும் முத்துக்கறுப்பன் இந்த அழுகையைக் கண்டு மட்டுமே வியப்புற்றான். "பிரயோசனம்" என்று அவள் பயன்படுத்திய சொல்லைக் கேட்டு அவ்வாறு இருக்கவும் முடியும் என்று வியந்தான்..

அவர்கள் எல்லோரையும் அவன் வண்டி ஏற்றிவிட்டு வந்தான். திரும்பி வருகையில் ட்ராம் வண்டியைத் தவிர்த்துவிட்டு வந்தான். வெயிற்காலம் வருவதால் ஒரு மின் விசிறி வாங்கலாமா என்று யோசித்தான். அந்தப் பெண்ணின் வாழ்வு இனியொரு ஓட்டத்தில் கலந்துகொள்ளும் - தனது காலைப் பிடிக்கவேண்டி வராது என்று நம்பினான் - வேறு வழியில் ஓர் இக்கட்டு வந்தாலும் அது பெரிய விஷயமில்லை என்றும் ஓர் எண்ணம்.

பின்னர், நல்ல மழை நாளொன்றில் அவன் கடிதம் எழுதினான் - அது பதில் கடிதம். அந்த நெடுஞ்சாலை ட்ராம் நிறுத்தத்தில் பின்னர்

அவள் வந்திறங்கியது - வேலைக்கான நேர்முகத் தேர்வுக்கு அவளை அழைத்துச்சென்றது - காலைப் பிடித்து அழுத்தி இருந்த இதுவரை நடந்தவைகள் யாவும் வாழ்வோடு சேர்த்தியானவைதாம் என்பதாக அவர்கள் மணஞ்செய்து கொண்டது - இவை பற்றி இரவு நேரங்களில் நெடுஞ்சாலை உலகு உறங்கும் அழகைப் பார்த்துக்கொண்டிருக்கும் போது நினைவு எழும். கூடவேயே அந்த நெடுஞ்சாலையானது தன் பக்கமாக அவனை இழுத்துக்கொண்டு விடும்.

"நீங்க இரண்டாம் உலக யுத்த சமயத்திலே இங்கேதானே இருந்தீங்க" என்று கேட்டார் பாலகிருஷ்ணன். சாப்பிட்டு முடித்துவிட்டனர். சாலையில் போக்குவரத்து மிக அதிகமாகியிருந்தது.

"ஆமா - இங்கதான். நல்ல ஞாபகமிருக்கு. விளக்கெல்லாம் அணைச்சு ஊரடங்குச் சட்டம் என்னவோ ஒண்ணு இருந்தது. நான் அப்ப மட்டும் வெளியே நடந்து வருவேன். அவ கோவிச்சுப்பா.

"நான் அப்போ கானடா - அங்க ஒண்ணுமில்லே... ஆனா, தினசரி இத்தனைப் பேர் செத்தாங்கன்னு பேப்பர்லே படிக்கறதுக்கு நாம இருந்த இடத்திலேயே குண்டு விழணுமா என்ன... அதுசரி, இப்ப மட்டும் என்ன வாழுதாம். வரலாறும் நில நூலும் மீசை வைத்துக் கொண்டு பிறக்கவில்லை" என்று முடித்தார் பாலகிருஷ்ணன்.

முத்துக்கறுப்பன் பேசவில்லை. நான்கு மணிக்கு எதிரே டீக்கடை சுறுசுறுப்படையத் தொடங்கிற்று. அந்தப் பிச்சைக்காரி வந்துநிற்கத் தொடங்கினாள்.

*

குழந்தை எழுந்துவிட்டது. முகம் கழுவி அதைத் தூக்கிக்கொண்டு நடையருகே வந்து நின்றாள் வேலைக்காரப் பெண். கடந்து செல்லும் கார்களை பெருவிரலைத் தவிர மற்ற விரல்களால் எண்ணிக் கொண்டிருந்தது. தூரத்தில் எங்கோ படீர் என்று சத்தம் நெடுஞ்சாலை மக்கள் விரைந்து தங்கள் இருப்பிடங்களிலிருந்து வந்து பார்த்துவிட்டு என்னவென்று தெரிந்துகொள்ளாமலேயே உள்ளே திரும்பிக் கொண்டனர்.

"மிஸ்டர் பாலகிருஷ்ணன், எத்தனை நாள் இங்கே?"

"வந்த வேலை முடிஞ்சது. போக வேண்டியதுதான்"

"வேற இடங்க ஒன்னும் பாக்காண்டாமா?"

"இல்லே - திண்டிவனமும் இந்தப் பட்டணம்மும்தான்"

“உங்க மனைவிக்கு தாஜ்மகால் அப்படியிப்படின்னு காட்ட வேண்டாமா?”

“இல்லே-அவளுக்கு பிரயாணம் தான் பிடிக்கும்-கட்டடங்கள் இல்லே-ஊர்களைப் பார்க்கணும்னு சொல்லுவா”

முத்துக்கறுப்பன் சிறிது நேரம் பேசாமலிருந்தார். பிறகு சொன்னார்.

நானும் அது போலத்தான்னு நினைக்கிறேன். ஊரையும் கொஞ்சம் சுருக்கி தெரு மட்டுமே போதும் என்றாகி விட்டது. அப்போ ஒரே ஒரு வீட்டை மாத்திரம் பாக்கவே நமக்கு நாள் போதாதுன்னு தெரியுது... உங்க மனைவி கேட்டது சரிதான். திண்டிவனத்தை நினைத்துக்கொண்டு திருக்குறள் படித்தால் நன்றாகத்தான் இருக்கும். எந்த உரையை வைத்துக்கொண்டு எதைப் படித்துத் தேறப்போறமோ தெரியலே. இப்போதிருக்கிற இந்த இடம்தான் நாம் போய்ச் சேரவேண்டிய இடம்தான்னு எனக்குத் தோணுது... என்ன சொல்றீக?”

அதன் பிறகு அவர்கள் ரொம்ப நேரம் பேசிக் கொண்டிருந்தனர். மணி ஆறு அடிக்கையில் பாலகிருஷ்ணன் புறப்பட்டார். “அவ வர நேரம்தான். உங்களைப் பாத்தா சந்தோஷப்படுவா. நீங்க உங்க வீட்டிலே நாளைக்கு அழைச்சுக்கிட்டு வரலாமே” என்று சொல்லி எழுந்து நின்றார் முத்துக்கறுப்பன்.

“நாளைக்கு வந்து போவது சிரமம். பத்து மணிக்கு புறப்படணும். இப்ப நான் சந்தோஷமாயிருக்கேன். உங்களைப் பத்திச் சொன்னா எடித் சந்தோஷப்படுவா”

பாலகிருஷ்ணன் கை கூப்பினார். விடை கொடுத்து அனுப்ப தெரு நடை வந்தார் முத்துக்கறுப்பன். ஞாபகத்துடன் கேட்டார்.

“பாலகிருஷ்ணன் - மறந்திட்டேளே - நீங்க பாக்கலியே – அந்த அறை - மேலே” என்று கை தூக்கிக் காட்டினார்.

இரண்டு அடிகள் அந்தப் பக்கமாகச் சென்றவர் திரும்பி வந்தார்.

“நாங்க ஒரு தடவை கான்ஸாஸ் ஸிட்டி வரை பஸ் பயணம் செய்தோம். வழியிலே ஒரு கிழவி நூறு வயது சொல்லலாம் பஸ் படிக்கட்டில் ஏற முடியாமல் ஆனால் கம்பீரமாக முயன்றுகொண்டிருந்தாள். எடித் முதலில் அவளை ஏற்றி சீட்டில் உட்கார வைத்தாள். ரொம்ப காலமாகிப் போச்சு இன்னைக்கு திண்டிவனத்திலே பஸ் ஸ்டாண்டில் ஒரு கிழவி கம்பையூன்றிக் கொண்டே ஏற, எடித் உதவி செய்ய எழுந்தாள். பிறகு பேச்சுக்

கொடுத்துப் பார்த்தேன் - அந்த கான்ஸாஸ் ஸிட்டி சம்பவம் அவளுக்கு ஞாபகமேயில்லை"

"விட்டத்தை ஒரு தடவை பார்த்துவிட்டு 'வேண்டாம்' என்றார். நமக்கு கூடிப்போனால் இன்னும் இருபது வருசம் ஆயுளிருக்கும் - அது போதாது - என்ன தோன்றுகிறது என்றால்..."

ஆனால் முடிக்கவில்லை. 'இல்லை' என்பது போல தலையசைத்துக் கொண்டார். இருவருக்கும் ஒரே சமயத்தில் ஏற்பட்ட சிரிப்பால் ஒரு புது மலர்ச்சி தோன்றிற்று. "நான் போய் வாரேன்" என்று பாலகிருஷ்ணன் இறங்கி அந்தச் சாலையிலே ஆசையாய் நடந்தார். ■

மைலாப்பூர்

ஒரு மின்வெட்டுப் போல்தான் அது வந்துபோயிற்று. வாங்கியிருந்த பயணச் சீட்டு கையிலிருந்தது. பஸ் இதுவரை வந்திருக்க வேண்டும்.

கண் விழிக்கையில் ஊரைக் காணவில்லை. தூரத்தில் கடல் சிறிதாகத் தெரிந்தது. அதைத் தவிர வேறு எல்லாம் பற்றியிருந்தது. அந்த இடம் எதுவென்று தெரிந்தது. ஆனால், அவன் மட்டுமே அங்கு நின்று கொண்டிருந்தான்.

நடந்து செல்கையில் பல வருடங்களுக்கு முன்னர் அவன் சென்று உலாவிய அந்தப் பூங்காவில் இரண்டு செடிகள் மட்டும் சிறியதாகத் தெரிந்தன. பூங்கா இல்லை. நிறையக் கட்டிடங்கள் முழுதாகவும் பாதியாகவும் முகப்பில் மாசு படிந்த பெயர்ப் பலகைகளுடன் நின்றன. அசைவற்றும் பழுதடைந்தும் கார்கள் - நடுத்தெருவிலே ரிக்‌ஷாக்கள் போக்குவரத்து அதிகமான நேரத்தில் அது நடந்திருக்க வேண்டும்.

சைக்கிள் வண்டிகள் ஏராளமாகக் கிடந்தன. தூசுப்படலம். ஒரு சினிமாத் தியேட்டர் முகப்பில் பாட்டுப் பாடி கையை உயர்த்தி அசைவற்றிருக்கும் நடிகன் படம் பாதியாக நின்றது.

அஞ்சல் பெட்டியின் துவாரத்தில் ஒரு கவர் தெரிந்தது. கீழே அடுத்த நேரம் ஐந்து மணி எனத் தகவல்.

துணிக் கடைகளின் சரக்குகள் காற்றில் பறந்து கீழே தாழ்ந்து வீழ்ந்து கொண்டிருந்தன. அவைகளின் நிறங்கள் வேற்றுமை தெரிந்தது.

தூரத்துக் கோபுரமும் அதைச் சுற்றியுள்ள இடமும் அடையாளம் கூடவே பெற்றுத் திகழ்ந்தன.

அவன் நடக்கையில் அவனது சப்தம் மட்டுமே கேட்டது. சந்தியில் நான்கைந்து போக்குவரத்து வண்டிகள் விர்ரென்று வந்து இடப் பக்கம் ஒடித்துப் பாதிவரை திரும்பி பிறகு அந்த இடத்திலேயே நின்றிருக்கவேண்டும். போக்குவரத்துத் தீவுகள் இடிந்திருந்தன. தெருவில் சாக்லேட் கவர்கள் காலில் உரசின. நடைபாதைக் கடைச் சாமான்கள் சிதறிக் கிடந்தன. சில ஒழுங்காக அடுக்கி வைக்கப்பட்டிருந்தன. பத்திரிகைகள் காற்றில் பறந்தன.

காற்று - அது வீசிக்கொண்டிருந்தது - கடற்காற்று - பக்கத்தில் அது வேண்டிய மட்டும் கொட்டிக் கிடக்கிறது.

தேர்வும் தொகுப்பும் எஸ். சண்முகம்

அவனுக்கு எதுவும் புரிய வேண்டிய அவசியமில்லையென்பது போல நடந்தான். பகிர்ந்துகொள்ள யாரும் இல்லையென்னும் போது - அது அப்பட்டமாகத் தெரியும் போது - வியப்பு எங்கேயிருந்து வந்துவிடும்? ஓட முடியவில்லையென்பதால் நடந்தான். மனிதர்களேயில்லாத வீடுகள் - சீவராசிகளேயில்லாத ஊர் - கோவிலும் குளமென்று சொல்லத்தக்க பள்ளமும் அவனுக்கு வழிகாட்டின. கோவில் பக்கம் சில மின்சார விளக்குகள் எரிந்தன. சில கம்பிகள் தொங்கின.

அவன் வள்ளுவர் சிலை பார்க்க ஆசைப்பட்டிருந்தான் - ரொம்பக் காலமாக. கோவில் இருக்குமானால் அந்தச் சிலையும் இருக்குமென நம்பினான். திறந்தபடியிருந்த ஒரு வெற்றிலைப் பாக்கு கடையில் தொங்கிய குலையிலிருந்து அழுகிய வாழைப்பழங்களைப் பிய்த்தெடுத்துச் சாப்பிட்டான். எந்த நினைவுமில்லாமல் செயல் நடந்து கொண்டிருந்தது.

தலையில் கரப்பான் பூச்சிகள் மட்டுமே ஓடிக்கொண்டிருந்தன.

ஏதோ நினைவில் அவன் காறி உமிழ்ந்தான்.

"யாரது?"

நாற்சந்தியோரமாக அவள் உட்கார்ந்து செருப்பு தைத்துக் கொண்டிருந்தாள். கதைகள் புதிது. இன்றுதான் கடையிலிருந்து எடுத்துவந்து போட்டுக்கொண்டிருக்க வேண்டும்.

அவளது எதிரில் சொல்லிவைத்தாற்போல் நின்றான். அவள்தான் கேட்டாள்.

"யாரது?"

எப்படிப் போகவேண்டுமென்று அவன் கேட்கவில்லை. செருப்பை உறுதி பார்த்துக்கொண்டே அவள் கூறினாள்.

"எல்லா தெருவும் ஒன்னுதான்"

சிறிது சிரிப்பு அவள் முகத்தில் தோன்றினாற் போலிருந்தது. களையாக வெள்ளை வெளீர் என்றிருந்தாள். கட்டுமஸ்தான உடம்பு.

"செருப்பு கடை இல்லையா? புதுசா எடுத்திருக்கலாமே?"

"இல்லை - துணிக்கடையெல்லாம் திறந்திருக்கு. செருப்புக் கடையில்லை -இன்னைக்கு வெள்ளிக்கிழமை. திறக்கல்லே.. பூட்டியிருக்கு. உடைக்கணும்."

“எத்தனை நாள் ஆச்சு?”

“தெரிஞ்சு இரண்டு நாள். குளக்கரை பஸ்லேதானே நீ வந்தே.. பார்த்தேன். நீ மட்டும்தான் உள்ளேயிருந்தே. இரண்டு நாள் அப்படியே இருந்தே.”

“நாம மட்டும் எப்படி?”

“அது தெரியலே - நான் தெரியாத்தனமா காப்பி குடிச்சேன். அதிலே ஒரு கரப்பான் பூச்சி இருந்தது.”

அவன் காறித் துப்பினான் - ஏதோ நினைவு தெரிந்தவனாக.

“அவைகளெல்லாம் எங்கே?”

“மிச்சம் மீதியா? - தெரியல்லே எதுவும் தெரியல்லே. மற்றதெல்லாம் இருக்கு. சைக்கிள் - மோட்டார் – பண்டங்கள். அதிலே பாத்தியா எனக்கு ஆச்சர்யப்படணும்னே தோனலே. உன் பெயர் என்ன?”

“முத்து – முத்துக்கறுப்பன்”

“தெற்கத்தி பேராயிருக்கு – மதுரையா?”

“அதுக்கும் தெக்கே - உன் பேர்?”

“காயத்ரி.”

“எப்படிச் சாப்டுறே?”

“அது சௌகரியமாயிருக்கு - சமைக்கவே செய்யலாம். ஹோட்டல் வேண்டிய மட்டுமிருக்கு. ரொட்டிக்கடை நிறைய.”

“அரிசி”

“தாராளமா இருக்கு. பாரேன் எத்தனை கடை?”

“தெக்கே இப்போ பஞ்சம் - அரிசி கொண்டு போகலாம்.”

காயத்ரி அவனை நிமிர்ந்து நோக்கினாள். “முத்துக்கறுப்பன்” என்று முழு உச்சரிப்போடு கூப்பிட்டாள். வானத்தைப் பார்த்துக்கொண்டாள்.

“யாருக்காக முத்துக்கறுப்பன்?”

“என் பிள்ளைகளுக்கு” என்று சொல்ல வாயெடுத்தவன் நிறுத்தினான். அந்தப் பெண் அமைதி பெற்றுத் தனது தையலை முடித்தாள்.

அதிசயங்கள்

விளைவதில்லை

யாரும்
அதிசயங்கள்
படைத்ததில்லை
அதிசயங்கள்
வேண்டுமானால்
சற்றுப்
பாருங்கள்

"எங்கே படுத்துக் கொள்ற?"

"எங்கேயுந்தான் - இப்போ இந்த பாங்க் உள்ளே - இடம் நல்லாவேயிருக்கு."

இருவரும் டீக்கடை ஒன்றில் நுழைந்து பானம் தயாரித்து அருந்தினார்கள். பிஸ்கட் நிறையவிருந்தது.

"நிறைய பல சரக்குக் கடை நல்ல பருப்பு. எதிர்க்கடையில் மட்டும் நூறு முட்டை இருக்கும்."

"நான் சமைப்பேன் காமாட்சி"

"காயத்ரி – காமாட்சியில்லை. இரண்டு பேர் இருந்தா பெயர் அவசியம்."

"நீ இந்த ஊர்ப் பெண்ணா - படிச்சிருக்கியா – படிச்சிருக்கணும்."

வெயிலில் அந்த ஊர் உருகுவது போல் இருந்தது. முத்துக்கறுப்பன் அந்த ஹோட்டலுள் நுழைந்து ஸ்டோரில் தானியங்களை அளவாகக் கலந்து ஊறப்போட்டான். இரவிற்குள் அரைத்து விடலாம். அரவை இயந்திரங்கள் ஏராளமாகக் கிடந்தன.

அவள் கையில் இரண்டு முட்டைகளுடன் வந்து சேர்ந்தாள். வெயில் சிறிதும் தணியவில்லை. முதன்முறையாக அவனது கண்களில் வியப்புத் தோன்றிற்று.

"நீ இதெல்லாம் சாப்பிட மாட்டேன்னு நினைச்சேன்"

"ம்"

"நான் சாப்பிடறதில்லே"

"சரி - பிரிஜ்ஜிலே இதுதான் கடைசி. வேறு கடை தேட வேண்டியதுதான். இதோ ஜெலுசில் மாத்திரை - நீ சாப்பிடுவியா?"

முத்துக்கறுப்பன் பேசாதிருந்தான். அவனுக்குப் பசி போய்விட்டாற் போல் இருந்தது.

வெளியே வந்து நடைபாதை பழைய புத்தகக் கடையருகே உட்கார்ந்தான். பானங்கள் கலக்கப்படும் சப்தம் முடிந்த சிறிது நேரத்தில் காயத்ரி வெளிவந்தாள்.

இவள் பச்சை முட்டையையே சாப்பிட்டிருப்பாள் நினைத்தான் அவன்.

"ஆச்சா" என்றான் இகழ்ச்சியுடன்.

அவள் தலையசைத்துப் பக்கத்தில் உட்கார்ந்தாள்.

"வெயில் அதிகம்"

"இது மாசம் சித்திரை"

"தேதிதான் தெரியாது"

"நான் பஸ்லே வந்து சேர்ந்தது இருபதாம் தேதி"

"அதுசரி - இன்னைக்கு தேதி தெரியாதில்லே?"

சிறிது நேரம் கழித்து அவன் சொன்னான்.

"அமாவாசை வரும். அப்போ கண்டுபிடிச்சிடலாம்"

கையில் அகப்பட்டது பழைய புத்தகம் தேவாரம் - அவன் அதைப் புரட்டும்போது வாய்விட்டுப் படிக்கவேண்டும் போலிருந்தது. அவளைக் கேட்டான்.

"உனக்கு தமிழ் படிக்க வருமா?"

"எழுத்துக் கூட்டிப் படிப்பேன்"

"வீட்டில் என்ன பாஷையிலே பேச்சு?"

"வீட்டிலே பேச்சே இல்லை - யாருடனும் - பாச்சாகிட்டேதான் பேசுவேன்"

"யாரு உன் தாத்தாவா?"

"பாச்சா - என் பூனைக்குட்டி"

"ஓ.. என்கிட்ட பூனை இல்லே. நாய் வளர்த்தேன்."

"நாய்தானே - அது அஞ்ஞானமான பிராணி - பூனை மாதிரியில்ல."

"தெரியுது"

"ஆனா இந்த ஊரோடு அந்த என் பூனையும் போச்சு. நான் கண் விழித்த போது தெருவில் கிடந்தேன் - எத்தனை நாளோ எனக்குப் புரிந்தபோது - நம்ப மாட்டே - நான் சந்தோஷப்பட்டேன். ஆனா என் பூனை போச்சு - என் புத்தகங்களும் போச்சு."

உயரே மிகவும் கூர்மையாகப் பார்த்து, தான் பார்த்தது ஒரு குருவி இல்லை இலைதான் என்று கண்டுபிடித்தான் முத்து. அவள் பேசிக்கொண்டிருந்தாள்.

"எனக்கு என் கூட்டம் பிடிக்கல்லே - உன் கூட்டமும் ஆகாது - வித்தியாசமேயில்லை"

தன் கையிலிருந்த புத்தகத்தைத் தூர வீசி எறிந்தாள் அவள்.

அது ஒரு மாலை நேரமாக மாறிற்று. சூரிய ஒளி பழைய மாதிரி வழக்கமான மாலை நேரத்திற்கானதாய் தெரியவில்லை. கடற்கரைச்சாலை வழியாக இருவரும் நடந்துகொண்டிருந்தனர்.

"ஒரு கார் எடுத்துக்கொண்டு போகலாம்" என்றான், வேட்டியை மடித்துக் கட்டிக்கொண்டு.

"உனக்கு கார் ஓட்டத் தெரியுமாக்கும்."

"சைக்கிளே தகராறு"

"எனக்குத் தெரியும். காலையிலே போகணும். சைக்கிள் நல்லது. சாலையிலே நிறைய கார் மறித்துக் கொண்டிருக்கு. பிளாட்பாரத்திலேயே சைக்கிள் விடலாம்."

"எங்கே?"

"கன்னிமரா நூல் நிலையத்திற்கு"

"ஏன்"

"சிலது படிக்கணும் - புத்தகங்களைத் தேடணும்"

"ஓ"

"அதெல்லாம் உனக்கு புரியாது - இது தேவாரமில்லே."

"அது உண்மைதான். ஆனா எனக்கு அந்தப் புத்தகம் இப்பவும் நிம்மதியாயிருக்கச் செய்யுது".

"இப்பவுமா – ஆகா?"

கைகளைக் கழுத்தளவு உயர்த்தி இகழ்ச்சியாகக் கூறினாள். அவளது பக்கம் முட்டையோடு வேறு பலவற்றின் வாசனை பரிணமித்ததை அவன் உணர்கிறான்.

கடல் வித்தியாசமில்லாமல் இருந்தது - சப்தம் சீராக. அங்கே சிறிது நேரம் அவர்கள் பேச்சுத் தொடரவில்லை.

மணலில் கரப்பான் பூச்சிகள் ஊர்ந்தன. நேரமாவது தெரியாது உட்கார்ந்திருந்தனர். கை மீது ஏறிய ஒரு பூச்சியை தட்டி விடாது அவள் பார்த்துக்கொண்டிருந்தாள். இருட்டியது.

"இங்கே முப்பது லட்சம் இந்தப் பூச்சிகள் இருக்கும். முன்னாலும் இருந்தது"

"நீ நாளைக்கு எப்போ நூல் நிலையம் போறே?"

"விடிந்ததும் - நீயும் வரியா?"

"இல்லே நான் கடல் பக்கமாவேயிருக்கேன். இந்த சர்ச் பக்கத்திலே இருக்கட்டுமா. இல்லே உள்ளே வந்து குளக்கரைப் பக்கம் இருக்கட்டுமா?"

"எதுக்கு?"

"நீதானே கேட்டே?"

"நீ வரயான்னு கேட்டேன். நான் திரும்பி இங்கே வரதா சொல்லலை. கன்னிமராப் பக்கம் ரொட்டிக்கடை நிறைய இருக்கும்."

"முட்டையும் இருக்கும்"

"ஆமாம்"

தெரியாத கடற்பரப்பை அவன் ரொம்ப நேரம் பார்த்துக்கொண்டிருந்து விட்டு, திடீரெனக் கேட்டான்.

"நீ இப்பவே போனாலென்ன?"

"லைபரிக்கா?"

"ம்"

"போலாம். திறந்துதான் இருக்கும். இரவிலே இனி எனக்கென்ன பயம். ஆனா அங்கே விளக்கிருக்குமோ என்னவோ - படிக்கணுமே - பிரயோசனம் இல்லாமப் போயிடும்."

"நான் அதுக்குச் சொல்லலே. யாராவது ஒருவர் போய்விடுவது நல்லது."

காயத்ரி பெருமூச்சு விட்டாள்.

"ஆமாம். அதைத்தான் நானும் நினைச்சேன். நல்லது - கெட்டது கலாச்சாரம் பண்பாடு - ஆன்மீகம் எல்லாவற்றையும் பத்தி

யோசிக்கத்தானே வேணும். நிலநடுக்கோடு எங்கேயிருக்குன்னு கண்டுபிடிக்கணும். அங்கிருந்து கணக்குப்பார்த்துச் சொந்த ஊரைத் தேடிப் பிடிக்கணும். நானும் நீயும் ஓர் இடத்தில் இருக்க முடியாது. இந்த இடம் உனக்குப் பிடித்தமானதாகயிருந்தால் சொல்லு நான் இப்பவே போயிடுறேன்."

"எனக்கு ஆட்சேபனையே இல்லை. எனக்கு என் கரப்பான்பூச்சிகளே போதும்."

"நீ அசிங்கமானவை"

"நீ மட்டமானவன்."

அவர்கள் வெவ்வேறு திசைகளில் நடந்து சிறு பூச்சிகள் போல் மறைகின்றனர்.

எந்தச் சப்தமும் அல்லது அந்த ஊர் மட்டும் நின்று நிலைக்கிறது.

■

மௌனி

அவன் மௌனியாக மாறிவிட்டதன் காரணம் நண்பர்களுக்குத் தெரியவில்லை. அவன் சிறந்த சிந்தனையாளன் என்பதும் தத்துவவாதி என்பதும் தெரியும். ஆனால், இதுநாள் வரை சாதித்தவையல்லாம் சாதாரணமானவை என்ற வகையில் இப்போது வாய் மூடிக்கொண்ட நிலைதான் புரியவில்லை.

ஏழு வயதில் திருக்குறளைப் படித்து முடித்தவன் முத்துக்கறுப்பன். பதினேழு வயதில் அதையெல்லாம் மறந்துவிட்டு பின்னர் முப்பதாம் வயதில் திரும்பவும் ஆவலோடு படிக்க ஆரம்பித்தான். அதற்கிடையே அவன் கற்றவை ஏராளம். பெற்ற பட்டங்களும் சற்று 'ஓவர்'தான். இயல்பாகவே இலக்கிய ஆர்வம் கொண்டிருந்தும் விஞ்ஞானத்தைப் பிரதான பாடமாக எடுத்துக்கொண்டான். சார்பு நிலைக் கொள்கையை அலசிப் பேச முடியும் முடியும் – தமிழிலேயே முடியும்.

பிரஞ்சு வடமொழி என்று தானாகக் கற்றவையும் ஏராளம்.

அவன் நாட்டுப்பாடல் வரை எல்லாவற்றையும் படித்தான்.

குற்றாலக் குறவஞ்சியை மொழிபெயர்த்துக் காட்டினான். ஒரு குறிப்பிட்ட புத்தகத்தைப் படிக்க 'ஸ்பானிஷ்' கற்றுக்கொண்டான். சோவியத் இலக்கியப் படைப்புகள் அவனைக் கவர்ந்தன. எதிர்காலக் கவிதை பற்றி ஒரு கருத்தரங்கில் கட்டுரை படித்தான். இவையெல்லாம் பற்றி நண்பர்களிடம் விவாதம் செய்வதில் சலிப்படையவில்லை.

கார்ல் மார்க்ஸ் கரைத்துக் குடித்துவிட்டு சில பேரைச் சாடினான். "உலகில் ஒரே ஒரு கம்யூனிஸ்ட் இருந்தான். அவன் சமாதி லண்டனில் உள்ளது" என்பான். அவன் அறையிலிருந்த மூன்று படங்களில் ஒன்று மார்க்ஸ்.

அவன் ரொம்ப நாள் கழித்து அருட்பாவைப் படித்தான். வள்ளலார் படமும் அந்த அறையிலிருந்தது.

பாரதி பாடல்களுக்கு சிலர் முலாம்பூசி விளக்கமளிக்க முற்பட்டால் அவன் மற்போருக்கும் தயாராவான். "அது கவிதை - அதற்கு விளக்கமில்லை" பாரதி படத்தைப் பார்த்துக் கொள்வான்.

'செக்' நாட்டுப் பாடல்கள் தமிழில் மொழிபெயர்த்தான்.

"என்னடி உந்தன் மந்திரங்கள் -

இந்த

சின்னஞ் சிறிய ரோஜாமுன்"

என்ற பாடலை அடிக்கடி அவன் பாடிக்காட்டுவான். அவன் தேர்ந்தெடுத்துப் படித்துமுடித்த மேநாட்டு நூல்கள் கணக்கில் அடங்காதவை. உபநிடதங்கள் சர்வ சாதாரணம். பதினெண் புராணங்கள் எப்போது எழுதப்பட்டிருக்க முடியுமென அவன் அறுதியிட்டுக் கூறும்போது சில கிழவர்கள் மேலே பேச வகையறியாது அவன் முதுகைத் தட்டுவார்கள்.

அவன் ஒரு பத்து ஆண்டுகளாகத் தன்னை ஒரு நாத்திகன் என்று சொல்லிக்கொண்டிருந்தான். ஆத்திகனாக மாறியபோதும் ஒன்றும் வித்யாசமாகத் தெரிந்துவிடவில்லை. முருக பக்தனாகத் தன்னை மாற்றியது அந்த தெய்வந்தான் என்று சொல்வான். சங்க இலக்கியங்களில் எத்தனை இடங்களில் முருகனைப் பற்றிய குறிப்புகள் வருகின்றன என்று கேட்டால் நொடியில் பதில் வரும். அவன் அவதானம் செய்யப்போயிருப்பான் - அது பழைய முறையென்று விட்டுவிட்டான்.

முத்துக்கறுப்பன் கோவில்களைப் பற்றிப் படித்த புத்தகங்களைச் சொல்வதென்றால் ஒரு விசேட அட்டவணைவேண்டும். 'கரிகாலன் கட்டிய அரண்மனை இப்போது இல்லை ஆனால், அவன் கட்டிய அணை இங்கேயிருக்கிறதல்லவா அரண்மனை எங்கே' - என்று அவன் கட்டுரை எழுத, அதற்கு அகழ்வாராய்ச்சியாளர் பதில் சொல்ல, ஆகமங்கள் என்றால் என்னவென்ற கேள்வியும் பதிலும் விரிவடைய. அவனே கடைசியில் யேரூசலம் கோவில் பற்றியும் அதன் பலிபீடம் குறித்தும் கட்டுரை எழுதினான் - எல்லாரிடமும் பேசினான்.

தென் சென்னையில் அவன் வீட்டின் பக்கம் திருவள்ளுவர் சிலை நிறுவப்பெற்றிருந்தது. வீட்டிலிருந்தே தெரியும்.

மழை நாள் ஒன்றில் முத்துக்கறுப்பன் எதேச்சையாக 'வான் சிறப்பு' அதிகாரத்தைப் புரட்டிக் கொண்டிருக்கையில்தான் அந்தத் தீர்மானம் எழுந்தது.

அதிலுள்ள 'விசும்பின் துளி - பசும்புல் தரை' போன்ற குறளின் அமைதி மிகுந்த சொற்களில் ஆழ்ந்து தன்னை இழந்திருக்கையில் ஒரு செயல் வடிவம் கொடுத்து திருக்குறளைப் பரப்ப நாடெங்கும்

புது வழியொன்றை ஏற்படுத்த நினைத்தான். அதற்கு ஒரு புது உரை எழுத வேண்டியதவசியம் எனவும் தீர்மானித்தான்

எனவே, பலர் செம்மையாக வாங்கிக்கட்டிக்கொண்டனர். சிலர் முத்துக்கறுப்பனின் ஆர்வத்திற்குத் துணை நின்றனர். அவன் நாடெங்கும் பயணம் செய்தான். நிறைய கூட்டங்களில் பேசினான். பேசிய ஊர்களில் சிறிது நாள் தங்கி அறிஞர்களைச் சந்தித்து உரையாடினான். பேசிமுடித்து வெளியேவந்து அவர்களைச் சாடினான்.

திருச்சியிலுள்ள அவனது தாய்மாமன் அவன் தாயாருக்கு வருத்தம் தெரிவித்தார் - கடித மூலம் "இவன் இங்கே சத்திரத்தில் தங்கி கூத்தடிக்கிறானே நான் இருப்பது தெரியாதா" என்று இறைஞ்சினார் - அவருக்கு மூன்றும் பெண்கள்.

ஆனால், புது உரை பாதியில் நின்றது. அவன் இப்போதெல்லாம் சொற்பொழிவுகளோடு தமிழ் நாட்டுத் திருமண சம்பந்தமான தகவல்களையும் கேட்டறிந்தான். முதியவர்களிடம் பேசிப் பார்த்தான். அது ஒரு கதை.

பட்டணத்தில் அவன் நடத்தி வந்த சொற்பொழிவுகளில் கேள்விகள் எழும்புவதும் அவற்றிற்கு அவன் பதிலளித்து கேட்டவர்களைத் திக்குமுக்காடச் செய்வதும் சகஜம். 'இல்வாழ்வு' பற்றிய கருத்தரங்களில் 'இயல்புடைய மூவர்' என்பவர் யாவர் என்ற கேள்வி வருகையில் மட்டும் அவன் தடுமாறினான் என்று சொல்லவேண்டும். தவிர்க்க முடியாத கேள்வி - உரையாசிரியர் சொன்னதைச் சொல்வதென்றால் அதற்கு ஒரு 'டேப் ரிகார்டர்' போதும். ஓர் இலக்கியப் படைப்பாளர் அவ்வாறு இருக்க முடியாது எனக் கருதினான் – நியாயம்தான்.

எனவே, அவன் குறளாசிரியர் வாழ்ந்திருக்கலாமென்றுள்ள தமிழ்நாட்டுப் பகுதிகளில் சுற்றினான் - அதுவும் நியாயந்தான்.

ஒவ்வோர் ஊரிலும் நூல் நிலையம் மன்றம் இவைகளில் சொற்பொழிவை முடித்துக்கொண்டு நேரமிருந்தால் சில திருமண விழாக்களிலும் பங்குபெற்றுவிடுவதுண்டு - திருமண வீட்டில் உரை நிகழ்த்துவதுமுண்டு - மறு நாள் பக்கத்து ஊராக அந்தப் பட்டியல் தொடரும்.

கன்னியாகுமரியில் பௌர்ணமியன்று தங்கிவிட்டு, பக்கத்து ஊரான மருங்கூர் சென்றான் முத்துக்கறுப்பன். அங்கே ஒரு கல்யாணம். ஊர் அன்பர்கள் அழைத்திருந்தனர். அங்குள்ள மன்றத்தில்

சொற்பொழிவு - ஊர் மூத்த பிள்ளை வீட்டில் தங்கல் - காலை ஒரு திருமணமென்ற என்ற பட்டியல்.

திருமணத்திற்கு காலையில் செல்ல வேண்டும் எனத் தீர்மானித்துக் கொண்டான்.

ஆராய்ச்சியாளரும் பண்டிதரும் இடும் கேள்விகள் அவன் பசியைத் தூண்டிவிட்டுக் கொண்டிருந்தது.

"பழைய உரையாசிரியர் கூறியது சரியில்லையென்று சொல்வது எப்படி?"

பொருள், வழக்கம்போல "இயல்புடைய மூவர்" தான்.

"இல்வாழ்வான் என்பாத்திருக்கவே இல்வாழ்வான் என்பான் அந்த உரையாசிரியர் குறிப்பிடுவதைப்போல முடியாது. இல்வாழ்வான் மூவருக்கும் துணையிருந்திருக்கவே முடியாது. அந்தக் காலத்தில் காட்டிற்கு மனைவியுடன் செல்பவன் நாட்டிலிருக்கிற இல்வாழ்வான் துணையை எப்படிப் பெறுவான் இல்லறத்தான் எவ்வாறு உதவ முடியும்?"

அது உண்மைதான் என்று ஒத்துக்கொண்டார்கள்.

"வள்ளுவர் இந்தப் பக்கத்தில் எங்காவதுதான் இருந்திருக்கவேண்டும் என நீங்கள் கருதுவது ஏன்?"

"அவர் பாண்டிய நாட்டில்தான் தான் வாழ்ந்திருக்க வேண்டும்"

தென்புலத்தார் என்று குறிப்பிடுவது அதைதானே?"

"அது - நீங்கள் படிப்பது தவறு. 'தென்புலத்தார் தெய்வம்' என்று சேர்த்துப்படிக்கவேண்டும் - நம்முடைய தெய்வத்தைச் சொல்வதாகும் அது."

"அப்படியானால் ஐம்புலத்தார் என்று செல்கிறாரே வள்ளுவர் தென்புலத்தார் தெய்வம் என்பது ஒன்றானால், மீதி நான்கல்லவா வரும்?"

"இல்லையே - ஐம்புலம் என்பது இந்நாட்டு மக்களைக் குறிப்பது. குறிஞ்சி முதலான ஐந்து நில மக்களும் மேற்படி நான்கிற்கும் உறுதுணையாகவிருக்கவேண்டும் என்பதாகும்."

மருங்கூர் தமிழாசிரியர் முத்துக்கறுப்பனின் மாணவராவார்.

"ஆனால் நாம் தெரிந்துகொள்ள வேண்டியது இயல்புடைய மூவர் பற்றி. நம் பேச்சு வேறு எங்கோ அல்லவா செல்கிறது."

உண்மையில், அது பற்றி இதுவரை அவன் தெரிந்துகொண்டதைத் தவிர வேறு எதுவும் தீர்மானிக்க முடியவில்லை. நாட்டின் இந்தப் பகுதியை விட்டால் வேறு எங்கேயும் தெரிந்துகொள்ள முடியாதெனவும் கருதினான். ஊர் பெரிய மனிதர்கள் 'சிற்றுண்டி - காபி' தருவதைத் தவிர வேறு வழியில் உதவாது போனார்கள். பள்ளிப் படிப்பற்ற சில கிழவர்களையும் கண்டு பேசினான். இவன் பேச்சு புரியாமையால் அவர்கள் இருந்தார்கள்.

அவன் அங்கே நான்கு தினங்கள் தங்கினான். ஒரு திருமணம் முடிந்து இன்னொன்று பக்கத்தில் - அழகிய பாண்டியபுரத்தில் - நடக்கவிருக்கிறது. அதற்கும் செல்லவேண்டும். மருங்கூர் சென்ற முதல் நாளே பலர் சந்திக்க வந்துவிட்டனர். வார – மாத இதழ்களில் கவிதை எழுதுபவர்கள், ரொம்ப நேரம் விவாதம் நடத்தி, தங்களது கவிதைகளை பத்திரிகைகளில் வர என்ன செய்யவேண்டும் - எவ்வாறு அவன் உதவ முடியுமென்று வினவினார்கள். அவனுக்குச் சலிப்பு ஏற்பட்டது.

என்றாலும் மருங்கூரில் திருமணம் மிகவும் நன்றாக நடந்தது. அவன் அந்தத் திருமணத்தை இரசித்துப் பார்த்தான்.

காலையில் மணமகளுக்கு பெற்றோர் திருநீறு பூசினார்கள். அதைத் தொடர்ந்து பெற்றோருக்குச் சமமான பெரியோர்கள் வந்து அதை நடத்தினார்கள். "திருநீறு பூசலையா - "போங்க சீக்கிரம்" பலர் கட்டாயப்படுத்தப்பட்டனர். "அவரைக் கூப்பிடு – இவரு எங்க போனாரு" என்ற பரபரப்பு. "என்னை எவன் கூப்பிட்டான் - கொஞ்சங்கூட மதிக்கல்லே" என்று ஒரு கிழம்கூட பேசிவிடக் கூடாது. அதுதான் முக்யம்.

மணமக்கள் பக்கம் பெற்றோரும் பலரும் - குறிப்பாக பெண்கள் கலந்து கொண்டு திருநீறு பூசினார்கள். பூசியவர்களும் அதைப் பெற்றுக் கொண்டோரும் கண்ணீர் சிந்தினர்.

"அதற்கு அடைக்குந்தாழ் கிடையாது" என்றான் முத்துக்கறுப்பன். வயது கொஞ்சம் அதிகம் என்ற ஒரே காரணத்திற்காக அவனும் மணமகனுக்கு திருநீறு பூச அழைக்கப்பட்டான். அது முடிந்ததும் மணமக்கள் மேடைக்கு அழைத்து வரப்பட்டனர்.

"இலக்கிய நெடுங்கணக்கிலே அன்பு குறித்து வள்ளுவன் போல சொன்னவர் யாருமில்லை" என்று முத்துக்கறுப்பன் கூறியது உண்மையாயிருக்கும். ஆனால் வந்த காரியம் கை கூடவில்லையே - புது உரை பாதியில் நிற்பது குறித்துக் கேட்டால் என்ன

சொல்வதென்று யோசித்துக்கொண்டிருந்தான். இந்த ஊரும் அவன் ஐயப்பாட்டினை அகற்றாது.

மாலை மணமக்கள் கோயிலுக்குச் சென்றுவந்தனர். பின்னர் மணமேடைக்கு வந்து உட்கார்ந்து 'சுருள்' பெற்றுக்கொள்ள ஆரம்பித்தனர். அது 'நாலாம் நீர்' என்ற பெயருள்ள ஒரு சடங்கு என்று முத்துக்கறுப்பனிடம் சொல்லப்பட்டது. உற்றாரும் உறவினரும் மணமக்களுக்குச் செய்யும் வரிசை அது. வெற்றிலையில் மடித்துத் தந்தார்கள். காலையில் வந்தது போலல்லாது உறவினர் கூட்டமே பெரிதாகவிருந்தது - நண்பர்களும் உண்டு.

"இதை 'மொய்' என்று வடக்கே சொல்வார்கள்" என்று கூறினான் முத்துக்கறுப்பன். "எல்லோரும் மொய்த்து வந்து பரிசளிப்பதால் அது அவ்வாறாயிற்று" என்றான்.

இரவிலே நண்பகல் போல ஒரு சாப்பாடு. "இது தேவையில்லாத வொன்று" என்று முத்துக்கறுப்பன் உணர்ந்தான். மாலை மாற்றிக்கொண்டு விடுவதோடு கல்யாணம் சிக்கனமாகவிருக்க வேண்டுமென்றான். அந்தப் பொறுப்பான பேச்சு அவ்வூர் பெண்ணைப் பெற்றவர்களால் நினைவுகூரப் பெற்றது.

இரவு அங்கு தங்கிவிட்டுத்தான் போகவேண்டுமென்பது வேண்டுகோள். முத்துக்கறுப்பன் தயக்கத்தோடு சம்மதித்தான். அவ்வூர் மக்கள் - குறிப்பாக இளைஞர்கள் நன்கு பேசினார்கள். கள்ளங்கபடற்றவர்கள். நகரத்துப் பொருளாதாரச் சிக்கல் அங்கே தென்படவில்லை. மருங்கூர் அவனுக்குப் பிடித்துப்போனதிற்கு அது ஒரு காரணம். நண்பகல் சாப்பாட்டில் வழங்கப்பெற்ற பயத்தம் பருப்பு பாயசத்தில் அவ்வூர் மட்டி வாழைப்பழம் பிசைந்து உண்ட உணவின் ருசியை இன்னொரு காரணமாகச் சொல்லலாம்.

ஆசிரியர் நண்பர் இரவிலே ஆற்றங்கரைப் பக்கமாக அழைத்துச் சென்றார். பாலத்தில் உட்கார்ந்து நெடுநேரம் பேசினார்கள். அவருக்கு பட்டணத்திற்கு வேலை மாற்றம் கிடைக்கயிருப்பதாக ஒரு வதந்தியிருந்தது. இருவரும் திரும்பிவருகையில் திருமண வீட்டில் சாப்பாடு முடிந்திருந்தது.

"கொஞ்சம் பால் சாப்பிடுங்களேன். இங்கே நன்றாகவிருக்கும்" என்றார் ஆசிரியர்.

திருமண வீட்டின் எதிரேயுள்ள களத்தில்தான் சமையல். எல்லாம் முடிந்துவிட்டதால் பிரதான சமையற்காரர் உட்கார்ந்து வெற்றிலை மென்றுகொண்டிருந்தார். இருவரையும் கண்டதும் சிரித்தவாறே

வரவேற்றார். ஆசிரியர் அவருக்குப் பேரன் முறை. முத்துக்கறுப்பனை அவருக்குத் தெரிந்திருந்தது.

"ஏய் பேரா - பேத்தி என்ன பண்ற?" என்று கூறிவிட்டு முத்துக்கறுப்பனிடம்

"இவன் பேரப் பிள்ளையாக்கும் – ஆனாலும் என்னைக் கவனிக்க மாட்டான் - நீங்க சொல்லுங்கோ" என்று ஆரம்பித்தார்.

"பாட்டா - சீக்கிரமாக ஒரு தம்ளர் பாலு கொடுத்துக்கிட்டு பேசு" என்று பேரன் அவசரப்படுத்தினான்.

பாட்டா எழுந்தார். இரண்டு பேருக்கும் பாலை ஆற்றிக்கொடுத்து அவர்கள் அருந்துவதை இரசித்துப் பார்த்தார். பின்னர், உரத்த குரலுடன் பேசவாரம்பித்தார். பேரப் பிள்ளையால் மட்டும் தாங்கிக்கொள்ள முடியவில்லை.

"சொல்லுகம்னு நினைக்காதேயுங்க. இந்தப் பய கல்யாணம் நடந்தப்புறம் ஒரு தடவை கூட என்னை வந்து பார்க்கல்லே - நீங்களே கேளுங்க" என்று முத்துக்கறுப்பனிடம் கூறிவிட்டு "லேய் எத்தனை நாளுக்கு இப்படியிருப்பே - ஒனக்கும் பேரப் பிள்ளை பிறக்கும் தெரிஞ்சுக்கோ" என்றார். பேரன் முகத்தைச் சுளித்துக் கொண்டான். முத்துக்கறுப்பன் மரியாதையுடன் நின்று கொண்டிருந்தான்.

கொஞ்சம் வெளிப்படையாகவே பேசிவிட்டதை உணர்ந்து கிழவர் சாந்தமடைந்தார்.

"நான் எதுக்குச் சொல்றேன்னா, நான்தான் ஒனக்கு முதன்முதல் திருநீறு பூசினேன் - தெரியுமா - உனக்கெங்க தெரியும் - நீதான் பொண்டாட்டி பக்கமே பார்த்துக்கிட்டிருந்தியே - பொறகுதான் மத்தவா பூசினது - நீ பார்க்கவேண்டியது முதல்லே என்னைத்தான்"

கிழவர் வருத்தமில்லாத குரலில் பேசினார். முத்துக்கறுப்பன் பொறி தட்டி விழித்தான். அவர் பக்கமாக சென்று தரையில் உட்கார்ந்தான். பேரனுக்குப் புரியவில்லை.

"நீங்க இப்ப சொன்னேளே - எப்படி - முதல்லே திருநீறு பூசினேன்னு - அதை கொஞ்சம் சொல்லுங்க."

"அதைக் கேட்கிறேளா - நீங்க பட்டணம். அதுதான் இங்க காலையில் பாத்தது மாதிரி சாயந்திரமும் சடங்கு நடக்கும். சொந்தக்காரங்களெல்லாம் வருவா. ஆனா காலையிலே பெத்தவங்க

வரிசைதான். பிறகுதான் சொந்தக்காரங்கள் அப்படி யிப்படின்னு.”

“நாளைக்கு?”

“நாளைக்கு ஏழாம் நீரு - உங்களுக்குத் தெரியுமில்லா - பிள்ளை மாத்துச் சடங்கு - மஞ்ச நீரு ஊத்தி பிள்ளை எல்லாம் விளையாடும்” அப்படித்தான் நடந்தது. மறுநாள் காலை மணமக்கள் குளித்து முற்றத்து மேடைக்கு வர, குழந்தைகளின் கூச்சல் பெருக்கெடுத்தது. ‘பிள்ளை மாற்றுச் சுருள்’ என்று சில பெண்கள் தர, மணமகன் ஒரு பொம்மையை - குழந்தைப் பொம்மையை மணமகள் கையில் கொடுக்க, அவள் நாணத்துடன் பெற்றுக் கொண்டாள். குழந்தைகள் சிரித்தன. எல்லாரிடமும் சிரிப்பு இயல்பாகவே இருந்தது. மஞ்சள் பொடி கலந்த நீரை குழந்தைகள் ஒருவர் மீது ஊற்றிக் கேலி செய்து முடித்த போது, அங்கு அவர்கள்தாம் இருந்தனர். மற்றவர்கள் வேறு வேலையைப் பார்த்துக் கொண்டிருந்தனர்.

அது ஒரு ‘குழந்தைகள் தினம்’ போல நடந்து முடிந்தது.

பின்னர், மறுவீட்டிற்காக புது மணமக்கள் வண்டியேறிய போது, பெற்றோரும் - உறவினரும் - குழந்தைகளும் கூடி நின்று அனுப்பி விட்டு வந்தனர். அதே வண்டியில்தான் முத்துக்கறுப்பனும் ஏறினான். நண்பர்களிடம் விடைபெற்றுக் கொண்டான்.

அங்கிருந்து கிளம்புமுன்னர் அவன் அந்தச் சமையற்காரக் கிழவரை ஒரு தடவை பார்த்துவிட்டுச் செல்ல விரும்பினான். ஆனால், அது கல்யாண மாதம் - முடியவில்லை. எதற்காகவென்று பலர் கேட்டும் அவன் வாய் மூடியே இருந்து விட்டான்.

அவன் மௌனியான காரணமும் அதுவாகவே இருக்கக்கூடும்.

■

சித்தி

அங்கே மைதானங்கள் குறைவு. அவன் ஓடிக்கொண்டிருந்த அந்த இடம் காவல் துறைக்குச் சொந்தமானது. ரொம்ப நேரம் அவனைக் கூர்ந்து நோக்கிக் கொண்டிருந்த காவல்காரர் ஒருவர் இடையே அவனது ஓட்டத்தைத் தடை செய்தார். "தம்பி - இங்கே ஓட அனுமதி வாங்கவேண்டும்" என்று கூறி, "ஆனாலும் நீ நன்றாக ஓடுகிறாய். முன்னுக்கு வருவாய்" என்றும் சொல்லி சிறிது நேரம் பேச்சுக்கொடுத்தார்.

அந்த நாட்டில் விளையாட்டிற்கு அத்தனை மதிப்பு இருந்ததாகத் தெரியவில்லை. இருந்த போதிலும் வீரர்களைப் பற்றித் தொலைக் காட்சி - செய்திகள் மூலமாக மக்கள் அறிந்து கொண்டிருந்தார்கள். கஷ்டம் நிறைந்த வாழ்க்கை எந்தவித உணர்வுமில்லாது இயல்பாகவே அவர்கள் ஏற்று நடத்திக் கொண்டிருந்தபடியால் விளையாட்டுகள் அங்கு எடுபடவில்லை. காலங்காலமாக அவர்களுக்குத் தெரிந்திருந்த விளையாட்டில் ஈடுபட்டு திருப்திப்பட்டுக் கொண்டனர். "ஒலிம்பிக்" போட்டிகளைப் பற்றி கேள்வியோடு சரி. அந்த மண் உலகிலே ஒரு விசேடமான மண் போலும். அங்கேதான் அவன் ஓடிக்கொண்டிருந்தான்.

"நீ என்ன படிக்கிறாய்?"

காவல்காரர் கேட்டார். அவன் அதற்குச் சொன்ன பதிலைக் காதில் வாங்கிக்கொள்ளாமலே தொடர்ந்து கூறினார்.

"நீ இப்படி ஓடுவதற்கு முன்னே சில அறிவுரைகளைப் பெற்றுக் கொள்ளவேண்டும். நானும் ஒரு காலத்தில் ஓடினேன். அதைத் தொடரவில்லை. என் அந்தக் கால வயது திறனை விட நீ அதிகமாக இப்போது பெற்றிருக்கிறாய் ஒன்று செய்யலாம் கேட்பாயா".

அவன் தலையசைத்தான்.

"நான் தரும் முகவரிக்குப் போ. அந்தப் பெரியவரோடு பேசு. உனக்கு நல்லது கிடைக்கும்."

அவன் மெதுவாக நன்றி சொன்னான். அன்றைக்கு அவன் முடிவெட்டிக் கொள்ளவேண்டும். இல்லையென்றால் அந்தப் பணம் செலவாகிவிட நேரும். அது ஆபத்து - மீண்டும் பணம்

கிடைப்பது அரிது. இந்நிலையில் அந்தக் காவலரின் யோசனைக்கு அவன் பதிலும் நன்றியும் திருப்திகரமாகச் சொல்லியிருக்க முடியாது. ஆனால் அவர் ஒரு முகவரியைக் கொடுத்து உற்சாகப்படுத்தி அவனை அனுப்பி வைத்தார்

தன்னை செம்மைப்படுத்திக் கொண்டு அவன் மறுநாள் இரண்டு மைல் தூரத்திலிருந்த அந்த வீட்டிற்குச் சென்றான். பெரிய மாளிகை போன்ற வீடு - வீட்டின் முழு பார்வையும் விழ தெருவிலிருந்து காம்பவுண்ட் சுவரைத் தாண்டி மரங்களடர்ந்த பாதை வழி நடக்கவேண்டும். அந்தப் பாதையில் அவன் கால் வைத்தபோது அதன் அழகான நீட்சியில் அந்தக் கால்கள் ஓடுவதற்குத் தயாராயின. மாசு மறுவற்ற அந்தப் பாதை வீட்டைச் சுற்றிலும் இருக்கவேண்டும் என்று நினைத்தான். வீட்டின் முகவாயிலில் நாற்காலியில் செடிகள் சூழந்த இடத்தில் அவர் உட்கார்ந்திருந்தார்.

பெரியவர் அவனை எதிர்பார்த்திருக்கவில்லை. ஆனால் வருபவனுடைய நடை அவருக்கு எதையோ ஞாபகப்படுத்தி யிருக்கவேண்டும். தூரத்தில் வந்துகொண்டிருந்தவனை ஆவலுடன் பக்கத்தில் காண விழைந்தார். “ஏன் இத்தனை நாள் - முன்பே ஏன் வரவில்லை” என்று கேட்கவும் எண்ணினார். அவர்களது சம்பாஷணை இயல்பாக எளிதாகவிருந்தது. “நமது நாடு பாழ்பட்டு விட்ட நாடு. இதை இளைஞர்கள் தாம் காக்க வேண்டும் இல்லையா” என்று இரந்து கேட்டார். நடப்பதற்கு முன்பே ஓட ஆரம்பித்துவிட வேண்டுமென்று கூறி சிரிப்பு மூட்டப் பார்த்தார்.

பெரியவருக்கு வயது அறுபதிருக்கும். விளையாட்டு விஷயங் களிலேயே தன்னை மூழ்கடித்துக்கொண்டவர். அவைகளைத் தவிர உலகிலுள்ள எல்லாக் காரியங்களையும் இயந்திரங்களைக் கொண்டு நடத்தி விடலாம் என நம்புகிறவர். அந்த நாட்டின் எல்லா செய்தித் தாள்களிலும் வந்த படம் இவருடையதாகவேயிருக்கும். சீடர்கள் அதிகமிருந்திருக்க முடியாது. இருந்தவர்களில் பெரும்பாலோர் காவல் துறையில் சேர்ந்திருப்பார்கள்.

“நான் எனது நாட்டிற்காக என் விளையாட்டுக் கலையை அர்ப்பணித்தவன்.”

அவர் கண்கள் ஜொலித்தன. உண்மையில் அந்தக் கண்களில் அவர் சொன்னது தெரிந்தது. அவர் பொய் சொல்பவராகத் தெரியவில்லை.

பல மாதங்கள் அவரிடம் தனது விளையாட்டுக் கலையின் பயிற்சிகளைப் பெற்றான் அவன் காலையிலெழுந்து சூரியன்

உதிக்கும் முன்னர் நெடுஞ்சாலைகளில் ஓடினான். தனது தம்பியை தோளில் ஏறச் சொல்லி அவனைத் தூக்கிக் கொண்டு மைல் கணக்கில் ஓடி பயிற்சி பெற்றான். அவனது சாப்பாட்டிற்கு பெரியவர் ஏற்பாடு செய்திருந்தார். பிரியமான கொழுப்புச்சத்துப் பொருட்களை பெரும்பாலும் தள்ளி ஒரு பட்டியல் தயாரிக்கப்பட்டு அவ்வுணவுகளை நேரந்தவறாது உண்டான். பிற நாட்டு வீரர்கள் - போட்டிகள் பற்றி அவ்வீட்டிலேயே திரைப்படங்கள் காட்டப்பெற்றன. அவன் அந்த நாட்டின் சிறந்த ஓட்டப் பந்தய வீரனாக ஆக்கப்பட்டான்.

ஒரு தடவை மல்யுத்தப் போட்டிகளின் வீடியோவை பார்த்துக்கொண்டிருக்கையில் பெரியவர் அந்த இரு நாடுகளைப் பற்றி விளக்கினார். அவன் கண்டு கேட்டறியாத சங்கதிகள் – நாடு - மக்கள் - இனங்கள் - இவைகளின் உணர்வு பூர்வமான விளக்கம் – ஏறக்குறைய ஒரு சொற்பொழிவு.

அவன் மீண்டும் அந்த வீடியோ காட்சிகளில் ஆழ்ந்தான். போட்டியினிடையே காட்டப்பெறும் மக்களின் ஆரவாரம் அவனுக்குப் புதிதல்ல. இருப்பினும் வேற்று நாட்டுக்காரன் குத்து வாங்கி மூக்கு நிறைய இரத்தம் விடுகையில் பார்த்தவர்களின் சப்தம் - இடையே ஒரு பார்வையாளன் முடித்துவிட்ட தனது சிகரெட் துண்டை ஆக்ரோஷத்துடன் கீழே நசுக்கி துவம்சம் செய்தல் - இவ்வகைக் காட்சிகளைக் கண்டு முடிக்கையில் அவன் தனக்குள் ஏதோ ஒன்று ஏற்பட்டிருப்பதாக உணர்ந்தான். அது பயம் என்று பின்னர் தெரிந்துகொண்டான்.

அன்றிரவு தொலைக்காட்சியில் "இந்த நாட்டின் நம்பிக்கை நட்சத்திரம்" என அவன் அறிமுகப்படுத்தப்பட்டான். அவனது படம் நன்றாக இருந்ததாகப் பலர் சொன்னார்கள். அவ்வாறு சொன்னது பொய்யென்று அவனுக்குத் தோன்றிற்று.

ஆனால், நெடுஞ்சாலைகளில் அவனது அதிகாலை ஓட்டம் தொடர்ந்தது. மைதானங்களில் ஓடுவதைவிட இதைச் சிறந்ததாகக் கருதினான். அடிவானத்தைப் பார்த்தவாறு, இரு பக்கங்களிலும் மரங்கள் தன்னைக் கடந்து செல்ல, கால்கள் மாறி மாறித் தரையைத் தொட்டு ஓடுகையில் இதுவரை ஆபாசம் என்று அவன் கருதிக்கொண்டிருந்தவை யாவும் தன்னை விட்டு அகல சுத்த சுயம்புவாக எங்கோ சென்று கொண்டிருப்பதாக உணர்ந்தான். வானமும் தரையும் சுற்றுப்புற சீவராசிகளும் தானும் வெவ்வேறல்ல என்று தெளிந்த வகையில் அவன் ஓட்டமிருந்தது.

அன்று அவன் ஓடிய ஓட்டம் பொழுது நன்கு விடிந்துவிட்டதாலும் புறநகர் சாலைகளில் நடமாட்டம் ஏற்பட்டதாலும் இருபத்திரண்டு மைல்களுக்குள் நிறுத்தப்படவேண்டியதாயிற்று. சில சமயம் பெரியவர் மாளிகையின் கேட்டைத் திறந்து அங்கிருந்து தொடங்கிய நடைபாதையிலும் ஓட்டம் தொடரும். நெடுஞ்சாலையில் ஓட முடியாதபோது அந்த வீட்டைச் சுற்றி ஓடுவான். சில மணி நேரங்கழித்து யோசனையோடு பெரியவர் வெளிவந்து அவனை நிறுத்தும் போதுதான் முடியும். ஓட்ட அளவை நாளறிக்கையில் குறித்துக்கொண்டே அவர் பலவித கணக்குளைப் போட்டுப் பார்ப்பதை அவன் காண்பான். தான் ஓடிய ஓட்டம் எவ்வளவு என்று கூட கணக்கு மூலம் கண்டறிய முடியாதவனிடம் அவர் விளக்கிச் சொல்வார். இத்தனை தூரம் தொடர வேண்டியதில்லை என்றும் உலக ரிக்கார்டை அவன் நெடுஞ்சாலைகளிலேயே முறியடித்து விட்டான் என்றும் சொல்லி மகிழ்வார். அவனுக்கு கீழ் நாடுகளில் பயிலும் யோகாசனம் பற்றி சொல்லித்தர வேண்டியது அவசியம் என எண்ணினார். "யோகா" என்ற பெயரில் ஒருமுகப்படுத்தும் பயிற்சிகள் அந்த நாட்டில் பிரபலமடையத் தொடங்கியிருந்தன.

"ஒரு மராத்தன் தேறி விட்டான்" என்றும், "இந்த நாடு தலை நிமிரும்" என்றும் ஆணித்தரமாக பத்திரிகை நிருபர்களிடம் கூறினார்.

அவன் இருபத்தேழு மைல்கள் ஓடி தொலைக்காட்சியிலும் செய்திகளிலும் அடிபட்டபோது உலக நாடுகள் அவனைக் கவனிக்கத் தொடங்கிவிட்டன. அடுத்த ஒலிம்பிக் வீரனென பேசப்படுபவர்களில் ஒருவனானான். அவனது விவரங்கள் பேசப்பட்டன. அவன் பெயர் பலவாறாக உச்சரிக்கப்பட்டது. 'கார்போ' என்று சோவியத்தில் அவன் பெயரைத் தவறாகச் சொன்னார்கள். ஐரோப்பிய நாடுகளில் அவன் 'கிரிப்ஸ்' - கிழக்கே அவனை 'கிருஷ்' என்று சொல்லியிருப்பார்கள். தென்புலத்தில் 'கருப்பன்' என்று இருந்திருக்கக்கூடும்.

அன்றுதான் அவனது பெயர் அதிகாரபூர்வமாக வெளிவரவேண்டும் - ஒலிம்பிக் போட்டியில் கலந்து கொள்பவனாக. விளையாட்டரங்கு ஒன்றில் பத்திரிகையாளர் பேட்டி நடந்தது. கையில் ஒரு சுருட்டுடன் பெரியவர் சிறிது தூரத்தில் உட்கார்ந்திருந்தார். அவர் புகை பிடிப்பது அபூர்வம். பேட்டி பின்வருமாறு இருந்தது.

"நீங்கள் போட்டியிடும் வீரராக தேர்ந்தெடுக்கப்பட்டால் மகிழ்ச்சி தானே."

"எனக்கு ஓடுவதில் ரொம்பவும் மகிழ்ச்சி."

"நமது நாட்டிற்கு பெருமை தேடித் தருவீர்கள் அல்லவா?"

"ஓடுவது ரொம்பவும் நன்றாக இருக்கிறது."

"போன ஒலிம்பிக்கில் வென்ற வீரர் பற்றி உங்கள் கருத்து?"

"ஓடுபவர்கள் எல்லாருமே மகிழ்ச்சியடைவார்கள். அவர்கள் எல்லாரையும் நினைத்தால் நான் சமாதானம் அடைகிறேன்."

"நமது நாடு விளையாட்டில் முன்னேறுமா?"

அவன் பேசாதிருந்தான். பெரியவர் தலைகுனிந்திருந்தார். கேள்வி திரும்பவும் கேட்கப்பட்டது.

"எனக்கு ஓட மட்டுமே தெரியும். அதிலே எனக்கு கிடைப்பது தான் நான் ஓடுவதற்குக் காரணம். நான் எனக்காகவே ஓடுகிறேன். ஓட்டத்தின் சிறப்புத்தான் அதன் காரணம். நான் பொய் சொல்ல முடியாது எனக்கு வேறெதுவும் தெரியாது."

பெரியவர் கையிலிருந்த சுருட்டு காலடியில் கிடந்தது. முகம் பல மேடு பள்ளங்களாக மாற காலால் சுருட்டை நசுக்கித் தள்ளினார். பின்பு மெதுவாக கைகளை தளர விட்டு எழுந்து நின்றார். அப்போது பேட்டி முடிந்துவிட்டது.

சிறிய நிலவின் இரவு முன்னேறுகின்ற நேரம். அந்தக் கட்டடத்தின் வெளியே வண்டியருகே நின்றுகொண்டிருந்த அவர் பக்கம் வந்து நின்றான் அவன். சிறிது நேரம் வெட்ட வெளியைப் பார்த்துக்கொண்டிருந்தார் பெரியவர். பின்னர், தோள்களைக் குலுக்கிக் கொண்டே காரின் கதவைத் திறந்தார்.

அவன் வெகு தூரத்திற்கப்பாலிருந்த குன்றுகளைப் பார்த்தவாறே அவரிடம் கெஞ்சலுடன் கூறினான்.

"இந்த அருமையான நிலவில் ஓட முடிந்தால் எப்படி இருக்கும் என்கிறீர்கள்? காலையில் அந்தக் குன்றுவரை சௌகர்யமாக ஓட்டம் முடிந்தது."

பெரியவர் காரின் உள்ளே நுழைந்து உட்கார்ந்து கதவைச் சாத்திக் கொண்டார். தலையை மட்டும் வெளியே நீட்டி "நன்றாக இருக்கும் - வேண்டுமானால் நீ இப்பவே ஓடு. அந்தக் குன்றின் உச்சிக்கே போய் அங்கிருந்து கீழே குதித்துச் செத்துத் தொலை" என்று கூறிவிட்டு காரை ஓட்டிச் சென்றுவிட்டார்.

■

பனை

அம்மன் பெயரைக் கொண்டிருந்த, அந்த இடத்தில் குடிவந்திருந்தார் அந்த மருத்துவர். மழைக் காலம் முடிந்திருந்தது.

நல்ல நாள் பார்த்துத்தான் தொழிலை ஆரம்பித்தார். போக்குவரத்து அதிகமில்லா இடம். அங்கிருந்து ஒரு புறமாகப் பார்த்தால், விரிந்த வெளிதான். மரங்கள் கூட எதுவுமில்லை. அப்படிச் சொல்ல முடியாது; ஒரு மரம் மட்டும் தெரிந்தது.

ஒரு வாரங்கழித்த பிறகுதான் அவரைப் பற்றிய பேச்சு எழுந்தது. மருத்துவரும் பிரசித்தி பெற்றுவிட்டார்; சித்த மருத்துவர். நன்றாகப் பேசி, விளக்கிய பின்னரே மருந்து கொடுக்கிறார். "நம்ம ஆளு மாதிரியே இருக்காரே" என்று பேசிக்கொண்டார்கள் ஊர்க்காரர்கள். சாதாரணக் காய்ச்சலுக்கு எல்லாம், மருந்து எதுவும் தருவது கிடையாது. நாட்டு மருந்து சொல்லித்தருகிறார். "நிறைய வெந்நீராகக் குடித்துப் பட்டினியிருங்க; போதும்" என்கிறார்.

மரியாதை தெரிந்த சனங்கள் அவரிடம் பேச ஆரம்பித்தனர். சன்னலைத் திறந்தால், தூரத்தில் தெரியும் அந்த மரம் - வெள்ளை ஓலைகளுடன். சிலர், "ஐயாவுக்கு விசயம் தெரியதோ! இது ஆக்கங்கெட்ட மரம்; பாக்கப்படாது" என்று அறிவுறுத்தினார்கள், அவர் அதைக் கேட்டுப் பேசாதிருந்தார்.

மரம் தனியாகத்தான் நின்றது. பக்கத்தில் துணைக்குச் செடிகள்கூட இல்லை . இந்த மரம் தனியாகவும் நிற்கும் போலும். தென்னை, வாழையோ போலல்ல.

மரத்தைப் பற்றிப் பேசிவிட்டார்களே தவிர, இந்த மருத்துவர் காலையில் உதயத்திற்கு முன்னரே எழுந்து அந்த வெளியிடத்தில் நடந்து அம்மரத்தைத் தாண்டியும் சென்று வருவதும், அப்போது அவ்விடத்தில் சிறிது நேரம் நின்று சுற்றுமுற்றும் பார்ப்பதும் சில நாட்கள் கழித்தே அவர்களுக்குத் தெரிந்தது. அந்த ஊரில் சனங்கள் நடப்பது குறைந்து விட்டது. இப்போது புதிதாக ரயில் வண்டி வேறு வந்தாகிவிட்டது. பெருத்துவிட்டார்களே தவிர நடக்க மாட்டேன் என்கிறார்கள். பிள்ளைகளை முதுகலைப் படிப்பு படிக்கவைத்தனர்; அவர்களும் நடப்பதை மறந்தனர். வயற்காடுகளில் நடவு நாட்கள் தவிர, மற்ற நாட்களில் பச்சையைப் பார்க்கும் காலம்

போய்க் கொண்டிருக்கிறது.

இரவில் ஒரு சலசலப்பு, சிறிய ஓசையாகக் காற்றுடன் கலந்துவருவது அம்மரத்தினிடமிருந்துதான் என்று அறிந்துகொள்ள முடியும். அந்த ஒலியை அவ்விடத்தின் அருகேயிருந்த, அக்ரகாரத்து ஆலயமணியோசை மங்கவைக்கும். மணியோசையில் ஒரு கம்பீரம் இருந்ததென்றால், இந்த சலசலப்பு ஒரு சோகத்தையும், எச்சரிக்கை உணர்வையும் கொடுத்துக் கொண்டிருந்தது.

மருத்துவரின் படிப்பு விஷயங்கள் தெரிந்துவிட்டிருந்தது. வாசலில் நெடுநாள் கழித்து மாட்டப்பட்டிருந்த பலகை சில ஆங்கில எழுத்துக்களையும் கொண்டிருந்தது. அவரது பெயர் எந்தக் குழப்பத்தையும் தரவில்லை. அவர்களுக்கு மிகவும் பரிச்சயமான பெயர்தான். கறுப்பன் என்பதும் முத்து என்பதும் அங்கு வழங்கப்பெறும் சாதாரணப் பெயர்கள்.

கார்த்திகையில் கன மழை எல்லாம் முடிந்துவிட்டது. பனி இன்னும் விழவில்லை. திருக்கார்த்திகை தொடங்கிவிட்டதற்கு அறிகுறியாக, வீட்டு மாடக்குழிகளில் விளக்குகள் தெரிந்தன இரவில், மரம் தெரியும் என்று சொல்ல முடியாது. என்றாலும் மருத்துவர் அந்த இடத்தைத்தான் பார்த்துக்கொண்டிருந்தார்.

அறுபது வயது பாலையா, மருத்துவரை இன்னும் சந்திக்கவில்லை. அவர் அக்காள்தான் தனது பெருத்த உடம்பைத் தூக்கிக்கொண்டு வந்தாள். அவளுக்கு வயிற்றில் புண் தொந்தரவு உண்டு. அவள் வரும் போதும் மருத்துவர் சன்னல் வழியாகப் பார்த்துக் கொண்டுதானிருந்தார். செல்லத்தாயியம்மாள் கனைத்தாள்

தூரத்தில் முக்காலும் வெள்ளை ஓலைகளாகப் போய்விட்ட அந்த மரமும் சலசலத்துக்கொண்டிருந்தது.

*

"யப்பா - இந்த மரத்தை விலைக்குக் குடுத்துடுவியா?"

"யார்லே சொன்னா?"

"பள்ளிக்கூடத்திலே மாணிக்கம்"

"நீ என்ன சொல்லுதே?"

"வேண்டாம்... மரத்துச் சத்தம் நல்லா இருக்கு."

"நல்லாயிருக்கா சரிதாம்லே. நல்ல பனையேறிப் பயதாம் நீ."

*

பார்த்தீரா ஓய்.. பனம் பழம் திங்கறதைப் பாரும். படிக்கிற பையனாடா நீ? ஓங்கப்பன் வரட்டும் சொல்றேன். என்னதான் சொல்லும், பிறவிக் குணம் போமோ!

*

பனை தனிமையைக் குறிக்கும். தென்னை, வாழை அப்படி அல்ல; பனங்காடு - தென்னந்தோப்பு.

*

"நாராய் நாராய் செங்கால் நாராய்"

*

சொக்கப்பனை எரித்த பிறகு வேண்டுமானால், அந்தச் சாம்பல் மட்டைகளை வீட்டிற்கு எடுத்துச்செல்லலாம்; குடும்பத்தில் வேறு வழிகளில் சேர்க்கக் கூடாது.

*

"திருவல்லிக்கேணியில் அவ்வளவு சுலபமா வீடு கிடைச்சுடுமா என்ன? தெக்கேயிருந்து வரதா சொல்றேள். எந்த ஊரு?"
"பனங்காடு"
"அப்படின்னா, வீட்டுக்காரன் கேட்டா பக்கத்துக் கிராமம் பேரு ஏதாவது சொல்லித் தொலையும்."

*

"நாங்க காங்கேசன் துறை; அங்க இந்த மரத்தைக் கடவுள் தந்ததா பாவிக்கறம்; எங்க அப்பா அந்தக் காலத்தில் சினிமா பார்க்கவும், ஜாதகம் கேக்கவும் இங்க வேதாரண்யம் வந்து திரும்புவாரு; அப்ப எல்லாம் கஷ்டமில்ல; பத்து பனை இருந்தா பணக்காரன்."

***

பனைப் பொருட்களில் இருக்கும் புரதச் சத்து வேறு எதிலும் இல்லை.

*

"பனைத் துணையாய்க் கொள்வர்" என எழுதிய ஆசிரியன் கீழ்ச் சாதியாக இருக்க முடியும். பனையேறியாக இருக்க முடியும்.

உலக இலக்கிய விவரங்களை தனது விரல் நுனியில் வைத்திருக்கும் அந்தப் பெரியவர் அதற்கு பதில் சொன்னார்.

"இருக்கும். எனக்குத் தெரியவில்லை. ஆனால், அந்த ஆசிரியன் எனது தோளில் கையைப் நடந்துவந்து போட்டுக்கொண்டு, என்னுடன் கொண்டே அதைச் சொல்கிறான்."

*

தனது நீண்ட, சிவந்த கரங்களைப் படரவிட்டவாறே அந்த மங்கை கூறுகிறாள்; அவள் வரலாற்று சமூகவியல் படித்தவள்.

"மிஸ்டர் எம்.கே. உங்கள் பெயரை மாற்றிக் கொள்ளுங்கள். வேறு வேறு சமூக - கலாச்சாரப் பிரிவைச் சேர்ந்த நாம் திருமணம் செய்து கொள்ள முடியுமா?"

அந்த எம்.கே. விலகி நின்று தனது தாய் மொழியில் பதில் சொன்னான்.

"யாரும் வெற்றிலைப் பாக்கு வைத்து அழைக்கவில்லை."

*

ஒரு தடவை கோயம்புத்தூர் செல்லும்போது வழியெங்கும் தோசைக் கல்லைக் காயப்போட்டு பரோட்டா செய்துகொண்டு பிழைக்கும் வியாபாரிகளைக் கண்டு, "ஓ தோசை என்னவாயிற்று" என்று ஏங்கி நின்றிருக்கிறான்.

*

மருத்துவர் சன்னல் பக்கமிருந்து மீண்டார். நோயாளியை உட்காரச் சொன்னார். அந்த அம்மாள் நின்றுக்கொண்டே, அவரை உற்று நோக்கியவாறே கூவினாள்.

"மக்கா நீதானா? - நான் நினைச்சேன்."

கால் நூற்றாண்டு ஒரு கணப் பொழுதாக இருவரிடமும் இறங்கி வந்து கொண்டிருந்தது.

"யத்தே - வாருங்கோ. முதல்லே பாத்தா தெரியல்லே. எப்படி சௌக்கியமெல்லாம்?"

செல்லத்தாயி அம்மாளிடம் பரபரப்பு அடங்கவில்லை. கால் நூற்றாண்டைக் கடக்க சில விநாடிகள் அதிகமாயிற்று.

*

"யப்பா. நீ பனையைத் திருக்கார்த்திகைக்குக் குடுக்கப் போறியா?"

"ஏம்லே, சும்மா அதையே பேசிக்கிட்டிருக்கே - சலம்பாம கிட."

"நான் சொல்லிட்டேன். குடுக்கப்படாது."

"குடுத்தா"

"பனை போனா நானும் போயிடுவேன்"

"போயிடுவியா - அவ்வளவு தூரத்துக்குப் பேச ஆரம்பிச்சுட்டியா. போயிடு பார்க்கலாம்."

*

செல்லத்தாயி அம்மாளுக்குச் சரியாகப் பேச்சு வரவில்லை. அவள் குரல் ஓங்கியிருக்கும். வார்த்தைகளால் தன்னைக் காட்டிக் கொள்ளும்போது, வேறு எதையும் பார்ப்பதில்லை. அந்த அம்மாள் கண்களில் நீர் இருந்ததாவென்று சொல்ல முடியாது. குரலில் கட்டுப்படுத்த முடியாதபடி படபடப்பு இருந்தது. அப்பனிடம் கோபித்துக்கொண்டு ஓடின பையன் பேசப்படவேண்டிய வந்தான். அதுவும் இத்தனை காலத்திற்குப் பிறகு சன்னல் வழி தெரிந்த மரம் அவனை மௌனமடையச் செய்திருக்கும். மரங்கள் மௌனத்துடன் சம்பந்தமுடையவை. அந்த மரம் வெட்டப்படாது நின்றது பெருமைப்படவேண்டிய விஷயந்தான். இப்போதுதான் தெரிகிறது அந்தப் பெருமை. அது தெரிய வேண்டுமானால் இம்மாதிரி ஒரு மனிதன் திரும்பி வரவேண்டும். அதற்கு ஒரு சான்று வேண்டும். "என் தம்பி உன்னுடைய தம்பி; நான் உன் தோழன்; என் மனைவி உன் கொழுந்தி" என்று ராமன்தான் சொல்ல முடிகிறது. அதையே குகன் சொன்னால் உதைபட்டிருப்பான். இந்த மரத்திற்கு இவன்தான்வேண்டும். பாலையா சித்தப்பாவும் செல்லத்தாயி அத்தையும் பக்கத்து வீட்டுப் பையன் பிரிவிற்கு அழுதிருக்க மாட்டார்கள். அப்பன்காரன் செத்துப் போனதை வேண்டுமானால், பெரிதுபடுத்தியிருக்கலாம். சில பேருக்கு சில விஷயங்கள்தாம் பெரிதாகின்றன. சாவிற்கு முன் பனை பெரிதல்ல; "நீ கல்யாணம் செய்துக்கலியா" என்று கேட்டுப்பார்த்தாள். மருத்துவர் மரத்தைப் பார்த்துக்கொண்டிருப்பதை அறிந்து, "பனை நூறாண்டு இருக்கும்" என்றாள். "அது ஒரு வேளை வெட்டப்பட்டுப் போயிருந்தாலும்கூட நீ இருக்கியே" என்று சொன்னாள் அந்த அம்மாள். அந்த நேரத்தில் மருத்துவரும் அதை உணர்ந்தவர்போல தென்பட்டார்.

∎

கேணி

பேருந்து கொண்டுவந்து சேர்த்த இடத்திலிருந்து கிட்டத்தட்ட மூன்று மைல் நடக்கவேண்டும். தூரத்தே கண்ணுக்கெட்டியவரை வெட்டவெளிதான். புல் பூண்டு கூட இருப்பதாகத் தெரியவில்லை. ஆனாலும், அதுமட்டும் கண்ணில் பட்டது. அது மட்டும்தான் நன்றாகத் தெரிந்தது.

இரண்டொருவர் என் கூடவே பேருந்தில் வந்து இறங்கியிருந்தனர். அவர்களுடன் நடக்கத் தொடங்கினேன். ஆனால், அவர்கள் வேகமாக நடந்தனர். அந்த வேகம் நம்மால் முடியாது.

பரந்துபட்ட வெளியில் தூரத்தின் அளவு தெரியவில்லை. அந்த இடம் கண்ணிற்குத் தெரிந்தாலும், நடக்க நடக்க அதுவும் பின் சென்று கொண்டிருப்பது போல் தெரிந்தது.

முன்னால் நடக்கத் தொடங்கியவர்கள் சீக்கிரமாகவே அதை அடைந்து வரிசையில் இடம் பிடித்துக் கொண்டார்கள்.

வரிசை-அது ஒன்றும் பெரியதாக இருக்கவில்லை. ஒரு பத்துப் பேர்தான் இருந்தனர். ஆனாலும் எல்லாம் முடிந்து பழையபடி பேருந்து, ரயில் எல்லாம் ஏறி ஊர் வந்துசேர இரவு ஆகிவிடும்.

வெயில் தகித்தது. பரவாயில்லை. தண்ணீர் தான் தலையில் விழப்போகிறதே-சுகமாகத் தான் இருக்கும். ஆனாலும் இங்குள்ள தண்ணீர் நம் தலைக்கு ஒத்துக் கொள்ளுமோ என்னமோ-எப்படி சொல்ல முடியும்-எல்லாம் இந்த ஏழரைநாட்டுச் சனி செய்கிற வேலை. சிவபாலன் ஏற்கனவே சொல்லியிருக்கிறார்.

அதை முதலில் சொல்லவேண்டும் - எங்கிருந்தோ ஆரம்பித்து விட்டேன்.

சிவபாலன் என் பக்கத்து வீட்டுக்காரர். அரசுப்பணி - சொந்தத்தில் கார் எல்லாம் உண்டு. ஏறக்குறைய எல்லாக் கோவில்களுக்கும் சென்று வந்தவர். வடநாட்டுக் கோவில்களையும் விடவில்லை.

"முத்துக்கறுப்பன், நீ மகாலட்சுமி கோவில் பார்க்கணும். அடுத்த தடவை வடக்கே போகும் போது நீயும் வா"

"சார்.. கோவில் எல்லாம் தென்னாட்டில்தான். அங்கே தலம்தான் முக்கியம். பக்தி இயக்கம் இங்கே தானே தோன்றியது?"

என்றெல்லாம் சொன்னால் காது கொடுத்து கேட்க மாட்டார். அவர் என்ன-பொதுவாக எல்லாம் அப்படித்தான். தென்னாட்டில் முதலில் தோன்றியது என்று சொல்லிவிட்டாலே ஏதோ தேசபக்திக்கு முரண் என்பதுபோல நினைக்கிறார்கள். அதென்ன-தேசபக்திக்கும் இந்த வரலாற்று உண்மைகளுக்கும் என்ன சம்பந்தம்-அப்படி எல்லாம் கேட்க முடியாது. சகித்துக் கொள்ள தான் வேண்டும்-வேறு வழியில்லை"

சிவபாலனைப் பொறுத்தவரை வேறு ஒரு விஷயம். அவருக்கு சோதிடம் நன்கு தெரியும்-முறையாக படித்தவர்.

'முத்துக்கறுப்பன் உனக்கு ஏழரை சனி நடக்கிறது. இரண்டரை வருஷம் என்று மூன்று தடவை. மூன்றிலே கடைசி போர்ஷன்-உனக்கு முடிக்கிற சமயம் எனக்கு ஆரம்பிக்கும்.'

"திருநள்ளாறு போகலாமே-வடநாடு எல்லாம் அப்புறம் பாத்துக்கலாம்"

"அதைச் சொல்லலை. திருநள்ளாறு போகலாம். நீ ஒருமுறை இங்கே போய் வா. போனால் தலையிலே தண்ணி ஊத்திக்கலாம். பிறகுதான் கோவில் எல்லாம்."

வழியும் சொல்லித்தந்தார். போக வேண்டிய இடம் பக்கத்தில்தான். ஒரு நாற்பது மைல்தான் இருக்கும். அதுதான் முதலில் போன கிணறு. வேறொன்றும் சொன்னார்...

"மூணு போர்ஷன் உண்டுன்னு சொன்னேனே-அது ஒன்பது பதினெட்டு இருபத்தேழு அப்படின்னு ஊத்திக்கணும் அதாவது நீ இப்ப பதினெட்டு வாளி தண்ணி ஊத்திக்கோ. சனி முடிகிற சமயம் இருபத்தேழு. கடைசியா ஊத்திக்கிற கிணறு இங்கே இல்லை. அதைப் பிறகு பார்க்கலாம்"

வழியும் சொன்னார். இடம் பக்கத்து மாவட்டம்தான். ஒரு மணிநேரப் பயணம்.

அந்த இடம் கடற்கரை பிரதேசமாகயிருந்தது. மனிதவாடையற்று காணப்பட்டது. கிட்டத்தட்ட கைப்பிடிச் சுவரே இல்லாத கிணறு. மணற்கேணியாக இருந்திருக்கவேண்டும். காத்துக்கொண்டிருப்போர் ஒரு நாலைந்து பேர்தாம்.

லுங்கி கட்டிக்கொண்டிருந்த ஒருவன் கிணற்றில் தண்ணீர் இறைத்துக்கொண்டிருந்தான். கைகளால் மிகவும் லாகவமாக வாளியில் தண்ணீர் எடுத்து தரையில் உட்கார்ந்துகொண்டிருந்தவரின்

தலையில் ஊற்றிக்கொண்டிருந்தான். அவன் ஒரு கையாலேயே தண்ணீரை இறைத்துவிடுபவன் போல இருந்தான். அந்தக் கையைக் கூர்மையாக பார்த்தால் அதில் ஆறு விரல்கள் இருந்தன.

கிணற்றின் பக்கத்திலே கூரை போட்டு நீண்ட தாடியுடன், துண்டால் மார்பைப் போர்த்தியவாறு ஒருவர்-அப்படி போர்த்தியிருந்தாலும் முப்புரி நூல் வெளியே தெரியும்படியாக.

எனது வரிசை வந்ததும் நீர் இறைப்பவன் "எத்தனை?" என்று கேட்க பதினெட்டு என்றதும் அவன் மடமடவென வேலையைக் கவனித்தான். இடையிலே பேசவும் செய்தான்.

'நீங்க சாமிகிட்டே பதினெட்டு ரூபாயா அல்லது உங்க இஷ்டப் படியோ கொடுத்துடுங்க. அவரு கைநீட்டி வாங்க மாட்டாரு. கால் பக்கத்திலே வைச்சிடுங்க. குறையைச் சொல்லுங்க-பதில் சொல்ல மாட்டாரு. ஆசிர்வாதம் வாங்கிட்டு வந்துடுங்க' என்று கூறி வரிசையில் நின்ற அடுத்தவரைக் கவனிக்க ஆரம்பித்தான்.

சாமி பக்கம் சென்றேன். உட்கார் என்று சைகை காட்டினார். உட்கார்ந்து பணத்தை அவரது காலடியில் தரையில் வைத்தேன். என்னை உற்றுப்பார்க்கவே, கஷ்டங்களைச் சொல்ல ஆரம்பித்தேன். அலுவலகத்தில் இடமாற்றம், பொருளாதார நெருக்கடி, பிள்ளைகளுக்குக் கல்லூரியில் இடங்கிடைத்தல் போன்றவைதான்.

அவர் தலையசைத்துக்கொண்டார். எங்கேயோ பார்த்தவாறு சிறிது நேரம் இருந்துவிட்டு திரும்பவும் என்னைப் பார்த்தார். அந்தப் பார்வையில் சாந்தம் தெரிந்தது எனக்கு சிறிது நிம்மதி ஏற்பட்டது.

திரும்பவும் தலையசைத்தார். அது எனக்கான உத்தரவு என்று தெரிந்தது. நான் எழுமுன்னர் தனது கைகளை அகலமாக விரித்து எனது தலை மீது வைத்து ஆசீர்வதித்தார். கண்களை மூடிக் கொண்டிருந்தார்.

நான் எழுந்து கிணற்றுப் பக்கம் வந்து தண்ணீர் இறைப்பவனிடம் ஓர் ஐந்து ரூபாய் நோட்டைத் தர அவன் ஆறுவிரல் கையால் வாங்கிக் கொண்டான்.

அவ்வளவுதான் அங்கு நடந்தது.

கிட்டத்தட்ட இதெல்லாம் மறந்துவருகிற காலத்தில், ஒருநாள் சிவபாலன் என்னைக் கூப்பிட்டுச் சொன்னார்.

'முத்துக்கறுப்பன், இப்ப உனக்கு சனி முடிகிற சமயம். எனக்கு ஆரம்பிக்கப் போகிறது. இந்தவாட்டி நீ இருபத்தேழு வாளி தண்ணீர்

ஊத்திக்கணும். ஆனா, ஒரு கஷ்டம். இந்தக் கிணறு கர்னாடகாவிலே இருக்கு. ரயில்லே போய் பஸ் ஏறி அந்த இடம் போகணும். நான் அட்ரஸ் தறேன். கேட்டுக் கேட்டுப் போயிடலாம். கர்னாடகா ஆனாலும் இது இருக்குமிடம் பக்கத்திலேதான். ஒண்ணு மட்டும் கட்டாயம். சனிக்கிழமை மட்டும்தான் அங்கே சாமியார் இருப்பாராம். தண்ணியும் அன்னைக்கு மட்டும்தான் ஊத்துவாங்களாம் அப்படியிப்படி யோசிக்காம போயிட்டு வா-நானும் இனி அலைய வேண்டியதுதான்'.

அவர் தந்த விவரம் இவ்வளவுதான். நான் அதன்படி ரயில் ஏறி கர்னாடகா வந்து, பஸ் ஏறி இந்த இடத்தில் கிணற்றுப்பக்கம் வரிசையில் நிற்கிறேன்.

*

வரிசையில் நின்ற அனைவருமே இருபத்தேழு தடவை ஊற்ற வேண்டியவர்களானபடியால் நேரம் சென்றது. நிற்பது கஷ்டமாக இருந்தது.

எனது முறை வந்த போதுதான் நீர் இறைப்பவனை நெருக்கத்தில் பார்க்க முடிந்தது. லுங்கி கட்டி அரைக்கை சட்டை அணிந்து கொண்டிருந்த அவன் ஏற்கனவே நான் பார்த்த ஆள் அல்ல என்று தெரிந்தது. ஆறு விரல் அடையாளம், அந்தக் கிணற்றில் பார்த்தவனின் தனி அடையாளம். ஏற்கனவே வரிசையில் நின்றவர்களிடம் கன்னடத்தில் சரளமாகப் பேசிக்கொண்டிருந்ததைக் கேட்டேன். அந்த விவரங்கள் தெரியுமாதலால் அவன் பேசும் மொழியும் புரிந்தது.

எனது முறை வந்ததும் நான் ஆங்கிலத்தில் இருபத்தேழு என்று கூறினேன். சொல்வதற்கு முன்பே அறிந்து கொண்டவன் போல் அவன் இறைக்க ஆரம்பித்துவிட்டான். சிறிது சீக்கிரமாகவே முடிந்து விட்டது. கையைச் சாமியார் பக்கம் காட்டினான் - பேசவில்லை.

சாமியார் பக்கம் நான் உட்கார்ந்து இருபத்தேழு ரூபாயைக் காலடியில் வைத்தேன். அவர் உடனேயே "என்ன நச்சத்திரம்?" என்று கேட்கவே எனக்கு வியப்பு. சொன்னேன். கஷ்டங்களையும் சொன்னேன். நீண்ட தாடியை உருவிய வண்ணம் அண்ணாந்து பார்த்து கண்களைச் சிறிது நேரம் மூடிக்கொண்டிருந்தார். பின்னர், சாந்தத்துடன் என்னைப் பார்த்து தலையசைத்தார். தனது கைகளை அகல விரித்து எனது உச்சந்தலையில் வைத்து ஆசீர்வதித்தார். எழுந்து கைகூப்பினேன்.

அவர் கைகளை விரித்து தலையில் அழுத்தி என்னை ஆசீர்வதித்த போது அதில் ஏதோ ஒரு வித்யாசம் இருந்ததாக எனக்குத் தோன்றியதால், திரும்பவும் அவரைப் பார்த்தேன். அவரது கையில் ஆறு விரல்கள் இருந்தன.

திரும்புகையில் தண்ணீர் இறைத்துக்கொண்டிருந்தவனிடம் ஐந்து ரூபாய் என்று எதுவும் தரவில்லை ஊர் திரும்பியதும் சிவபாலனிடமும் எதுவும் சொல்லவில்லை. ■

ஜேம்ஸ் டீனும் செண்பகராமன் புதூர்க்காரரும்

தமிழ்ப் படங்கள் பிரபலமாகி வந்தகாலத்தில் அங்கே செண்பகம் ராமன் புதூரில் அஞ்சலகம், பள்ளிக்கூடம் எதுவும் இருக்கவில்லை படம் பார்க்க ஏழெட்டு மைல் நடக்கவேண்டும். மோட்டார் வண்டி ஓடும் சாலையை அடையவே நாலைந்து மைல். ஏறக்குறைய ஒரு நாள் முழுவதும் ஆயத்தம் செய்யப்படும். இரண்டு மூன்று குடும்பங்கள் சேர்ந்தாற்போல் கிளம்புவதுதான் வழக்கம் காலையில் சிறுவர்கள் துணி துவைத்துக் காயப்போட்டு விடுவார்கள். அன்று மாலை செல்லப்போகிற மகோன்னத இடம் பற்றிய விவரங்களை மற்றவருக்கு பறைசாற்றுவதில் நேரம் போகும் பெரும்பாலும் அது அறுவடை முடிந்த மாதமாகவிருக்கும். இரவில் அங்கு சாதாரணமாக சோறு பொங்குவது கிடையாது. தண்ணீர் ஊற்றிய மதியச்சோறுதான். பெண்டுகள் வேறு வேலைகளைக் கவனித்துவிட்டுக் கிளம்புவார்கள். கிழவிகள் வருவதில்லை. அப்படி அவர்கள் வருவதாக விருந்து, புது மணமக்கள் யாராவதிருந்தாலோ, வில்வண்டி அமர்த்தப்படும். சிறுவர்கள் ராஜநடை போட்டு முன்னால் நடக்க, பெண்கள் பேசிக் கொண்டே தொடர்வார்கள். செண்பகராமன்புதூர் நாச்சியாரம்மாளின் மூத்தமகளை கோட்டாறு மயிலேறும் பெருமாள் பிள்ளையின் மகனுக்குத்தான் கொடுத்திருக்கிறது. அவன்தான் டிக்கெட் கொடுப்பது. அங்கே நின்று பேசி விசாரித்து, “அத்தைட்ட ஏதாம் சொல்லும்?” என்று கேட்டுவிட்டுத்தான் உள்ளே செல்வார்கள் படம் ஆரம்பித்திருக்கும். சிறுவர்கள் பெரும்பாலும் நின்று கொண்டேதான் படம் பார்ப்பது. வண்டியில் சென்றால் வண்டிக்காரருக்கும் டிக்கெட் வாங்கிக்கொடுப்பார்கள். அவர் உள்ளே போனதுமே துண்டைத் தரையில் விரித்து ஆடுவார் பெண்களுக்கும் தரைதான். ஆனால் தனியிடம். சாமிகள் தோன்றும் போதும் தீபாராதனை காட்டப்பெறும் போதும் திரை அவர்களால் கும்பிடப்படுவதுண்டு. அப்போது அரங்கில் நிசப்தம் நிலவும். மற்ற காட்சிகளில் தாங்கள் விட்டுப்போன ஊர்ச் சங்கதிகளைப் பேசு வார்கள். அசுவத்தாமாவும், பாகவதரும் பின்னர் கண்ணாம்பாவும் பேசப்பட்டனர். இளைஞர் சிலர் சின்னப்பா, பாலையா பற்றித் தெரிந்து வைத்திருந்தனர்.

சுதந்திரம் வந்த பின்னரும் நிலைமை மாறிவிடவில்லை. ஓர் அஞ்சலகம் ஏற்பட்டது. சிறுவர்கள் படிக்க ஆரம்பித்திருந்தனர். சிலர் உயர் படிப்பிற்கு பக்கத்து டவுன் சென்றனர். அந்த ஊரை விட்டுப் போனவர்களும் அங்கு திரும்பி வராமலிருந்தவர்களும் உண்டு.

அதிசயம்-அந்த ஊரிலும் விவசாய நாகரீகம் மாறிவிட்டது பாருங்கள்.

*

ஆண்டிப்பிள்ளை சினிமா பார்த்தது கிடையாது. செண்பகராமன் புதூரிலுள்ள சிறு கோவிலை கவனித்துக்கொண்டார். நேராக கைலாசத்திலிருந்து இறங்கிவந்ததுபோலப் பேசுவதுண்டு. சில திருமணங்களை நடத்திவைத்துள்ளார். காசு எதுவும் வாங்குவ தில்லை. சாப்பாட்டுக்கு நெல் வந்தது. பையன் வயலையும் தோப்பையும் கவனித்துக்கொள்கிறான். இனி சும்மாயிருப்பதே சுகம் என்று சொல்லிக் கொண்டிருந்தவருக்கு கிராமத்து அஞ்சல் அதிகாரி பொறுப்பு வந்தது. வீட்டிலிருந்துகொண்டே அதைக் கவனித்துக்கொள்ளலாம். அவர் வீடுதான் அஞ்சலகம். விட்டுவிட மனதில்லை. நேரமும் நன்றாகப் போகும். நாலு காசும் உண்டாக்கலாம். இந்தியாவில் வேறு என்ன கிடைக்கும் ஏற்றுக்கொண்டார். ஊருக்கு வரும் ஏழெட்டுக் கடிதங்களை அவர் வீட்டுக்கு வந்துதான் பெற்றுக்கொண்டார்கள். மணியார்டர் எப்போதாவது அஞ்சலட்டை விற்பதோடு எழுதியும் தர வேண்டியது அவசியம். படித்துக்காட்ட வேண்டியது இன்றி யமையாத காரியம். செண்பகராமன்புதூர் இசக்கி முத்துப் பிள்ளையும் வெள்ளமடத்திலிருக்கும் அவர் மைத்துனரும் அஞ் சலட்டை மூலம் நடத்திக் கொண்ட சண்டையில் ஆண்டி பிள்ளையின் பங்கு சிறிதுதான். ஆனால் பெரிது படுத்தப்பட்டது. சமாதானம் பண்ணிவைக்கப் பார்த்தார். நடக்கவில்லை வெள்ளமடத்துக்காரர் செண்பகராமன் புதூர் வந்து தெருவில் நின்று, ஒரு குறிப்பிட்ட விலங்கின் பெயர் சொல்லி, அதற்குப் பிறந்தவனே என்று நாலுபேர் அறிய கேட்டபின் எதுவும் ஏலாது போயிற்று. ஆண்டிப் பிள்ளை இனி யாருக்கும் கடிதம் எழுதித் தர மாட்டேன் என்று முடிவெடுத்தார்.

ஐம்பதுகளின் மத்தியில் அவர் பெயரைத் தட்டச்சு செய்து வந்தது ஒரு கடிதம். செண்பகராமன் புதூரைப் பொறுத்தவரை அது அசாதாரணம். அது அமெரிக்க நாட்டில் இருந்து வந்திருப்பது இன்னொரு விசேடம். மிகவும் பதவிசாக ஊர்ப் பெயர் போட்டு தென் இந்தியா என்றும் குறிப்பிட்ட அந்த முகவரி ஆண்டி பிள்ளைக்குத்தான்.

கடிதத்தைப் பிரிக்காது நெடுநேரம் அதைப் பார்த்துக்கொண்டிருந்தார் பிள்ளை . தட்டச்சில் அவரது பெயர் பளபளத்தது. பிரிப்பதற்கு முன்னரே நாலைந்து பேரிடம் காட்டியாயிற்று. பிரிப்பதிலும் ஒரு தயக்கம் உண்டு. எப்படியும் கடிதம் ஆங்கிலத்தில் தான் இருக்கும் நாலு பேர் முன்பு பார்த்தால் இசகுபிசகான கேள்விகளைத் தவிர்க்க முடியாது. ஆங்கிலத்தில் பெயர்ச் சொற்களைத் தவிர மற்றவை சிரமத்தைக் கொடுக்கின்றன. மாலையில் டவுன் போகப் போகிறோமே, அப்போது பார்த்துக்கொள்ளலாம் என்றிருந்து விட்டார்.

அந்தக் கடிதம் “அன்புள்ள ஐயா” என விளித்து மிக அழகாக தட்டச்சில் பொறிக்கப்பெற்று விளங்கியது. டவுன் நண்பர் முழுமையாகப் படித்து காட்டினார்.

ஆறேழு பக்கங்கள் கொண்ட அக்கடிதம் சற்றேறக்குறைய பின்வருமாறு மொழிபெயர்க்கப்படலாம்.

எனது பெயர் ஹாப்மன். இங்கே கலிபோர்னிய மாநிலத்து ஒஹாய் பள்ளத்தாக்குப் பகுதியைச் சார்ந்தவன். முகவரியை மேலே காண்பீர்கள். வார்னர் பிரதர்ஸ் படத் தயாரிப்பு நிறுவனத்தில் பணியாற்றிக் கொண்டிருக்கிறேன். எங்கள் ஊரான ஒஹாய் கிராமத்திற்கு வாரந்தோறும் செல்வதுண்டு. அங்கே உங்கள் பகுதியைச் சார்ந்த ஸென் புத்த சமய துறவி ஒருவர் (அவரை அப்படித்தான் நான் கருதுகிறேன்) தங்கி பிரசங்கங்கள் புரிவார் அதைக் கேட்க அமெரிக்கர்களே தங்கள் நாட்டைச் சேர்ந்த பலரும் கூடுவார்கள். அந்த இடத்தில் அப்படி வந்தவர்களில் ஒருவரை நான் சந்தித்திருக்காவிட்டால் இந்தக் கடிதத்தைத் தங்களுக்கு எழுதியிருக்க முடியாது.

அவர் பெயர் சிவசங்கரன் முத்துக்கறுப்பன். தங்களது ஊரைச் சேர்ந்தவர். செண்பகராமன் புதூரின் இயற்கை அமைப்பு பற்றியும் குணாதிசயங்கள் பற்றியும் நிறையவே கூறியிருக்கிறார். (தங்களது ஊரின் பெயரை சரியாக உச்சரிக்கக்கூட நான் தகுதியற்றவன் பம்பாய், ஆக்ரா, டில்லி போன்ற பெயர்கள் போன்றதல்ல அது).

மலையும் வயலும் சார்ந்த உங்கள் பிரதேசத்தில் விவசாய அறிவு திறன் கொண்டோர் மிக அதிகம் என்றாலும், எழுதப்படிக்கத் தெரிந்தவராக தங்களைப்போன்ற இரண்டொருவர்தாம் உண்டு என்றும் கூறியுள்ளார். அப்படிப்பட்ட ஊரில் இருந்து வந்த திரு முத்துக்கறுப்பன் தான் எனக்கு பிரஞ்சு மொழி கற்பித்தார். என்

பிள்ளைகளுக்கும் அவர்தாம் ஆசிரியர். அவ்வாறு பலருக்கும் அவர் ஆசிரியராக ஆனபோது எனது வீட்டின் அறையொன்றை ஏற்பாடு செய்து கொடுத்தேன்.

முத்துக்கறுப்பன் செண்பகராமன் புதூரிலிருந்து பாண்டிச்சேரி என்ற பிரஞ்சு பகுதிக்கு வந்து அங்கே தனது இளமைக்காலத்தை கல்வியில் கழித்ததாகத் தெரிகிறது. பிரஞ்சு மொழியை மிகவும் சரளமாகக் கையாளுபவர். அங்கிருந்து பாரிஸ் செல்ல அவருக்கு ஒரு வாய்ப்புக் கிடைத்து இரண்டு வருடங்கள் அங்கே தங்கி பின்னர் இங்கே வந்திருக்கிறார். தங்களுக்கு இது தெரிய நியாயமில்லை என்று கருதுகிறேன்.

உங்கள் நாட்டைச் சார்ந்த ஸென் துறவியைப் பற்றிக் குறிப்பிட்டேன் அல்லவா. அவரது பிரசங்கங்களிடையே சந்தித்தபோது, முத்துக் கறுப்பன் அந்தத் துறவியிடம் கேட்ட கேள்விகளையும், பதில்களை உள்ளடக்கிக்கொண்ட எதிர்க்கேள்விகளையும் குறித்து நெடுநாள் பேசிக்கொண்டிருந்திருக்கிறேன். பின்னாளில் அந்தப் பிரசங்களுக்குச் செல்வதை முத்துக்கறுப்பன் நிறுத்திவிட்டாலும், என்னுடன் பேசுவதைத் தவிர்க்கவில்லை. சனி-ஞாயிறு நாள்களில் தவறாது ஓஹாய் செல்வது வழக்கம்.

நான் பணியாற்றிவந்த நிறுவனம் தயாரித்த படமொன்றில் நடித்தவர் ஜேம்ஸ் டீன். அந்த நடிகரைப் பற்றி நீங்கள் அறிந்து கொண்டிருக்கிறீர்களா என்று தெரியாது. இந்த நூற்றாண்டின் சிறந்த நடிகர் என்று சிலர் கூறுகிறார்கள். இரண்டு நாள் முன்பு அவர்-ஜேம்ஸ் டீன் காலமாகி விட்டார். ஒரு கார் விபத்தில்.

நான் ஜேம்ஸ் டீன் பற்றி தங்களுக்கு எழுதுவது குறித்து வியப்படையக் கூடும். அதற்கு ஒரு காரணம் உண்டு. இந்த ஜேம்ஸ் டீன் போலவே முத்துக்கறுப்பன் அவர்களும் இரண்டு நாள் முன்பு ஒரு விபத்தில் காலமாகிவிட்டார்.

ஐயா - முத்துக்கறுப்பன் தமது டைரியில் குறிப்பிட்டுள்ளபடி தங்களது முகவரியைக் கண்டு, அவர் தங்களைப் பற்றி கடைசி நாளில் என்னிடம் சொன்னபடி இதை எழுதுகிறேன்.

“ஈடனின் கிழக்கு” என்ற ஜேம்ஸ் டீனின் படத்தைப் பார்த்துவிட்டு முத்துக்கறுப்பன் “இந்தப் படத்துக்குப் பிறகு இந்த டீன் சினிமாவில் நடிக்கக்கூடாது” என்று சொன்னது எனக்கு ஒரு வகையில் வியப்பைத் தரவில்லை. இவ்வாறு அவர் சொன்னதைப் போல் இப்படி பகிரங்கமாகக் கூற முடியாவிட்டாலுங்கூட

காரணமில்லாமலேயே எனக்கும் அதே அபிப்ராயம் இருந்தது வேறொன்றும் அவர் கூறியது உண்டு. "இந்த ஜேம்ஸ் டீன் நட்சத்திரங்களைப் பார்த்துக்கொண்டிருக்கும் ஆள்" என்பதுதான் அது. எனக்கு மிகுந்த வியப்பை அளித்த வாசகம். ஏனெனில் இதேபோன்று ஸ்டுடியோவில் ஒரு நாள் ஜேம்ஸ் டீனும் இதைக் கூறியிருக்கிறார். ஒரு பிரமிப்பான நிலையில் எனக்கு இந்த இருவரையும் அறிமுகம் செய்துவைப்பது நல்லதெனத் தோன்றியது. அவ்வாறு நடந்து சுமார் ஒரு மணி நேரம் அவர்கள் - முத்துக்

கறுப்பனும் ஜேம்ஸ் டீனும் சுமார் ஒரு மணி நேரம் தனியாகப் பேசிக்கொண்டிருந்தனர். அதன் பிறகு கடைசிவரை இருவரும் பேசிக்கொள்ளவோ பார்த்துக்கொள்ளவோ இல்லை. ஜேம்ஸ் டீன் விபத்தில் உயிர் துறந்தபோது 'அசுரன்' என்ற படத்தில் நடித்துக்கொண்டிருந்தார். அந்தப் படம் இன்னும் வெளிவரவில்லை.

ஒஹாய் கிராமத்தில் இருக்கும்போது வேறு சிலவற்றையும் முத்துக்கறுப்பன் கூறியிருக்கிறார். அவை நான் கேட்ட சில கேள்விகளுக்குப் பதிலாக அமைந்தன. ஆனாலும் ஜேம்ஸ் டீனிடம் என்ன பேசினார் என்கிற விவரம் தெரியவில்லை.

"இந்த ஜேம்ஸ் டீன் வானவெளியில் மிதந்துகொண்டிருக்கிற மனிதன். இனி நடிக்கவேண்டியது கிடையாது"

வானவெளியில் கலத்தல், நட்சத்திரங்களைப் பார்த்தல் எல்லாம் எனது அறிவிற்கு அப்பாற்பட்ட விஷயம் என்று சொல்ல வேண்டும் அதைப் பற்றியும் சிறிது சொன்னார்.

"இதையெல்லாம் புரிந்துகொண்டுதான் ஆகவேண்டும் என்பது கிடையாது. அப்படிப்பட்ட விஷயங்களாக சில இருந்துகொண்டு தானிருக்கும். நூறு ஆண்டுகளுக்கு முன்னர் எங்கள் பிரதேசத்தில் ஒரு ஞானியால் இதுபற்றித் தெளிவாகச் சொல்ல முடிந்திருக்கிறது. சமீபத்தில் ருஷ்யக்கவிஞன் ஒருவனும் இதுபற்றி கொஞ்சம் பாடிவிட்டுச் செத்துப் போனான். எப்போதாவது யாராவது எங்கோ அவ்வாறு ஆகிக் கொண்டுதான் இருக்கின்றனர் இதற்கெல்லாம் அந்த நாடு- இந்தப் பிரதேசம் என்று கிடையாது அல்லவா?"

மேற்படி விவரங்கள் எனக்கு மட்டுமே தெரியும். ஆனால் அலெக் கின்னஸ் என்ற பிரிட்டிஷ் நடிகர், "இந்தக் காரில் பயணம் செய்யாதீர்கள்" என்று ஜேம்ஸ் டீனிடம் சொன்னது மட்டும் பத்திரிகை மூலமாகப் பலருக்கும் தெரிந்திருக்கிறது.

கார் விபத்தில் ஜேம்ஸ் டீன் காலமாகி விட்டார். இதை முத்துக்கறுப்பனிடம் தெரிவித்தபோது, அவர் என்னிடம்

சொன்னதுதான் நான் இந்தக் கடிதத்தைத் தங்களுக்கு எழுத மூல காரணம். அவர் கூறியது:

“நான் எங்க ஊர் ஆண்டிப்பிள்ளையிடம் ஆறு ரூபாய் கடன் வாங்கிக் கொண்டு பாண்டிச்சேரி புறப்பட்டுச்சென்றேன். இதுநாள் வரை அதைப் பற்றிய நினைவு இல்லாமலேயே இருந்துவிட்டேன் என்ன காரணம் என்று தெரியவில்லை. இப்போது ஜேம்ஸ் டீன் பற்றி நீங்கள் சொன்னது அதை நினைவூட்டுகிறது. நான் பெற்ற கடனைத் திருப்பிச் செலுத்தவேண்டும். அதற்குரிய நாள் இது” என்று கூறி அவரது டைரியை என்னிடம் தந்து, “நான் வெளியே போகிறேன்” என்று சொல்லிவிட்டுச்சென்றவர்தாம். விபத்தில் காலமானது பின்னர் தெரிந்தது.

ஐயா - முத்துக்கறுப்பன் அவர்கள் தமது டைரியில் குறிப்பிட்ட முகவரிக்கு இதை நான் எழுதுகிறேன். இக்கடிதம் கிடைத்தவுடன் பதில் எழுதுங்கள். இங்கே ஒரு ஜோடி ஆடை உள்ளது. தவிர வேட்டி என்று முத்துக்கறுப்பன் அவர்களால் அழைக்கப்பட்ட இரு ஆடைகளும் உள்ளன அந்த வேட்டியை இடுப்பில் சுற்றிக்கொண்டு ஒஹாய் கிராமத்தில் நடந்துவந்ததை என் பிள்ளைகள் முதலில் அதிசயத்துடன் பார்த்து பின்னர் பழகிவிட்டனர். அவற்றை எல்லாம் தங்களுக்கு அனுப்பிவிடலாமா என்பதை அருள்கூர்ந்து தெரிவியுங்கள்.

வேறு எதையும் எழுத எனக்குத் தெரியவில்லை”

*

“அட நம்ம சிவசங்கர அண்ணாச்சி மகனா” என்று ஒருகணம் நினைவில் ஆழ்ந்தார் ஆண்டிப்பிள்ளை. கடிதத்தில் கூறப்பட்ட பழைய கால விஷயங்கள் ஞாபகத்தில் இல்லாது போகவும், ஒரு கணம் கடுங்கோபம் ஏற்பட்டது. “இருந்திருந்து எழவெடுப்பான் கிழிஞ்சவேட்டியைத் தானா இங்க அனுப்பணும். பூசை செய்யவா?”

முனகிக்கொண்டபோது, “என்ன அண்ணாச்சி- கடிதத்துக்கு பதில் அனுப்பனும் இல்லையா?” என்று நண்பர் விசாரித்தார். ஆனால் அதற்கான அஞ்சல் தலையின் விலையைக் கணக்கிட்டுப் பார்த்தால் கதிகலங்கிற்று.

எனவே. கடிதத்தைச் சுருட்டி மடக்கியவாறே நண்பரிடம் விடைபெற்று செண்பகராமன் புதூர் சாலையில் மெதுவாக நடக்க ஆரம்பித்தார். கிட்டத்தட்ட ஊர் எல்லையில் அதைக் கிழித்து வீசி எறிந்தார். ■

முதற்தீ எரிந்த காடு

காலை நான்கு மணிக்கே அங்கு சென்றுவிட முடியும். காப்பி கிடைக்கலாம். குளிப்பதற்கு வெந்நீர்வேண்டும். மூன்று பேரில் ஒருவருக்கு கணக்கிலடங்காத நோய்கள். அறையொன்று தேடிப் பிடித்து, குளித்துவிட்டு கோவில் - ஊர் எல்லாவற்றையும் பார்த்து அங்கிருந்து திரும்பும் வழியில் பக்கத்து ஊர் வந்து பகலுணவு சாப்பிட்டுவிட்டு மாலையில் அம்பலவாணரைக் கும்பிட்டு இரவு சென்னை திரும்ப வேண்டும்.

இதுதான் முறைப்படி போட்ட அட்டவணை. அதன்படியே எல்லாம் நடந்தேறிவிட்டது. காலை நாலரை மணி இருக்கும் சென்னை விரைவு வண்டி அங்கே நிற்காது. மாயவரம் சென்றுவிடும். நடத்துநரிடம் கேட்டுக் கொண்டபடியால், வண்டி நின்றது. நன்றி சொல்லிவிட்டு இறங்கினால் எதிரிலேயே ஒரு காப்பிக்கடை. அதோடு சேர்ந்து வீடு. பின்கட்டில் குடியிருப்புகள் இருக்கலாம். கடைக்குப் பக்கத்தில் நின்றுகொண்டிருந்தாள், ஒரு முதிய பெண்மணி. "சுடு தண்ணி வேணுங்களா இங்கேயே குளிச்சுடலாம்" என்று சொல்லவும், மூவரில் மூத்தவரான நடராசன் அந்த அம்மாளுக்கு ஒரு கும்பிடு போட்டுவிட்டு ஒருதடவை திருத்தணி போய் பச்சைத்தண்ணீரில் குளித்துவிட்டு தலையைக் கூட துவட்ட முடியாத நிலையில் உடல் நடுங்கிக் கொண்டு வந்திருந்த மருந்தை அந்தக் குளியலறையில் இருந்துகொண்டே சாப்பிட்டவர்.

குளியல் பிரச்சனை தீர்ந்தது. மூவரில் தட்சிணாமூர்த்தி இளையவன், மார்கழி, தை, சித்திரை, வைகாசி எல்லாம் அவனுக்கு ஒன்றுதான் அப்படியும் ஓர் ஆள் உடனிருக்கவேண்டும். ஊர் விட்டு வந்து வேறிடத்தில் படுத்துக்கொண்டால், பண்டுவம் யார் பார்ப்பது?

தட்சிணாமூர்த்தியை அப்படியெல்லாம் மட்டும் சொன்னால் போதாது. அவன் சுத்த சைவம். எல்லா சிவன் கோவில்களையும் பார்த்தாகி விட்டது. ஸ்தல புராணங்கள் யாராவது சொன்னால் அந்தக் கோவிலுக்குச் செல்லும் வழியைக் கேட்டுத் தெரிவான். ருசிகரமான இன்னொரு விஷயம் அவன் கையோடு கொண்டுவரும் உணவுப் பண்டங்கள். சாதாரணமாக ஹோட்டலில் சாப்பிடுவதையோ, தங்குவதையோ விரும்ப மாட்டான். சில கோவில்களுக்குச் செல்லும் போது சென்னையிலுள்ள ஆதீன அலுவலகக் கடிதம் மூலம்

அறிமுகம் செய்துகொண்டு மடத்துச் சாப்பாடே கிடைக்கும்படிச் செய்வான்.

நடராசன் மாமிசப் பட்சிணியானாலும் அதெல்லாம் சில குறிப்பிட்ட நோய்க்கு அந்தச் சாப்பாடு அவசியமிருப்பதால் அப்படி - மற்றபடி தமக்கு அதில் இஷ்டமில்லை என்பார். நோய்களைக் கிரகங்கள் ஆட்சி செய்தால் அந்தந்த நோய்க்கு தகுந்தாற்போல கிரகங்களின் இருப்பிடம் கோவில்களுக்குச் சென்று வணங்குவார். ஆனால், அவர் தம் நோய்களைக் கணக்கில் கொண்டால், கிரகங்களின் எண்ணிக்கை அற்பம். எல்லாவற்றிற்கும் மேலாக போன வாரம், அவர் படுத்துக் கொண்டிருக்கும் போது இசைக்கேடான இடத்தில் ஒரு பல்லி விழுந்து, பலன் பார்த்ததில் வயிறு கலங்கிற்று. இரத்தக் காயத்திற்கும் செவ்வாய் கிரகத்திற்கும் சம்பந்தம் உண்டு. எனவேதான் இந்த ஊர் விஜயம்.

இந்த மூவரில் முத்துக்கறுப்பன் வந்திருக்கவேண்டிய அவசியம் மற்றவர்களுக்குத் தெரியாது. அவன் மற்ற இருவரையும் போல சிவ பூசனை செய்பவனல்லன். சொல்லப்போனால் கடவுளை சிந்திக்கும் மாட்டான். நிந்திக்கவேண்டுமானால் ஒன்று இருந்தாக வேண்டுமல்லவா? ஆனால் இந்தக் கோவிலுக்குப் போகப்போவதாகச் சொன்னதும், தானும் வருவதாகச் சொன்னான். ஒரு வகையில் இந்த முத்துக்கறுப்பன் கோவில்கள் பற்றிய வரலாறுகள் அனைத்தும் அறிந்த பண்டிதன். ஆவுடையார் கோவிலுக்குப் போக மற்ற இருவருக்கும் எண்ணம் வந்ததே இவன் சொன்ன சில விவரங்களால்தான். ஆனால் உடன்வர மறுத்தான். இப்போது இந்தக் கோவிலுக்குப் போவதாகச் சொன்னதும், தானும் வருகிறேன் என்று புறப்பட்டுவிட்டான் - அதிசயம்தான்.

கடைப்பக்கத்திலுள்ள ஓர் இருக்கையில் மூவரையும் உட்காரச் சொல்லி விட்டு, அவர்கள் குளிக்க வெந்நீர் ஏற்பாடு செய்துவிட்டார், அம்முதிய பெண்மணி. அரைமணி நேரத்தில் எல்லாம் முடிந்துவிட்டது. குளித்தவுடன் கிடைத்த காப்பியும் நன்றாகவே யிருந்தது. வேட்டி மாற்றிக் கொண்டு மூவரும் வெளிவருகையில் பளபளவென விடியத் தொடங்கியிருந்தது. கொண்டுவந்த பைகளை அவ்வீட்டிலேயே விட்டிருந்தனர். பணந்தர முயற்சித்தபோது 'போகும்போது தந்தால் போதும்' என்று அந்த அம்மாள் சொல்லிவிட்டாள்.

எனவே, அறை தேடி அலையும் பிரச்னை இல்லை. மெதுவாக நடந்து சென்றனர். சிகரெட் வாங்க முத்துக்கறுப்பன் முயன்றபோது

நடராசன் தடுத்துவிட்டார். 'மடத்திற்குச் சென்று கொண்டுவந்த கடிதத்தைக் காட்டிவிட்டு அப்புறம் கோவில் செல்லலாமே' என்று தட்சிணாமூர்த்தி சொன்னதையும் 'வேண்டாம்' என்று மறுத்தார்.

"நேரா கோவில் - மற்றது எல்லாம் அப்புறம்"

முத்துக்கறுப்பன் வழிகாட்டினான். சென்னையை விட அந்த ஊர் பழக்கப்பட்டது போல் நடந்தான். கோவில் தூரமில்லை. சொல்லப் போனால், அது ஒன்றுதான் அடையாளம் தெரிகிற இடம். "இங்கே சோதிட சாத்திரம் பாக்கலாம்" என்று ஓர் இடத்தைச் சுட்டிக்காட்டினான். நடராசன் யோசித்துவிட்டு, சிறிது நேரம் அந்த இடத்தையே பார்த்தார். 'சாதகம் கொண்டு வரலையே' என்று வருத்தப்பட்டார்.

"தேவையில்லை - ஒரு விரல் ரேகை போதும்"

"அதெப்படி - கிரகபலன் கண்டுபிடிக்க வேண்டாமா என்ன - நாளும் நேரமும் தெரியணும் - இது ரேகை சாத்திரம் இல்லை."

"இல்லே சார். நீங்க கைரேகை கொடுக்கறீங்க - அங்க ஏடு தேடிக்கண்டுபிடிச்ச பலன்களைப் படிப்பாங்க - முன்பின் சென்மங்க எல்லாம் தெரியும்."

"அப்படித்தான் கேள்விப்பட்டிருக்கேன் அப்ப, ஜாதகம் வேண்டாங்கறியா?"

"எதுமே வேண்டாம் - கொஞ்ச நேரம் உங்கிட்ட பேசிக்கிட்டிருந்தா நானே சொல்லிடுவேன் எல்லா பலனும்."

"இதுதானே வேண்டாங்கறது - அப்பா பேரு அம்மா பேரு கூடவா சொல்ல முடியும் - அதுவுமா ஏட்டிலே இருக்கும்?"

"ஏட்டிலே தானாக எப்படியிருக்கும் - எழுதி வைச்சாத்தான் இருக்கும் - இல்லே. மனசிலேயாவது அழியாம எழுதி வச்சிருக்கணும்"

கோவில் எதிராக வந்து நின்றபோது இவர்களை காலை வண்டியிலேயே கவனித்துவிட்ட பூசனைப் பொருள் வியாபாரி அருகே வந்து நின்றான்.

இரண்டு தட்டு வாங்கிக்கொண்டனர். முத்துக்கறுப்பன் "வேண்டாம்" என்று சொல்லிவிட்டான்.

"ரொம்ப பழைய கோவில்" என்றார் நடராசன். அவர் இங்கு வருவது இதுதான் முதல் தடவை. தட்சிணாமூர்த்தி இவ்வாராய்ச்சிகளுக்கு அப்பால் - கும்பிடு போடுவதோடு சரி.

"இன்னும் நேரமாகல்லே. கொஞ்சம் இப்படி நிற்கலாம்" என்று நடராசன் கூறவும், எல்லாருமாக கோவிலின் எதிர்த்தெரு முனையில் சென்று நின்றனர்.

"அப்போ, இந்த நாடி சாத்திரம் எல்லாம் வெறும் பம்மாத்து தானா" என்று நேரடிக்கேள்விக்கு வந்தார் நடராசன்.

"சார் - நாம உண்மையா நம்பற சில விஷயங்க கூட வெறும் பம்மாத்துதான். நம்பணுங்கற ஆசை - சில சமயம் வெறி உள்நோக்கம் ஒரு ஐயாயிரம் வருசமா இருந்துகிட்டிருக்கிற எண்ணம். அது நம்ம ரத்தத்திலேயிருக்கு - நம்பறதுக்கு காரணம் இருந்தா, அதை பம்மாத்துன்னோ மோசடின்னோ எப்படிச் சொல்ல முடியும்?"

"ஆசைதான் காரணங்கிறே நம்பறதுக்கு இல்லையா?"

நடராசன் சில விஷயங்களில் பேச்சை விடாது பேசுவார். சலிக்க மாட்டார். ஆனால் முத்துக்கறுப்பன் அவர்கள் நின்றுகொண்டிருந்த இடத்தின் ஒரு குறிப்பிட்ட பகுதியையே பார்த்துக்கொண்டிருந்தான்.

"என்ன சார் போவோமோ" என்று மெதுவாகக் கேட்டான் தட்சிணாமூர்த்தி.

"ஆமாமா போலாம்" என்று நடராசன் சொல்லவும் மூவரும் அந்தக் கோபுரத்தைப் பார்த்தவாறே கோவிலுக்குள் நுழைந்தனர்.

*

பரந்து கிடந்த அந்தக் கோவில் பிரகாரங்கள் வழி நீண்டு செல்ல நடராசன் அதிசயித்தார். கால பூசனை முடிவுறவில்லை. கும்பிட்டு விட்டு, மூலவறையில் பிரகாரத்தை சுற்றும்போது, நடராசன் அங்கிருந்த மூன்று வித்யாசமான அளவுகொண்ட இலிங்கங்களைக் கண்டார். முத்துக்கறுப்பன் அப்பகுதியின் மேலுள்ள சுவரெழுத்து களைக் கவனித்துப் பார்த்தான். அவன் ஏற்கனவே இவைகளை யெல்லாம் கண்டிருக்க வேண்டும்.

முத்துக்குமரனையும் கும்பிட்டாயிற்று. சுற்றுப்பிரகாரத்திலிருந்த நவக்கிரகங்களையும், செவ்வாய்க்கென இடம் பெற்ற சந்நி தானத்தையும் நடராசன் பயத்துடன் கும்பிட்டுக் கொண்டார்.

அக்கணமே அவருடைய நோய் ஒன்றின் குணம் தென்பட்டது.

கோவிலின் பிரசாதமான உப்பையும் வாங்கிக்கொண்டார்.

வெளியே வந்த போது, முத்துக்கறுப்பன் அங்கே வரிசை பெற்றிருந்த நபர்களில் ஓர் ஆண்-ஒரு பெண் இருவருக்குமாக சில நாணயங்களை அளித்தான்.

நடராசன் மூன்று கேள்விகளை தொடர்ந்து கேட்க நினைத்திருந்தார். பிச்சை போட்டுவிட்டு முத்துக்கறுப்பன் விடுவிடுவென நடந்து கோவிலுக்கு எதிராக, முன்னர் எல்லோருமாக நின்று கொண்டிருந்த எதிர்த்தெரு முனையில் போய் நின்றான். அந்த இடத்தின் தரையைச் சுற்றுமுற்றுமாகப் பார்த்தான்.

நடராசன் இப்போது நான்கு கேள்விகளைக் கேட்க நினைத்தார் தட்சிணாமூர்த்தி மெதுவாக "என்ன சார் பலகாரம் சாப்பிட்டு விடலாமா" என்று கேட்டான். இருவரும் முத்துக்கறுப்பன் பக்கம் வந்து நின்றனர்.

முத்துக்கறுப்பன் நகரவில்லை. நின்றவிடத்தையும் அந்தப் பிச்சைக்காரர்களையும் பார்த்துக்கொண்டிருந்தான். ஆயாசம் தீர நடராசன் கொஞ்ச நேரம் கோபுரத்தையும் வானத்தையும் பார்க்க, தட்சிணாமூர்த்தி வருவோர் போவோரில் மடத்து ஆட்கள் தென்படுவார்களா என்று கவனித்துக்கொண்டான். கூட்டம் அதிகமில்லை.

"அப்ப, இந்த சோதிடம் பாக்கணுமா வேண்டாமா – சொல்லு" என்று கேட்டார் நடராசன் திரும்பவும்.

"பாருங்களேன் - ஒரு வேளை அதுக்கு இன்னும் ஒரு மணிநேரம் கழிச்சுத்தான் நீங்க அங்க போகணும்னு இருக்குதோ என்னவோ"

"அதென்னது?"

"ஆமா சாத்திரத்திலே உங்க சென்மங்க எல்லாம் சொல்லி இந்த நாளைக்கு இந்த நேரத்திலே வந்து சோதிடம் பாப்பீங்க அப்படிங்கற செய்தியும் இந்த ஓலையிலேயேயிருக்கும்"

நடராசன் மகிழ்ச்சியுடன் அதிர்ந்துபோய்விட்டார். இது ஒரு செய்திதான் அவருக்கு. உடனேயே பார்க்க முடிவு எடுத்தார்.

"அறுபது ரூபா வரைக்கும் ஆகலாம் - அதுவும் ஒரு காண்டம் தான்" என்றான் முத்துக்கறுப்பன். யோசனை செய்யவேண்டிய விஷயம்.

நீ என்ன சொல்றே - பாக்கலாமா வேண்டாமா அதைச் சொல்லு இத்தனை பேசறியே, இந்தச் சாத்திரத்திலே நம்பிக்கை இருக்கு இல்லை அப்படின்னு சொல்ல மாட்டேங்கறியே - 'டக்'குன்னு ஒளிவு மறைவில்லாமப் பேசேன். இப்போ நான் சொல்றேன் - உனக்கு இதிலே நம்பிக்கை இருக்கு - கோவில் இந்த சாத்திரம் எல்லாத்திலேயும் நம்பிக்கை இருக்கு என்னங்கறே."

"அப்படியும் இருக்கும் சார் - ஆனா அது அவசியமில்லே. இப்போ ஏதோ ஒண்ணிலே நம்பிக்கை வைச்சா மருந்து சாப்பிடறாப்பிலே நல்லது அப்படின்னு தெரிஞ்சா நல்லதா எடுத்துக்கங்களேன் இப்படிச் சொல்றதுதான் ஒளிவு மறைவில்லாத பேச்சு. இந்த சோதிட சாத்திரம் நான் பாத்திருக்கேன். எனக்கும் ஏதோ ஒரு வித நம்பிக்கை ஆசை எல்லாம் தாம். செவ்வாயும் சனியும் இருக்கிற இந்த வெளியிலேதான் நாமும் இருக்கோம்."

நடராசன் நம்பிக்கையோடு கேட்டுக்கொண்டிருந்தார்.

"அதுக்காக நீங்க பிறந்த இடம் அப்பா அம்மா பேரு எல்லாமே இந்த ஓலையிலே எழுதி வச்சிருக்காங்கன்னு ஏன் நம்பண்ணும்? சோசியம் உண்மையா, பொய்யா அப்படின்னு கேட்கிற கேள்வி இங்க வரலையே. அஞ்சாயிரம் வருசமா எத்தனையோ நம்பிக்கை ஒவ்வொருத்தருக்கும் ஒவ்வொண்ணு. உலகத்திலே இந்தப் பக்கம் கோவில் அப்படி இப்படின்னு. வேறே இடத்துக்குப் போனா இடத்தையே கும்பிடலாம். சாப்பாடு போட்டவனை - நம்மைக் காப்பாத்தின ஒரு பலசாலியை நல்லதுன்னு நாம நினைக்கிற குணத்தைக் கொண்ட ஆளை - இப்படி எல்லாம் கும்பிட்டாச்சு. பெருஞ்சோறு போட்டவன், வீடு கட்டித் தந்தவன் எல்லாம் கூட இந்த ரகம்தாம். 'அந்தக் கடவுளை கும்பிடாதே என்னைக் கும்பிடு' அப்படின்னு ஒரு கடவுள் சொல்லும் கடவுளுக்கிருக்கிற கவலை அப்படி - இப்படி ஒவ்வொரு சங்கிலியா வந்துகிட்டு இருக்கு, முதல் சங்கிலித் துண்டு கடைசித் துண்டு ன்னு கிடையாது. ஆனா, எந்தச் சங்கிலித் துண்டும் எங்கேயும் போயிடல்லே. எல்லாம் புள்ளிகள் இங்கேதான் இருக்கு. நாமும் புள்ளிங்கதான் - சார் இங்கேயிருந்து செவ்வாய்க் கிரகத்தைப் பார்க்கிறோமில்லியா - அங்கேயிருந்தும் பார்க்கலாம். ரெண்டு புள்ளிங்க ஏதோ சந்தர்ப்பத்திலே ரகசியம் பரிமாறிக்கொள்ளலாம் அந்த விசேடம் கொஞ்ச காலத்துக்கு. அந்தக் காலமே அஞ்சாயிரம் வருசம் ஆகிப்போச்சு. எல்லா விசேடமும் நம்பிக்கையைத்தான் கொண்டுவரும். எனக்கு உங்க மாதிரி நம்பிக்கை இல்லை - கோவில் எதிலேயும். அதுக்காக நான் இங்க வரல்லே"

'ஓ சரிதான் - கோவிலிலேயே நம்பிக்கை இல்லைன்னா இந்த சோதிட சாத்திரத்திலே என்ன வாழுது?'

"அப்படி நீங்க ஏன் எடுத்துக்கணும் - தெரியாத ஒன்றை கடவுள் னு சொல்லிட்டு தான் கடைசிவரைக்கும் இருக்கப் போறோம். இனிமேலும் தெரிஞ்ச கடவுளைத் தள்ளிப் போட்டுட்டு இருக்கப் போறோம் - நாகரீகப் புடவை சமாச்சாரம்தான்"

புரியவில்லை என்பது போல நின்று கைவிரல்களைத் தாளம் போட பயன்படுத்தினார் நடராசன்.

"சார் - ஒரு கருத்தரங்கத்திலே நண்பர் ஒருவர் கேட்டார். ரொம்ப நல்லாயிருந்தது. "ஆபாசம் - ஆபாசம் சொல்லிக்கிட்டு இருக்கீங்க கடவுளை விட எது ஆபாசம்? அப்படின்னு."

"ஐயையோ"

அது கேள்வி இல்ல சார் - பதிலுக்குப் பதில் - நினைச்சுப் பாருங்க இந்த இடத்தையே பாருங்க. இதெல்லாம் இத்தனை குடியிருப்புக் கொண்டதாகவா இருந்திருக்கும்? எல்லாம் வயல்களுக்கு மத்தியிலேயிருக்கும் பத்து பதினைஞ்சு குடியிருப்பாத்தானே இருந்திருக்கும். அதுக்கு முன்னாலே இங்கே எத்தனை எத்தனை மிருகங்களை விரட்டியிருக்கணும் எத்தனை தடவை அதுக எல்லாம் இடத்தை மறக்காம வந்து திரும்பத் திரும்பச் சுத்தி யிருக்கணும். அதுகளின் பொந்தும் புதரும் எத்தனை தீயில் பொசுங்கிப்போயிருக்கும். அதுக திரும்பவும் இங்க வந்தா விரட்டலாம். அல்லது வரக்கூடிய நேரத்தை தெரிஞ்சுக்கிட்டு தீயைக் கொளுத்தி மேளத்தைக் கொட்டி பயமுறுத்தலாம் அதெல்லாம் செய்து மறந்தும் போச்சு - மேளம் கொட்டற நேரத்தை மட்டும் மறக்காமக் கொட்டறோம். மிருகங்கள் இல்லே இப்போ - எல்லாம் மாறிப் போச்சு - மறந்து போச்சு இன்னொண்ணு மறக்காமலிருந்தா அடிபடுபவே அப்படின்னு சொன்னான் ஒருத்தன் - அவன் பலசாலி. மத்தவங்க பணிஞ்சாகணும் இனிமே தீயை வயல்வெளிலே மூட்ட வேண்டும். நிரந்தரமா என்னுடைய இடத்திலேயே வைச்சுடலாம் - நீங்க வந்து கும்பிடலாம் அப்படிண்ணும் சொன்னான் - நல்லதுதானே கும்பிடு போட்டுக்கிட்டே இருந்தா நெல் விளையாது – 'வேலை நடக்கணும் - பயிர் உண்டாகணும் வேலையைப் பாருங்க' அப்படின்னான். இந்த இடம் அப்படி உண்டாச்சுது. மிருகங்களும் இந்த இடத்தில் குறைஞ்சு போச்சு. சிலது வேறே இடத்துக்கு ஓடிப்போச்சு. அங்கேயும் தீ இருக்கும் - நேரத்திற்கு மேளம் கேட்கும் - இந்த மாதிரி இடமும் உண்டாகும்."

நடராசன் மிகவும் உன்னிப்பாகக் கேட்டுக் கொண்டிருக்க வேண்டும். எதிர் கேள்வி ஏதுமில்லை.

திடீரென பின்வரும் வெண்பாவொன்றை சொல்லி நிறுத்தினான் முத்துக்கறுப்பன்

செந்தில் முருகா திருமால் மருகாவென்

சிந்தை குடிகொண்ட தேசிகா - வந்தினிய

நந்தமிழ்ச் சோலையில் நண்பர் நடராசன்

சந்ததம் வாழ வரம் தா.

"இதென்னது கவிமணி பாடிய மாதிரி இருக்கு?"

முத்துக்கறுப்பன் சிறிது சிரிப்புடன் "அவருடையதுதான் நான் கொஞ்சம் மாத்தி உங்க பேரைப் போட்டேன். இப்ப நினைச்சுப் பாத்துச் சொன்னதுதான்" என்றான்.

'மா' முன் நிரையும், 'விள' முன் நேரும் சரியாக இருக்கிறதாவென்று கணக்கிட்டுக் கொண்டிருந்தார் நடராசன்.

"நல்லாத்தானிருக்கு" என்று முகமலர்ச்சியுடன் சொல்லிவிட்டு "என்ன இப்ப திடீர்னு கவிலே இறங்கிட்ட" என்று கேட்டார்.

"நான் ஒரு நிமிஷத்திலே இதைச் சொல்ல முடிஞ்சா, ஒரு மணிநேரத்திலே எத்தனை எழுதலாம் சொல்லுங்க ஏட்டிலே பாட்டிருக்கு அப்படீன்னு சொன்னேன் தேசிக விநாயகம் பிள்ளை கிட்ட இருந்து கொஞ்சம் நான் எடுக்க முடிஞ்சா, எத்தனை தமிழ்ப் பிள்ளைகள் இங்க இருந்திருக்கா – ஒவ்வொருத்தர் கிட்ட இருந்தும் வரி எடுத்து பத்து, இருபது, அறுபது பாட்டுன்னு எழுதி 'சந்திரன் எழிலே' - 'பெண்ணால் துன்பம்' - 'செவ்வாய் மூணிலே' 'தைரியம் அப்படின்னு போட எவ்வளவு நேரம் ஆகும்' - அல்லது ஏற்கனவே நாளும் நேரமும் கணக்குப்படி எழுதி வைக்க எவ்வளவு நேரமாகும்.?"

"அது சரி எங்க அப்பா அம்மா பேரு வருதாமே" அதுவும் அப்படித்தான். முதல் எழுத்து இதுதானே இதுதானே என்று கேட்டுக் கேட்டுப் படிச்சுக்காட்டினா, நீங்க தலையாட்டுற பேருதான் அப்பா அம்மா பேரு"

நடராசன் மௌனமாக இருந்தார். அவன்மீது கோபங்கூட ஏற்பட்டது. "பின்னே எதுக்குத்தான் கோவிலுக்கு வந்தே - சொல்லு - இப்படி இந்த இடத்தில் நின்னுக்கிட்டு இருக்கவா?"

முத்துக்கறுப்பனின் மௌனத்தில் 'ஆமாம்' இருந்தது.

"ஆமா" என்றான்

"முப்பத்தஞ்சு வருஷம்" என்றான்

"எங்க அப்பா இந்த இடத்திலேதான் செத்து விழுந்தாரு - வயது எனக்கு இப்போ..." என்று சொன்னவன் குரலில் தளர்ச்சி இல்லை.

*

பத்து வயது இருக்கும். அந்த வயதில் அவ்வளவு தூரம் இழுத்துக் கொண்டு போகவேண்டாமென்றுதான் அவன் தகப்பனார் கூறினார். ஆனால் தாயார் வேண்டுதல் ஒன்று உண்டு அவளால் போய் வர முடியாதாகையால் மகன் போய் வந்தால் நல்லது என்று நினைத்தாள். வேண்டுதல் நடக்க வேண்டும்.

வெகு தூரம் என்றுதான் சொன்னார்கள். முதலில் இராமேசுவரம் - பிறகு இந்தக் கோவில். கடைசியாக காளத்தி. அங்கிருந்து சென்னை வந்து வீடு திரும்பவேண்டும். ஒரு வாரம் ஆகிவிடும் தகப்பனாரின் ஆரோக்கியத்திற்கு ஒன்றுமில்லை. பையன்தான் பூஞ்சை உடம்பு. வருடந்தவறாமல் ஏதாவது ஒரு நோய் பற்றிக் கொள்கிறது. வேண்டுதலே அவனைப் பற்றியதுதான் - போய் வரட்டும்

இராமேசுவரத்தில் கஷ்டமில்லை. தகப்பனார் பல தடவை போய்வந்த இடம். அடுத்த நாள்தான் இந்தக் கோயில் மடத்தில் தங்கிவிட்டு கோவில் சென்று திரும்பி, பிச்சைக்காரர்களுக்கு இரண்டு நாணயங் களைத் தந்துவிட்டு நடந்தபோது தென்பட்டது இந்த ஜோதிடம். எழுத்துக் கூட்டி அதைப் படித்தான். “அது என்ன அப்பா” என்று கேட்டான். தகப்பனார் பதில் சொல்லவில்லை. அவன் கையைப் பற்றி விறுவிறுவென்று நடந்து மடத்திற்கு வந்து சேர்ந்தார்.

மடத்தில்தான் சாப்பிட்டார்கள். அங்குள்ள தாடிப் பெரியவரோடு அப்பா பேசிக்கொண்டிருந்தார். இரவு தங்கிப் போகலாம் என்று அவர் தான் வற்புறுத்தினார்

இத்தனை தூரம் உள்ள இடத்தில் இந்தப் பெரியவரை அப்பாவுக்கு எப்படித் தெரியும் என்று அவன் யோசித்துப் பார்த்தான்.

மாலையும் கோவிலுக்குச் சென்றார்கள். இரவு வெகு நேரம் வரை பெரியவர்கள் பேசிக்கொண்டிருந்தனர். திருக்காளத்திக்குப் போவது பற்றியிருக்கும் என்று அவன் நினைத்துக் கொண்டே தூங்கிவிட்டான் அவர்களின் சிலவகை பேச்சுக்களின் மொழியே அவனுக்குப் புரியவில்லை.

காலை மடத்தில் விடைபெற்று பக்கத்தில் வண்டியேறும் இடத்திற்கு வந்ததும், நேரம் இருந்ததால் ஒரு நடை நடந்து கோவில் வெளிப் பக்கம் இருந்த ஒரு கும்பிடு போட்டு வந்துவிடலாம், அப்பா அவன் கைகளைப் பிடித்துக்கொண்டு நடந்தார் கிருத்திகையானபடியால் முருகவேளின் சந்நிதியில் கூட்டம் இருக்கும்.

“லேய் - நீ தைரியமா இருக்கணும். எல்லாத்துக்கும் வழி உண்டு ஏது வந்தாலும் கலங்கக் கூடாது. ஏத்துக்கணும் - அது முக்கியம்”

பையனிடம் சாதாரணமாகச் சொல்லிக்கொண்டு வந்தார். அவர் அடிக்கடி சொல்வதுதான். கோவில் வந்துவிடவே, கைகளை உயர்த்திக் கும்பிட்டார்.

அந்தக் கைகள் கீழே இறங்கவில்லை. அப்படியே, எங்கோ பார்த்துக் கொண்டிருந்த பெண் மீது பட்டும் படாதவராய், துவண்டு தரையில் வீழ்ந்தார்.

*

இன்றே துக்கம் கேட்கும் நாள் என்பதுபோல நடராசனும் தட்சிணாமூர்த்தியும் வாயடைத்து நின்றனர். மேற்கொண்டு விவரம் கேட்கும் துணிவு இல்லை. பலகாரம் சாப்பிடவேண்டும் என்று சொன்னவன் கைகள் கட்டி நின்றான். நடராசன் வெகுநேரம் கழித்துப் பேசினார்.

“போகலாம் வா முத்துக்கறுப்பன்.”

மூவரும் நடந்தனர். அந்தத் தெருவிலிருந்த கடையிலேயே ஏதாவது சாப்பிட்டு விடலாம் என்றான். எதிரே ஒரு சோதிட சாத்திரக்கூடம்.

இட்லி-காப்பி பசிக்கு இதம். பேசாது சாப்பிட்டனர். முத்துக்கறுப்பன் நிறையவே சாப்பிட்டான்.

ஒரு விள்ளல் இட்லியைப் பிட்டவர் சாப்பிடாது கைகளை உயர்த்தியவாறு, “எப்படி சமாளிச்சே” என்று மெதுவான குரலில் கேட்டார் நடராசன்.

“அப்பா கீழே விழுந்துட்டாரே என்றுதான் தோணிச்சு. அவரைத் தூக்கப் பார்த்தேன். ஆனா தெருக்கோடியில் இரண்டு பேர் ஓடி வருவதும் பின்னால் ஒருவர் விரைந்து வருவதும் தெரிஞ்சது பின்னால் வந்தவர் தாடிக்காரரர்.”

சாப்பிட்டு முடிந்து வெளியே வந்ததும், ஒரு சிகரெட் பற்றவைத்துக் கொண்டான் முத்துக்கறுப்பன்.

*

இரண்டுபேர்களை முதலில் ஓடிப்போகச் சொல்லி விரைந்து வந்தார் தாடிக்காரரர். தகப்பனும் பிள்ளையும் கோவில் பக்கம் செல்வதை அவர் பார்த்திருக்க வேண்டும்.

வந்தவர்கள் கீழே விழுந்தவரைத் தூக்க, அவர் நாடி பார்த்தார். பிறகு அந்த நிலையிலேயே தகப்பனாரைப் பார்த்து இரு கைகளையும் கூப்பினார். மடத்தைச் சேர்ந்த அடியார் சாதாரணமாக கை கூப்புவதில்லை.

“முதற் தீ எரிந்த காடு” என்று அவர் வாய்விட்டுச் சொன்னார்.

உடன் வந்த இருவரும் வேலைகளைக் கவனித்தனர். ஊர்ப் பெரியவர்களாக இருவர் வரவழைக்கப்பட்டனர். ஒரு வீட்டுத்திண்ணையில் ‘அது’ கிடத்தப்பட்டது.

“எங்கிட்ட ஐம்பது ரூபா இருக்குது” என்று தழுதழுத்த குரலில் சொன்னான் முத்துக்கறுப்பன்.

“என்னிடம் ஐம்பது ரூபா தந்திருக்காரப்பா - அவர் மடியிலும் ஐம்பது இருக்குதாம். எல்லாம் சொல்லிட்டுத்தான் போயிருக்காரு உங்க அப்பா” என்று சொல்லிப் பையனைத் தன்னோடு சேர்த்துக் கொண்டார்.

அத்தனை போதுமானதாகவிருந்தது. எடுத்துச் செல்ல மாயவரத்தில் இருந்து கார் கொண்டுவரச் சொல்லி, அவனோடு ஓர் ஆளும் வர ஏற்பாடாயிற்று.

காரின் முன்பக்கம் உட்கார்ந்திருந்த அவன், ஊர் வரும்வரை பின்னிருக்கைப் பக்கம் திரும்பவில்லை.

*

அம்மையப்ப பிள்ளை தாடிக்காரரை முன்பின் பார்த்ததில்லை. ஆனால் வள்ளியூர் அண்ணாச்சியின் பெயர் வேலை செய்தது தாடிக்காரர் பழைய ஊர் நினைவில் மூழ்கியிருக்கக் கூடும். ஆனால் உடனடியாக அந்த நேரடிக் கேள்வியொன்றால் தாக்குண்டார் “அடியார் ஒருவரை அகப்பையால் அடித்ததுண்டா?”

அம்மையப்ப பிள்ளை கேட்ட இந்தக் கேள்வியும் அவரறியாது தானாக வந்தது போன்றிருந்தது. அவர் யாரிடமும் வரம்பு மீறிப் பேசாதவர். பேசுவதும் குறைவு.

தாடிக்காரர் சிறிது நேரம் அவரைப் பார்த்துக்கொண்டிருந்து விட்டு தலையசைத்தார். பிறகு தன்னிலைக்கு வந்தவராக கேட்டார்
“இந்த முருகன் யார்?”

“என் மகன் – முத்துக்கறுப்பன்”

“முருகன் தம்பியே வா”

அவர்கள் இருவரும் பிறகு பேசிக்கொண்டிருந்தவை யாவும் வேறு மொழி போலவிருந்ததால், முத்துக்கறுப்பன் அப்பாவின் முகத்தையே பார்த்துக் கொண்டிருந்தான்.

“இங்கயே உட்காருங்க” என்று கூறி உள்ளே சென்றவர் இரண்டு மலை வாழைப் பழங்களுடன் தண்ணீரும் கொண்டுவந்தார்.

“இரவுச் சாப்பாடு இங்கே - சொல்லிவிட்டேன்”

அன்றிரவு அம்மையப்பப் பிள்ளை அவரிடம் சொன்ன விஷயம் இதுதான்.

சுர வேகத்தில் தவித்து முனகிக்கொண்டிருந்த காலை - ஒரு பத்தாண்டுகளுக்கு முன்பு - நினைவை இழந்து, தன் பெயரே - மறந்துவிட்டாலும், மறக்கவொண்ணாத காட்சி. காட்சியும் இல்லை அது - ஒரு ஒளி - வெளிச்சமான நிலை. அப்போது சுரமும் இல்லை, எதுவும் இல்லை. துன்பமும், வெறுப்பும், அழுக்காறும் அச்சமுமில்லாத ஓர் இருத்தலில் எத்தனை நேரமோ - அதுவும் மந்தாயிற்று. விழிப்பு ஏற்பட்ட கணம் முதல் நினைவுள்ளதெல்லாம் கேட்ட ஒலி மட்டும்தான். அல்லது கண்ட ஓர் ஒலி என்று கூறுதல் சரிதாமோ - போ - முதற் தீ எரிந்த ஒரு வேளூரில் நிறைவு பெறு - அழல் குட்டம் - திங்கள் - முன் பனியில் நிற்க எரித்த பன்னூறு விலங்குகள் அடையும் சாந்தி. விண்ணின் ஒலி - ஓசை - ஓதம் - ஓம்ம்ம் - எல்லாம் ஆக.

ஒப்புவித்த பாடல் தவிர வேறு தமிழறியா அவரது நினைவில் நின்ற சொற்றொடரின் பொருள் அவருக்குப் புரிந்ததுதான் விந்தை எந்த வேளூர் என்று கேட்டான் ஒரு பண்டிதன். அன்றே அவர் தீர்மானித்து விட்டார், இதைப் பற்றி யாரிடமும் சொல்லவேண்டாமென்று. சுர வேகம் வந்ததுபோல் நீங்கி நலம் பெற்றும், மனைவியிடமும் கூறவில்லை. புறப்படும்போதும் சொல்லத் தகுந்த விஷயமல்லவே என்றிருந்தார். விவரம் அடிகள் அறியவேண்டும். நாளை கிருத்திகை - திங்கள் - இது முன்பனி.

அம்மையப்ப பிள்ளை சொல்லாத - சொல்லத் தெரியாத விவரங்களும் உண்டு.

இறைவன் வாளை உருவிக்கொண்டான். வாள் செய்து தந்தவனை மட்டும் பக்கத்தில் இருத்திக்கொண்டான். கருவறையில் பூசனை செய்ய வந்த அறிவர் - ஆதி சைவர் நடுங்கினர். நீங்கள் எல்லாருமே

போய் விடுங்கள். நீங்கள் எல்லாருமே கொலை செய்தவர்கள்தாம். உங்கள் உறவு ஆட்கள் - வயல்வெளி மாந்தரையும் அழைத்துக் கொண்டு நீங்குங்கள். கொங்கணத்திலிருந்து வந்த பட்டர்கள் இனி கருவறையில் பூசனை செய்வர். அவர்கள் மடப்பள்ளியில் இனி இருக்க வேண்டாம். அவர்தம் மந்திர மொழி நன்றாகவே உள்ளது இன்னொரு ஊருக்கு உங்கள் மறைமொழியொடு செல்க. வாள் வலி பெரிது மழைக்கு இனி கோவிலில் ஒதுங்க முடியாது கேட்ட குடிமக்கள் சொல்கிறார்கள் எங்களுக்கு எதுவும் தெரியாதே எங்கு செல்வோம்' என்று - போங்களேன் - பழையபடி மலைக்கு காட்டிற்கு கடலுக்கு - இங்கே வேண்டாம். இவ்வயல்களை நான் பார்த்துக்கொள்வேன் நீங்கள் வேண்டியதில்லை வாள் பேசியிருக்கிறது தீக்கடவுள் இனி உங்கள் பக்கம் இல்லை என்றுரைக்க, அம்மக்கள் ஒவ்வொரு மூலையாகச் சென்றனர் தேனெடுக்க - எருமையின் பின்னால் - மீன் பிடிக்க, கடலுக்கென்று - சிலர் இரவலராக ஒரு கூட்டம் தந்திரமாக வேறு திசை செல்கிறது - போகட்டும் - கொஞ்ச காலந்தான் ஒரு நீலி வரும் வரை. அவர்கள் பொறுத்திருக்கட்டும் - தீ விடாது - ஒரு நாய் அஞ்ஞானமாய் குரைக்க, வெகுதூரத்துப் புதரில் நரியொன்று கைகொட்டிச் சிரிக்கும்.

பின்னாளில் மருத நில மாந்தர் நீதி தவறி தீயில் மாண்டதாக பழையனூர் ஏடு கூறிற்று.

*

பேருந்து நிலையம் நோக்கி நடந்தனர்.

"அந்த தாடிக்காரரை நீ திரும்பவும் பார்க்கலியா?"

"ரொம்ப வருசம் கழிச்சு ஒரு தடவை பார்த்தேன். விசேடமா ஒண்ணும் சொல்லல்லே. ஞாபகம் மட்டும் இருந்தது. அப்புறம் சென்னை வந்த பிறகு வருசந்தோறும் வாரேன் - அவ்வளவுதான்.

காப்பிக்கடைப் பக்கம் சென்று பை ளை எடுத்துக்கொண்டு அம்முதிய பெண்மணிக்கு பணமும் தந்துவிட்டு, கேட்டார் நடராசன்,

"உங்கப்பாவுக்கு சோதிடத்திலே நம்பிக்கை இருந்ததா"

"இல்லவே இல்லை" என்றான் முத்துக்கறுப்பன்.

ஞானக்கூத்து

1

நியூயார்க் - வெஸ்ட் சைட் அவின்யூவிலிருந்து, சிவசங்கரன் என்கிற சிவம் தன் தந்தை முத்துக்கறுப்பனுக்கு எழுதிய கடிதங்களின் சில பகுதிகள்:

*

இரவு ஏழரை மணிக்கு மேல் பேசுவதுதான் நல்லது. அம்மாவும் இருக்க வேண்டும்.

*

நடந்துதான் போகிறேன். நன்றாகவே இருக்கிறது. ரயிலில் போனால் ஒரு டாலர் ஆகிவிடுகிறது. நடந்துசெல்வதில் கஷ்டமில்லை.

*

இங்கே ஒரு கோவில் இருக்கிறது. ஒரு தடவை போயிருந்தேன் எனக்கு சால்ட்லேக் சிட்டி என்ற இடத்திற்கு மாற்றம் கிடைக்கக்கூடும் -அதாவது எங்கள் கம்ப்யூட்டர் பிரிவிலுள்ள அத்தனை பேருக்கும்.

*

சமையல் செய்வதில் கஷ்டமில்லை. எல்லாம் கிடைக்கிறது. பிஞ்சுக் கத்தரிக்காயும் வெண்டைக்காயும் வாங்குவது சுலபம்.

*

நிறையப் படிப்பதற்கு வாய்ப்பு உண்டு. முன்புபோல ஆர்வமில்லை.

*

திருமந்திரமும் அருட்பாவும் என்னிடம் பத்திரமாக உள்ளது.

*

இங்கே நியூயார்க் டைம்ஸ் பத்திரிகையில் வேலை பார்க்கும் ஒரு நிருபரோடு பழகும் சந்தர்ப்பம் கிடைத்திருக்கிறது. நல்ல அனுபவம். நிறையப் படித்திருக்கிறாள் - கம்ப்யூட்டர் விஞ்ஞானம் - உட்பட உலகம் முழுவதும் சுற்றியிருக்கிறாள். சென்னை கூட வந்திருக் கிறாளாம். நிறைய வழிகள் தெரிகிறது. ஒரேயடியாகச் சொல்லி

விட்டாள். "இன்னும் நூறாண்டு ஒருவர் உயிரோடிருந்தால் அப்போதும் படித்துக்கொண்டிருக்கக் கூடியவை இரண்டே இரண்டு - ஆலீசின் அற்புத உலகம் - திருக்குறள்" அவள் பெயர் செல்வி லவூலா.

*

இங்கே உங்களுக்குத் தெரிந்த ஆங்கிலமே போதும். அதைக்கொண்டே ஒப்பேற்றி விடலாம். முதலில் எப்படியிருக்குமோ என்றிருந்தேன் இப்போது பழகி விட்டது. இங்கேயுள்ளவர்களிடம் கேட்டால் அவர்களும் அப்படித்தான் சொல்கிறார்கள் 'எங்களுக்குத் தெரிந்ததும் இவ்வளவுதான்' என்று.

*

காலையில் பழச்சாறுதான் - ரொட்டி பழகிவிட்டது. என்னுடன் இருக்கும் நண்பர்கள் வேறுவகையான உணவுகளைச் சாப்பிடுகின்றார்கள்.

*

தொலைபேசிக்கு எட்டாயிரம் ரூபாய் கட்டி விடுவது நல்லது.

2

தலைமைச் செயலகம் இணைச் செயலாளர் முத்துக்குமாரசாமி பிள்ளை (இ.அ.ப) என்று அச்சடிக்கப்பட்ட அருமையான தாளில் 'ஓய்வு' என்று மாத்திரம் மையால் எழுதப்பெற்று முத்துக்கறுப்பனுக்கு வந்த கடிதம்.

நம்முடைய சங்கம் மூலமாகத்தான் தங்கள் பையனுக்குப் பெண் தேடிக் கொண்டிருக்கிறீர்கள் என்பதை அறிந்தேன் எங்கள் பூர்வீகம் தெற்கே - குடும்பம் பரம்பரைச் சைவம்தான் என் சித்தப்பா அரசுப்பணியிலிருந்து ஓய்வு பெற்றவர். தற்போது ஊரிலிருக்கும் அவர் தங்கள் தந்தையை அறிவார். சித்தப்பா சொல்லி விட்டால் போதும் - நாங்கள் வேறு எதுவும் பேசுவதில்லை.

எங்களுக்கு ஒரே பெண். எம்.எஸ்.ஸி தேறியுள்ளாள். ஊர்ப் பக்கம் குடும்பத்து வீடும் நான்கு கோட்டை விதைப்பாடு வயலும் உண்டு. இங்கே அசோக் நகரில் சொந்த வீடு. எல்லாம் பெண்ணுக்குத்தான். அவளது விஞ்ஞானப் படிப்பு வீணாகிவிடக் கூடாது என்பதற்காக தற்போது கல்லூரியொன்றில் வேலை பார்க்கிறாள்.

நாற்பது ஆண்டுகள் சென்னையிலிருக்கும் நமக்குள்ளே அறிமுகம் இல்லாமல் போனது அதிசயமே. தங்களையும் தங்கள் குடும்பத் தாரையும் அறியாவிடினும் நம் முன்னோர்கள் ஆசியாலும் நம் சமூகச் சங்க உதவியாலும் இந்த சம்பந்தம் நடைபெறவுள்ளது சிவனருள் போலும்.

மேலும் தங்கள் கடிதங்கண்டு.

3

ஏழு மணிக்குத்தான் பள்ளிக்கூடம் முடிந்து வந்தாள் சரஸ்வதி அம்மாள் தாழ்வாரத்தில் சாய்வு நாற்காலியில் உட்கார்ந்திருந்த முத்துக் கருப்பன், “வர நேரமாயிடுமோன்னு பாத்தேன்” – போன தடவையே பயலுக்கு ரொம்பவும் வருத்தம்” என்றார்.

சரசுவதி முகம் கழுவிக்கொண்டாள். காப்பி போட்டுக்கொண்டிருக்கும் போது, தொலைபேசி மணி அடித்தது.

“நீங்களே எடுங்க, நான் பொறகு பேசுறேன்” என்றாள்.

முதலில் யாரோ பேசிய பிறகு சிவத்தின் குரல் கேட்டது.

“அப்பாதான்”

“அப்பாதானே இன்னைக்கும் அம்மா இல்லையா?”

“இருக்கா - உனக்கு வேற இடத்துக்கு மாத்தம் இருக்கும்னு எழுதியிருந்தியே - அது என்னவாச்சு?”

“அது அடுத்த சனிக்கிழமைதான் தெரியும். அநேகமா போக வேண்டியிருக்கும். இங்கிருக்கிற நாலு பேரும் போகணும்”

“அது ரொம்ப தூரமாச்சே”

“ஆமா - எல்லாம் கம்பெனி பொறுப்புதான். இடங்கூட அவங்கதான் தருவா, போனா ஒரு ஐநூறு டாலர் கிடைக்கும்”

“உடம்புக்கெல்லாம் ஒண்ணுமில்லையே”

‘ஒண்ணுமில்லை - அம்மாகிட்டே குடு அப்பா”

சரசுவதி குழலை வாங்கிக்கொண்டாள்

“மக்கா - உடம்பு எப்படியிருக்கு - எண்ணெ தேச்சுக் குளிக்கியா?”

“எல்லாம் நடக்குதம்மா. அங்க ஒண்ணும் விசேடமில்லையே. வீடு

ரிப்பேர் பண்ணனும்னா பண்ணிடலாம். பணம் அனுப்பித் தரேன் அப்பாவுக்கு உடம்பு எப்படியிருக்கு? "போரிங்லே தண்ணியெல்லாம் அப்பா அடிக்காண்டாம்"

"மாத்தம் எங்கியோ இருக்கும்னு அப்பா சொன்னாளே?"

"இருக்கும் - நான் எழுதுகேன்"

"அப்பாகிட்ட குடுக்கட்டுமா?"

"நேரம் ஆகிப்போச்சே - வைச்சுர்றேன் – எழுதறேன்"

வைத்து விட்ட சரசுவதியம்மாள், "எவ்வளவு அருமையா சத்தம் கேக்குது பாத்தேளா - பக்கத்திலேயிருந்து பேசுகது மாதிரி இருக்குது" என்று வியந்தாள்.

4

உயர்திரு முத்துக்குமாரசாமிப் பிள்ளை அவர்களுக்கு முத்துக்கறுப்பன் எழுதிக் கொண்டது.

தங்கள் அறிமுகம் கிடைத்தமைக்கு மகிழ்ச்சி. இதைப் பற்றி பையனுக்கும் விவரம் தெரிவித்திருக்கிறேன் - தங்களுக்குத் தெரியும் பிள்ளைகள் விருப்பப்படிதான் எல்லாம் வேண்டுமென்று.

என் தந்தையாரையும் மற்ற முன்னோரையும், தங்கள் சித்தப்பா மூலமாகத் தெரியும் என்று எழுதியிருந்தீர்கள். இருந்தாலும், நானும் சில விவரங்கள் தருவது நல்லது.

என் தந்தை சிவசங்கரன் அவர்கள் ஆறுபடை வீடுகளைப் பார்த்து வருகிறேன் என்று புறப்பட்டுப்போய் திரும்பவேயில்லை – இன்றுவரை. என் தாயார் கடைசிக்காலம் வரை தாலியணிந்திருந்தே உயிர் விட்டாள். அவள் சாவு இயற்கையானதில்லை என்று ஊரில் ஒரு பேச்சு உண்டு.

நான் பள்ளியிறுதியில் தேறாதபடியால் இங்கு வந்து வேலை தேடிக் கொண்டேன். என் மூத்த சகோதரர் - அவருக்கு வயது அறுபத்தைந்து - இப்போதும் தமது மனைவியார் வீட்டில்தான் வாசம். அவர்தம் மகன் ஆபத்தில்லாத மனநோய் கொண்டவன் என்று சொல்கிறார்கள். என் தம்பி - வயது நாற்பத்தைந்து இப்போதுதான் தனிப்பட்ட முறையில் தேர்வு எழுதி எஸ்.எஸ் எல்.சி. தேறியுள்ளான். இன்னும் ஓர் ஐந்து ஆண்டுகளில் கீழ் நிலை எழுத்தராகப் பணியில் பதவியுயர்வு கிடைக்கும். தம்பியின் பிள்ளைகள் இப்போது தங்கள் அம்மாவுடன் வசிக்கின்றனர்.

என் பெரியப்பா - விடுதலைப்போராட்ட சமயம், தம்முடைய மகளையும் பேரப் பிள்ளைகளையும் பார்க்க வேதாரண்யம் சென்று, அங்கே ஒரு பலசரக்குக் கடையில் உப்பு வாங்கி வந்த போது போலீஸ் தடியடி பட்டு, ஜெயிலுக்குப் போய் பின்னர் தியாகிகள் பென்ஷன் பெற்றுக் காலமானார். பெரியம்மா வீட்டில்தான் நானிருந்தேன். பால் மாடுகள் நாலைந்து அவர்களுக்கு. நான்தான் அவற்றைக் கவனித்து வந்தார் வேனிற்கால விடுமுறையில் என் கவனக்குறைவு - மேய்ச்சலில் ஒரு மாடு காணாமல் போயிற்று. நான் சொல்லாமல் கொள்ளாமல் சென்னைக்கு வந்துவிட்டேன்.

தாய்மாமன் பற்றியும் நான் சொல்லவேண்டும். ஊரில்தான் இன்னமுமிருக்கிறார். அங்கே தென்னை மரங்களிலிருந்து காய்களைத் திருடி அவர் விற்றது எனக்கு ஏழு வயதிலிருந்தே தெரியும். இப்போது அம்மன் கோயில் சொத்து அவர் கையில். எனக்கு அவரது முகம் மறந்துவிட்டது.

சென்னையில் வேலை பார்த்துக்கொண்டிருந்தபோது, என் கல்யாணம் முடிந்தது. இங்குள்ள சாதி சங்கத்தில் போய் அழைப்பு வைத்தேன். அந்தச் செயலாளர் சாந்தமாக, "நீ அழைப்புத்தர வேண்டியது அரசுக்குத்தான் - சங்கத்திற்கல்ல" என்றார்.

அவர் சொன்னது உண்மைதான். நான் மணஞ்செய்து கொண்டது, ஓர் ஆதி திராவிடப்பெண். எனினும், அரசாங்கத்திற்கு அழைப்புத் தரவில்லை.

இப்போது சங்கத்தில் எனக்கு யாரையும் தெரியாது. இருந்தபோதிலும் அவர்கள் பலவிதத்திலும் உதவியாயிருப்பது நல்ல காரியம்.

5

"அவருக்குத்தானே உங்க பதிலை அனுப்பணும், 'காப்பி'யை எதுக்கு பையனுக்கு?"

அவனைப் பத்தினதுதானே இந்தப் பதில் - படிக்கணும் அவனும்.

"பொங்கல் சமயத்தில் வந்தா ஏதாவது முடிவாப் பார்த்துச் செய்தாகணும்னு எழுதிடுங்க"

"அதையும் எழுதியிருக்கேன்"

"எங்க பள்ளிக்கூடத்திலே சொன்னா ஒருத்தி - யாரையாவது கூட்டிக்கிட்டு வந்து நின்னா என்ன செய்வேன்னு?"

"என்ன செய்வ?"

"இப்பக்கூட எழுதியிருக்கான் பாத்தேளா - ஏதோ பெண் நிருபர்னு - அந்த மாதிரி பழக்கம் வந்து ஒரு வெள்ளைக்காரியைக் கூட்டிக்கிட்டு வந்துட்டா?"

"அப்படிச் சொல்ல முடியாது"

"ஏன் முடியாது?"

"வெள்ளைக்காரியாத்தான் இருக்கணுமா; - அமெரிக்காவிலே கருப்பர்களும் உண்டு"

முத்துக்கறுப்பன் சாய்வு நாற்காலியில் தன்னைச் சாய்த்துக் கொண்டார். நல்ல காற்று வீசியது. இந்தப் பட்டணத்தில் முதன்முறையாக நல்ல காற்றை அனுபவிப்பவர் போல் மூச்சிழுத்துக் கொண்டு கண்களை மூடினார்.

மகத்தான ஜலதாரை

மேலூர் - கீழூர் என இரண்டாகவிருந்த போதிலும் ஆற்று நாகரீகம் ஏற்பட்ட காலத்திலிருந்தே, அங்கே மக்கள் இயங்க ஆரம்பித்திருக்கவேண்டும். கோவில் நாகரீகமும் தளைத்திருக்கக் கூடும். அந்தக் கரைகளில் யானைகளின் களியாட்டங்களைப் பார்த்து விட்டு ஒரு கிழவன் கடவுளை அறிந்து கொண்டதாகச் சொல்லித் திரும்பினான். பின்னர் அவன் பெயர் சொல்லிப் பாராட்டி சோறு மட்டும் சாப்பிட்டது அந்த ஊர்.

இடப் பெயரைக் கொண்டுதாம் அவ்விரண்டும் நின்றன. காலையிலே அந்த சூரிய ஒளி மட்டும் கீழூரிலே முதலில் விழுந்து எழும்பி பின்னர் மேலூருக்கு வரும் - வேற்றுமைகள் இரண்டிற்கும் வேறு இல்லை. கலப்பையை விட்டால் எந்தக் கலையும் தெரிந்து விடாத முந்நூறு பேர்களை அந்த இரண்டு ஊர்களும் சுமந்தன.

ஊர்களின் நடுவே ஓட வேண்டுமென்ற சம்பிரதாயப்படி அது ஓடிக் கொண்டிருந்தது. வெட்டப்பட்ட ஆறு போல ஓடியது. நல்ல நீர் சுமந்து வரும். இரு கரைகளிலும் பச்சை மரங்களுக்குக் குறைவில்லை. ஆனால் சாக்கடையென்று பெயர் வந்த பிற்பாடு அதன் கரைகளுக்கு மதிப்பில்லாது போயிற்று. அந்தக் கரைகளிலுள்ள நல்ல மரங்களையும் சீண்டுவார் கிடையாது.

சாக்கடை ஒரு காலத்தில் பெரிய ஆறாக இருந்திருக்கக் கூடும். ஊரின் குடிதண்ணீர் குளத்திற்கும் அதன் நீர் சென்றதுண்டு இப்போது மடையை மூடி விட்டார்கள். எனவே சாக்கடையானபோது குளம் வெறும் பள்ளமாகி விட்டது ஆறு வரலாற்றுப் புதிராக நின்ற அந்த ஊருக்குத் தகுந்தவொன்றுதான்.

அதன் அகலத்தைப் பொறுத்தமட்டில் ஒரு பிரச்னையை எல்லாரும் உணர்ந்து கொண்டிருந்தனர். இந்த ஊருக்கோ - ஊர்களுக்கோ - இத்தனை அகல சாக்கடை போதாது இன்னும் பெரிதாக வேண்டும். முக்கால்வாசி நோய்களும் இதனால்தான். மழைக் காலத்தில் அது பொங்கி ஊருக்குள்ளேயே வருவதென்றால் - இதைக் கவனிக்க வேண்டும் என்று குரல்கள் வந்தன. எல்லாரும் ஏற்றுக் கொண்டார்கள்.

'ஆமாம் - ஆனால் முக்கியமான வேறு பலவற்றை மறந்துவிட முடியுமா?'

கரையோரங்களில் படுத்துக்கொண்டிருக்கும் நாற்கால் சீவராசிகளுக்குப் போக்கிடம்? அது பார்க்கப்பட வேண்டியதானால் இருகால் சீவன்களின் ஆரோக்கியம் எப்படித் தேறும்? ஆரோக்கியம் அந்தந்த கால்களுக்குத் தகுந்தபடியல்லவா?

இருக்கட்டும் - அந்தக் கால்வாய் பெரிதாக்கப்பட வேண்டுமானால் இரண்டு மண்டபங்கள் உடைபடுமே - அவை வரலாற்றுப் பாரம்பரியம் உடையதாயிற்றே - பூசனை கூட அந்த மண்டபத்தில் அல்லவா நடைபெறுகிறது. இழந்து விடுவதற்கும் ஓர் அளவு இருக்கவேண்டும் - என்ன செய்வது - நிதானம் தேவை. அவர்கள் காலங்கருதி இருந்தார்கள். ஒரு மழைக்கால நாளில் ஊரெங்கும் நடுங்கும் நிலையேற்பட, ஆறு பொங்கி கரைகள் உடைபடலாமென சூசகம் தென்பட, சொல்லி வைக்காமலேயே அந்த முந்நூறு பேரும் மண்வெட்டி கொண்டு தன்னிச்சையாக இரண்டு மைல் தள்ளியிருந்த ஒரு தளர்ந்த பகுதியை வெட்டிவிட, வெள்ளம் உடைத்துக்கொண்டு வெளியேறி ஊர்களைக் காப்பாற்றி விட்டது உடைப்பெடுத்த பக்கமிருந்த வயல்கள் மணல் மேடு கொண்டது. உடைத்த இடத்தின் அருகிலிருந்த இருபது குடிசைகள் மட்டும் திடீரென காணாமல் போயின.

அவர்கள் மயில் மீது ஏறி நின்ற ஒரு அழகான கடவுளுக்கு இரண்டு நாள் பூசனை முடித்தார்கள். உடைப்பு விழுந்த இடத்திலும் பூசனை நடந்தது. அந்த இடம் இன்னொரு ஞாபகச்சின்னமாயிற்று. அவர்கள் சந்தோஷமாகவிருந்ததாகத் தெரியவில்லை. முயற்சியும் ஒற்றுமையும் திருவினையாக்கிற்று என்று பெருமைப்பட்டுக் கொள்ளவுமில்லை. குடிசைகள் பலியானதைப் பற்றி இயல்பான வருத்தத்துடன் பேசினர் யோசனையும் செய்தார்கள். ஞாபக சக்தியுள்ள ஒருவன் ஆற்றை அகலப்படுத்தவேண்டிய அவசியம் பற்றி எடுத்துச்சொல்லி ஒரு முடிவெடுக்கச் சொன்னான். அது எளிமையான வழியாகத் தெரியவில்லை.

*

ஊர்களைத் தாண்டி வயலும் தோப்புமாகச் சேர்ந்திருந்தவிடத்தில் சிறு குடிசை போட்டு வாழ்ந்த இவ்வூர்க்காரன் மாடுகளுக்குத் தவிடு வாங்க கீழூர் வருவான். அந்தத் தோப்புக்காரனையும் (அவன் தோப்புக்காரன் என்றே அழைக்கப்பட்டான்) சேர்த்துத்தான் ஊர் மக்கட் தொகை முந்நூறு என்பதை நாளாவட்டத்தில் எல்லாரும் மறந்துவிட்டிருந்தனர். நிலத்தடி நீர் பற்றியும் நெற்பயிரின் கூறுகள் பற்றியும் அதிசயமான சங்கதிகளை எளிமையாகக் கூறுவான். தாவர

இனத்தில் அநேகமாக அவ்வூர் வகைள் அனைத்தையும் அறிந்தவன். "தென்னை மரத்தை வளர்க்கத் தெரியாதவனோடு நான் என்ன பேச முடியும்" என்று கேட்பான்.

"தென்னை மரமென்ன - ஊரில் குப்பைமேனிச் செடிகளையும் அவன் அடையாளங்கண்டு கொள்வான். எந்தக் குடிசையின் ஓலை விரிசல் விட்டிருக்கிறது என்பதை அவனால் சொல்ல முடியும் எப்போதாவது திருவிழாக் காலங்களில் ஊரில் இருந்துவிட்டால் யாரோ ஒருவன் பட்டம் சூட்டிக்கொண்டால் நீங்கள் அதைக் கொண்டாடிக் கொண்டாடித் தீர்க்கிறீர்கள்" என்று சிரிப்பான்.

"ஏதோ ஒரு சக்தி உண்டல்லவா" என்ற இரண்டுங்கெட்டான் கேள்விக்கு,

"எனக்குத் தெரியாது - நீ தென்னை மரத்தைப் பத்தி கேளு - கடவுளைப் பற்றி யாரிடம் கேட்பது என்பது தெரியாமல் போனதன் விளைவுதான் அது - கடவுளுக்குச் சிரமம் கொடுக்காதே என்று சொல்வான்.

வயற்கரைப் பக்கமாக காலையில் நடை பயில்வான். வாய்க்கால் நீரில் தன்னைச் செம்மைப்படுத்திக்கொண்டு நிற்கையில், சில பிரச்னைகள் அவனிடம் சொல்லப்படும். வயலும் குடிசையும் சம்பந்தப்பட்டதாகவிருக்கும்.

ஒரு சமயம் அசலூருக்குப் போயிருந்த ஒருவன் திரும்பி வந்தபோது அவனது வயல் உழுது பயிரிடப்பட்டிருந்தது அவனுக்குத் தெரியாமலேயே. இதுபற்றி தோப்புக்காரனிடம் கேட்டபோது சொன்னான்.

"உன்னைவிட அவன் உழவு வேலையை நன்றாகவே செய்திருக்கிறான். இந்த உழவுக்காகவே வயலை நீ அவனுக்குக் கொடுத்து விடலாம்" என்று பரிந்துரை செய்தான். "பயிர் செய்வதில் உனக்கு ஆர்வமில்லாத போது ஏன் மற்றவன் மீது கோபம் கொள்கிறாய் என்று கேட்டான்.

இந்தத் தோப்புக்காரன் பூசனை நடந்த சமயம் ஊருக்குள் வரவில்லை. ஆனால் உடைப்புப் பற்றி எல்லாரிடமும் பேசினான்.

"இது ஆறு அல்ல - சாக்கடை. இரண்டு ஊர்களின் பக்கமும் சாக்கடைதான். அது இருக்கவேண்டிய இடத்தில் நீங்கள் இருந்தால் எப்படி பிரச்னை தீரும்? இதைச் செய்து பாருங்கள் அதோ அந்தப் பனை மரம் தெரிகிறதே. அந்தத் தொலைவு சாக்கடைக்காக

விட்டுக்கொடுத்து விலகி, வயல் கரையோரமாக குடிசை போட்டுக் கொள்ளுங்கள் - நகர்ந்து விடுங்கள் - இது ஒன்றுதான் வழி.”

வேறு ஒன்றும் சொன்னான்

“இந்த வரலாற்று மண்டபங்கள் எப்படியும் உடைபட்டுவிடும். அது இருக்கட்டும். மண்டபத்திற்காக வருத்தப்படும் நீங்கள் சாக்கடைக் காக வருந்தியதுண்டா தெரிந்து கொண்டால் சரி இந்தச் சாக்கடையே ஒரு வரலாறுதான். இந்த ஆற்றின் பெருமைக்காகக் கட்டியதுதான் அந்த மண்டபங்கள். எதற்காக அழவேண்டும் என்பதுகூடத் தெரிவதில்லை உங்களுக்கு.”

அவன் பின்னர் தவிடு வாங்கிக்கொண்டு போனான். போனவன் ஒரு மாத காலமாக வரவில்லை. அவனது தோட்டத்தில் வேலையிருக்கும் - தென்னங்கன்றுகளை பரிபாலிக்கவேண்டும். அவனுக்கு வேலை அதிகம். எல்லாமே புதுப்புது வேலைகள்.

தோப்புக்காரன் அடுத்த முறை ஊருக்கு வருமுன்னரே வேலைகள் நடந்தேறின. பனைமரம் இருந்த இடம் வரை கீழூரின் பகுதிகள் சிதிலமாக்கப்பட்ட குடிசைகள் வெகுதூரம் தள்ளிப் போடப்பட்டன. அவன் சொன்னதுபோல, காலி செய்யப்பட்ட இடம் துப்புரவு இல்லாதவொன்றுதான். மண்ணில் நீரூற்று - சாக்கடை ஊற்று அந்த இடத்தில் இன்னும் சிறிது காலமிருந்தால் சாக்கடைத் தன்மை இயல்பாகவே வந்துவிடும் என்று அவர்களுக்குப் புரிந்தது குடிசைகளை மாற்றியமைப்பது அவர்களுக்குச் சிரமமில்லை ஊரே வேலை செய்தது.

முன்பிருந்ததைவிட இரு மடங்கு சாக்கடை அகலம் ஆகிவிட்டது புதிய குடிசைகள் வயல்கள் பக்கமிருந்த பகுதிகளில் முளைத்தன கீழூர் இன்னும் கிழக்குப் பக்கமாக விரிந்துநின்றது. புதியதாகப் போடப்பட்ட குடிசைகளின் இடைவெளி அதிகமாகியதைத் தவிர வேறொன்றும் வித்யாசம் ஏற்பட்டுவிடவில்லை.

தோப்புக்காரன் ஒரு மாதங்கழித்து தென்னங்கன்றுகளைத் தூக்கிக் கொண்டுவருகையில் அவனை எதிர்கொண்டார்கள். அவன் தென்னங்கன்றில் தான் கண்ட அதிசயங்களைப் பற்றிப் பேசிக் கொண்டிருந்தான். உலகிலே மிகவும் வியப்பான சங்கதி அன்று அந்த தென்னங்கன்றுதான் என்பதாக சந்தோஷத்துடன் பேசினான் ஒரே ஒரு விஷயத்திலேயே மகிழ்ச்சியும் வியப்பும் அமைதியும் ஒன்றுசேரக் கிடைப்பது சாத்தியமென்பது அவன் பேச்சிலே தெரிகிறது. பிறகுதான் சாக்கடை விஷயத்திற்கு வருகிறான்.

“நீங்கள் எல்லாரும் செய்தது சரியானதுதான் - ஆனால் ஒன்று நான் பனைமரம் வரை என்று சொன்னது மேலூர் பக்கத்தையும் சேர்த்தல்லவா சுட்டிக்காட்டினேன். இப்பொழுது நீங்கள் கீழூர் மரம் வரை மட்டும் விலகிக்கொண்டு விட்டீர்கள். அது நல்லதுதான். விலகுவது நல்லதுதான் - விட்டுவிடுவது நல்லதுதான். ஆனாலும் இந்தச் சாக்கடைத் தீமை மேலூருக்கு மட்டும் சேர வேண்டுமா என்ன நாளைக்கே ஆரம்பித்துவிடுங்கள். அந்தப் பக்கத்திலும் விரிவடையவேண்டும் அங்குள்ள குடிசைகளும் - விலகிப் போய்விடட்டும்

புதிய வேலைதான் - ஆனால் புதியதொரு வழியைக் காட்டிவிடும் வேலை. சாக்கடையை சாக்கடையென்றே அழைக்க ஒரு தைரியம் வேண்டும். தெரிந்தால் மட்டும் போதாது. அந்த ஊர் மனதார அப்படி அழைத்ததாகத் தெரியவில்லை. ஒருவகையில் பார்த்தால் அந்தச் சாக்கடைதான் விலகிச் செல்கிறது - நகருகிறது என்று தோன்றிற்று. சாக்கடை ஒரு நல்ல ஆறாக இருந்திருக்கக் கூடும் - நகருகின்ற சாக்கடையும் ஆறாக மாறலாம். மாறுவதுதான் நாகரீகம் போலும் - நகருவதுதான் நாகரீகம் போலும். அதுதான் தன்னை உயிருடன் இருப்பதாகக் காட்டிக் கொள்ளும் செயல் போலும். மகத்தான ஒன்றுதான்.

ஆனால் நகருவதில் சிரமம் இருந்ததாக எல்லாரும் எண்ணினார்கள். மேற்பார்வையாகப் பார்த்தால் அது அமைதியுடையதென்றும் தெரியவில்லை - எளிமையாகவும் தெரியவில்லை.

இரண்டு ஊர்களும் தூரக்கணக்கில் வித்தியாசப்பட்டிருப்பது யாருக்கும் சௌகர்யமில்லை. சாக்கடையொன்று இடையிலே இருந்தது என்றாலும் ஊர் இரண்டாகப் பிரிந்துநின்றதாக முன்பு யாரும் எண்ணியதில்லை. பிரிந்திருப்பது இனிமேல் மனமொப்பி செய்ய முடிகிற காரியமாகவும் தெரியவில்லை. இத்தனையளவு விலகிச் செல்வதாக இருந்தால் சாக்கடை பெரிதாகி விடும் பிரச்னை தீரும் - சந்தேகமில்லை - ஆனால் இனி மேலூர் கீழூராக இருக்க முடியாது - வெவ்வேறாகி விடும் என்பதுபோல அவர்களுக்குத் தோன்றிற்று. சாக்கடையைவிட அது ஒரு பெரிய பிரச்னை. ஆனாலும் வேறு ஒரு வழி இவையெல்லாம் தவிர இருக்கவேண்டும். அந்த வழியை அவர்களே கண்டுபிடித்தார்கள்.

தோப்புக்காரன் வெளியூர் சந்தை சென்று திரும்பவரும்போது அவனது குடிசையைக் கண்டுபிடிப்பது கஷ்டமாகவிருந்தது. அவனது வயல் - தோப்பு ஆகியவற்றைச் சுற்றியுள்ள இடங்கள் யாவும்

மேலூர் - கீழூர் வாசிகளின் குடிசகைளால் நிறைவு பெற்றிருந்தன. அவைகளின் நடுநாயகமாக அவனது குடிசை காட்டுப்பூக்களால் அலங்கரிக்கப்பட்டு நின்றது. அவனது மாடுகளும் குளிப்பாட்டப்பட்டு சில பூக்களைச் சூடிக்கொண்டு நடமாடின. தூரத்திலிருந்து பார்த்தவுடனேயே அவனது குடிசை வித்தியாசத்துடன் கோபுரம் போலத் தெரிந்தது. புதிய ஊரில் அவன் நுழைகையில் எதுவும் நடவாதது போல அந்த மக்கள் வரவேற்றனர்.

இனி மேலூரும் கீழூரும் இருக்கப் போவதில்லை. தோப்புக்காரன் ஊராகிவிட்டது. பிற்காலத்தில் அது "கறுப்பஞ்சாவடி" என்றும் அழைக்கப்படலாம் தோப்புக்காரன் பெயராலேயே.

எளிமையான வழி கிடைத்துவிட்ட காரணத்தால் ஆற்று நாகரீகம் மங்கி விட்டது. ஆனால், இனி புதிய ஜலதாரைகளுக்கு வழி செய்யவேண்டும். அது உடனடியாகச் செய்யவேண்டியதில்லை என்று கருதினார்கள்.

உண்மைதானே - வருங்காலத்தில் ஒரு தோப்புக்காரன் கிடைக்காமலா போய்விடுவான்.

■

உவரி

பேருந்து புறப்பட்டு வெகு வேகமாகச் செல்லத் தொடங்கிற்று. அது ஒற்றையடி மாதிரியான சாலை. ஒருபுறம் உயர்ந்த நிலப்பரப்பில் மரங்களும் மறுபுறம் பரந்த கடலும் தெரிந்தன. நல்ல வெயில் அடித்துக்கொண்டிருந்தது.

குமரி முனையிலிருந்து புறப்படும்போது அங்கே பழக்கப்பட்டிருந்த திருச்செந்தூர் தம்பதியினர் முன்னிருக்கையில் அமர்ந்திருந்தனர் - குழந்தையுடன். எல்லாருக்கும் தூக்கம்தான். நண்பகல் உணவு குமரியில். ஹோட்டலுக்குப் போகாமல் "சைவாள் காப்பிக் கடை" என்று அறிவிக்கப்பட்ட வீடு போன்ற ஒரு விடுதியில் பாயில் உட்கார்ந்து புளிக்குழம்பும், பச்சடியும், மோரும் சேர்த்துச் சாப்பிட்டாயிற்று. நல்ல சாப்பாடுதான். திருப்தியோடு வண்டி ஏறியதும் அம்மனிருந்த திசை நோக்கி கும்பிடு போட்டுக்கொண்ட தம்பதியரில் ஆண் தூக்கத்தில் ஆழ்ந்துவிட, தாயும் குழந்தையும் சிறிது நேரம் வலப்புறம் தெரிந்த கடலைப் பார்த்துக்கொண்டு தூங்கிவிட்டனர்.

அவனது பக்கத்திருக்கையில் இருந்த கிழவர் பேசுவதற்கு நாயாய் அலைந்தார். வீட்டில் இருந்தாலும் தூங்கும் நபர் என்று சொல்ல முடியாது. எனவே, அவன் வலுக்கட்டாயமாகக் கண்ணை மூடிக்கொண்டிருந்தான்.

வண்டி ஒரு சிறு ஊரைக் கடந்தது. அது உப்பளங்கள் உள்ள இடமென அவன் அறிந்திருந்தான். உப்பு வண்டி ஏற்றிச் செல்லும் மக்களைக் காண ஆவல் தோன்றியது. வண்டிகள் காலங்காலமாக இருந்திருக்கின்றன. சக்கரம் கண்டுபிடிக்கப்பட்டு பல நூற்றாண்டுகளாகி விட்டன. அந்தச் சக்கரங்களுக்கும் இன்றுள்ள வண்டிச் சக்கரத்திற்கும் அத்தனை வேற்றுமை இருக்காது. இன்னும் கொஞ்ச தூரம் போகவேண்டும். இங்கே உப்பளம் இருக்கலாம் - தென்னை இருக்கலாம் - துறைமுகம் இருந்திருக்க முடியாது. அதற்கு இன்னும் போக வேண்டும்.

குமரிமுனையில் இரண்டு நாட்கள் தங்கியபோது சுற்றிப் பார்த்த இடங்களில் 'சர்ச்' ஒன்றும் இடம் பெற்றது. கையில் வேதாகமப் புத்தகத்தோடு வேட்டியை மடித்துக் கட்டிக்கொண்டு நின்ற ஒருவரிடம் அந்த ஆலயம் எப்போது கட்டப்பட்டிருக்கும் என்று கேட்டான். ஒரு பக்கத்திலே செதுக்கி வைக்கப்பட்டிருந்த ஆண்டு

- மாத - நாளைச் சுட்டிக் காட்டினார். பிறகு 'எவ்விடம்' என்று விசாரித்தார். மதுரைப் பக்கம் என்று அவன் பதில் சொன்னான்.

அவர் நல்ல தமிழ்ப் பற்றுள்ள பெரியவராகத் தென்பட்டார். தன்னை தயானந்தன் என்று அறிமுகம் செய்துகொண்டார். அந்தப் பகுதியிலுள்ள முக்கியமான பகுதிகள் பற்றி விவரமாகக் கூறினார். கையிலிருந்த புத்தகத்தின் ஒரு பக்கத்தைப் பிரித்துக்காட்டி படிக்கச் சொன்னார். அரசன் சாலமோனின் கப்பல்கள் ஓபர் துறைமுகத்தில் வந்து சரக்குகள் பெற்றுத் திரும்பியது குறித்த பகுதி.

"ஆப்ரிக்காவிலும் ஓபர் என்றொரு இடம் உண்டு" என்றான் அவன்.

"ஆப்ரிக்கா இஸ்ரேலுக்குப் பக்கம். அப்படியிருந்தால் தூரக் கடல் கடந்த செய்திக்கு இந்த இடத்தைச் சொல்லியிருக்க மாட்டார்கள்".

"என்னவெல்லாம் பாத்தீக" என்று மறுபடியும் கேட்டார் தயானந்தம்.

"சுசீந்திரம் கோவில் - கோட்டாறு சர்ச் குமரியம்மன் கடல் - இப்ப இந்த சர்ச் - வேறு என்ன இருக்கு?"

இருக்கு நிறைய வயலெல்லாம் பாத்தேளா - மலையிருக்கு அப்றம் இந்த இடம். இங்கிருந்து இருபது மைல் போனா இந்த ஒவரியிருக்கு.

'அதென்னாது.'

'அதுதான் நான் சொன்ன ஊர். ரொம்பப் பழையகாலத்து ஊரு பாருங்க'

திரும்பவும் வேதாகமப் புத்தகத்தைத் திறந்து பக்கத்தைப் புரட்டினார் - அரசன் சாலமோன் பக்கம்.

"இந்த இடத்தின் பழமையை சாதாரணமா யாரும் தெரிந்து கொள்ளலே" என்றார்.

"தமிழே பழமை தானே" என்றான் அவன்.

'ஆமாம்' என்று ஒப்புக்கொண்டார். "நானும் சுசீந்திரம் கோவில் போயிருக்கேன். இந்தச் சிலைகளை எல்லாம் கும்பிட்டு இருக்கேன். ஒரே பூத மயம்".

"நீங்க எப்படி எங்க கோயிலுக்கெல்லாம்..?"

"அதுதான் - பதினைஞ்சு வயசு வரைக்கும் போனேன். பிறகுதான் இந்த ஒளி கிடைத்தது. ஆனா, எப்பவும் தமிழ்ப் பாடங்கேட்கிற போதெல்லாம் கோவிலைப் பற்றிப் பேசுவதுண்டு - பாவலர் தெரியுமா சதாவதானி - அவரே மற்றவாளுக்கு சைவ சித்தாந்தம் பத்தி சந்தேகம் தீர்த்து வைப்பாரு".

தயானந்தர் தன்னைச் சதாவதானி செய்குதம்பிப் பாவலர் மாணாக்கர் என்று சொல்லிக்கொண்டார். தன்னைப் பற்றி பாவலர் எழுதித் தந்த சாற்றுக்கவியை - அது வேதாகமப் புத்தகத்தில் மடித்து வைக்கப்பட்டிருந்தது - எடுத்துக் காண்பித்தார்.

பிரித்துப் படித்துப் பார்த்தான். பாவலர் கையெழுத்தாவென்று கேட்டான். பிறகு, "இது என்ன – பேரு முத்துக்கறுப்பன்னு போட்டிருக்கே" என்றான்.

"ஆமாம் அதுதான் அப்போ என் பேரு" என்றார் தயானந்தர்.

அவனுக்குச் சிரிப்பு ஏற்பட்டது. "என் பேரும் அதுதான்" என்றான்.

தயானந்தர் நிறைய பேசினார். அந்தப் பக்கத்தின் பழம்பெருமை அவர் பேச்சில் தொனித்தது. எந்த மதத்தைச் சார்ந்திருந்தாலும் இப்பகுதி மக்கள் பழைய காலப் பெருமையை மறந்துவிட மாட்டார்கள் போலும். "கோவிலுக்கு போய்விட்டு இங்கே இந்த சர்ச் பார்க்க வேண்டுமென்று எப்படித் தோன்றிற்று" என்றும் கேட்டார்.

"பழைய காலத்து இடங்களையெல்லாம் பார்க்க வேண்டுமென்று ஆசை. நிறையப் பார்த்திருக்கிறேன். நேற்று சுசீந்திரம் கோவிலில் கும்பிடும்போது, கண்களை மூடினால் அந்த தாணுலிங்கம் எனக்கு சிலுவையாகத் தெரிந்தது. நான் மெய்மறந்து போனேன்" என்றான்.

தயானந்தர் பூரிப்போடு "தங்களை ஏசு அழைக்கிறார் ஐயா" என்றார்.

"இருக்கும் - ஆனா, பிறகு கோட்டாறு 'சர்ச்' போனபோது அந்தச் சிலுவை எனக்கு லிங்கமாகத்தான் தெரிந்தது" என்று முடித்தான் அவன்.

*

குழந்தை விழித்துக்கொண்டது. இருக்கையில் நிற்க முயற்சி செய்தது. பின்பக்கம் திரும்பி அவனைப் பார்த்தது. சிறிது நேரங்கழித்துச் சிரித்தது. குமரியில் அவன் வாங்கிக்கொடுத்த சங்குமாலையொன்றை அவனுக்கே காண்பித்தது. அப்போது 'உவரி' என்ற பெயர்ப் பலகையோடு அந்த ஊர் ஆரம்பமாகியிருந்தது.

பேருந்து அந்த இடத்தில் நிற்காது என்று சொல்லப்பட்டிருந்தது. நிற்க வேண்டியதில்லை. பார்க்கும்படியாக ஒன்றும் இருக்காது - கடல் தான். கடலை அந்த ஊர் சொந்தம் கொண்டாடிவிட முடியாது சிப்பிகள் நிறையக் கிடைக்கும். மீனவர் குடும்பங்களிருக்கும். பேருந்து சென்ற போது சாலையோரத்து குடிசைகள் முன்பு

பெண்கள் குந்தி பேன் பார்த்துக்கொண்டிருந்தனர். இங்கே பார்க்கும்படியாக வேறு என்ன இருக்கும்? தூங்கலாமென்று யோசித்தான். அப்போதுதான் அது நடந்தது.

ஊர் முடிவிலிருந்த சிறு தேனீர்க் கடையைத் தாண்டி வேகங்கொண்டிருந்த பேருந்து எதிரே வந்துகொண்டிருந்த 'குமரன் துணை' போட்ட லாரி ஒன்றால் சிறிதாகப் பழுதடைந்தது. லாரி உராய்ந்ததில் பேருந்தின் வெளிப்புற பாகமொன்று தானாகக் கழன்று லாரியுடன் சென்றது. இரு வண்டிகள் நின்றுவிட்டன. பேருந்திலிருந்து குதித்த ஓட்டுநர் லாரி ஓட்டி வந்தவரை கவனித்திருக்க வேண்டும். "கிழடெல்லாம் ஓட்டினால் இப்படித்தான்" என்று ஆரம்பித்தவுடனேயே சூடு பிடித்தது. கிழடு என்ற சொல் லாரிக்கும் அதன் ஓட்டுநருக்கும் பொருந்தி நின்றது. அவரும் குதித்தெழுந்தார். "போலீஸ் வந்து எழுதினாத்தான் வண்டி நகரும்" என்று சாலையோரத்தில் உட்கார்ந்துவிட்டார் பேருந்துக்காரர். பயணிகள் மெதுவாக கீழே இறங்கினர். சாலையில் வெயில் கொளுத்திற்று.

இனி எங்கிருந்தாவது போலீஸ் வரும். சாவதானமாக கேள்விகள் கேட்கப்படும். அந்தக் கிராமத்து மக்கள் சிலர் வருவார்கள். நடுங்கிக் கொண்டே தேனீர் தயாரித்து போலீசுக்கு வழங்குவார்கள். நேரம் ஆகிவிடும். ஆனால் வேறு வழியில்லை.

அந்தத் தம்பதியினரும் குழந்தையோடு கீழிறங்க, அவனும் பின்பற்றினான். தாகமெடுத்தது. தூரத்தில் ஊர் எல்லையிலிருந்த தேனீர்க் கடை தெரிந்தது. இரண்டு பர்லாங் தூரம் இருக்கும் போகத்தான்வேண்டும். போய் காப்பி ஏதாவது சாப்பிட்டு வரலாமென எண்ணி "உங்களுக்கு ஏதாவது வேண்டுமா" என அந்தக் குழந்தையின் பெற்றோரிடம் கேட்டால், ஒரே குரலில் சொன்னார்கள். "ஒன்னும் வேண்டாம் - இதுக்குதான் குடிக்க ஏதாவது வேண்டும்" என்றார்கள். அவன் சிரித்தவாறே குழந்தையைப் பார்த்தால், அது இரு கைகளையும் உயர்த்தி தன்னைத் தூக்கிக்கொள்ளுமாறு ஆணையிட்டது.

குழந்தையைத் தூக்கிக்கொண்டான். வெயில்தான் தாள முடியவில்லை. சித்திரை மாதம் பௌர்ணமி நிலவு குமரியில் நன்றாக இருந்ததென்றால் இங்கு - உவரியில் - வெயில், காயத்தான் செய்யும். காலங்காலமாக வெயில் காய்ந்து வெடித்திருந்த பூமி. கடற்காற்று இருந்தாலும் வெயில் கூசிற்று. நடந்து கொண்டே பின்னால் திரும்பி கடலை நோக்கினான். சாலமன் கப்பல்கள் எதுவுமில்லை.

சாலையில் நடமாட்டம் இல்லை. ஒரே ஒருவர் மாத்திரம் எதிரே நடந்து வந்துகொண்டிருந்தார் தோளில் மண்வெட்டியுடன்.

உச்சி வெயில் தலையில் சுட்டது. கையில் ஏதாவது 'பாட்டில்' கொண்டு வந்திருந்தால் 'காப்பி' வாங்கிப்போகலாம். அதுகூடக் கிடைக்குமோ என்னவோ. இஸ்ரேலுக்குச் சரக்குகளை அனுப்பிய இடம் எங்கே?

"என்ன - வண்டி நின்னு போச்சா?" என்று கேட்டவாறே மண்வெட்டிக்காரர் எதிரே நின்றார்.

"யாருக்கும் அடிகிடி படலயே - பாவிப்பயலுக தலைதெறிக்கல்ல போறான்".

பதிலுக்குக் காத்திராமல் நகரத் தொடங்கியவர் நின்று திரும்பினார்.

"இந்த வேகாத வெயில் பிள்ளையை இப்படியா தூக்கிட்டுப் போறது - தலையிலே கையை வெச்சுப் பாத்தா தெரியும்"

குழந்தையின் தலையைத் தடவி விட்டவாறே, தன் தோளிலிருந்த துண்டை எடுத்து, அதன் முகத்தைத் துடைத்தார். துணியை குழந்தை தலை மீது சுற்றிவிட்டு ஒரு பாதுகாப்பளித்தார்.

"போய்ட்டு வந்திடுங்க - டீக்கடை முன்னாலேயே இருக்கு வண்டிப் பக்கம்தான் - போறேன் போயிட்டு வாங்க"

மண்வெட்டியை தோளில் சாய்த்து நடந்தார்

காப்பி சாப்பிட்டுவிட்டு அந்த முனைக் கடையிலிருந்து குழந்தையோடும், துணியோடும் திரும்பும்போது அலைகள் மோதும் அந்தக் கடற்கரையை ஒரு முறை நின்று பார்த்தான். தூரத்தில் வண்டியின் பக்கம் நின்ற அப்பா - அம்மா உருவங்களைக் கண்டுகொண்டு குழந்தை அவன் கையிலிருந்தவாறே 'திங்கு திங்'கென்று குதிக்கத் தொடங்கியது.

சாலமன் என்ன - அவன் முப்பாட்டன் காலத்திற்கு முன்பே இந்த இடத்திற்கு வர எல்லாரும் விரும்பித்தான் இருப்பார்கள் என்று ஓர் எண்ணம் அவனிடம் தோன்றியது.

∎

பகுதி 3

நாவல்

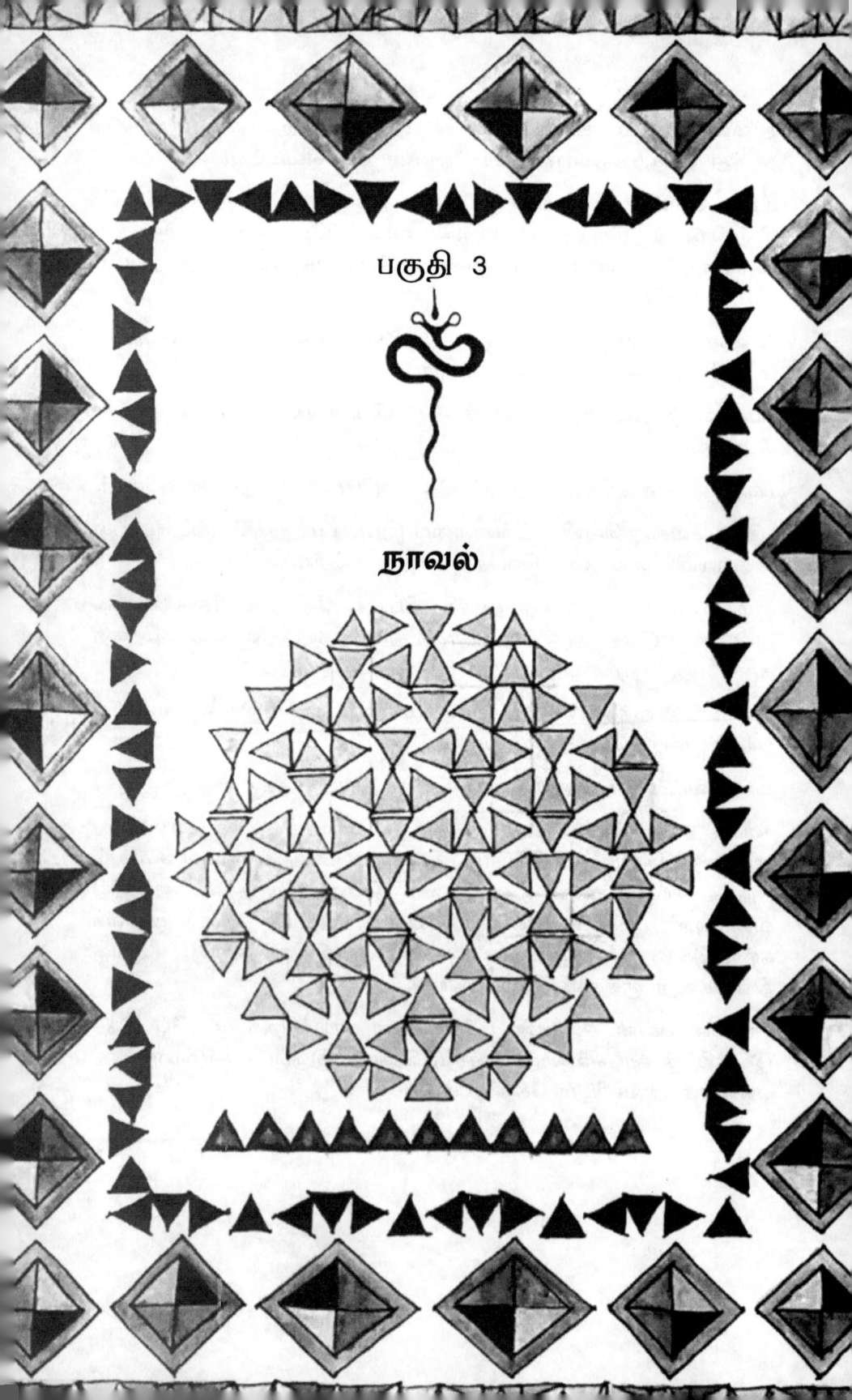

பறளியாற்று மாந்தர்

ஆரல்வாய்மொழிக்கு குறுக்குப் பாதை வழியே ஒரு குழந்தை கூட போய் வந்துவிட முடியும். அறுத்துப் போட்டிருக்கும் வயற்காடு தானாகத் தோற்றுவித்திருக்கும் தடங்கள் அதிகம். உழவுப் பருவம் தொடங்கவில்லையென்றால் நடந்து செல்வது மிகவும் எளிது. பூவரச மரங்கள் இலைகளை இழக்காது ஓடைக் கரையில் பச்சையை நெடுக தோற்றுவித்துக் கொண்டிருப்பது உழவு வரைதான் - இலைகள் உரமாகிவிடும். அந்தச் சிறு கிளைகள்கூட துண்டுகளாகச் சிதைக்கப்பட்டு இலைகளுடன் கலந்துவிடும். வயலின் நடுவே ஊன்றப்பட்டிருக்கும் பெரிய மரத்துண்டின் மேல் தழையுரம் தயாராகும். கூடவே மரமடிப்பது நடக்கும். கண்ணிற் கெட்டிய தூரம் வரை வயற்காட்டில் உழவும் அதன்பின் மரமடித்து சமன் செய்யும் வேலையும் நடைபெறும்.

கண்ணிற்கெட்டிய தூரம் வரை அப்படித்தான் தெரிந்து கொண்டிருந்தது. நடப்பது எளிதாகவிருந்தது.

சோழபுரத்தின் நாற்பது குடியிருப்புகளைத் தாண்டிவிட்டாலே ஆரல்வாய்மொழி சாலை தெரிந்துவிடும். இடையிலே தவழ்ந்திருக்கும் வயற்காடும், அப்பால் தூரத்தே தெரியும் ஏரியும் ஊர்களை வேற்றுமைப்படுத்தாது. நடை சுகமாகவிருக்கும். நடப்பது பயிற்சியாகவும், படிப்பினையாகவும் அமையும்.

இரண்டிற்கும் நடுவிலே ஓடிக்கொண்டிருக்கும் வாய்க்கால் நெடுந் தூரம் செல்லும். ஆனால் சோழபுரத்து வாய்க்காலின் தண்ணீர் ருசி அது ஓடும் வேறு ஊர்களுக்கு இருந்ததில்லை.

சாலையில் முதலில் இருப்பது தபால் வண்டியும் கச்சேரியும் தாண்டி நடந்தால் இரண்டு மூன்று ஓட்டு வீடுகளும் கூரை போட்ட ஒரு மடமும். இது தெற்கூர் பகுதி. தபால் வண்டி இங்கிருந்து புறப்படுவது இப்பகுதியின் மகிமை. மடத்தையும் அதைச் சார்ந்த தோப்பையும் விட்டுவிட்டால் தெற்கூரில் ஆள் நடமாட்டம் குறைவு. வண்டி நிற்கும் சில இடங்கள் தவிர மற்றவைகள் இன்னும் பூவரச மரங்கள் கவரப் பெற்றிருந்தது. அங்கிருந்து நேராக அரை மைல் தூரத்திலிருந்தது 'டோல்கேட்' அதையும் தாண்டிச் செல்வது நெல்லைச் சீமைக்குப் போகும் பாதை.

ஆனால் தெற்கூருக்கு தபால் வண்டியும், மடமும், டோல்கேட்டும் தரும் பெருமையே போதும். மீதியுள்ள குணநலன்கள் ஆரல்வாய் மொழியின் வடக்கூரையே சாரும்.

அதன் வடகோடியில் அமைந்த அம்மன் கோவிலும் நாலு வீதிகளும் ஊரை விமரிசையாகக் காட்டும். கோவில் பழையது. பெரிய மதில்களையும் சிறிய கோபுரத்தையும் கொண்டது. கோவிலை அடுத்தாற் போலுள்ள மூன்று கள்ளிப்பெட்டி போன்ற வீடுகள் குருக்கள்மார்களுக்கென ஒதுக்கி வைக்க பெற்றிருந்தன. நான்குநேரியிலிருந்து வந்த மூன்று ஓதுவார்கள் அந்தத் தெருவில் இருந்தனர். அவர்களில் ஒருவருக்கு சோழபுரத்தில் பூசனை.

கோவிலின் வடபக்கம் கண்ணிற்கெட்டிய தூரம்வரை மலைதான் மேற்குத்தொடர்ச்சியின் கடைசிப் பகுதி அது. மலைத்தொடர் வெகு சமீபமாகவிருப்பதால் இவ்வூரில் விறகுப் பஞ்சம் கிடையாது. பத்து குடும்பங்கள் அதில் பிழைத்தன.

நான்கு தெருக்களிலும் விவசாயம் பேசப்பட்டது. அதன் சார்புடைய பேச்சைத் தவிர புரிந்து கொள்ளப்படும் விஷயம் வேறு எதுவுமில்லை. தபால் வண்டி வேலை - மடத்து வேலை - இவை தவிர, மீதியுள்ளோருக்கு வயக்காடு தான்.

ஓட்டு வீடுகள் அதிகமில்லை. காலங்காலமாக தாங்கள் குடியிருந்த இடங்களை அழித்துக்கட்டுவதில் அவர்கட்கு நம்பிக்கையிருந்ததாகச் சொல்ல முடியாது. பல தூரம் போய்வந்ததாகச் சொல்பவர்கள் தாங்கள் பார்த்து வந்த சங்கதிகளைச் சொல்லும்போது கேட்பவர்கள் தங்கள் ஊரின் பெருமையை மறக்கக்கூடும் - மலைகளையும் வயற்காடுகளையும் ஒருகணம் இகழ்ச்சிக் கண்ணோடு பார்த்துக் கொள்வார்கள்.

மேலத்தெரு பண்ணையார்கள் வாழ்ந்த இடம். தட்டு எனப்படும் மாடிப்பகுதி அங்குள்ள இரண்டு வீடுகளிலே காணப்படும். மடத்தில் வேலை செய்யும் நால்வர் இங்குள்ளவர்கள் - தேவாரப் பாடசாலை ஆசிரியர்கள். ஊரின் கல்வி இவர்கள் கையில் சுற்றுப்புற சிற்றூர்களிலிருந்து வரும் நாற்பது பையன்களை அவர்கள்தாம் மேய்த்தார்கள். ஏடு தொடங்குவதிலிருந்து மடத்திலே பொங்கல் தயாரிப்பது வரை அவர்கள்தாம்.

சுற்றியிருந்த கிராமங்களைப் போலல்லாது ஆரல்வாய் மொழியின் அதிக நிலங்கள் நெற்பயிருக்காகவுள்ளன என்று சொல்ல முடியாது.

சொல்லப்போனால், நிலக்கடலையும் கீரையும்தாம் முக்கியம் பெற்றன. வேறு சந்தைகளுக்கு அங்கிருந்து கீரை செல்லும் கடலைக்காகப் பலர் அங்கு வருவார்கள்.

ஆனால் சுற்று வட்டார ஊர்களின் அநேக வயற்காடுகள் ஆரல்வாய் மக்களுக்கே சொந்தம். பக்கத்து சோழபுரத்தின் பலர் ஆரல் மண்ணை நம்பி வாழ்ந்ததுண்டு. இரண்டு ஊர்களுக்கும் நடுவில் கிடக்கும் ஏரிக்கரை பூவரச மரங்கள் கூட பண்ணைக்கே சொந்தம். என்றாலும் அந்த வேற்றுமைகள் உணரப்பட்டதாகத் தெரியவில்லை. இந்த ஊர்களெல்லாம் சோழபுரம் - கண்ணன் புதூர் – செண்பகராமன்புதூர் - எல்லாமே ஒன்றாகயிருந்திருக்க வேண்டும் என்பது போல நடந்துகொண்டார். இயற்கையிலேயே அப்படியொரு தன்மை நிலம் என்றால் அது உண்மையாகவேயிருக்கும் போலும்.

சோழபுரத்தில் புறப்பட்ட அரைமணி நேர நடையில் ஆரலின் தெற்கூர் வந்து விடலாம். மாலை நேர தேவாரப் பாடல்கள் மடத்தில் அசிரத்தையாகப் பாடப்பட்டுக்கொண்டிருக்க, அப்போது வந்து சேர்ந்த தபால் வண்டியருகே பத்து பதினைந்து பேர் சூழ்ந்து நிற்கவும், அவர்களை விரட்டலானார் வண்டிக்காரர் சேரன்மாதேவியும் - களக்காடும் - நெல்லைச் சீமையும் அவருக்கு சாதாரணம். அவர் புகைத்துக்கொண்டு ஓடும் ரயில் வண்டியையே பார்த்திருப்பவர். மதுரை வரை சென்று வந்துள்ளதாகச் சொல்லுவார்.

விளக்கு வைத்த சில நாழிகைக்குள் மடத்து வெளிவாசல் மூடப்பட்டுவிடும். இனி அதிகாலை தபால்வண்டி புறப்படும் நேரமே ஏறக்குறைய மடம் திறக்கும் நேரம்.

நேராகச் சென்றுவிட்டாலே வடக்கூரின் மேலைத்தெருவில் சேர்ந்துவிடலாம். பண்ணையார்களின் தட்டு வீடுகளின் முன்னராகவே அவைகளைவிட பெரிய ஆனால் சிறிது சிதிலமடைந்த – வீடு.

கையிலிருந்த தடிக்கம்பால் கதவைத் தட்டி 'மீனாட்சி' என்று குரல் கொடுத்தார்.

'வந்திட்டேன்' என்று கதவைத் திறந்தாள்.

'பயலுக்கு எப்படியிருக்கு' என்று கேட்டவாறே உள்ளே வந்தார் சிவசங்கரன்.

காளியூட்டு

1

அப்போது பொங்கல் கழிந்து இரண்டு மூன்று நாள்கள் ஆகியிருக்கும். அவன் பக்கத்தூருக்கு ஆற்றைக் கடந்து போய்க் கொண்டிருந்தான். அதைக் கடப்பதில் சிரமம் கிடையாது. வேட்டியை மடித்துக்கட்டிக் கொண்டால் போதும். பாதி ஆற்றில் காலில் ஏதோ தட்டுப்படுவதுபோல் இருக்கவே, ஒற்றைக்காலில் நின்றுகொண்டே மற்றொன்றால் வெளியே தூக்கிப் பார்த்தால் அது ஓர் அட்டிகை. தங்கமாகத்தான் தெரிந்தது. அதை அப்படியே கையிலெடுத்துக்கொண்டு வருவதைத் தவிர வேறு எதுவும் செய்திருக்க முடியாது.

தாத்தா காலத்திலிருந்தே தெரிந்த மாணிக்கம் ஆசாரியிடம் அதை எடுத்துக்கொண்டு மறுநாள் கீழிருக்கு போனான். அவன் இருப்பது ஊரில் மேலப்பகுதி – மேலூர்.

ஆசாரி அதை மிகக் கூர்மையாகப் பரிசோதித்துப் பார்த்தார்.

தங்கம் தானா என்ற கேள்விக்கே இடங்கொடுக்காமல் குரலை சிறிதாக்கிக் கொண்டு "முத்து - இதை வைச்சுக்கிட்டு இருக்கது தப்பு ரொம்ப கஷ்டத்துக்கு ஆளாகவேண்டிவரும். அதனாலே நீ என்ன செய்றே - எங்க பாத்தியோ அந்த இடத்திலே இதை போட்டுடு. அது தான் நல்லது. இந்த ஊருக்கும் அதுதான் நல்லது - இத பாத்தியா" என்று அட்டிகையின் பின்பக்கம் செதுக்கப்பட்டிருந்த கிறுக்கல்களைக் காட்டினார். ஓர் எட்டுக்கால் பூச்சியின் படம் போலத்தான் அவனுக்கு அது தெரிந்தது. கூட்டெழுத்து என்று ஆசாரி விளக்கினார். பேய்ச்சி என அதைப் படித்துக்காட்டினார். பிறகு, மேற்கொண்டு எதுவும் பேசாது சொன்னதை நினைவூட்டி அவனை அனுப்பி வைத்தார்.

அந்த நாள்களில் எல்லாம் இராப்பாடி வருவான். அறுவடை அநேகமாக முடிந்திருக்க வேண்டும். நாய்கள் குரைப்பை அலட்சியம் செய்து படி வாங்கிச் செல்வான். அவனிடம் அதுபற்றி குறி கேட்கலாமா என்று வெளித் திண்ணையில் யோசித்துக் கொண்டிருந்தான். பாட்டுச் சத்தம் கீழத்தெருவில் கேட்டுக் கொண்டிருந்தது.

தெருப்பக்கம் வந்ததும் இராப்பாடி பாட்டை நிறுத்தி முத்துக் கறுப்பன் வீட்டருகே நின்றான். எதிர்வீட்டு மீனாட்சி அம்மாள் தெரு நடையில் உட்கார்ந்துகொண்டிருந்தாள். சாதாரணமாக படி எதுவும் இராப்பாடிக்குத் தரமாட்டாள்.

நடு இரவாகவிருந்தாலும் இராப்பாடி ஓரக்கண்ணால் தன்னையே பார்ப்பதாக முத்துக்கறுப்பன் நினைத்தான். இராப்பாடி பார்த்து பயந்திருந்த நாள்களெல்லாம் போய்விட்டன. அடுத்த வெறுப்பு முடிந்து இராப்பாடி வருகையில் குறிகேட்டவர்களில் பெரும்பாலோர் செத்துப்போயிருப்பார்கள். ஆனால் இராப்பாடி செத்துப்போவது குறித்து யாருமே பேசியதில்லை.

சாதாரணமாகப் பேசும் குரல் போலல்லாமல் இராப்பாடி மெதுவாகச் சொன்னான். ஆனால், முத்துக்கறுப்பனுக்கு மட்டுமே கேட்டது.

“பேச்சி கழுத்துக்குச் சொந்தமானது, வேறு யாரிட்டையும் இருக்கப்படாது - விளங்காமல் போயிருவா - நாச்சியார் வீடு பால் பொங்கணும் – அழியக்கூடாது.”

இடையே இராப்பாடியின் பின்பாட்டுக்காரன் “படி போடுங்க” என்று கூவிக்கொண்டிருந்தான். வழக்கமாக அவன் தாயார் தான் நெல் கொண்டுவந்து போடுவாள். அன்று அயர்ந்த தூக்கம். முத்துக்கறுப்பன் உள்ளே சென்று அரிசிப் பானையில் கை நுழைத்தான். எதுவோ அவன் கையைத் தடவுவது போலிருந்தது – அட்டிகைதான்.

நாழி நெல்லும் உப்பும் இராப்பாடிக்குத் தரவேண்டும். நெல் சாக்கை இரவில் அவிழ்க்க முடியாது. அரிசியும் இரண்டு சக்கரத்தையும் கொண்டுவந்து தந்தான். சிறிது நேரம் வாசற்படி யிலேயே நின்று கொண்டிருக்க இதையெல்லாம் எதிர்வீட்டு மீனாட்சி அத்தை உறங்காது கவனித்துக்கொண்டிருந்தாள் என்பதை அறியவில்லை. இராப்பாடி போய்விட்டான் என்பதை உறுதி செய்துகொண்டு அந்த அத்தை அவனைப் பார்த்துச் சத்தம் போடத் தொடங்கினாள்.

“லேய் - நீ மாந்தையனா - இந்த வயசிலே குறி கேக்கணுமாக்கும் - கொஞ்சமாவது ஒனக்கு இது இருக்கா?”

“யத்தே – இன்னைக்கு உறக்கம் வரல்லே - அவனும் வந்தான் - எப்பவுமே கேக்கப் போறோம் - சவம் ஏதாம் ஒருதரம் நல்ல சீருதான் - போய்ப் படு” என்று சலித்துக்கொண்டே தெருத் திண்ணையிலே எதுவும் விரித்துக்கொள்ளாமல் தலையைச் சாய்க்கலானாள்.

அன்றிரவு அவன் தூங்கவில்லை . சாதாரணமாகப் படுத்த உடனேயே தூங்குபவன். உடம்பெல்லாம் சுடுவது போல் இருந்தாலும் சுரம் மாதிரி இல்லை.

அதிகாலையில் அவன் மிதந்துகொண்டிருப்பது போன்ற தோற்றம். காலையில் கண்ட கனவு பலிக்குமாமே – அப்படித்தானிருந்தது. எழுந்த பின்னரும் மிதப்பது போன்றவாறே இருந்தது. குளித்துவிட்டு வந்தால் எல்லாம் சரியாகிவிடும் என்று துண்டை எடுத்துக் கொண்டு கிளம்பியவன் கீழத்தெரு குளத்திற்கு சென்றே கொடுத்திருக்கலாம். அவனுக்கு நடக்கவேண்டுமென்று தோன்றியிருந்தது. மெதுவாக யோசனை எதுவும் அதிகமில்லாது ஆற்றிற்கே போனான். ஒரு மைல் தூரம் இருக்கும். கிராமத்திலிருந்து டவுன் பக்கம் போவதற்கு ஆற்றைக் கடந்து வரப்பு வழி நடந்தால் போதும். ஊரிலுள்ள இரண்டு உத்யோகஸ்தர்கள் - ஒருவர் சினிமா தியேட்டரில் நோட்டீஸ் கொடுப்பவர் - இன்னொருவர் டவுன் பள்ளிக்கூடத்தில் மணியடிப்பவர் - போய்வருதல் இப்பாதையில்தான்.

ஆற்றையொட்டி அதன் படிக்கட்டுகளை ஒட்டியே இருப்பது சிவன் கோவில். ஐப்பசி, கார்த்திகை மாதங்களில் வெள்ளம் அடித்துப் புரட்டிக் கொண்டு வந்தால், யார் தயவுமில்லாமல் சிவலிங்கம் அபிஷேகம் முடித்துக்கொள்ளும். பகல் நேரத்திலேயும் இருள் அடையச் செய்துவிடுகிற கோவிலைச் சுற்றியுள்ள மரங்கள். அன்று அங்கே குளிக்க வரப்போகிறோம் என்று அவன் நினைக்கவில்லை.

வேட்டியை அவிழ்த்துப் படிக்கட்டில் சுருட்டிவைத்துவிட்டு கோவணத்தோடு இறங்கும்போது எதிர்க்கரையில் ஓர் உருவம் - சமுக்காளத்தை தலைமீது போட்டு அதனால் உடம்பு பூராவும் மூடிக் கொண்டிருந்த உருவம். தை மாதத்தில் கூட வேர்த்துவிடுகிறபடி உடம்பை மூடி ஒரு வடபுலத்து மனிதன் தோற்றத்தில் நின்றது.

சரி - நின்றால் நின்றுவிட்டுப் போகட்டும் என்று முத்துக்கறுப்பனால் இருக்க முடியவில்லை. காலையில் வந்துபோன சுரம் மாதிரி ஒரு வேகம். “யார்” என்று உரத்த குரலில் கேட்டான். கேட்ட சப்தம் எதிர்கரைக்கு எட்டியிருக்கும். சமுக்காளம் இரண்டு கைகளையும் தூக்கி நின்றது. “நயினாரே” என்று பதிலுக்கு அழைத்தது.

அந்தக் காலை வேளையில் உடம்பு குளிர ஆற்றுத் தண்ணீர் பட்டு நிற்கையில் மரங்கள் எதிலும் பறவைகள் அமர்ந்து ஓசை எழுப்பவில்லை . காலளவு தண்ணீர் என்றாலும், ஓடும் தண்ணீர். அதன் சப்தம் கூட கேட்கவில்லை.

முத்துக்கறுப்பன் அந்தப் பதிலில் - நயினாரே என்ற கூப்பாட்டில் அந்த நிசப்தத்தை அறிந்தான்.

அது இராப்பாடி. அவனைப் பகலில் காண்பதரிது. அவன் முகத்தை யாரும் பார்த்ததில்லை பார்க்கவும் கூடாது என்று சொல்கிறார்கள். இரவு முடிந்து அடுத்த நாள் காலையில் பெற்ற தரிசனம் வேறு எதையும் நினைக்கவிடாது தடுத்தது. படுத்துக் கிடந்தே குளித்துக்கொண்டிருந்தவன் ஒரே எழும்பலில் நிமிர்ந்து நீரோடும் பகுதியைக் கடந்து மேட்டில் ஏறி அக்கரையில் அந்த உருவம் பக்கம் போய்ச் சேர்ந்தான்.

சமுக்காளம் மறைந்த பகுதி தவிர உருவத்தின் வேறு உறுப்புகள் ஒளிவு மறைவாகத்தான் தெரிந்தன. தாடையில் தெரிந்த தாடி கறுப்பாக - அந்த ஆளை அதிக வயதினனாகக் காட்டவில்லை. ஏதோ முன்னரே ஏற்பாடு செய்த சந்திப்பு போல முத்துக்கறுப்பன் அவன் முன்னால் போய் நின்றான்.

"நயினார் – ராப்பாடில்லா."

"என்ன இப்ப, இந்தப் பக்கமா?"

தூரமாகவிருந்த மலைப் பகுதியைச் சுட்டிக்காட்டி "நாங்க அந்தப் பக்கம்தான் - நயினாரு நேத்தைக்கு உறங்கினேளா?" என்று கேட்டான்.

முத்துக்கறுப்பன் பேசவில்லை.

"நயினாரு தப்பா நினைக்கக்கூடாது. பேச்சி கழுத்துக்குள்ளது வேற யாரிட்டையும் இருக்கப்படாது - சொன்னேனே கேட்டியளா?"

இராப்பாடி சிறிது தள்ளி ஆற்றின் நடுவே ஒரு பகுதியைச் சுட்டிக்காட்டி, காட்டிய விரலை மட்டும் முத்துக்கறுப்பன் பார்த்துக்கொண்டிருக்க, நின்ற ஒரு கணத்தில் பெற்ற அதிர்வால் திரும்பி இராப்பாடி உற்று நோக்கி, ஏதோ அவனுடன் ஓர் இரண்டாயிரம் ஆண்டு காலம் பழகுபனாக நினைத்துக் கேட்கிறான்.

"அப்படியுமா நடக்கும் - நேத்து அம்மன் சொன்னதா சொப்பனம்"

"நயினாரே இங்க தான்"

கிட்டத்தட்ட முத்துக்கறுப்பன் அந்த அட்டிகையைக் கண்டெடுத்த ஆற்றுப்பகுதியைச் சுட்டிக்கொண்டிருந்தது விரல்.

சிறிது நேரம் எங்கோ இருந்த அவனை நோக்கி இராப்பாடி திரும்பவும் கேட்கிறேன்.

“நயினாரே - ஒங்களுக்கும் தெரிஞ்சு போச்சா”

அசைவு கூட இல்லாது நின்றிருந்தான். ஒரு பெருமூச்சை வெளியேற்றியவாறு, “நானும் இப்படித்தான் இராப்பாடி ஆனேன் நயினாரே” என்கிறான்.

சொல்லிவிட்டு அவன் திரும்பிப் பாராது நடந்தான் - வடக்கே தூரத்தே மலையடிவார காட்டுப்புதூர் கிராமம் பக்கமாக.

காட்டுப்புதூர் அடிவாரப் பகுதியில் பாம்புகள் அதிகம் என்று முத்துக்கறுப்பன் அறிவான். ஆனால், அவை இராப்பாடி ஒன்றும் செய்து விடாது. மந்திரங்கள் தெரியும் அவனுக்கு.

“உன் மேல் ஆணை

என் மேல் ஆணை

நீலகண்டன் மீதாணை”

என்று உச்சரித்து இரு கைகளையும் படரத் தூக்கினால் அவை தலைதாழ்த்திப் பின்வாங்கும்.

இராப்பாடி மலையேறி விட்டான். இனி அடுத்த வயலறுப்பின் போது தான் அவனைப் பார்க்க முடியும்.

முத்துக்கறுப்பன் வீடு திரும்பிய போது ஊர் மூத்தவர் பெத்தாச்சியா பிள்ளை உள்பட நாலைந்து பேர் வெளித் திண்ணையில் உட்கார்ந்து விவாதித்துக் கொண்டிருந்தனர்.

சுதேசமித்திரன் படிக்கப்பட்டு பொருளும் சொல்லப்படுகிறது. சுயராச்சியம் வருமா, வராதா என்ற தர்க்கம் நடக்கிறது. கூர்ந்து கவனித்தால் அது வேண்டுமா - வேண்டாமா என்ற திசைகளிலும் மாறிச் செல்லும்.

■

பகுதி 4

கட்டுரைகள்

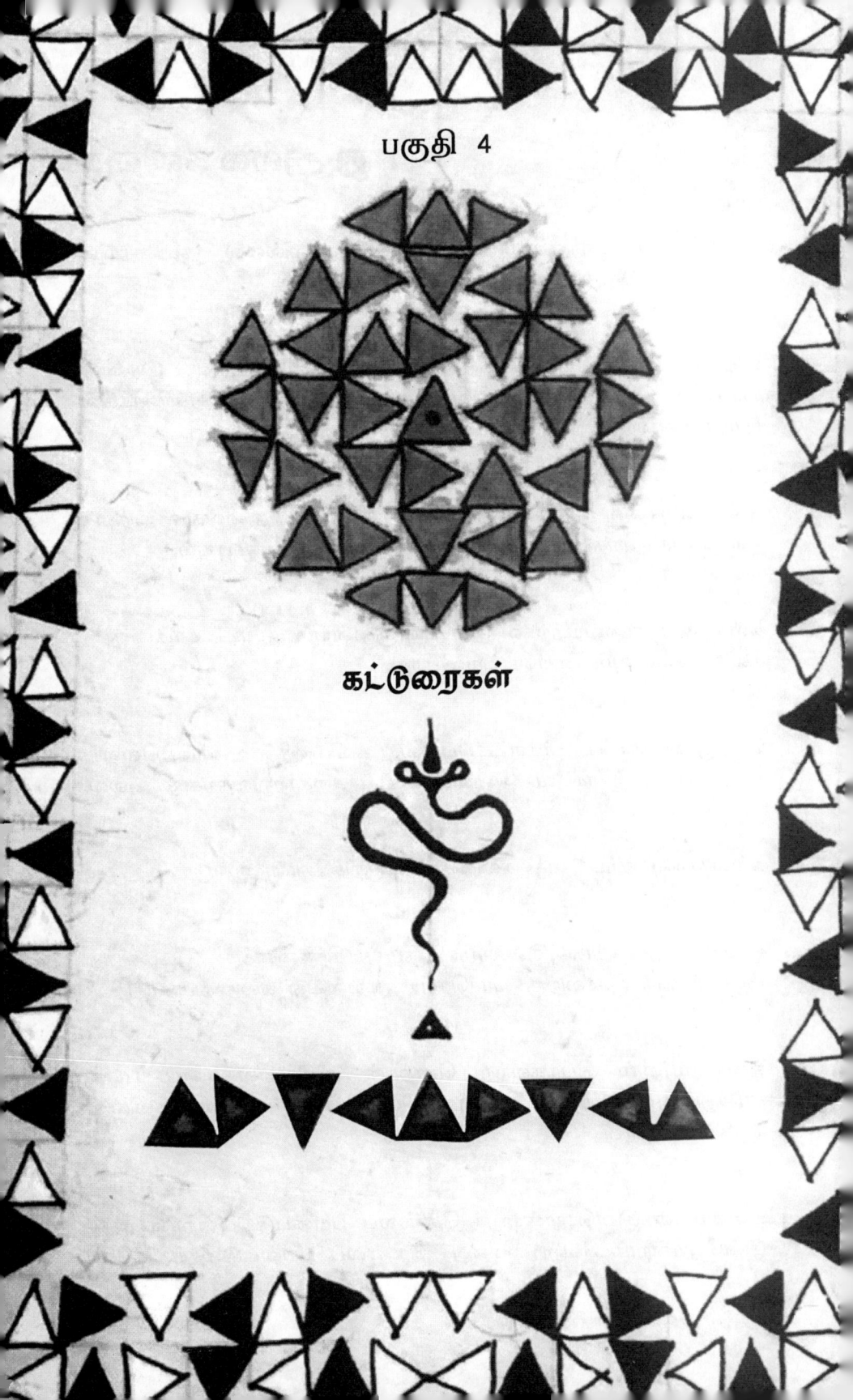

எது அல்ல கவிதை

கருத்திற்காக கவிஞனின் கவிதை பிறக்கவில்லை. கவிதையில் சொல்லப்படும் கருத்தும் உருவகமே.

*

சுருங்கச் சொல்லி விளங்க வைப்பதும் கவிதையல்ல. இரண்டு வரிகளில் சொல்லவேண்டியவற்றைக் கவிஞர்கள் ஆயிரக்கணக்கில் பாடியுள்ளனர்.

*

நுண்கலைகளை விளக்குவதும் கவிதையாகாது. அவைகள் அறிவுக் களஞ்சியங்களாக மட்டுமே ஏற்றுக்கொள்ளப்பட முடியும்.

*

கவிஞன் பார்வையற்ற வரிகள் கவிஞனையும் சுட்டிக் காட்டாது - கவிதையெனவும் பேர்பெற்றுவிடாது.

*

நெறிமுறைகள் சுட்டிக்காட்டப்படுவது கவிஞனின் உணர்வு வெளிப்பட உதவுவதற்காகவே. அவைகளைப் பறைசாற்றுவதற்காக அல்ல.

*

கல்வியறிவு ஏற்படுவது கவிதையின் குறிக்கோள் ஆகாது.

*

நிரம்பிய முடிவாக இல்லாமல் நமது சிந்தனைக்கு இடமளித்து பின்னர் ஒரு முடிவிற்கு வரச்செய்ய முயல்வது கவிதையாகாது.

*

ஓசை மற்றும் பொருளற்ற சொற்கள் ஆகியவைகளைப் பயன் படுத்துவது அவற்றால் உணர்வு வெளிப்படலாம் எனக் கவிஞன் கருதிவதால்தான்.

*

உவமைகள் இன்னொன்றைச் சொல்லப் பயன்படுமென்றால் அந்த இன்னொன்றும் வேறு ஒன்றைச் சொல்லப் பயன்படுவதற்காகவே.

*

உபமானங்களோடு உபமேயமும் கவிஞன் உணர்வை வெளிப்படுத்த வில்லையென்றால் அது கவிதையல்ல.

*

உபமானங்கள் எவ்வாறு கவிஞனின் குறிக்கோள் இல்லையோ அதுபோலவே உபமேயங்களும் அவன் சொல்ல வந்தவையல்ல.

*

வெளிப்பாடின் ஒரு பகுதி மட்டுமே கவிதை.

*

உபநிடதக் கருத்துக்களோ மற்ற தத்துவங்களோ, கொள்கைகளோ நிலைநாட்டப் பெறுதற்காகத் தோன்றியது கவிதையாகாது.

*

கவிதையைப் பொறுத்தவரை கருத்து ஒரு பக்க வாத்தியம்.

*

உரைநடையை யாப்பிலக்கணத்தின் உதவியால் மாற்றிவிட்டால் அது கவிதை எனப் பெயர் பெற்றுவிட முடியாது.

*

யாப்பும் இசையும் கவிதைக்கு உதவுவது போல இன்னும் பல முறைகள் இனி வரலாம்.

*

கவிதை அம்சம் என்பது சத்தியத்தின் நிழல். வேறு எந்த உபகரணங்களும் இல்லாமல் தானாக இயங்குவது.

*

நேருக்கு நேராகக் கவிதை அம்சத்தைப் பார்க்க நாம் பயப்படுவதாக பல கோணங்களில் பயன்படுத்தவேண்டியுள்ளது.

*

கவிதை நமக்கு இன்னொரு மொழி.

*

தான் சொல்வது இதுவரை யாருமே சொல்லாதது என்று கவிஞன்

நம்புகிறான். திருக்குறள் படித்த பின்னரும், கவிஞனுக்கு நம்பிக்கை அப்படியேதான் இருக்கும்.

*

அறிவு ஒருவனைப் பண்டிதனாக ஆக்கலாம். கவிஞனாக்கிவிடாது.

*

என்ன சொன்னான் என்பது கவிஞனின் பார்வையைப் பொறுத்தவரைச் சாதாரண விஷயம்.

*

கவிஞன் என்ன சொன்னான் என்பதைவிட "ஏன் சொன்னான்" என்று கேட்பது கொஞ்சம் ஆழமானது.

*

"பொய் சொல்லக் கூடாது" என்று அமைகிற கவிதையைப் படைத்தவன் அந்த நன்னெறியைப் பரப்பும் வேலையைச் செய்யவா எழுதியிருப்பான்?

*

இளங்கோவும், கம்பனும், இன்னும் பலரும் 'கவிஞர்' என்ற முத்திரையில் மட்டுமே ஓர் ஒற்றுமை. ஆனால் அவர்கள் உலகங்கள் தனித்தனியானவை - பார்வைகள் வெவ்வேறானவை. இலக்கியத்தில், குறிப்பாக கவிதையில் இதுவே இன்றியமையாதது.

*

நாட்டுப் பற்றும் நன்னெறிகளும் கவிஞனைக் கவர்ந்த விஷயங்களாக இருக்கக்கூடும். அவைகள் பரவலாகத் தெரிந்த காரணத்தாலேயே நாட்டுப்பற்றும் நன்னெறிகளும் கவிஞனுக்கு முன்பேயே இருந்துள்ளன என்பது தெரிந்துவிடுகிறது. அவைகளை ஏற்படுத்துவதற்காகவோ பரப்புவதற்காகவோ கவிதை நின்று நிலவவில்லை.

*

கவிதையில் வரும் சொற்களின் பொருளும் தெரிந்துவிடுவதால் மட்டும் அது உணரப்பட்டு விடுவதில்லை.

*

விளக்கங்களும் விரிவுரைகளும் கவிதையில் கையாளப்பட்ட விஷயத்திற்காகவே இருக்கின்றன - கவிதையம்சத்திற்கு அல்ல.

*

எந்த விளக்கமும் விரிவுரையும் கவிதையாம்சத்தை நம்முன் கொண்டுவந்து நிறுத்தி விடாது.

*

குன்றக் கூறலும் கூறியது கூறலும் இலக்கியக் குற்றங்களாகலாம். கவிதையம்சத்தைப் பொறுத்தவரை அப்படியல்ல. சொன்னதையே திருப்பிச் சொல்லிக் கவிதை அம்சத்தைத் தோற்றுவிக்கச் செய்ய முடியும் என்றால், அதைச் செய்ய கவிஞன் எல்லா அதிகாரமும் பெற்றிருக்கிறான்.

*

அத்வைதம் பயின்ற ஒருவன் மொழி மூலம் தனது படைப்பை வெளியிடும்போதும், கம்யூனிசத் தத்துவத்தில் ஆழ்ந்த ஒருவன் படைப்பு வெளியாகும்போதும் அவைகளில் மிளிரும் தத்துவங்கள் இரண்டாம் நிலையையே அடையும். அவைகளை ஏன் சொன்னான் என்று பார்க்கும்போது உணர்வது படைப்பு. அத்வைதத்தையும் பொதுவுடைமை வாதத்தையும் மட்டும் கொண்டிருந்தால் அவைகள் கட்டுரைகளே.

*

“கவிதையம்சம்” குறித்து விளக்கம் கேட்டால் “தெரியாது” என்று சொல்லும் முதல் ஆள் கலைஞன் தான்.

*

விண்வெளிக் காலத்தைப் பற்றிய விளக்கம் தருகிற புதுமைக் கவிதையை விட எந்த விளக்கத்தையும் தராது குறிஞ்சி மலரையும் அன்னப் பறவையையும் எண்ணங்கள் எதுவும் இல்லாது பார்த்துவிட்ட பழங்கால வெண்பாக்கள் மேல்.

*

உரையாடலில் சொல்ல வேண்டியவைகளை வரிந்துகட்டிச் செய்யும் வேடம் போட வைத்து மேடை ஏற்றும் இரவலர்கள் இலக்கிய உலகில் வராமல் இருப்பதற்காகவே பொற்கிழி அளிக்கப்படத்தக்கவர்கள்.

*

கருத்துப் பரிமாற்றம் என்ற சாதாரண வேலையைச் செய்ய கவிதை தேவை இல்லை. அவ்விதம் பயன்படுவதும் கவிதையாகாது.

*

சொற்கள் கருத்தை வெளியிடத்தான் பயன்படுகின்றன என்பது உண்மையாக இருக்கலாம். ஆனால் கவிஞன் தனது உணர்வை வெளியிட சொற்களை நாடுவது வேறு வழியில்லாத காரணங்களால் தான். சில சமயங்களில் அவன் அதை வெறுப்போடும் செய்கிறான்.

*

கவிஞனின் பார்வை போலவே அவனது சொற்களுக்கும் தனியான பொருள் உண்டு.

*

கவிஞனின் பார்வையை உணர்ந்துகொள்வதிலும் ஒரு படைப்புண்டு.

*

எண்ணக்கட்டுப்பாடின்றி எவன் தனிமனிதனாக இருக்கிறானோ அவன்தான் ஓர் இயக்கமாக இருக்க முடியும். கவிஞன் அப்படிப்பட்டவன்.

*

எந்த வகையான பொருளையும் தராமல் உணர்வை மட்டுமே தருவதும் கவிதையில் முடிகிறது.

*

ஒரு கவிதையில் குழந்தையின் அழுகையை மட்டும் கேட்டுவிட்டாலே போதும். அழுகையின் காரணம் - அழுகையை எவ்வாறு நிறுத்துவது எவ்வாறு நிறுத்தப்பட்டது என்பனவெல்லாம் உரையாடல்தாம்.

*

கவிஞன் எதைச் சொல்கிறான் என்பதில்லாமல் எப்படிச் சொல்கிறான் என்பதிலேயே கவிதை இருக்கிறது என்பது உண்மை. எப்படிச் சொல்கிறான் என்ற விஷயம் அவன் எவ்வளவு ஏற்கனவே தெரிந்து வைத்திருக்கிறான் என்பதைப் பொறுத்தது. எத்தனைத் தெரிந்து வைத்திருக்கிறானோ அத்தனையளவு அவனது பார்வை மழுங்கல்.

*

தெரிந்த சொற்களை கவிஞன் பயன்படுத்துவதுபோல, தெரிந்த இலக்கணத்தை அவன் பயன்படுத்துவான்.

*

இரண்டு யானைகள் வருவதைக் கண்டு "கண்டறியாதன கண்டேன்" என்ற கவிஞன் எந்த இலக்கணத்தில் கவிதை தந்தால் என்ன? தந்தவன் கவிஞன்.

*

உண்மையோடு உறவுவைத்துக்கொள்ளாத எதுவும் படைப்பு ஆவதில்லை. கவிஞனின் படைப்பு உண்மையைத் தவிர வேறு எதையும் கொண்டதில்லை.

*

எக்களிப்பு - விடுதலையுணர்வு என்பனவற்றை உணராத வரை "நாமார்க்கும் குடியல்லோம் - நமனை யஞ்சோம்" என்ற வரிகளில் எந்த கவிதையம்சத்தையும் நாம் பெற்றுவிட முடியாது. கவிதை அம்சத்தைத் தவிர மற்றவைகளாகத் தான் நமன், மகேந்திர பல்லவன், சமணம், வரலாறு - ஆகியவைகள் அமையும். அவை இரண்டாம் நிலை பெற்றுள்ள கருவிகளே.

*

"இலக்குவர்க்கு முன் வந்த இராமனும் விலக்கினான் ஒரு வெங்கதிர் வாளியால்" என்பன கம்பர் வரிகளாக இருப்பினும் இவை செய்யுளில் வந்த வசனமே.

*

கவிதை சம்பந்தப்பட்ட எல்லாவகை விளக்கங்களும் கவிஞனின் "பார்வை" சம்பந்தப்பட்டவையாகவே இருக்கும்.

*

கருத்து, உணர்வு, தொனி, உள்நோக்கம் இவைகள் யாவும் இலக்கியத்திற்கும் மொழிக்கும் பொதுவாக அமையுமேயன்றி கவிதையைச் சுட்டிக்காட்ட இவை போதா.

*

"செஞ்சொற் கவியின்பம்" என்று சொல்வதால் பயன்படுத்தப்படும் சொற்களின் ஒலிநயத்தைப் பாராட்டி கவிதை அம்சத்திற்கும் ஒலி நயத்திற்கும் ஓர் இன்றியமையாத ஒட்டுறவை ஏற்படுத்தவிட

நினைப்போர் பலர். சொற்கள் மூலம் ஒரு நிலை உண்டாவது என்னவோ உண்மை. ஆனால் அந்நிலை நமது சுற்றுப்புறச் சூழ்நிலை சம்பந்தப்பட்டவொன்று. இன்று நம்மிடையே எந்தவித உணர்வையும் ஊட்ட வல்லமை பெற்றிராதுபோகும் பழங்காலச் சொற்களுக்கும், நம்முடைய காலத்திலேயே ஏற்பட்ட பல சொற்களுக்கும் இது பொருந்தும். கவிதை, செய்யுள், பாடல் இவையெல்லாம் ஒன்றுதான் என்று நம்மவர் அடித்துச் சொல்வாரென்றால், கவிஞன் பார்வை கொண்ட படைப்பிற்கு வேறு பெயர் கொடுப்பதுதான் நியாயம்.

*

பாடலும் கவிதையும் ஒன்று என்றால் "குறிஞ்சிப் பண்" வெளியாகும் இசைக்கருவியிலிருந்து வருவதைக் "கவிதை" என ஏற்றுக்கொள்வோமா என்பது அடிப்படையான கேள்வி.

*

செய்யப்படுவது செய்யுள் என்றால் செய்யுள் அல்லாத மற்றவைகள் செய்யப்படாதவையா என்பதும் நியாயமே.

*

நாட்டை அகத்தில் கொண்டதால் "நாடகம்" என்கிறோம் என்பது உண்மையானால் சிறுகதைகளும் புதினங்களும் காட்டையா அகத்தில் கொண்டிருக்கின்றன?

*

நாடகம் ஏற்பட்டபோது, வேறு எந்தவித இலக்கிய வகைகளும் இல்லாததால் அதற்கு அந்தப் பெயர் ஏற்பட்டது என்று கூறினால் அதை ஏற்று, அந்த உண்மை செய்யுளுக்கும் பொருந்தும் என்று கூறி விடுவதுதான் நல்லது.

*

காளிதாசனைவிட இளங்கோ உயர்ந்த கவிஞன் என்று தீர்மானிக்க வேண்டுமானால் அங்கே மொழியும் இலக்கணமும் போய்விடுகிற தல்லவா? அவ்விரு இலக்கியவாதிகளின் – கவிஞர்களின் – பார்வையைக்கொண்டுதானே பேசி முடிவுகட்ட இயலும்.

*

கவிதையம்சமும் பார்வையும் தெரிந்தோ தெரியாமலோ எல்லாராலும் பயன்படுத்தப்பட்டு வந்திருக்கிறன. "ஆடுவோமே – பள்ளு

பாடுவோமே" என்று பாடிய கவிஞனை 'ஒரு தீர்க்கதரிசி' என்று பாராட்டுவதைவிட வேறு அவமானம் இல்லை.

*

பாரதிக்கும் நாட்டு விடுதலை பற்றி முன்பே தெரிந்துதான் கவிதை பண்ணியிருக்கிறார் என்றால் அது அவரது அரசியல் அறிவு குறிக்கும். அரசியலில் அவரைவிட முதியோரும் சிறந்தோரும் அப்போது இருந்தனர். அவர்களிடமிருந்து பெறமுடியாத அரசியல் தீர்க்கதரிசனத்தையா பாரதியிடம் நாடவேண்டுமா? அவர்களை நாம் கவிஞர்கள் எனக்கூறுவது கிடையாது.

*

பாரதி கவிதைகளில் நாம் பயன்படுத்திக்கொண்ட சீற்றத்தையும் எக்களிப்பையும் விளக்க முடியாமல்தான் அவரது அரசியல் அறிவையும் தீர்க்கதரிசனத்தையும் கூறி ஒதுங்கிவிடுகிறோம்.

*

'அரவை இயந்திரம்' ஒன்றை நிலைநிறுத்த முடியாத காரணத்தால் பாரதிக்கு அந்நிய ஆட்சி மீது சீற்றம் ஏற்பட்டு அரசியலிலும் புகுந்தார் என நாம் அறிகிறோம். அப்படி எதுவும் நடந்திருக்கவில்லை என்றாலும், வேறு ஏதேனும் நியாயத்தைக் கண்டு சீற்றமுற்றுத் தன்னை வெளிக்கொணரத் தயங்கியிருக்க மாட்டார். பாரதியார் சீற்றமும் எக்களிப்பும் அவர் நாட்டு விடுதலைக்குப் பின்னர் இருந்திருந்தாலும் அப்படியேதானிருக்கும்.

*

கவிதையில் நோக்கம் எதுவும் இருப்பதில்லை.

*

கவிதையில் நோக்கம் என்ற ஒன்று இருந்திருந்தால் அது நிறைவேறியவுடன் கவிதை அழிந்திருக்கும்.

*

உலகில் பசிப் பிணியில்லாத நிலை ஏற்பட்டுவிட்டால் பொருளாதார சம்பந்தமான நூல்கள் அனைத்தும் வேண்டாதவை ஆகிவிடலாம். அந்நிலையிலும் "இரந்தும் உயிர் வாழ்தல் வேண்டின் பரந்து கெடுக" என்ற வள்ளுவனின் கவிதை ஒரு கண நேரம் நம்மை அயரவைத்துவிடும். இத்தனைக்கும் பசிப்பிணி அகலச் செய்ய வேண்டியவை குறித்து அக்கவிதை எதுவும் சொல்லவில்லை.

*

காரண காரியங்களோடு இருக்கும் எந்தப் பொருளும் நிலைப்பதில்லை.

*

"அன்பு" என்று நாம் உணர்வதிலே நோக்கமோ, எந்தவித காரண காரியங்களோ இல்லை.

*

நோக்கமோ காரணங்களோ அற்ற நிலை - அன்பு என்றபடி நாம் பொதுவாகக் கூறிவரும் நிலை - இவற்றை "பார்வை" என்று குறிப்பிடலாம்.

***

"கவிதை" என்று குறிப்பிடுவது ஓர் எழுத்திலும் இருக்கலாம். ஒரு சொல்லிலும் இருக்கலாம். சொற்றொடரிலோ, ஆயிரக்கணக்கான சொற்களிலோ நின்றும் நிலவலாம்.

*

எந்தப் பொருளைப் பற்றிக் கவிஞன் கூறுகிறானோ, அதை நாம் பெரிதுபடுத்துவதில்லை.

*

மொழி வல்லுநர்கள் பலர் - இலக்கணக் கடலிலே தோய்ந்த அறிஞர் பலர் "கவிஞர்" எனப் பெயர் எடுக்க முடியாதுபோய்விடுகிறது. இதன் முதல் காரணம் அவர்கள் விளக்கங்களிலேயே ஆழ்ந்து விடுகிறார்கள்.

*

கவிஞர்கள் மாத்திரமல்ல, இதர படைப்பாளிகளும் மொழியில் பாண்டித்தியம் பெறாத நிலையிலும் சிறந்த இலக்கியங்களைத் தந்துள்ளனர்.

*

இலக்கணத்தில் ஆழ்ந்த அறிவு கொண்டவர்கள் "இலக்கணம் என்றால் என்ன" என்பது குறித்து நினைக்க மறுக்கிறார்கள்.

*

உலகில் சிறந்த கவிஞன் ஒருவனது படைப்பு இன்னொரு மொழியில் வெளியாகி "நோபல்" பரிசிற்கும் உரியதாகிறது. அதைப் படித்த நாம், ஏற்றுக்கொள்வது அப்படைப்பாளியின் மொழியறிவைக் கொண்டுதான் என்று சொல்ல முடியுமா?

*

"தன்னையறிந்தின்பமுற" என்ற வள்ளலார் கவிதைக்குத் தத்துவக் கருத்தாலோ வேதாந்த விரிவுரையாலோ அணை போடத் தொடங்கிய உடனேயே கவிதையம்சம் ஓடி விடும். வள்ளலார் எத்துணைத் தத்துவவாதி ஆக இருக்கட்டும். இவ்வரிகள் ஓர் ஒப்பற்ற கவிஞனை அடையாளங்காட்டும்.

*

"ஊழ்வினை" எல்லாவற்றையும்விடப் பெரியது என்ற நோக்கத்தை உடையவராகப் பலர் இருந்திருக்கலாம். இளங்கோவைக் கவிஞன் என மதிப்பது அந்த நோக்கத்திற்காக அல்ல. அந்த நோக்கத்தின் வாயிலாக அவரது நூலில் கவிதை அம்சம் வெளிப்படவும் இல்லை.

*

வாழ்த்துப் பாடல்களில்கூட கவிதை இருக்கலாம். அது கவிஞனின் பார்வையைப் பொறுத்த விஷயம்.

*

வருமான வரித்துறை சட்டதிட்டங்களை வெண்பாக்களால் எழுதி வைத்துவிட முடியும். ஞாபகத்தில் வைத்துக்கொள்ளவும் அது உதவும்.

*

ஒரு குறிப்பிட்ட நோக்கத்திற்காக எழுதப்பட்ட ஒன்று செய்யுளைவிட உரைநடையில் மிக நன்றாகப் பயன்படத்தக்க விதத்தில் எழுதப்படலாம். வேண்டுமென்றே அதைச் செய்யுளாக மாற்றித் தருவது ஒருவகை மொழிபெயர்ப்பு வேலையே.

*

கவிதையம்சம் உணரப்படும்போது சொற்களின் பொருள் நினைவிற்கு வராது.

*

இசையைக் கவிதையோடு சேர்த்துக்கொள்வது போல, பலவற்றை இணைத்து அழகுபடுத்தலாம். அவைகளெல்லாம் கவிதைக்கு இன்றியமையாதவை அல்ல.

*

கவிதையின் பயன் அல்லது கலைகளின் பயன் என்னவென்ற கேள்விக்கு வாழ்க்கையின் பயன் என்னவென்ற கேள்விதான் பதில்.

*

கவிஞர் ஒருவரின் நூல் வெளியீடு நடந்துகொண்டிருந்தது. கவிதை விமரிசனங்களுக்கிடையே அவசரமாக அவர் கூறினார்:

“யாராவது மின் விசிறியை நிறுத்திவிடுங்கள். அந்தக் குருவிமீது பட்டு விடப்போகிறது.”

அவர் எழுதிய சிறந்த கவிதை இதுதான்.

*

“கொலை வாளினை எடடா” என்ற கவிதையும் ‘எல்லோரும் இன்புற்றறு இருக்க நினைப்பதுவே அல்லாமல் வேறு ஒன்றறியேன் பராபரமே’ என்ற கவிதையும் கவிதை அம்சத்தைப் பொறுத்தவரையில் ஒன்றுதான் - பொருள் இரண்டிலும் வேறுபட்டிருந்தாலும் கூட.

*

“உள்ளத்து உள்ளது கவிதை - இன்பம்

உருவெடுப்பது கவிதை.” என்ற கவிஞரிடம் சிலர் கவிதை பற்றிக் கேட்டபோது, அவர் கூறியது:

“உள்ளத்தில் உள்ளதுதான் கவிதை. இன்பம் உருவெடுப்பதுதான் கவிதை. ஆமாம். இப்போது நீங்கள் சொல்லுங்கள். நான் கேட்டுக் கொள்கிறேன்”

*

அழகு பொருந்தியது கவிதை என்று சொல்லிக் கொண்டே “அழகு” என்றால் என்னவென்று மிக முக்கியமானதும் நுண்ணியதுமான விஷயத்தை நாம் கவிதை விமர்சனங்களில் கோட்டைவிட்டு விடுகிறோம்.

*

கவிதையம்சம் என்பதிலே காரணம் எதும் கிடையாது.

*

ஒரு குறிப்பிட்ட காலத்தில் மொழி எவ்வாறு இயங்கிவந்தது என்பதை விளக்குவதே இலக்கணம்.

*

ஒரு மொழியின் இலக்கணம் பிற மொழியினருக்கே நன்கு பயன்படும். இலக்கண நூல்களின் நோக்கமும் அதுவே.

*

இலக்கணக் குற்றமென்று கூறிவிடுவது ஒரு போலித்தனமான திறனாய்வு.

*

முதன்முதலில் வெண்பா எழுதிய படைப்பாளி இலக்கணத்தைப் பொறுத்தவரையில் அதுவரை இல்லாத ஒரு புதுமையைக் புகுத்தியபடியால் இலக்கணக் குற்றத்திற்கு ஆளாகிறான்.

*

எந்தவிதப் பழங்கால இலக்கியங்கள் இல்லாமலிருந்தாலும்கூட தமிழின் தொன்மையை நாம் அறிந்துகொள்ளலாம். அது வரலாறு சம்பந்தப்பட்ட விஷயம்.

*

கவிதையம்சம் என்பதிலே பழங்காலம் – தற்காலம் என்ற வாதம் எழ முடியாது.

*

புதுமையான விஷயம் என்று கூறுகிறோம். கவிதையம்சத்தைப் பொறுத்தவரை அப்படி ஒன்று இந்தப் பிரபஞ்சத்தில் இருக்கப்போவதில்லை.

*

பள்ளிக்கூடத்தில் கல்வி போதிக்கப்படுகிறது. எனவே 'கல்வி' என்றவுடன் பள்ளிக்கூடக் கட்டடமே நம் நினைவிற்கு வந்து சேருகிறது. மரத்தடியிலும் கல்வி பெறலாம். ஆசிரியன் இல்லாமலும் "ஞானம்" பெற்றவர்கள் உண்டு. கவிதைக்கும் இலக்கணத்திற்கும் உள்ள தொடர்பு கல்விக்கும் கட்டடத்திற்கும் உள்ள தொடர்பு போன்றதுதான்.

*

இளங்கோவும் கம்பனும் சில முறைகளைப் பின்பற்றிக் கவிதைகள் தந்துள்ளனரே என்றால் அவர்கள் வேறு எப்படி தந்திருப்பார்கள்? அது அவர்கள் பயின்ற முறை. மேலும் அவ்வாறு தரக்கூடாது என்று சட்ட திட்டம் எதுவுமில்லை?

*

ஒரு குறிப்பிட்ட இசைக்கருவியில் பயிற்சி பெற்ற ஒருவன் வேறாரு கருவியில் இசை மீட்ட முடியாதவனாகிறான். பண் என்னவோ ஒன்றுதான். மரபுக் கவிதையென்றும் புதுக்கவிதையென்றும் சொல்லப்படும் படைப்புகளுக்கும் இதே நிலைதான். இரண்டிலும் கவிதையம்சம் மாறுபடுவதில்லை.

*

கருத்து எப்போதும் கருத்தாகவே இருந்துவிடும். அதைக் கவிஞன் பயன்படுத்துவதால் அவனது வெளிப்பாடு கருத்தாகவே ஆகிவிட்டது. சொற்கள் மூலம் கருத்தையும், கருத்தின் வெளிப்பாடால் வேறு எதையோ அவன் சொல்ல முயல்கிறான். அந்த வேறு "எதுவோ" தான் கவிஞன் பார்வை. பார்வையைத்தான் கவிதையம்சம் என்கிறோம்.

*

கருத்துகளை விளக்கி அதைச் செய்யுளில் தருவது ஒருவனது சாமர்த்தியத்தைக் காட்டலாம். அவனைக் கவிஞன் என்று போற்ற அது காரணமாகிவிடாது. அச்சுப்பிசகு இல்லாது ஓர் இயற்கைக் காட்சியை வரையும் ஓவியனோ - தன்னுடைய ஆசிரியன் பாடிய பண் ஒன்றை அவ்வாறே இசைக்கும் கலைஞனோ - எவ்வித வெளிப்பாட்டையும் தரப்போவதில்லை. அவர்களைக் கலைஞர்கள் என்று கூறுவதில் பொருளில்லை ஒரு கணக்கு இயந்திரமும், டேப் ரிக்கார்டரும், காமிராவும் செய்ய வேண்டிய வேலைகள் அவை. இதைப் போலித்தனமான கலை (Pseudo Art) என்று அடித்துக் கூறலாம்.

*

எத்தகைய காரணங்களால் ஒன்று கவிதை இல்லை என்று தெரிந்து கொள்கிறோமோ அத்தனை தூரம் நாம் கவிதையுடன் நெருங்கி விடுகிறோம்.

*

கருத்து, உணர்வு, தொனி, உள்நோக்கம் என்று விளக்கப்புகுதல் கவிதை சம்பந்தப்பட்டதில் ஓரளவு பயன் தருவதாகவமையும். இதன் முக்கியக் காரணம், மேற்சொன்ன பாகுபாடுகள் உரை நடைக்கும் அப்படியே பொருந்துகின்றன.

*

பொருள் இல்லாத இசையுடன் கவிதையை ஒன்றுசேர்த்து கவிதை அம்சத்தை ஏற்படுத்தவிட முடியும் என்றால், அதை வரவேற்பதில் யாருக்கும் தயக்கம் இருக்க முடியாது.

*

"பார்வை" கவிஞனைப் பொறுத்த விஷயம். அவனது கருத்தைச் சார்ந்தவொன்றல்ல.

*

கவிதையை உணர்ந்துகொள்வதும் வாழ்வின் பொருளை உணர்ந்து கொள்வதும் ஒன்றுதான். படைப்பின் ரகசியமும் அதுவே. என்றாலும், உணர்ந்து கொள்வது என்பது தனிப்பட்ட ஒவ்வொருவரையும் சார்ந்த விஷயம்.

*

சர்க்கரை இனிக்கிறது என்பது உணர்வைப் பொறுத்தவரை பொதுவான விஷயமல்ல.

*

"வந்தே மாதரம் என்போம்" என்ற வரிகளில் கவிதை அம்சம் இல்லைதான். ஆனால், மாவட்ட ஆணையாளரை எதிர்த்து "நீ யார் கேட்பதற்கு? நான் சொல்லத்தான் செய்வேன்" என்றவாறு பொங்கியெழுந்த கவிஞனைக் கண்டால்தான் கவிதை தெரியும்.

*

சிந்தனை மூலம் ஏற்பட்டவொன்று கவிதை ஆகிவிடுவதில்லை.

*

சிந்தனையின் வெளிப்பாடில் அன்பு வெளிப்பட்டுவிடாது.

*

காரணகாரியங்கள் வசப்பட்டு நிற்காமல் நிரம்பிய முடிவாக இருப்பதுதான் கவிதை. வேறு எவ்வகையாக அமைந்திருந்தாலும்

அது சிந்தனைக்கு விருந்தாக இருக்குமே தவிர. கவிதை அம்சத்தை இழந்து விடுகிறது.

*

ஒரு பொருளைப் பார்த்தவுடன் எழுந்த கற்பனைதான் கவிதை என்றால் - அதை உரைநடையிலும் கூற முடியும். அப்படிக் கூறுவது இன்னும் தெளிவாகவே இருக்கும். கவிதையில் கற்பனை இருக்கமுடியுமே தவிர அதுவே வரம்பு ஆகிவிடுவதில்லை.

*

பார்த்த ஒரு பொருளின் விளக்கத்தைக் கவிதையில் எதிர்பார்ப்பது வீண். அப்படி விளக்கம் தருபவர்கள் தங்களை ஏமாற்றிக் கொள்கிறார்கள்.

*

கவிதை ஒரு வரைபடம் அல்ல.

*

கவிதையில் வார்த்தை ஜாலங்கள் சில காலம் மக்களைக் கவரலாம். எனினும், நீடித்திருக்காது.

*

கற்பனை வளமென்றால் என்னவென்றே அறியாத ஒருவன் சாதாரண எழுத்துக்களில் சொன்னது மாபெரும் இலக்கியமாகியிருக்கிறது - கவிதை ஆகியிருக்கிறது.

*

"யாண்டு பலவாக நரையில ஆகுதல்" என்ற பிசிராந்தையார் கவிதை நரைக்கு வைத்தியமாகக் கொண்டுவிட்டால், பிறகு அதில் கவிதை எப்படி வாழும்?

*

ஒரு குறிப்பிட்ட காலத்தில் அமையக்கூடியவைதாம் நெறிமுறை களாகவோ இலக்கணங்களாகவோ இருக்கவேண்டும் என்ற நியதி இல்லை.

*

நினைவுகளை சிந்தனைகளாகக் கருதி கொண்டிருப்போர் இருக்கும்போது, சிந்தனைகளை உணர்வாக கருதுவோர் இருப்பதில் வியப்பில்லை.

*

கொள்ளைக்காரராக இருந்தோர் பலர் கவிதை எழுதியிருக்கின்றனர். அரசராக இருந்தோரும் படைப்புக்களைத் தந்துள்ளனர். கவிதையின் உருவத்திற்கு நாம் விளக்கம் தந்திருப்பது போலவே கவிஞர்களுக்கும் ஓர் உருவம் அளித்து விட்டோம். அவன் ஏழையாக இருப்பான். செல்வந்தரிடம் பரிசில் பெற்று வாழ்பவன் என்றெல்லாம் நாம் ஒரு சில நடைமுறை விளக்கத்தைத் தவறாகப் பயன்படுத்திவருவதைப் போலவே கவிதையின் 'கருத்து இருக்கவேண்டும் - நெறிமுறைகள் இருக்கவேண்டும் - சிந்திக்க ஒன்றை ஓசை நயத்தோடு கூறவேண்டும்' என்றெல்லாம் விளக்கமளித்துக்கொண்டே ஏமாறுகிறோம்.

*

இறைவனே நமது மொழியில் கவிதை இயற்றியுள்ளான் என மகிழ்கிறோம். இறைவனே வந்து கவிதை யாத்தான் என்ற எண்ணம் கவிதையம்சத்தின் தோற்றமாகும்.

*

விளக்கங்களின் அப்பாலுக்கப்பால் நிற்கும் "அருள்" என்ற சொல்லைக் கொண்டது தமிழ்மொழி, அச்சொல்லை நாம் இறைவனோடேயே அநேகமாகச் சேர்த்துச் சொல்லுகிறோம். கவிதைக்கும் அருளிற்கும் இறைவனுக்கும் அதிக வேறுபாடு இருப்பதாகத் தெரியவில்லை.

*

அந்தி வந்தடைந்த தாயையும் கன்றையும் காட்டும் கம்பன் வரிகளிலிருந்து தாய் சேய் அன்பை நீங்கள் கண்டு கொண்டால், அல்லது சீவராசிகளின் அன்பை உணர்ந்து கொண்டாலோ நாம் கம்பன் கண்ட காட்சியை - அமைதியை அடைய தடையிராது. மேற்படி வரிகளை ஆராய்ந்து கம்பன் வாழ்ந்த இடத்திலா எருமை மாடுகள் இருந்தன என்ற வரலாற்று உண்மையை கண்டுபிடித்து அதுதான் அந்தக் கவிதையின் சிறப்பு என்று கவியரங்கம் நடத்தாமலிருந்தால் போதும்.

*

"யாதும் ஊரே" என்ற பூங்குன்றன் கவிதையானது பண்பாட்டையும் வானவியல் சாத்திரத்தையும் தன்னுள்ளே கொண்டுள்ளது என்றும் அக்கவிதையின் பெருமைக்கே அதுதான் காரணம் என்போர் பூங்குன்றனையோ கவிதை அறியார். சூழ்நிலைச் சுற்றுப்புறங்களின்

செல்வாக்கையும் மிஞ்சி அமைதியை உணர்ந்த ஒரு கவிஞனின் படைப்பு அது. அதிலே பண்பாடும் வரலாம். வரலாறும் வரலாம். சோதிடம் கூட வர முடியும்.

*

“சாதிகள் இல்லையடி பாப்பா குலத் தாழ்ச்சி உயர்ச்சி சொல்லல் பாவம்” என்ற பாரதியின் வரிகள் அவரது பார்வையை முழு அளவில் வெளிக் கொணர்ந்திருக்கின்றனவா என்பது ஒரு கசப்பான கேள்வி. மேற்படி வரிகள் உபதேச மனப்பான்மையுடன் வெளிவந்தவை. “மோதி மிதித்து விடு” என்றபடி பாப்பாவிற்குச் சொன்ன ஒரு கவிஞன் இழிந்த தாழ்ந்த குலம் என்ற நாசமாய்ப் போகிற கட்டுப்பாட்டிற்கு முன் ஒரு இரக்க உணர்வையா கண்டிருக்க முடியும்? சாதி இருக்கிறது என்று சொல்வானும் இருக்கிறானே என்ற அங்கலாயப்பையோ வெறுப்பையோ காட்டவில்லை. பாரதி உபதேசம்தான் செய்ய முற்பட்டிருக்கிறார் மேற்படி வரிகளில் என்பது ஒரு கசப்பான உண்மை.

இதுவுமது

அரை நூற்றாண்டு காலமாகக் கவிதை கலைத்திறனாய்வு குறித்துத் தமிழில் வெளிவந்துள்ள கட்டுரைகளையும் நூல் வடிவங்களையும் கண்டு பொருமிச் சிலபல அங்கலாய்ப்புகளுடன் வெளிப்படுத்தப் பட்டவைதாம் இவை.

*

கவிதைக் கலை குறித்து “அவன் என்ன கண்டான் - இவனுக்கு என்ன தெரியும்” - என்றெல்லாம் கூறித் திரியும் புதுமை கவிஞர்கள் - இலக்கணத்தை விட்டால் வேறு கதியற்ற பண்டிதர்கள் - இவர்கள்தாம் இந்நூலுக்கு ஆதாரம்.

உண்மையில் இந்நூலை இவர்களுக்கே “சமர்ப்பணம்” செய்திருக்க வேண்டும். அந்த வேலையில் எல்லாம் ஏனோ நம்பிக்கை இல்லை.

எப்படி இருந்த போதிலும் இவர்கள் எல்லாருமே கவிதையை ஓர் உயர்ந்த இடத்தில் வைத்து போற்றுபவர்கள் என்பதில் கொள்ளை மகிழ்ச்சி.

அரை நூற்றாண்டு காலமாக அதாவது திறனாய்வு வளர்ந்துவர ஏற்புடைத்தான காலத்தில் தமிழ் இதழ்களும் நூல்களும் என்ன செய்துவிட்டன என்ற கேள்வி அனுபவப் பூர்வமாகவே எல்லாருக்கும் உண்டு. கவிஞனாக இல்லாத காரணத்தால் எனக்கு இது பெரிதாகத்

தோற்றமளிக்கிறது. இத்தனைக்கும் "கவிதை" ஒன்றையே பெரிதாகக் கொண்டது இந்த நாடும் மொழியும்.

விதிவிலக்குகள் இருக்கலாமேயொழிய திறனாய்வு நம்மிடையே ஓர் அங்குலம்கூட வளரவில்லை. டி.கே.சி என்ற விதிவிலக்கு நம்மவர் சிலர் கண்களை அகலத் திறந்து "ஓகோ" என்று வியப்படைய குறிப்பிட்ட அளவில் உதவியிருக்கிறது.

கவிதையாகட்டும் மற்றத் துறையாகட்டும் சொற்களைப் புதியதாகப் போட்டுவிடுவதால் மட்டும் "அடைப்பு" ஏற்பட்டு விடுகிறது என்ற நிலையில்தான் இலக்கியம் சென்று கொண்டிருந்து விட்டது.

தேக்கப்பட்ட சிந்தனைகள் இடமிருந்து பெற்றது ஒன்று - Plagiarism என்பதற்குச் சமம்தான் என்பதை ஏனோ வசதியான முறையில் மறந்துவிடுகிறோம். தேக்கப்பட்ட சிந்தனைகளின் மூலம் ஒருவன் பெறும் பார்வை "பார்வை"யே அல்ல. அதை இன்னொரு சிந்தனை என்று வேண்டுமானால் ஒப்புக்கு ஏற்றுக்கொள்ளலாம். ஆனால் "இன்னொரு சிந்தனை" என்பது படைப்பு ஆகாது.

"பார்வை" என்பது ஒருவனைப் பொறுத்த விஷயமே தவிர ஒன்றைப் பொறுத்தது அல்ல. பாரிசையும், ரோமையும் சுற்றிப் பார்த்தவர்கள் உணர்வைப் பொறுத்தவரைத் தங்கள் ஊரைவிட்டு ஓர் அங்குலம்கூட நகர்ந்தவர்களாயிருக்க மாட்டார்கள். ஊரின் தெப்பக்குளம் ஒன்றிலேயே உலகைக் கண்டவர்களும் உண்டு.

வழிமுறைகளைப் பின்பற்றல் என்ற ஒரே நோக்குப் பல படைப்பாளிகளைச் சீரழித்திருக்கிறது. கருத்து எப்போதும் கருத்தாகவே இருந்து கொண்டிருக்கும். படைப்பாக மாறிவிடாது.

நம்மிடையே உலகி வரும் பேர்பெற்ற எழுத்தாளர் பலரின் படைப்புக்களிலே புதுமைப்பித்தன் வண்ணங்கள் தோன்றி மிளிர்வது, அவர்கள் பின்பற்றும் முறைகேடான முறையில் தான் இவ்வகைப் படைப்புக்களை ஏற்றுக்கொள்வதும், இருமல் நோய் கண்டவரை எல்லாம் புதுமைப்பித்தன் என்றழைப்பதும் ஒன்று தான். "வக்கிரப் பார்வை" கூடப் "பார்வை"தான் - நல்ல வெளிப்பாடுதான். எழுதாமல் இருப்பதும் ஒருவகை வெளிப்பாடுதான்.

ஆனால் பேசாமலும் எழுதாமலும் இருப்பதால் மட்டும் ஒருவன் மௌனியாகி விட முடியாது. அது முறையான தந்திரம். ஒருவகைப் பின்பற்றுதல். அவ்வளவுதான்.

அருமையான கவிதை அம்சம் கொண்ட படைப்புகள் எப்படியெல்லாமோ வெளிவருகின்றன.

“என்னடி உந்தன் மந்திரங்கள் -

இந்த சின்னஞ் சிறிய ரோஜா முன்” - இது ஒரு “செக்” நாட்டுப் பாடல். ஊடுருவி நின்ற எண்ணங்களை எல்லாம் வெற்றிகொண்டு, எந்தவிதச் சிந்தனையையும் தோற்று விக்காது ஒரு தெளிவை நொடிப்பொழுதில் தருகிற மேற்படி கவிதை சினிமாப் பாடலாகக் கூட இருக்க முடியும். ஆயினும் எத்தனை அருமையான கவிதை அம்சம்!

ஆமாம். கவிதையைப் பொறுத்தவரை “இது பெரியவர் எழுதியது - இது இமயமலை சென்றுவந்தவர் கைங்கர்யம்” என்றெல்லாம் நமக்குத் தெரிவதில்லை.

மேநாடு இருக்கட்டும். நமது கிளிக்கண்ணி ஒன்றைப் பாருங்கள்.

“மாடு மனை போனாலென்ன

மக்கட் செல்வம் போனாலென்ன

கோடிச் செம்பொன் போனாலென்ன - கிளியே

குறுநகை போதுமடி”

இன்று மார்தட்டிக் கொண்டிருக்கும் பலரது படைப்புகள் இந்தக் கண்ணிக்கு ஈடாகா.

படைப்பின் இரகசியமே கவிதையை உணர்ந்துகொள்வதில் அடங்கி விடுகிறது. இலக்கிய உலகின் எல்லாவித ஐயப்பாடுகள் கவிதை அறிந்துகொள்வதில் இருக்கிறது. எந்த உண்மையையும் உணர்ந்து கொள்வதில் கவிதை இருக்கிறது. குழந்தைப் பருவத்தில் நாம் பெற்றோரிடமிருந்து தெரிந்துகொண்ட பாலர் கதைகள் இளம் பருவத்தில் நாம் கண்டு கேட்டு தெரிந்தவைகள் - இவை எல்லாமே கவிதை உணரப்படுவதற்கு உதவி செய்யும். பிரபஞ்சத்தின் இரகசியமே அந்த உணர்வுதான்.

சிறந்த கவிதை ஆசிரியர்கள், நாடக ஆசிரியர்கள் யாவருமே கவிதையின் உன்னதத் தன்மையை உணர்ந்தவராக இருப்பார்கள்.

மூடநம்பிக்கையுள்ள - அரசியல் அறிவற்ற - வரலாறு தெரியாத - அறிவியல் என்றால் என்னவென்று அறியாத சிறந்த கவிஞர்கள் உலகமெங்கும் உண்டு. நாட்டு மக்களின் குறைகளைப் போக்கும் எண்ணத்துடன் அவன் பாடினான் என்றால், அந்தக் குறைகளைத் தீர்க்கும் பணியில் அவனை மிஞ்சிச் செய்தித்தாள்களில் கடிதம் எழுதிப் பணிபுரிந்தவர்கள் இருக்கிறார்கள். சொல்லப்போனால்

நாட்டின் குறைகளைப் பலர் கூறிச் செய்திகள் படித்துத்தானே ஒரு கவிஞனும் தெரிந்திருப்பான்.

எதிர்காலத்தைப் பற்றி முன்னரேயே கூறிவிட்டான் - கவிஞன் ஒரு தீர்க்கதரிசி என்று கூறுவதெல்லாம் சிறுபிள்ளைத்தனம்.

இந்த நூல் யாருக்கும் "சமர்ப்பணம்" செய்யப்படவில்லை என்றேன். ஆனால் பலரது அன்பே ஒரு கவிதையாக மலர்ந்திருப்பதைக் காண முடிந்திருக்கிறது. இலக்கணத்தில் தேர்ந்த அறிவு கொண்ட கவிஞர்கள் இலக்கியவாதிகள் பலரது அன்பிற்கு நன்றி கூற வேண்டும். அவர்கள் மட்டுமல்ல, இதுவரை நான் கண்டவை கேட்டவை, விரும்பியவை, வெறுத்தவை, எனது கோபதாபங்கள் – நம்பிக்கைகள் – விழைவுகள் - அனைத்தும் நன்றிக்குப் பாத்திரமானவைகளே".

■

தாய்மொழியும் தந்தை மொழியும்

ஒரு தடவை சிதம்பரம் இராமலிங்க வள்ளலார் ஒரு சங்கராச்சாரியாரிடம் வாதம் நடத்தியபோது "சமஸ்கிருதம் எல்லா மொழிகளுக்கும் தாயாக இருக்கலாம், நீங்கள் சொல்வதுபடி. ஆனால் தமிழ் தந்தை" என்று சொல்லியிருக்கிறார்.

வள்ளலார் ஞானத்தால் சித்தர் பரம்பரையினர். தாய்மொழி தமிழ் மீது இயல்பாகவே இருந்த அன்பு இப்படிச் சொல்லியிருக்க மாட்டார். ஒருவேளை சொல்ல வேண்டிய அவசியம் வந்தபோது சில கருத்துக்களைச் சொல்ல வேண்டியிருந்திருக்கும்.

ஆனால் ஜெயேந்திர சரஸ்வதி சுவாமிகள் சொல்கிறார்: "நம் தாய் மொழி தமிழ், தந்தைமொழி சமஸ்கிருதம்" என்று. இது வள்ளலார் தம் மனோபாவத்தில் சொல்லப்பட்ட ஒன்றல்ல. ஊன்றிக் கவனிக்கும்போது "இது யாருக்காகச் சொல்லப்பட்டது, எதற்காக என்ற சில விவரங்கள் தெரிகின்றன. அவரைப் பொறுத்தவரை இன்றைய சூழ்நிலையில் அவை பகிரங்கமாகப் பேச முடியாத அளவுக்கு இசகுப் பிசகானவை என்று தெரியவரும்.

Max Plank இந்நூற்றாண்டின் ஆரம்ப காலகட்டத்தில் நமக்கருளிய *Quantum Theory*-ஐத் தெரிந்துகொண்டு உலகில் இன்னமும் நாடு, இனம், மொழி என்று பேசிவருவது குறுகிய மனப்பான்மையென்று சொல்வது எளிது. ஆனாலும் சுதந்திர உணர்வு என்பது எல்லாராலும் போற்றப்படும் நிலை யாதலால் எல்லாருக்கும் தேவைதான் - துறவிக்கும் கூட.

மேலும், சங்கராச்சாரியார் சொன்னதால் அதைப் பற்றிப் பேசுவது தவிர்க்கமுடியாததாகி விடுகிறது. வள்ளலார் நிலையிலிருந்து வாதமிட இப்போது யாருமில்லை. உலக வரலாறு, தத்துவம் பற்றிய அறிவைத் துணையாகக்கொண்டு சிலவற்றை எண்ணிப்பார்க்க முடிகிறது.

இலத்தீனையோ கிரேக்கத்தையோ தந்தை மொழி என்று ஐரோப்பிய இன மக்கள் கூறிவருவது போன்று இதைக் கருத முடியாது. "ஆங்கிலம் எனது தாய்மொழி, இலத்தீன் தந்தை மொழி" என ஆங்கிலேயன் கூறினால், அது சரியாக இருக்கும். வரலாற்று ரீதியான தவறும் இல்லை. அதைப் போன்று "குஜராத்தி தாய்மொழி தந்தை மொழி சமஸ்கிருதம்" என்று கூறுவதும் வட நாட்டவர்க்குச்

சரியாக இருக்கலாம். ஆனால் தமிழ்நாட்டவருக்கு அது எவ்வாறு பாதிப்பை உண்டு பண்ணும் என்பது வேறு விஷயம்.

தமிழ்நாட்டிலுள்ள பார்ப்பனரைக் குறித்துதான் இவ்வாறு சொல்லப்பட்டது என்றால் அதுவும் வேறு விஷயம்தான். அப்படி இருந்தாலும் வரலாற்று ரீதியாகவும் இலக்கிய ரீதியாகவும் இன்னும் தெளிவாக்கப்பட வேண்டும்.

தமிழைத் தாய்மொழியாகக் கொண்டவர் வட மொழியை தந்தை மொழி என்று ஒருநாளும் கூற மாட்டார். இது அதைப் பற்றியதல்ல. இன்று வடமொழியைப் பரிபாலித்து, நேசித்து, அது எங்கள் தந்தை மொழி என்று தமிழ்நாட்டில் ஒரு சாரார் கூறினால், அவர்கள் விருப்பம். இப்பொழுது வரலாற்று ரீதியாக அது சரிதானா என்று மட்டும் பார்ப்போம்.

நாட்டுப்பற்று என்றால் நான் என்ன? இனங்கள் ஒன்றிற்கு மேலுள்ள நாட்டில் எது நாட்டுப்பற்று? என்னுடைய கிராமத்தில் வசிக்கும் கிழவருக்கு "இந்தியா" என்கிற பெயரே தெரியாது. தூரத்தில் தென்படும் மலையும் ஓடுகிற ஆறும் ஊரைச்சுற்றி வளர்ந்திருக்கும் பயிர் வகைகளும்தாம் அவரது நாடு. அந்த இடத்தின் ஒவ்வோர் அசைவையும் ரசித்துக்கொண்டிருப்பவர். அவருக்குத் தெரிந்த ராமரும், கிருஷ்ணரும், காந்தியும், நேருவும் தமிழ் தான் பேசுவார்கள். புளிக்குழம்பு சாப்பிடும் ஆட்களாகத்தான் அவர்களைக் கருதிக் கொண்டிருக்கிறார். அந்தக் கிராமத்தை மட்டும் உயிராகக் கொண்டிருக்கும் கிழவர் நாட்டுப் பற்றுடையவராக மாட்டார்.

நல்லது. வரலாறும் நில நூலும் படித்து, இந்த நாடு பல இனங்கள் கொண்ட நாடு; இந்தியா என்ற பெயரே மேல்நாட்டவர் கொடுத்தது. அது சிந்து நதி பாயும் பகுதியை மட்டுமே குறிக்கும் இந்தியா என்ற சொல்லோ, இந்து என்ற சொல்லோ பூங்குன்றன் முதல் சமீப காலம் வரை யாரும் பயன்படுத்தவில்லை; அது 1902-ஆம் ஆண்டு கொண்டு வரப்பட்ட இந்திய ரெகுலேட்டரி சட்டமூலம் வந்தவொன்று; பாரதம் என்ற சொல்லைக்கூட பாரதிக்கு முன் யாரும் கையாளவில்லை; பாரத நாட்டின் தலைநகரம் எதுவென்றால் தெரியாது; பாரத மன்னன் யார் என்பதே சந்தேகம்; ஆரிய வர்த்தத்தின் எல்லை நர்மதா நதியோடு முடிகிறது என்றெல்லாம் தெரிந்து கொள்கிறோம்.

தெரிந்துகொண்டு பின்னர் திடீரென, ஆரிய புத்திரன் - ஆரியன் என்றால்தான் அது மேம்பாடு தமிழ் என்று சொல்லிவிட்டால் அது ஒருமைப்பாடு அல்ல என்று சொன்னால் எப்படி ஏற்றுக் கொள்ள

முடியும்? தமிழ் என்று சொல்வதெல்லாம் பிரிவினைவாத அடிப்படை என்று கூற முன்வந்தால், ஆரிய இந்தோ ஆரிய இந்து என்று சொல்வதும் பிரிவினைவாத அடிப்படைதாம். இந்த நாட்டினரின் முன்னோர்கள் வேதகால ரிஷிகள்தாம் என்று கூறுவதும் பிரிவினை வாதம்தான்.

உண்மையைச் சொல்வதென்றால், "ஆரிய" என்றாலே "மிலேச்சர்" என்றல்லவா தமிழில் பொருள். வடமொழியில் "உயர்ந்த" என்ற பொருளை வைத்துக் கொண்டிருக்கலாம். ஆனால் நாம் வடமொழியாளரல்லவே. திண்டிவனம் பகுதியிலுள்ளவரை ஆரியர் என்றால் எப்படிப் பொருந்தும்? எனவே, 'ஆரியர் என்று சொல்லு வோம்; தமிழர் என்று சொல்வது ஒருமைப் பாடாகாதென்றால் அது ஒருவகை பிரிவினைவாதம்தான்.

இந்தப் பகுதி மக்களின் உணவு "அரிசி". உலகில் அரிசி பயிரிடுவதில் அதிக ஊக்கம் காட்டுவது இங்குதான். இந்த "அரிசி" என்ற சொல்தான் கிரேக்கத்தில் "ஓரி" என்றும் ஆங்கிலத்தில் 'ரைஸ்' என்றும் மருவியுள்ளது என்பர்.

ஒருமைப்பாடு பேசும் இந்த நாட்டில் இதை இனி எப்படி வழங்கு வார்கள்? அரிசி சாப்பிடாத மக்கள் அதை எப்படிச் சொல்கிறார் களோ அந்தச் சொல்லைத்தான் பயன்படுத்தவேண்டும். அதுதான் ஒருமைப்பாடு என்று எடுத்துக்கொள்ள வேண்டும். இதெல்லாம் பழம்பெருங் குடிமக்களாகிய நமது கலாச்சாரத்தைப் பாதிப்பதாகாதா?

பின்னர், நமது சமயம். இந்து மதம் என்ற சொல்லை இப்பகுதியிலுள்ளோர் ஆங்கியேலர் வரவுக்குப் பின்னரே அறிந்துள்ளார். இங்குள்ள ஆகமங்கள் வேறு. வடக்கேயுள்ளவை வேறு. ஒரு சில பிற்கால அரசர் ஆணைக்கு ஏற்ப வடமொழி மந்திரங்கள் ஏற்பட்டனவே யொழிய (அந்த அரசர்களும் வடபுலத்துச் சொந்தம் கொண்டாடியவர்கள்தாம்) தமிழ் மொழியைத் தவிர சமயத்திற்கும் தெய்வத்திற்கும் வேறு எம்மொழியையும் நாடவில்லை. இந்திரனையும் மித்திரனையும் இந்த நாடு கடவுளாக கொண்டதில்லை. கடவுளரே தமிழில் பாடியிருக்கிறார்கள். வடமொழியைத் தலைக்கு மீது தூக்கி வைத்துக்கொண்டு ஆடுபவர்கள், ஒரு 'பிழைக்கும் வழி'க்காகவே இதற்குப் பெருமையை அளிக்கிறார்கள்.

இன்று இதுதான் சமயம் என்று நாம் சொல்லிக்கொண்டிருக்கிற தமிழ்நாட்டு சமயத்திற்கும் வடமொழிக்கும் எந்தத் தொடர்பும் கிடையாது. வடமொழி வளர்ந்தது இங்குதான் என்றாலும் அதன்

அடிப்படை ஐரோப்பாதான். "இனம்" ஒன்றின் மூலமாகவே தன்னை நிலைநிறுத்திக்கொள்வது அது. ஜெர்மானியன் ஒருவன் "சமஸ்கிருதம்" தெரிந்திருந்தால் அவனைக்கொண்டு "யக்ஞம்" செய்விக்கலாம். ஆனால் அதே மொழி தெரிந்த தமிழன் ஒருவன் செய்யக்கூடாது என்கிற நியதியைக் கடைப்பிடிப்பது வைதிகம்.

நல்லது. சம்பிரதாயங்கள் தமிழிலும் உண்டு. வடமொழியில் சில குறிப்பிட்ட வேத சுலோகங்களைச் சொல்ல மாட்டேன் என்று தீயைக் கையில் வைத்து சத்தியம் செய்த பின்னரே தமிழ்நாட்டுக் கோவில்களில் சிலரைப் பூசை செய்ய அனுமதித்தார்கள். இம்மாதிரி பூசை செய்யும் பிராமணர்களை வடநாட்டினர் "திராவிட பிராமணர்" என்றே அழைத்தனர் (என்ன அது திராவிடர் – வேறொன்றுமில்லை தமிழ் என்பது வடமொழியில் "திராவிடக்" என்று உச்சரிக்கப்பட்டது அவ்வளவுதான். "ஒற்றைக்கல் மந்து" என்பது "ஓட்டக மண்டு" என்று ஆங்கிலத்தில் மருவி, பின்னர் "உதகமண்டலம்" என்று தமிழுக்கு வந்த போலத்தான்) வேத காலத்திலும் இந்த நிலை இருந்தது. விசுவாமித்திரர் "பிரம்ம ரிஷி" என்று கூறுவதுண்டு. வசிட்டரை மறுத்துள்ளனர். வசிட்டர் பக்கம் சேர்ந்தவர்கள் அவரை பிரம்ம ரிஷி என்று பாட ஆரம்பித்தனர் என்பதெல்லாம் இந்தோ - ஆரியர்கள் வரலாற்றின் ஓர் அம்சமே தவிர, தென்னாடு சார்ந்தது அல்ல. "இந்திய வரலாறு" என்று இந்தோ - ஆரியர் சம்பந்தமுள்ளதை மட்டும் எடுத்துக்கொண்டு விடுவதும் இங்கிருக்கும் எல்லாரும் இந்தோ - ஆரியர் என்று பாவிப்பதும்தான் ஒற்றுமைக்குப் பங்கம் விளைவிக்கும் முதல் படி. ஏன், நம் நாடு இருவேறு கலாச்சார முடையது, இந்தோ - ஆரியரும் தமிழரும் ஓர் இனமல்ல என்று வெளிப்படையாக ஓர் உண்மையாக எடுத்துக்கொள்ளக் கூடாது?

இராமாயணத்தையும் பாரதத்தையும் படிப்பதற்கும் இதற்கும் சம்பந்தமில்லை. அந்தக் காலம் இருக்கட்டும் - இப்போதும் வட இந்தியா பெரும்பாலும் பெர்சிய, அரேபியக் கலாச்சாரம்தான் பின்பற்றியிருக்கிறது. முக்காடு போட்ட பெண் தமிழகத்தில் அபசகுனமாகக் கருதப்படுகிறாள். வெள்ளைப் புடவை இங்கே விதவைக்குரியது. வடநாட்டில் இதற்கு நேர்மாறு.

கோவில் என்ற விஷயத்தை எடுத்துக்கொண்டால், வட நாட்டில் அப்படி எதுவுமே கிடையாது என்று சொல்லிவிட முடியும். வேதங்கள், இதிகாசங்களில் கோவில் சென்று வணங்கியோர் இல்லை. வேதங்களின் வணக்கம் இந்திரனுக்கும் மற்றுமுள்ள மித்ர வருணனுக்கும் செல்கிறது. விஷ்ணு என்னும் தேவன் இந்திரனின்

வேலைக்காரன் என்று கூறப்படுபவர்தான். சிவனைப் பற்றி இழிவாகப் பேசப்படுகிறது. இலிங்கத்தை வணங்கும் மக்கள நீசர்களாகச் சித்தரிக்கப்படுகின்றனர். வேதத்தில் குறிப்பிடப்படும் ருத்ரன் சிவன் அல்ல என்பதும் கவனிக்கப்பட வேண்டியதாகும் (பார்க்க: ரிக் வேத சுலோகம் 7-12-5 மற்றும் 10-99-3).

கோவில் என்று ஏற்பட்டதே தென்னகத்தில்தான். சங்க காலத்தில் கோவில் பற்றிய குறிப்புகள் இல்லை. சிலப்பதிகாரத்தில் பிறவா யாக்கை பெருமான் என்று சிவன் கோவில் சொல்லப்படுகிறது. அவனால் தமிழின் எல்லா இலக்கியங்களில் பூசனை குறிப்பிடப் படுகிறது - திருக்குறள் உட்பட.

கரிகாலன் கட்டிய கல்லணை இன்றைக்கு இருக்கும் போது அந்த மன்னன் வாழ்ந்த அரண்மனை எங்கே - என்னவாயிற்று - என்ற கேள்வி நியாயமாகவே எழும். அவை எங்கேயும் போய் விடவில்லை. இந்தப் பழங்காலக் கோவில்கள் யாவும்தாம் அரண்மனை என்ற முடிவைத் தரும். அது உண்மைதான். ஓர் அரண்மனையில் மன்னன் வணங்கி வந்த இடம்தான் கருவறை. மீதியுள்ள இடங்களாக நாம் இன்று காண்பவை ஓர் அரண்மனை கூறிய சாயலில் அமைக்கப்பட்டது. கோபுரம், ஆயிரங்கால் மண்டபம், சுரங்க அறைகள், நகைகள் பாதுகாக்கப்படுமிடம், பிராகாரத்தில் இருக்கும் வாகன அறைகள், மடைப்பள்ளி, பெரிய மதில் யாவும் அரண்மனைக்குரியவை.

இவையெல்லாம் ஆய்வாளர் மேற்கொண்டு பல சங்கதிகளை அளித்துள்ளனர். என்றாலும் கோவில் இல்லாத சமயத்தில் அதாவது சங்க காலம் என்று வைத்துக்கொள்வோம். அப்போது கருவறையில் இருந்து முன்னால் வணங்கப்பட்ட தெய்வம் எது?

தெய்வம் என்ற சொல்தான் எதைக் குறிக்கிறது? எம்மொழிச் சொல் அது? வடமொழியில் கூறப்படும் பிருத்வி, அப்பு, தேயு, வாயு ஆகாயம் என்னும் பஞ்சபூத பெயர்கள் தே என்றால் நெருப்பு. அதற்குரிய சமஸ்கிருதச் சொல் “அக்னி” எதற்கு அதைத் “தேயு” என்று சொல்லவேண்டும்? அது இனக்கலப்பால் நேர்ந்த ஒரு விஷயம் ஒரு தந்திரமான போக்கு. பூர்வகுடி மக்களின் மொழியை ஆரியரால் ஏற்றுக்கொள்ளாமல் இருக்கமுடியாது போயிற்று. “தீ” என்பதே தேயு ஆனது. அக்னி ஐரோப்பிய மொழி சார்ந்தது. ‘திவ்’ என்ற சொல் ஐரோப்பிய இனக்குழு மொழியில் உண்டு.

இருக்கட்டும் - இவ்வாறு கோவிலில், அதாவது அரண்மனையில் நெருப்பை, நெருப்பின் சாயலில் லிங்கத்தையோ, நடுகல்லையோ வணங்க, பின்னர், அவர்களுக்காகக் கட்டப்பட்டதுதான் கோவில்

ஆரம்பத்தில் வணங்கிய இடம் அரண்மனைதான். கோவில் என்ற தமிழ்ச் சொல்லின் பொருளும் அதுவே.

கோவில் ஏற்பட்ட பின்னரும் இந்திரனுக்கும் அவனைப் போன்ற மற்றவர்க்கும் இந்த நாட்டு மக்களின் வணக்கம் கிடைக்கவில்லை. எனவேதான், இக்கடவுளரை ஆரியர் ஸ்வீகாரம் செய்தனர். பூர்வகுடி மக்களின் தெய்வங்கட்குத் தங்கள் தங்கள் வழக்கங்களை ஏற்படுத்திக் காட்டி பலரும் நூல்கள் செய்தனர் - சங்கரர் உட்பட. இல்லையென்றால், பிறவா யாக்கைப் பெருமானும் முருகவேளும் முப்புரி நூல் அணிவிக்கப்படுவார்களா? விஷ்ணு காசியப கோத்தரக்காரரானார். ஆனால் விஷ்ணு என்ற சொல்லே "விண்" என்ற சொல்லிலிருந்து பெற்றதாக சேஷ ஐயங்கார் முதல் இன்றைய இந்திரா பார்த்தசாரதி வரை சொல்லியாகிவிட்டது.

இவ்வாறான கோவில் எப்போது தோன்றியிருக்க முடியும்? ஊர் என்ற இடம் ஏற்பட்ட பின்னர், விவசாயத்தை உரிய தொழிலாக முதன்முதல் கொண்ட மக்களும் இடமும் எவையென விஞ்ஞானிகள் சொல்ல வேண்டுமேயொழிய, வேதம் சொல்கிறது 'புராணம் சொல்லிற்று' என்று கூறும் கதாகாலட்சேப பம்மாத்துக்காரர்கள் அல்லர்.

நீரைத் தேக்கி விவசாயம் ஆரம்பிக்கப்பட்ட முதலிடங்களாக எகிப்து, தென்னிந்தியா, இலங்கை என்று என்சைக்ளோபீடியா பிரிட்டானிக்காவில் படிக்கலாம்.

வடமொழி இலக்கியங்களில் நர்மதை ஆற்றின் தெற்கே உள்ள இடம் மனிதர்களே இல்லாத பிரதேசம் போல் ஒரு படம் காட்டப்படுகிறது. தெற்கே வேடர்தாம் இருந்தனர். அதாவது, மலைவாழ் மனிதரேயன்றி வேறு நாகரிகம் கிடையாது என்று சொல்லப்படுகிறது. இதைப்போன்ற பைத்தியக்காரத்தனமான வாசகங்கள் எல்லா மொழிகளிலும் உண்டு. இலக்கியம் வரலாறல்ல. உலகைச் சுற்றி வந்தான் என்று அந்தக் காலத்தில் எழுதப்பட்டிருந்தால், எந்த இடங்களுக்கெல்லாம் என்ற கேள்விக்கு வரும்பதில் சைப்ரஸ் ஏதென்ஸ் என்பதுதான். கோசல நாட்டைச் சுற்றி வருவதுதான் உலகம் சுற்றி வருவது. அமெரிக்காவையும் சேர்த்து அல்ல என்று நமக்குத் தெரியும். தசரதனும் உலகை ஆண்டான். ஜனகனும் உலகை ஆண்டான். இருவரும் பக்கத்து நாட்டுக்காரர்கள். ஒரே காலத்தில் வாழ்ந்ததாகச் சொல்லப்படுபவர்கள்.

ஒரு நாட்டைச் சுற்றி காடு இருக்கலாம்.

அந்தக் காலத்தில் இங்கே தெலுங்கு நாட்டிற்குப் பக்கத்தில் இருந்த தமிழ்ப் பகுதி அரவா நாடு. எனவே தெலுங்கர் தமிழ்நாடு பகுதிகள்

எல்லாவற்றையும் அரவாடு என்றழைத்தது தெரியும். நர்மதை ஆற்றின் தெற்கிலும் காடுகளும் மலைகளும் குரங்கும் புலியும் இருந்தால் ஒரு வடமொழி இலக்கிய கர்த்தாவுக்கு விநோதமான நாடாகத் தோன்றும். தென்திசை எல்லாமே அவ்வாறுதான் தெரியும். இது ஒருவனது நாட்டுப் பற்றோடு கலந்த சங்கதியும் கூட.

தமிழிலக்கியத்தில் அவ்வாறுண்டு. "ஆரியர் கயறு ஆடு பறையின் கால் பெற கலங்கி" என்ற குறுந்தொகை வரிகள், நர்மதை ஆற்றின் வடக்கே இருந்த ஆரியர் அல்லது புதிதாய்த் தோன்றிய கலப்பினத்தார் யாவருமே கழைக்கூத்தாடிகள் என்ற பொருளைத் தரும் வேதத்திலும் ஸ்மிருதிகள் சொல்லப்படுவது மாதிரிதான். வரலாறாக எடுத்துக்கொள்ள முடியாது. சமஸ்கிருதம் என்ற பாஷை காற்றிலிருந்து மூக்கால் இழுக்கப்பட்டு, அந்தக் காலத்து ரிஷிகளால் நாக்கால் வெளியிடப்பட்டது என்று கொண்டாடும் நபர்கள் "கல் தோன்றி மண் தோன்றா காலத்தே" என்று தமிழ்ப் பெருமை பேசும் வரிகளைக் கேட்டு விட்டால் முகம் சிவந்து போவார்கள். இமயவரம்பன் நெடுஞ்சேரலாதன் பெயர் சொல்லிவிட்டால் விமர்சகர் வெங்கட் சாமிநாதன் எப்படிக் கொதிப்பார் என்று தமிழர்களுக்குத் தெரியும். சந்திரகுப்தன் போன்றவர் பெயர்கள் எல்லாம் அவர்களுக்குச் சாந்தியைத் தரும். தமிழ்நாட்டில் வேண்டுமானால் மகேந்திர பல்லவனைச் சொல்லுங்கள். இப்படி கரிகாலன், நெடுமுடிக் கிள்ளியின் பெயரெல்லாம் சொல்லிப் பெருமைப்பட்டுக்கொள்கிறீர்களே என்று அவர் வருத்தப்படுவது நியாயம். அதுதான் தந்தை மொழி தாய்மொழி விஷயம்.

ஓர் இனத்தோடு இன்னொரு இனம் கலந்து, புதியதோர் இனம் உண்டாவது எந்த வகையிலும் குறைபடவேண்டியது அல்ல. உலக நாகரிகங்கள் யாவும் அப்படித்தான் தோன்றியிருக்க முடியும். ஆரியர் என்பாரும் பல இடங்களுக்குப் பரவிச் சென்றவர்தான். ஆனால், இங்கு மட்டுந்தான் புதிதாய் ஏற்பட்ட இனமானது, சாதி என்ற வேறுபாட்டைக் கொண்டு நிற்கிறது. உலகில் வேறு எங்கிலும் கலப்புத் திருமணங்கள் (ஆரியரால் ஏற்பட்ட) பிரிவை உண்டாக்கிய தில்லை. இனக் கலப்பை பெருமையோடு பேசித் தத்தம் குலத்தை விளக்கிக் கூறுவது மேல்நாட்டில், குறிப்பாக ஐரோப்பிய இனத்தவரிடையே சகஜம். "என் தந்தை பிரஞ்சு தாய் ஓர் ஆங்கில மாது" என்று ஒருவன் கூறுவது அங்கே சாதாரணம். இரண்டு மொழிக்காரரும் இலத்தீனையும் கிரேக்கத்தையும் பண்டைமொழிகளாக ஏற்றுக்கொண்டவர். அதேபோன்ற நிலை இங்கு எந்நாளும் இருந்ததில்லை.

“எழுதாக் கற்பின் நின் செல்லுள்ளும்” என்று வருகிற குறுந்தொகை வரிகள் பார்ப்பனப் பாங்கர் முன்னிறுத்திச் சொல்பவை. சங்க காலத்தில் பார்ப்பனர் இருந்தனர் என்பது மட்டுமல்ல, யவனரும் இருந்தனர். பார்ப்பனச் சேரிபோல, யவனர் சேரியும் உண்டு. அவர்களுக்கும் மொழி இருந்திருக்கிறது. அந்த மொழியை சுட்டிக்காட்டிக் சொல்லும் போது ஒருவன் “நின் சொல்” என்றுதான் சொல்லுவான்.

சங்க காலத்தில் கோவில் இல்லை. சமஸ்கிருத மொழியைத் தங்களது தந்தைமொழியாகவோ தாய்மொழியாவோ பேணிய பார்ப்பனர் இருந்தனர். பின், எந்த விஞ்ஞான உண்மையை அடிப்படையாகக் கொண்டு பார்ப்பனர் இங்கே கோவில்களைக் கொண்டு வந்தனர் என்று சொல்ல முடியும்? அப்படி எதுவும் நடக்கவில்லை. பார்ப்பனர் எவரும் இங்கே ஆரியர் வந்து சேர வில்லை. காளிந்தர் - புளிந்தர் போன்ற திராவிட இன மன்னர்கள் ஆரியப் பெண்களை மணந்ததால் தென்னகத்தில் முதலில் கொங்கணத்தில் ஓர் கலப்பு இனம் தோன்றியது. இந்தத் திராவிட இன மன்னர்களுக்கும் விசுவாமித்திரருக்கும் சம்பந்தம் உண்டு என்று கூறுவோரும் உளர். இந்தக் கலப்பினம் அரசர் மூலம் தோன்றியபடியால் செல்வாக்கும் பெற்றிருந்தது. அரசர்களுக்கு யோசனை சொல்லவும், அவர்கள் சிறிது காலம் பயன்படுத்தப் பட்டிருக்கலாம். அவர்கள் எந்தத் தொழிலையும் செய்யவில்லை. அரண்மனையிலேயே உணவு கிடைத்தது. அரண்மனையானது மக்கள் வணங்கும் கோவில் பிற்காலத்தில் மாற்றமடைந்து அவர்கள் அந்தக் கோவிலின் மடப்பள்ளியில் வேலை செய்தனர். கருவறையில் பூசனை செய்தது அறிவர் - ஆதிசைவர் என்னும் மருத நில மக்கள். மன்னர்களிடமுள்ள செல்வாக்கைப் பயன்படுத்தி பின்னர் பூசனை உரிமையைப் பெற்றனர் (பார்க்க: கே.கனக சபையின் தென்னிந்திய வரலாறு. டி.கே.சி. கடிதங்கள், ஐத்ரேய பிரம்மாணம்) நாற்பதுகளில் சென்னை அரசுப்பணியில் இருந்து இப்போது ஓய்வு பெற்றிருக்கும் பெரியவர்களுக்குத் தெரியும் - அவர்கள் காலத்தில் ஆங்கிலோ-இந்திய இனத்தைச் சேர்ந்த ஒருவர் தொலைபேசி இயக்குபவராகவோ, காவல்காரராகவோ பணியிலிருந்தால் அவர்களுக்கு 15 ரூபாய் சிறப்புச் சம்பளம் உண்டு. இது ஆங்கில அரசு ஆங்கிலோ - இந்தியர்களுக்கு அளித்து வந்த சலுகை, இனத்திற்காகவே அளிக்கப்பட்ட சலுகை. இப்போது இல்லை. அரசர்களும் அரசும் சலுகை அளித்தால் யார் கேட்க முடியும்?

சங்க காலத்திலே பூசனை இருந்தது.

"நடுகற் பீலி சூடி துடிப்படித்து" என்ற வரிகள் அக்கால முறையைக் காட்டும். நல்லது. நடுகல்லைத்தானா மன்னன் வணங்கினான்? வேறு விக்கிரக ஆராதனை இருந்ததா? மந்திரங்கள் இருந்தனவா? இப்போது இருக்கும் முறை - கோவிலில் சமஸ்கிருத மந்திரம் ஓதுதல் - எப்போதும் இருந்த ஒன்றா? இங்கே வணங்கப்பட்ட கடவுளர் ஆரியராலும், அதாவது இந்தோ - ஆரியராலும் மதிக்கப்பட்டனரா? ஆரியர்க்கு விக்கிரக ஆராதனை இருந்ததா? திருமணத்தில் சொல்லப்படும் மந்திரங்கள் தமிழ்நாடும் சம்பந்தப் பட்டதுதானா?

இந்தப் பெண் என்னைக் கொல்லாதிருப்பாளாக ஏ வைவஸ்வே! என்று மணமகன் தனது திருமணத்தில் சொல்ல வேண்டிய மந்திரத்திற்கு இங்கே ஏதாவது காரண காரியங்கள் உண்டா? எல்லாவற்றிற்கும் மேலாக தென்னாட்டைப் பற்றிய குறிப்புகள் வேதங்களில் இருக்கின்றனவா?

இக்கேள்விகளுக்கெல்லாம் "இல்லை" என்றே பதில் சொல்லி விடலாம். "சேர" என்ற ஒரு சொல் வேதத்தில் வருதாகக்கூறி சொந்தம் கொண்டாட முனையும் நபர்கள் - ஆராய்ச்சியாளர்கள் கூட இச்சொல் "சாரை" என்றே ஒப்புக்கொள்கிறார்கள். சாரை என்றால் தமிழில் பாம்பு. நர்மதை நதியின் தெற்கேயுள்ளவர்கள் நாகர்கள். அவர்களோடு எந்தவித சம்பந்தமும் வைத்துக்கொள்ளாதீர்கள் என்ற பிற்கால பிரமாணங்களுக்கு ஆதி இச்சொல்தான்.

ஆனால் தென்புலம், தென்னாடு ஆகிய சொற்கள் வழக்கத்தில் இருந்து வந்திருக்கின்றன. "தென்னாடுடைய சிவனே போற்றி" என்று மணிவாசகர் பாடுகிறார். 'அப்படியானால் வடநாடு என்று இருந்திருக்க வேண்டுமல்லவா' என்ற கேள்வி எழுகிறது. தென்னிந்தியா - தட்சிண பாரதம் போன்றதல்ல அது தென்பாண்டி என்று இருப்பதால் வடபாண்டி இருக்கிறது என்று ஆகாது. பாண்டிய நாட்டின் பெயர் தென்பாண்டிதான். மேலும் இது இந்தியா பாரதம் என்ற பெயர்கள் புழக்கத்திற்கு வருவதன் முன்னேயுள்ளது. இது திசையைக் குறிக்கும் சொல் அல்ல தென்னாடு முத்துடைத்து தொண்டை மண்டல நன்னாடு சான்றோருடைத்து' என்று பிற்காலத்து ஔவையார் பாட்டிலும் தென்னாடு பாண்டிய நாட்டையே குறிக்கிறது. அப்படியானால் தொண்டை மண்டலம் சோழ நாடு மலை நாடும் தென்னாடு இல்லையா என்றால் எதனுடைய தெற்கு என்ற எதிர்க் கேள்விதான் எழும். இலங்கை ஆஸ்திரேலியா எல்லாங்கூட தென்திசைதான். இந்தியா என்ற ஒரு

நாடு இருந்து அந்த நாட்டின் தென்னாடு என்றால் வேறு விஷயம். அப்படியில்லை. தென் என்பது திசையை மட்டும் குறிக்கும் பொருள் கொண்டதல்ல. "தென்" என்றால் தோன்றும் ஒளி என்றும் பொருள். எடுத்துக்காட்டு: தென்படுவது தென்பட்டான். தானாகத் தோன்றும் ஒன்று. நாமாக முயன்று கண்டதல்ல என்றெல்லாம் பொருள் உண்டு. "தென்புலம், தென்னன், தென்னாடு" எல்லாம் அந்தப் பொருளைக் கொண்டு நிற்பவைதாம் சாதி என்ற வழக்கு, தமிழில் இருந்ததாகத் தெரியவில்லை. வர்ணா சிரம தர்மம் இங்கு எந்நாளும் இல்லை. ஆயினும், பிரிவுகள் ஏராளமாக அன்றும் இன்றும் உள்ளன. பலவித அறிவியலாளரும் இது பற்றிக் கூறியிருக்கின்றனர்.

தமிழிலுள்ள பிரிவுகளைப் பார்க்கு முன்னர் வர்ணாசிரம தர்மத்தைத் தெளிவுபடுத்திக்கொள்ளுதல் நலம். பிராமணன், சத்திரியன், வைசியன், சூத்திரன் என்ற பிரிவுகள் மனித குலம் அனைத்துக்கும் பொருந்தும். 'பிராமணன் என்பவன் குலத்தால் வருபவன் அல்லன் - குணத்தால் மட்டுமே' என்று சொல்லும் மனிதநேயக்காரர்கள் ஒன்றை மறந்து விடுகிறார்கள். உயர்ந்ததாகச் சொல்லப்படும் எந்த இனத்தையும் குலத்தையும் அப்படித்தான் வர்ணிப்பார்கள்! எடுத்துக்காட்டாக, யாரும் கிறித்தவராகப் பிறந்துவிடுவதில்லை. ஏசுவை ஏற்றுக்கொண்ட பின்னரே கிறித்தவனாக முடியும். மற்றவர் அந்த மதத்தில் பிறந்தாலும் ஆக முடியாது. Unchristian என்ற சொல்லே அகராதியில் உண்டு. சைவர் வைஷ்ணவர்களைப் பற்றியும் இப்படிச் சொல்வது வழக்கம்தான்.

அடுத்து, பூர்வகுடி மக்களும் பிராமணராகப் போற்றப்பட்டிருக்கிறார்கள் என்று சொல்லப்படும் கூற்று வெறும் பம்மாத்து. விசுவாமித்திரரை 'பிரம்ம ரிஷி' என்றழைக்கலாம். ஆனால் கஷ்டப்பட்டு வாங்கவேண்டிய அந்தப் பட்டத்தைப் பிறப்பால் பிராமணன் ஆன ஒருவனிடமிருந்துதான் பெற்றிருக்கிறார். பிரம்ம ரிஷி பட்டம் பெற்ற விசுவாமித்திரரின் குழந்தைகள் சத்திரியர்தாம். இது நம்மவர் *Sir* பட்டம், *Right Honourable* பட்டம் ஆகியவற்றை ஆங்கிலேயரிடமிருந்து பெற்றது போலத்தாம். அவ்வாறு வாங்கி விடுவதால் ஒருவன் ஆங்கிலேயன் ஆகிவிட முடியாது.

இந்த வகைப்பட்ட சாதிகள் தமிழர்களிடையே இல்லை. திணைகள் இருந்தன. மக்கள் ஒரு திணையில் வாழ்ந்திருந்து மற்ற திணைக்கு மாறிவந்திருக்கின்றனர். அவை எல்லாவற்றிலும் வாழ்ந்தவரே தமிழ் பேசும் மக்கள். ஒவ்வொரு திணையும் வெவ்வேறு குணநலன்களைக்

கொண்டிருந்தாலும் ஒரு திணை விட்டு மற்றொன்றிற்குச் செல்லும்போது, வாழ்ந்திருந்த திணையின் பண்புகள் அவர்களிடமே நிலைத்திருந்தது.

ஒவ்வொரு திணையும் சமுதாய வாழ்வில் தனிப்பண்பு உடைய தாயினும் சங்க காலத்தில் ஒன்றை விட்டு ஒன்று பிரிந்து தனியாக நிற்கவில்லை. அவர்தம் வாழக்கை நிலையின் மிகுந்த வேறுபாட்டை அவர்களது உறைவிடங்களில் மட்டுமே பார்க்கமுடிந்தது. மருத நிலத்தின் ஆற்றுப் பள்ளத்தாக்குகளில் பெரிய வீடுகள் இருந்தன. அரசர் கோவில்கள் பெரிய மதிலையும் கோபுரங்களையும் கொண்டிருந்தன.

மருத நிலம் என்று வரும்போது தமிழரிடையே பிரிவு பற்றி அதிகம் சொல்லலாம். விவசாய நாகரிகத்தின் தொடக்கத்தில் நடந்தேறிய கொடுமை அது. நிலத்தைக் கைப்பற்றிக் கொண்டோர் நிரந்தரமாகத் தங்குமிடம் ஊராகி, பின்னர் நிலமற்றவர்கள் நிலம் இல்லாத ஒரே காரணத்திற்காக உழவோடு சம்பந்தப்பட்ட வேறு தொழிலைச் செய்து மருத நிலத்தில் இணைந்தனர். உடையவர்கள் வேளாளர். நிலமற்றவர் கலப்பை செய்துகொடுத்தும், பானை செய்துகொடுத்தும் “வேள் கோவர்” ஆயினர். எந்த நிலத்தைச் சார்ந்தவரும், எந்தத் தொழிலைச் செய்தவரும் ‘எங்களையும் தமிழர்களாய்ச் சேர்த்துக் கொள்ளுங்கள்” என்று யாரிடமும் சென்று கெஞ்சவில்லை. என்றாலும் இவ்வகைப் பிரிவுக்குக் காரணம் வேளாளர்தாம் என்று சொல்லுவதில் உண்மை இல்லாமல் இல்லை. இவ்வகைப் பிரிவு வர்ணாசிரம தர்மம் இல்லை என்று சொல்வதும் உண்மை.

இவ்வாறு ஏற்பட்ட பிரிவு ஒட்டுமொத்தமாக மனித இனங்கள் எல்லாவற்றிலும் உள்ளதுதான். எல்லாமே அதாவது அக்காலத்து செல்வத்தைக் கைப்பற்றி, அதனால் புதுவாழ்வு பெற்றுவிட்ட ஒரு சிலரின் புத்திசாலித்தனத்தை அடிப்படையாகக் கொண்டதுதான். இங்கே, அது அவர்களின் நாகரிகத்தைச் சுட்டிக்காட்டினாலும் அவர்கள் அந்தத் தனித்தன்மையை நீடிக்கவைக்கவும், பெற்ற செல்வத்தைப் பாதுகாக்கவும் அவர்கள் எடுத்துக்கொண்ட முறைகள், அவர்களை நிலமில்லாத மற்றோரிடமிருந்து பிரியச்செய்து, தற்பெருமையாக ஆயிற்று. குறவர் கடவுளைத் தங்களுடையதாக்கி அதை “முருக வேள்” என்று அழைத்த பாங்கு தேர்ந்த புத்திசாலித்தனமாக இருக்க முடியும். உணவுப் பொருட்களில் அவர்கள் கண்ட மாற்றங்கள் - புலாலை நீக்கியது. தட்ப வெப்பத்துக்கேற்றவாறு ஆடைகளை மாற்றியது போன்றவை

யெல்லாம் படிப்படியாக மருதநில மக்களுக்கும் அவர் சந்ததியினருக்கும் தாம் உயர்ந்தவர் என்ற எண்ணம் தோன்றக் காரணமாக இருந்திருக்கும்.

இருக்கலாம். இருந்தபோதிலும் அவற்றில் வர்ணாச்சிரம சாயல் இல்லை. நிலவுடைமைக்காரர்களின் முன்னோர் குறவரும் கானவரும் மீனவரும் என்பதில் கருத்து வேறுபாடில்லை . இனக்கலப்பால் ஏற்பட்ட பேதமல்ல இது.

வசிட்டன் ஒரு பூர்வகுடிப் பெண்ணை மணஞ்செய்து அவர்களுக்குப் பிறந்த மகன் சக்தி என்றால் அந்த மகன் ஒரு பிராமணன் கருதப்படுவான். தந்தை வழி சமுதாயத்தில் அது சரி. ஆனால் அவர்களுக்கு ஒரு பெண் குழந்தை பிறந்து, பின்னர் அந்தப் பெண் ஒரு பூர்வகுடி ஆணை மணஞ்செய்து அவர்களுக்குப் பிறக்கும் குழந்தை எந்தச் சாதியைக் கொண்டிருந்தது? இக்கேள்வி தந்தை வழி சமுதாயத்தில் பிரச்னையான பின்னர் ஏற்பட்டது ஆரிய வர்ணாசிரம தர்மம். தமிழர்களிடையே அந்த நிலை இன்றுகூடக் கிடையாது. என்றும் இருந்ததில்லை. ஒன்று சொல்லலாம். கலப்பு ஏற்பட்ட ஆரியப் பெண்கள் சில திராவிட மன்னர்கள் மணஞ்செய்துகொண்ட பின்னர் தோன்றிய தென்னாட்டு பிராமணர், தங்கள் அடையாளத்தைக் காட்டுவதற்காக இந்த வர்ணாசிரம தர்மத்தையும் சமஸ்கிருத மொழியையும் விடாது பிடித்துக்கொண்டிருக்கலாம். வேறுவகையில் தென்னாட்டுப் பிராமணரை வட இந்தியர் ஏற்பதில்லை. இந்நிலையில் தென்னாட்டுப் பிராமணருக்கு வடமொழி தவிர்க்கமுடியாத அடையாளமாக இன்றளவும் இருக்கிறது.

சங்க காலத்தில் இம்மாதிரி அடையாளந் தேடி, தமிழர் பழக்கங்களை ஆரியர் கடைப்பிடிக்கும் நிலையும், கட்டாயமும் ஏற்பட்டிருக்கிறது. குறிஞ்சி முருகனை கார்த்திகேயனாக நினைத்துப் பார்க்கும் வழக்கத்தையும் ஏற்படுத்திக் கொண்டிருந்தனர். அரசர்களின் ஆணை பலத்தைக் கொண்டு பெற்ற சலுகை அது. அரசன் எவ்வழி அவ்வழி குடிகளாக இருந்த காலத்திலும் உண்மை புகைந்துகொண்டிருந்தது. சங்ககாலப் பாடல்கள் பல இதற்குச் சான்று.

கற்காலத்திலிருந்து விவசாய நாகரிகம் வரை மனித குலத்திற்கு நேர்ந்த கொடுமைகள் அனைத்தையும், அவற்றின் சின்னங்கள் எல்லாவற்றையும் தமிழரிடையே காணலாம். விவசாய நாகரிகம் மெள்ள மெள்ள ஏற்பட்டவொன்று. அப்படி இங்கு ஏற்பட்ட ஒரு நாகரிகத்தின் காரண கர்த்தாக்கள் யார்? வேளாளர் நாகரிகம் இது

என்று சொல்லிவிடுவது சரியான பதிலல்ல. அது எல்லாராலும் ஏற்பட்டவொன்று.

கள்ளர், மறவர், அகமுடையார் ஆகியோர் எல்லாம் மெள்ள மெள்ள வேளாளராயினரே என்ற பாடல்கூட வேளாளர் தம் பெருமையைக் கூறுவதாக எண்ணிப் பயனில்லை. உண்மையில் அவர்கள் விவசாய நாகரிகத்திற்கு மெள்ள மெள்ள வந்து, அதன் பின்னர் பெற்ற பெயர்தான் வேளாளர். அதாவது மலைக்குறவரும் மாடுகளைப் பாதுகாத்து நின்றோரும் மீனவரும் மெள்ள மெள்ள அந்த நிலையை அடைந்திருக்க முடியும். இதில் வர்ணாசிரம தருமத்திற்கு எங்கே இடம்?

இந்த வர்ணாசிரம தர்மமும் (இதை தர்மம் என்றால் உலகு சிரிக்கும்) தமிழினப் பிரிவுகளும் வெவ்வேறு என்பதை பல வகையிலும் சொல்ல முடியும். ஓர் இன மக்களின் உயர்வு தாழ்விற்கு அவர்களது செல்வ நிலை அல்லது வாழ்க்கை வசதி மட்டுமே காரணமாயிருக்கிறது என்று பார்த்தோம். செவ்விந்திய இன மக்களின் APACHE, SEMINOLE போன்ற பிரிவுகள் உண்டு. முதலில் குறிப்பிட்டது உயர்ந்தது எனக் கருதப்படுகிறது. அந்த APACHE மக்கள் விவசாயத்தில் நாட்டம் செலுத்தியது ஒரு காரணம். இதேபோல், அமெரிக்க-நீக்ரோ இன மக்களில் Nigerian, Biafran பிரிவுகளில் இரண்டாவதாகக் குறிப்பிட்டது தாழ்ந்த வகையாகக் கருதப்படுகிறது.

இப்போது இங்கே வேளாளர் மற்ற திணை மக்களைவிட உயர்ந்தவர் என்று கருதிக்கொள்வதைப் போலவே பிராமணர் தங்களை அந்த வேளாளரை விட உயர்ந்தவர் என்று கருதுகிறார்கள் - இதில் என்ன தவறு என்று கேட்பது நியாயமாகாது. அப்படியானால், APACHE பிரிவினர் மற்ற செவ்விந்தியர் விட தாங்கள் உயர்ந்தவர் என்பது போல வெள்ளை மனிதனும்தான் எல்லாச் சிவப்பிந்திய இனங்களை விட உயர்ந்தவன் என்று நினைக்கிறான். அதையும் நியாயம் என்று ஏற்கவேண்டும். ஆனால் சிவப்பிந்தியரும் ஆப்ரிக்க இனத்தவரும் தங்களது கலாச்சாரம் வெள்ளையரைவிடத் தாழ்ந்தது என்று ஏற்றுக்கொண்டிருக்கிறார்களா? தங்களை ஆண்டவர்கள் - ஆண்டுகொண்டிருப்பவர்கள் என்ற ரீதியில் பணிந்து போய்க்கொண்டிருக்கலாம். கலாச்சார ரீதியில் அல்ல. ஆண்டு கொண்டிருப்பவர்கள் யாராக இருந்தாலும் உயர்ந்த இனந்தான் என்பது மூட நம்பிக்கை.

மனித இனத்தில் பாதியே இனக்கலப்பால் ஏற்பட்டதாகும். மெக்சிகோ, கொலம்பியா நாடுகளின் பெரும் பகுதி மக்கள்

சிவப்பிந்தியருக்கும், ஐரோப்பியருக்கும் பிறந்த கலப்பினந்தான்.

ஒன்றிற்கு மேற்பட்ட பெரிய இனங்கள் ஒரே காலத்தில் முழுமையாக இருந்திருக்கின்றன என்பதில் ஆய்வாளருக்கு ஐயமில்லை.

ஒரே மாதிரியான ஐரோப்பிய மொழிகள் தோற்றுவித்த ஒரு குறிப்பிட்ட ஆதி மொழியின் பல்வேறு அம்சங்களை சமஸ்கிருத மொழியாலும் காண்கின்றனர் ஆய்வாளர்கள். சில வட இந்திய மொழிகளும் பாரசீக மொழியும் ஐரோப்பிய மொழியின் அம்சங்களைக் கொண்டு நிற்பதையும் காண்கின்றனர். இவ்வகைப்பட்டது இந்தோ-ஐரோப்பியக் குழுவை சார்ந்தனவாகும். பாரசீகத்தையும் இந்தியாவையும் வெற்றி கொண்டவர்கள், அந்நாட்டு பூர்வகுடி மக்கள் அடிமையாக்கப்பட்டதும், அவர்களைவிடத் தாங்கள் உயர்ந்தவர்கள் என்று பிரகடனம் செய்து, அந்தப் பொருளில் “ஆரியர்” என்று அழைத்துக்கொண்டார்களாம். வடக்கு என்று பொருள்படும் “நாடு” என்ற ஜெர்மன் சொல்லடியாகப் பிறந்தது இச்சொல்.

இங்கே இருந்து கொண்டிருப்பதெல்லாம் எப்போதுமே வர்ணாசிரம தர்மம்தான் என்று எல்லாரையும் மூக்கறையான் கதைக்கு ஆட்படுத்த நினைப்பது பிராமணர்களின் ஒருவகை தாழ்வு மனப்பான்மை. இந்தோ - ஆரியக்குழுவில் இவர்களால் பூரணமாக இடம்பெற முடியாத காரணத்தாலுமிருக்கும்.

நந்திவர்மன் மனைவியரில் ஒருத்தி கதம்ப குல பார்ப்பனப் பெண். மகத நாட்டில் இருந்து குடியேறிய வருக்காக ஏற்படுத்தப்பட்டது பார்ப்பனச்சேரி. கி.பி. ஒன்பதாம் நூற்றாண்டிற்கு முன்பே திரும்பி விட்டனர் என்ற உத்திரப்பிரதேசப் பாட நாடகம் தேசபக்தியைக் காட்டலாம். உலகம் ஏற்காது. நார்வே - ஸ்லோவாக் மக்களுக்கும் தேசபக்தி உண்டு அந்த மக்களெல்லாம் தங்களது நாட்டு வரலாற்று ஆய்வை உத்தரப் பிரதேசக்காரரிடம் விட்டுவிட்டு கொலு பொம்மை வைத்துக்கொண்டிருக்க மட்டார்கள்.

குற்றவாளிகளை எல்லாம் பள்ளமான இடத்திற்கு அனுப்பி விட்டு அவர்களைப் “பள்ளர்” என்றழைத்தனர் என்று கதாகாலட்சேப ஆராய்ச்சி நடத்தினால், அப்போது பிராமணக் குற்றவாளிகளை எங்கு அனுப்பினர் என்ற கேள்வி எழும்.

நல்லது. தமிழ் அல்லது த்ராவிட் இன வரலாற்றை எந்த இலக்கியத்திலிருந்து எடுத்துக்கொள்வது என்றால் இலக்கியத்திற்குள் மட்டும் அடங்குவதல்ல என்றுதான் சொல்லவேண்டும். சொல்லப்

போனால் உலகில் எந்த உயர்தனிச் செம்மொழிக்கும் அந்தக் குணம் உண்டு. சமஸ்கிருதத்திற்கு வரலாறு சொல்ல முடியும். ஒரு நார்டிக் ஆதி பாஷையைப் பேசிக்கொண்டு வந்த மக்கள் இன்னொரு பாஷையைப் பேசிய பூர்வகுடி மக்களோடு பேசவேண்டிவந்தபோது, இருமொழிகளும் கலந்துண்டான ஒரு மொழி. எனவே அதற்கு ஒருவகை புதுவகையான பேச்சு மட்டும் இருந்திருக்கும். சமஸ்கிருதம் என்று பின்னால் பெயர் பெற்ற அம்மொழி எழுத்தில்லாது ஒரு குறிப்பிட்ட வகை மக்கள் தங்களுக்குள் பேசிக்கொள்வதற்கு, அதுவும் சிலசமயம் தனிப்பட்ட முறையில் இரகசியமாகப் பேசிக்கொள்வதற்காக ஏற்படுத்திக்கொள்ளப்பட்ட மொழி. காற்றிலே இருந்ததை மூக்கால் இழுத்து வெளியிட்ட ரிஷிகள் செய்த காரியம் இதுதான். எல்லாரும் செய்கிற காரியம்தான்.

குடும்பம் என்ற நிலை விவசாய நாகரிகத்தில் ஏற்படுவதற்கு முன்பு மலைவாழ் மனிதனாக இருந்தபோதே பேசப்பட்ட மொழியை "கல் தோன்றி மண் தோன்றாக் காலத்தே" என்று குறிப்பிட்டனர். மேலும் கல் என்பது மனித நாகரிக சின்னத்தின் ஆரம்ப நிலை. கல்லைத் துணையாகக் கொண்டுதான் வேட்டையாடிச் சாப்பிட்டனர். கல்லைத் தரையில் ஊன்றி இறைச்சி உணவைப் பதப்படுத்தி இருக்கிறான். கல்லின் பக்கத்திலேயே உறங்கி, அதைத் தங்குமிடமாக ஆக்கி யிருக்கலாம். அந்தக் கல்லின் மீது இன்னொரு கல்லெறிய, அங்கு தோன்றிய தீப்பொறி அவனை இன்னொரு நாகரிகத்திற்கு இழுத்துச்சென்றிருக்கிறது. ஒருவேளை கல் உருண்டு சென்றதைக் கொண்டுதான் சக்கர நாகரிகம் வரத்தொடங்கியிருக்கும்.

கல்லை அவன் நேசித்திருக்க முடியும். அவனுக்குத் தெரிந்த பிடித்தமான நிறம் உள்ள மண்ணை அதன் மீது பூசியிருக்க முடியும். தனது அழகு நிலையை அவன் அதன் மூலம் வெளிப்படுத்த இருப்பான். இறந்து போனவர்களைப் புதைத்து, அந்த இடத்தில் நட்டுவைத்த கல்லை வணங்க ஒரு பயத்தோடு ஆரம்பித்திருக்கலாம். இன்றைக்கும் 'கல் எடுப்பு' என்ற சடங்கு தமிழ்நாட்டவர் எல்லாருக்கும் உண்டு. பிராமணர்களுக்கு இல்லை.

இப்படிப்பட்ட நிலையில், கடவுள் சிந்தனை தோன்றியுள்ள ஒரு இனத்தில் "வேத முதல்வன் - வேத நாயகன்" என்றெல்லாம் சொல்லி கடவுளைச் சுட்டவேண்டிய அவசியம் என்ன என்பதையும் பார்க்க வேண்டும்.

எழுபது ஆண்டுகளுக்கு முன்னர் முத்துகிருஷ்ண பிள்ளை என்பவர் கீர்த்தனை ஒன்று பாடியிருக்கிறார். "இனியொரு தாமதம் ஏன் என்

துரையே" என்று அதிலே ஒரு வரி. நன்றாகவே இருக்கும். எந்தக் குற்றத்தையும் யாரும் சொல்லவில்லை. ஒரே ஒரு விஷயம். அதிலே அவர் "துரை" என்று குறிப்பிட்டது வெள்ளைக் கற்பனையல்ல செந்தில் முருகனை. அது எப்படி அந்த குறிஞ்சிவேள் திடீரென இங்லண்ட் வாசியானான் என்று யாரும் கேட்கவில்லை எல்லாருக்கும், படிப்பில்லாதாருக்கும் கூட அக்காலகட்டத்தில் அந்தச் சொல் ஓர் அர்த்தத்தைத் தந்திருந்தது. இன்றுங்கூட தந்து வருகிறது என்று சொல்ல முடியும். வெட்கமில்லாமல் நமது பெண்கள்கூட நமது குழந்தைகளைப் பற்றி அவ்வாறு குறிப்பிடு கின்றனர். "மாப்பிள்ளைப் பையன் துரை மாதிரி இருக்கிறான் என்பதும், "பக்கத்து வீட்டுக் குழந்தைக்கு வெள்ளைக்காரக் குழந்தை தோற்றுப் போய்விடும்" என்று சொல்லிக்கொள்வது சாதாரணம். இதெல்லாம் எதனால் வந்த வினை ஒருவேளை நம்மை சீனாக்காரன் ஆண்டிருந்தால் என்ன சொல்லியிருப்போம்? ஓர் ஆப்ரிக்கன் ஆட்சியில் நாம் இருந்திருந்தால் எப்படி நடந்து கொண்டிருப்போம்?

மேலும் இந்தத் தமிழ் நிலத்திலேயே வேடர் கடவுளை "வேள்" என்று பிற்காலத்தில் அழைக்கமுடியுமென்றால் "துரை" என்று சொல்வது எப்படி தவறாகும்? வரலாற்று உண்மைகளுக்கெல்லாம் அப்பால் தோன்றுவதல்லவா அன்பு. எனவே, அந்தந்தக் காலங்களில் தங்களுக்குத் தெரிந்த அளவில் பல்வேறு சமயங்களில் அரசு ஆணைக்கேற்ப - அரசனின் விருப்பத்திற்கேற்ப சொல்லியிருக்கிறார்கள். சொன்னதுதான் உண்மையே தவிர, அது வரலாறு சொல்லும் உண்மையல்ல. ஆவதற்கு எந்த வழியுமில்லை.

பழக்கத்தின் காரணமாகச் சொல்பவைகள் உண்டு என்பதையும் சொல்லவேண்டும். "என்னப் பெத்த ராசா" என்று தாய் குழந்தையைக் கூறினால் அது தவறு என்று யாரே சொல்ல வல்லார்?

இதெல்லாம் சின்ன விஷயங்கள்தாம். ஆனால், ஆளைப் பொறுத்து விஷயங்கள் பெரிதாகிவிடுகின்றன. வேதம் - வேத நாயகன் எல்லாம் அப்படிப்பட்டவைதாம்.

புதிதாகத் தோன்றிய இனமொன்று தனது இன மக்களை மட்டுமே பிறப்பு ரீதியாக அடையாளங்கண்டு, அரசர் ஆதரவு பெற்று தெய்வக்குற்றம் என்ற பயமுறுத்தல் வந்திருந்தால், வெள்ளைக்காரனுக்கும் இதற்கும் என்ன வித்தியாசம்? "ராஜத்துரோகம் கூடாது. வெள்ளைக்காரனுக்கு அடிபணிதல் உன் கடமை" என்பதற்கும் "கடவுள் பாஷை எங்களுடையது; புரோகிதர் பேச்சிற்குத் தலையாட்டவேண்டும்" என்ற பல்லவர் கால

ஆணைக்கும் என்ன வேற்றுமை? அரசாங்க மொழியைப் பயில்வதில் லாபகரமான விஷயங்கள் பல உண்டு என்பது இப்போதும் தெரிந்ததுதானே.

ஆனால் வேதம் என்ற சொல்லைப் பயன்படுத்துவதன் மூலம் யாரும் வேதக் கடவுள் வணங்கவில்லை - போற்றவும் இல்லை. நீங்கள் கடவுளைப் பற்றிய பாடல்கள், போற்றிப் பாட கிறிஸ்தவர் பிற்காலத்தில் வேதாகமம் என்று பயன்படுத்தியது போல - தேவன், கர்த்தர் என்பன போன்றே பயன்படுத்தப்பட்டது. 'வேதநாயகன்' என்றும் 'வேதம் தமிழ் செய் மாறன் சடகோபன் என்றும், சொல்லப்பட்டிருப்பதிலேயே விநோதமாகத் தெரிகிறது. வைதிகத்தை மீறி நாவுக்கரசரும் நம்மாழ்வாரும் வேதங்களைப் படித்திருக்க முடியுமா? அப்படிப் படித்து அறிந்திருந்தால் அவர்கள் வைதிகத்தை மதித்தவர்கள் ஆவார்களா?

மேற்படி இருவரும் தமிழ்நாட்டில் மருத நிலத்தில் வாழும் பிரிவைச் சேர்ந்திருந்தாலும் வைதிகத்தின்படி நாலாமவர் அல்லவா?

சரி, சமயம் என்று தெரிந்து, அதாவது இதுதான் நமது மதம் என்று கருதி, வேதம் வேதநாயகன் என்றெல்லாம் சொல்லி மகிழ்ந்தார்கள் என்றால், சைவ சித்தாந்தமும் வீரசைவம் போன்ற சமயங்களும் வேதங்களை, அதாவது பிராமண மதக் கொள்கைகளை மையமாகக்கொண்டு நிற்பவற்றை ஏற்றுக் கொண்டிருக்கின்றன? இல்லவே இல்லை. வேதங்களையும் ஏற்றுக் கொள்ளவில்லை - அவதார ராமனையும் ஏற்றுக்கொள்ளவில்லை. சைவ சித்தாந்தக் கொள்கைப்படி கடவுள் அவதாரம் எடுப்பதில்லை. புறநானூற்றில் ராமன் பெயர் சாதாரணமாகத்தான் வந்துள்ளது. வரக்கூடாது என்றும் சொல்ல முடியாதே.

கோயில்கள் இல்லாத காலத்தில் கடவுளை வணங்குவது எப்படி என்று பார்த்தோமானால் இது பற்றி அதிகம் தெரிந்துகொள்ள முடியும். பூர்வகுடி மக்கள் தீயை வணங்கியிருக்கிறார்கள். அந்த வழிபாடு அதற்கு முன்பாக அந்த மக்கள் இரவு நேரத்தில் தீ வளர்த்து அதைச் சுற்றி உட்கார்ந்து தங்கள் முன்னோர் பாடிய பாடல்களைப் பாடியதைப் பற்றி எழுந்த வழக்கமாகும். இவ்வழக்கம் உலகின் எல்லா இனத்து மக்களிடமும் காணப்படும் ஒன்றுதான்.

இந்த வணக்கத்தில் முதல் ஸ்தானம் கொண்ட "தீ"தான் பின்னர் மண்ணிலோ, கல்லிலோ ஆக்கப்பட்ட 'இலிங்கம்' என்பது ஒரு சைவ சித்தாந்தக் கொள்கை. தளி - கற்றளி என்றும் பிற்காலத்தில்

கருவறையில் கடவுள் ஸ்தானம் பெற்றது என்றும் தெரியவருகிறது. அப்படியானால், ஆரியர் சிவலிங்கத்தை இழிவுபடுத்தியதில் வியப்பில்லை. ஐரோப்பியர் இந்த நூற்றாண்டுகளில் இலிங்கத்தை *Phallus God* என்று பரிகசித்தமைக்கும் அன்று ஆரியர் பூர்வகுடியின் கடவுளை இகழ்ந்தமைக்கும் என்ன வேறுபாடு?

'தீ வணக்கம்' வேறு முறையில் "யக்ஞம்" என்ற பெயரில் ஆரியர் நடத்த முன்வந்தது ஒரு தந்திரம். தங்கள் தலைவரான இந்திரன், மித்ரன், வருணனை மரியாதை செய்ய ஆரம்பித்தனர். இது இன்னுங்கூட நமது அம்மன் கோவில்களில் பூசனை நடத்தி முதல் மரியாதை பிரசாதம் குறிப்பிட்ட பிரமுகருக்குத் தருவது போன்றது தான். முதல் மரியாதை பெறுபவரில் போட்டி உண்டாவதும் நமக்குத் தெரிந்ததுதான். ஆரியர் தங்கள் தலைவர்களுக்கு மரியாதை செய்துவந்தது வெகு காலம் நடக்கவில்லை. பூர்வகுடி மக்களின் தலைவரான சிவன் - நாராயணன் போன்றோருக்குத்தான் அந்த மரியாதை நடக்கவேண்டும் என்ற சண்டை ஆரம்பமானதன் விளைவுதான் யாகத்தில் இந்திரன் பெற்றோர் பின்தள்ளப்பட்டு குடிமக்களின் விருப்பம் நடைமுறைக்கு வந்தது. அப்படியிருந்தும் கூட வேத மக்களின் புத்திசாலித்தனமும் தந்திரமும் வென்றுவிட்டது. யாரை வேண்டுமானாலும் கௌரவித்துக்கொள்ளலாம் - ஆனால் வேத சுலோகங்கள் சொல்லித்தான் அதைச் செய்யவேண்டும் என்ற நிபந்தனையைப் பின்பற்றச் செய்தனர். அதன் விளைவுதான் இன்று சமஸ்கிருதம் பெற்றுள்ள போலி கவுரவம்.

நீங்கள் உங்கள் தாய் மொழியைப் படித்துக்கொள்ளலாம். ஆனால் அரசுப்பணிக்கு வரவேண்டுமானால் ஆங்கிலம் படித்திருக்க வேண்டும் என்ற ஆங்கில ஆட்சி ஆணையும், மேற்படி சமஸ்கிருதம் பயன் படுத்தவேண்டும் என்ற நிபந்தனையும் ஒன்றுதான் என்று தெரிகிறதல்லவா?

மேலும், அந்த மொழி சமஸ்கிருதம் இருக்கிறதே; அதைப் பூர்வகுடி மக்கள் அந்தச் சமயத்தில் வெறுக்கவேண்டிய அவசியமும் ஏற்படவில்லை. தங்களுடைய மொழியின் சொற்கள் பலவும் கலந்து உண்டான மொழிதான் என்றும் அவர்கள் இருந்திருக்கக்கூடும். சிவன் - நாராயணன் என்ற தலைவர் பெயர்கள் பூர்வகுடி மக்களின் மொழிதானே.

நம் காலத்தில் நடராசர் நடனத்தை *Cosmic Dance* என்று ஆனந்த குமாரசாமி புத்தகம் எழுதினால், அது ஆங்கிலமாயிற்றே என்று தள்ளிவிடவா செய்கிறோம்? *God Almighty* என்று போப் அவர்கள்

சிவனது முழுமுதல் தன்மையைக் கூறினால் மகிழ்ச்சிதானே. வேதம் - வேதநாயகன் என்றதும் இதைப் போன்றதுதான்.

வர்ணாசிரம தர்மம்

'ஆரியர் சென்ற பலவிடங்களில் சாதி என்ற அமைப்பு ஏற்படவில்லை இங்கு மட்டும்தான் வர்ணாசிரமம் இருக்கிறது இதிலிருந்து இந்த அமைப்பு முறை தமிழர்களிடம் ஏற்கனவே இருந்தவொன்று - ஆரியர்கள் நாடோடிகளானபடியால் இம்மாதிரி வேற்றுமை இருந்திருக்காது' என்று சமத்கார ஆராய்ச்சி பண்ணும் வித்தகர்கள் ஒன்றைப் பற்றி மட்டும் மூச்சுவிடுவதில்லை. அவர்கள் சென்ற மற்ற இடங்களும் குளிர்ப் பிரதேசங்கள்தாம். அங்கிருந்த மக்களும் வேறுபாடுடையவர்கள் அல்லர். நிற வேற்றுமையும் கிடையாது. எனவே, இன ரீதியான பிரிவுகள் ஏற்பட வழிகள் அனேகமாக இல்லை. அங்கும் செல்வம், வசதி இவை குறித்தான பிரிவுகள் ஏற்பட்டு இன்னமும் நிலவுகின்றன.

இங்கே அப்படியல்ல. சூத்திரன் கறுப்பு, வைசியன் மஞ்சள் சத்ரியன் சிவப்பு, பிராமணன் வெள்ளை என்று ஸ்மிருதிகள் வரையறை செய்ய வேண்டிய அளவு இன ரீதியிலான வேற்றுமை. இங்கே என்றால், தமிழ்நாட்டில் அல்ல என்பதையும் சொல்லியாக வேண்டும்.

வடக்கிலிருந்து புறப்பட்ட கூட்டம் நேராக இங்கே அக்ரஹாரத்தில் வந்து குடியேறிவிடவில்லை. ஒருவேளை, புறப்பட்ட மனிதனின் கொள்ளுப்பேரன்கூட இங்கே வந்திருக்க முடியாது. இடைப்பட்ட எல்லா இடங்களின் கலாச்சாரங்களையும் சுமந்துகொண்டுதான் வந்தனர். சுவிட்சர்லாந்தின் தலைநகரமே மழைக் கடவுள் "வருணன்" பெயர்தான். 'நார்வே', 'ஈரான்' என்பதெல்லாம் "ஆரிய" என்பதன் அடையாளம்தான். எல்லாவற்றிலும் மேலாக "ஐரோப்பா" என்னும் ஆங்கில உச்சரிப்புக்கூட ஐரோப்பிய என்னும் சொல்தான். இந்திரன், மித்திரன் எல்லாம் ஈரானியத் தலைமைக் கடவுள். இக்கடவுளருக்குத்தான் வேதம் வணக்கம் சொல்கிறது. பூர்வகுடி மக்களுக்கும் கடவுள் உண்டு. கடவுள் என்ற சிந்தனை மனித இனங்கள் எல்லாவற்றிலும் காலங்காலமாக இருந்து வந்துள்ளது.

இந்திரனை மேலான ஒரு கடவுளாகக் கொண்ட மக்களுக்கு விஷ்ணு பிற்காலத்தில் துணைக் கடவுளாக தெரிகிறது. ஒருவிதத்தில், விஷ்ணு இந்திரனின் வேலைக்காரன் என்று சொல்வது சரியாகவேயிருக்கும். சிவனைப் பற்றிச் சொல்ல வேண்டியதில்லை.

நந்தி, சிவன் போன்றவர் த்ரவிட் கடவுள் ஆவர். இந்த நந்தி தேவரை ஆதியாகக் கொண்டதுதான் பிற்காலத்தில் சமணம் என்று பெயர்பெற்ற மதம். சிந்துவெளி நாகரிகத்தில் சொல்லப்படும். "பணியர்" தானியங்களை விற்று வாணிபம் செய்து வந்த மக்கள் பிற்காலத்தில் பணியர் என்று வியாபாரிகளைக் குறிக்கும் பெயர் இதிலிருந்துதான் வந்திருக்கும்.

இந்தப் பணியர்களுடன் ஆரியர்கள் நடத்திய போர்கள் பற்றி ரிக் வேதம் நிறையக் கூறுகிறது. பணியர்களை ஆரியர் வெறித்தனம். பணியர்கள் வாணிபத்திற்காகக் கடல் கடந்து சென்று தங்கம் முதலியவற்றோடு புழங்கியவர்கள் ஆரியருக்கு கால்நடை தவிர எதுவும் தெரியாது. ஆனால் தங்கம் கிடைத்தது.

நூறு கோட்டைகளைக் கொண்ட கறுப்பு நிறத்தோரை ஆரியர்கள் சுலபமாக வெற்றிகொள்ள முடியவில்லை என்று ரிக் வேதம் கூறும். இக்காலம் ஏறக்குறைய கி.மு.1500. இதுவரை வர்ணாசிரமம் முறையொன்று ஆரியருக்கு ஏற்பட காரண காரியம் எதுவுமில்லை. பிராமணர் என்ற சாதியும் இல்லை.

வர்ணாசிரம முறை ஆரியர்க்கு இல்லை என்று ஆய்வுரை நடத்தும் பேர்வழிகள், இதன் பின்னர் நடந்த மாறுதலைத்தான் இருட்டடிப்பு செய்துவருகின்றனர். முதலில், அவற்றை எல்லாம் படிக்கக்கூடாது என்ற ஆணை - அதாவது அவர்களைத் தவிர. மற்றொன்று கலப்பு எங்கேயும் ஏற்பட்டுவிட்டது – ஆரியராவது - திராவிடராவது என்ற வேதாந்தம்.

வர்ணாசிரமம் ஏற்படுவதற்கு இந்தோ - ஆரியர் என்ற இனம் ஏற்பட்டதுதான் காரணம். ரிக் வேத கால மக்களிடையே தோன்றியிருக்கவேண்டும். அவசியம் ஏற்பட்டிருக்கிறது. நம் நாட்டில் ஆங்கிலேயர் வந்தபின் இங்கே தோன்றிய நம் ஆங்கிலோ-இந்திய மக்களை எண்ணிப் பார்த்தால், இது எளிதில் விளங்கிவிடும். ஆங்கிலேயரிடையே வர்ணாசிரமம் இல்லை. ஆனால், அவர்கள் இந்த ஆங்கிலோ - இந்திய மக்களை "ஆங்கிலேயன்" என்று ஏற்றுக் கொண்டிருக்கிறார்களா? ஆங்கிலம் மட்டுமே ஆங்கிலோ இந்திய மக்கள் பேசிவருகிறார்கள் என்று தெரிந்த பின்பும்.

வேத காலத்தின் பின்னர் ஆரியர் என்று யாரையும் சொல்வது சரியில்லைதான். அந்த மக்களை ஆரிய இனம் என்று அடால்ப் ஹிட்லர் கூட ஏற்றுக்கொள்ளவில்லை. கலப்பினத்தவரைத்தானே இந்தோ -ஆரியர் என அழைத்திருக்க முடியும். இந்தோ - ஆரியர்

என்ற பெயர் பிற்காலத்தில் வரலாற்று ஆசிரியர்கள் கொடுத்ததுதான். இந்தியா என்ற பெயர்கூட இராமாயண காலத்தில் தசரதன் தன் தாயார் இந்துமதியின் நினைவாக நதியில் அணை கட்டியபோது ஏற்பட்டு, பின்னர் அப்பக்கம் முழுவதுமே அதாவது சிந்துவெளிப் பிரதேசம் - அப்பெயர் பெற்றதென்று சொல்வதுண்டு.

ரிக் வேத காலத்தில் ஒரு முந்நூற்றைம்பது ரிஷிகள் இருந்திருக்கலாம். ரிஷிகள் என்று பிற்கால வழக்கப்படி சொல்லலாமேயொழிய அவர்கள் மிகவும் சாதாரண மனிதர் போன்று போர் செய்து வெற்றிகொள்ளும் ஆசையில் அப்பிரதேசம் பூராவும் அலைந்து திரிந்தவர்தாம். இவர்கள் வாழ்க்கைக்கும், மனித நேயத்திற்கும் சம்பந்தமில்லை. தங்கள் வாழ்வே ஸ்திரப்படாத ஒரு நிலையில் அவர்கள் எங்கே உலகையும் வாழ்வையும் பற்றி எண்ணியிருக்கப் போகிறார்கள்.

மேற்படி ரிஷிகள் தம் மூதாதையரை பற்றி வரலாறு எதுவும் சரியாக இல்லாதபடியால் கோத்திரங்கள் என்று சொல்லப்படுபவை இவர்களுடன் ஆரம்பிக்கின்றன. கோத்திரங்கள் ஐரோப்பிய இன மக்கள் எல்லோருக்கும் இருப்பவைதாம். ஆதாம், ஏப்ரகாம் என்று கோத்திரப் பெயர்கள் கூறுவது போன்றவைதான் இப்பெயர்கள் இன சம்பந்தப்பட்ட ஒன்றாகையால் தகப்பன் வழி சம்பிரதாயத்தை மட்டும் பின்பற்றி வந்தவை. ஆரியர் தந்தைவழிச் சமுதாயம். தகப்பனார் பெயர் ஐயத்திற்குரிய ஒன்றாக ஆகும்போது அது அக்னி, வருணன் என்ற தேவ பெயராக ஆகிவிடும். எடுத்துக்காட்டாக, ரிக் வேத காலத்து ரிஷிகள் வசிட்டர், மரீசி, பிருகு முதலியோரின் தந்தைமார்களை கடவுளராகவே எடுத்துக்கொள்ள வேண்டிவரும்.

கோத்திரங்கள் சத்திரியர்களுக்கு இல்லை. சத்திரியருக்கு இல்லை எனும் போது வைசிய, சூத்திரருக்கு இருக்கிறதா என்ற கேள்விக்கு இடமேயில்லை. அப்படியானால், வர்ணாசிரமத்திற்குள் சத்திரியன், வைசிய, சூத்திரர், ஆரிய இன மக்களாக ஏற்றுக்கொள்ளப்பட்டார்களா? ஒரே இனமாக இருந்து மக்களைத் தொழில் ரீதியாகப் பிரித்த பின்னர் ஏற்பட்டதா? இக்கேள்விகள் எழவே இடங்கொடுக்காதபடி பார்த்துக்கொள்கிறார்கள் இன்றைய வைதிக அன்பர்களும் எழுத்தாளர்களும்.

இதற்குச் சில உண்மைகளை அப்பட்டமாகச் சொல்லவேண்டியது அவசியம். அரசர்கள் யாவரும் சத்திரியர்களல்லர். இராமாயணத்தில் சொல்லப்படும் குகன் சிருங்கிபேரம் என்ற இடத்திற்கு அரசன். அவன் வேடன் என்றே அறியப்படுகிறான். ஏகலைவன் என்று

பாரதத்தில் வரும் வீரனும் அவ்வாறே. 'கர்ணன் அர்ச்சுனனை நிகர்த்த வீரன் என்றாலும் சத்திரியன் அல்ல - எனவே அர்ச்சுனன் போட்டியிட முடியாது என்று முதலில் துரோணர் கூறியதை அறிவோம். எனவே வீரத்திற்கும் அரச பதவிக்கும் உரிய ஒன்றாக சத்திரியப் பிரிவு முதற்கண் பிரித்தறியப்பட்டதல்ல. ரிக் வேத காலத்திற்கு முன்னரே வணிகம் செய்துவந்த பணியர்களை இந்த வர்ணாசிரமம் "வைசியர்" என்றும் சொல்லவில்லை

சத்திரியரும் வைசியரும் பிறப்பால் ஏற்பட்டவராவர். வசிட்டரின் மனைவி அருந்ததி ஓர் அநார்ய பெண் என்றாலும் அவர்களுக்குப் பிறந்த சக்தி என்ற மகன் பிராமணன் ஆகிறான். ஆனால் அவர்களுக்கு ஒரு பெண் பிறந்து, அந்தப் பெண் அருந்ததியின் பூர்வகுடி இனத்தில் ஒருவனை மணந்து ஒரு குழந்தை பெற்றால் தகப்பன்வழி ஆரிய சமுதாயத்தில் அது பிராமணக் குழந்தை ஆகாது. இவ்வாறு, பிரச்சனைகள் தோன்றிய பின்னர் ஏற்பட்டது சத்திரியப் பிரிவு. அது வீரர்களைக் குறிப்பது என்பதெல்லாம் சும்மா ஒரு பேச்சுக்குத்தான்.

சத்திரியக் குழந்தையின் தந்தை பூர்வகுடி இனமாதலால் அவர்கள் அதிக எண்ணிக்கையிலிருந்தனர். பக்கபலமும் அதிகமாகவேயிருக்கும். இந்தக் குழந்தைகள் அரசு உரிமை பெற்றது அந்த பயத்தால்தான்.

விராட மன்னனின் புதல்வன் உத்தரன் ஒரு கோழை என விவரிக்கப்படுகிறான் என்றாலும் அவன் சத்திரியன். சனகன் என்னும் அரசன் பெரிய ஞானி, ராஜரிஷி என்று போற்றப்படுபவரே அல்லாது, அவரை பிராமணர் என்று கூற முடியாது. எல்லா மனித உயிர்களுக்கும் பிறப்பு ஒத்துவராது என்பது வர்ணாசிரமம்.

இவ்வாறு சத்திரியர்கள் இருக்கும்போது இவர்களுக்கு கோத்திரம் எப்படி வந்தது? இந்தக் கோத்திரம் பிராமணர் தந்த அனுமதி. தந்தை பிராமணர் இல்லாவிட்டாலும் ஒரு வகையில் பிராமண சம்பந்தம் இருப்பதால் ஒரு பிராமண குருவை ஏற்றுக்கொண்டால் அந்த குருவின் கோத்திரத்தை அந்த சத்திரியர்கள் பயன்படுத்திக் கொள்ளலாம் என்ற நிபந்தனையுடன் கூடிய அனுமதி. சனகன் கோதம கோத்திரத்தைச் சார்ந்தவனென ராமாயணத்தில் சொல்லப்படுகிறது. அதற்குக் காரணம் கோதமருடைய மகன் சதாநந்தனை குருவாகக் கொண்டவர் சனகர். எனவே சதாநந்தரின் கோத்திரமே சனகரின் கோத்திரமாகிறது. அவரது (சனகரது) தந்தை மிதி சக்கரவர்த்தியின் கோத்திரம் கோதம கோத்திரம்தான். ஆனால் மிதி சக்கரவர்த்தியின் தந்தை நிமி சக்கரவர்த்தியின் கோத்திரம் வாசிட்டம். அவர் வசிஷ்டர் குருவாகக் கொண்டு கொஞ்ச

காலமிருந்த பிற்பாடு கோதமரைக் குருவாகக் கொண்டதால் அவரது வாசிட்ட கோத்திரம் மறைந்துபோயிற்று. இது வெள்ளைக்கார எஜமானின் பெயரை அடிமை நீக்ரோ தனது பெயருடன் சேர்த்துச் சொல்லும் வழக்கம் போன்றதுதான் (எடுத்துக்காட்டு: Cassius Clay).

இந்நூற்றாண்டின் ஆரம்பத்தில் சிந்துவெளி நாகரீகம் பற்றித் தெரியவாரம்பித்த போதுதான், வேத காலத்திற்கு முன்னர் அங்கு வாழ்ந்த மக்களின் நாகரீகம் என்று பரவலாகத் தெரியவந்ததெனச் சொல்வது உண்மையாக இருக்கலாம். ஆனால், அதற்கு முன்பு தெரியவே தெரியாது என்று சொல்ல முடியாது. ஒரு சான்றாகவே சிந்துவெளி நாகரீகம் நிற்கிறது. அது அழிந்துபட்ட நாகரீகச் சின்னம். அழியாது நிற்கும் ஒரு நாகரிகம் தொடரை இன்னமும் நாம் கொண்டிருக்கிறோம்; தமிழினம் பல பிரிவுகளைக் கொண்டது. நிலப்பிரபுத்துவ சமுதாய அமைப்பைக் கொண்டிருந்தது விவசாயமும் கைத்தொழிலும் வாணிகமும் நடந்து வந்தன முழுமையான ஒரு சமயத்தைப் பின்பற்றினர் - என்ற உண்மையை யாராலும் மறுத்துவிட முடியாது. அந்த நாகரிகத்திலுள்ள சிலவற்றைக் கைக்கொண்டு, "அதுவும் எங்கள் நாகரிகம்தான்" என பாடபேதம் நடத்த முயற்சி நடந்து வந்திருப்பது பல காலமாகத் தெரிந்துகொண்ட விஷயம். இப்போது அது உச்சகட்டத்தைத் தாண்டியிருக்கிறது. சர்வசாதாரணமாக "சமஸ்கிருதம் உலக மொழி களின் தாய். ஆரியர்கள் இங்கிருந்துதான் ஐரோப்பாவுக்குச் சென்றனர்" என்று சொல்வது மத ஆதிக்கவாதிகளின் வழக்கமாகி விட்டது. கம்ப்யூட்டர்கூட சமஸ்கிருதத்திற்கு ஏற்றவாறு இருக்கிறது என்ற வியப்பிற்கும் குறைவில்லை. "இந்த கம்ப்யூட்டர் ஐரோப்பியக் கண்டுபிடிப்பு. ஐரோப்பிய மொழி சார்ந்த சமஸ்கிருதத்திற்கு ஏற்றபடி அது இருப்பதில் என்ன அதிசயம்?" என்று கேட்டால் கேட்டவனது நாட்டுப்பற்று சந்தேகிக்கப்படுகிறது. வரலாற்றிற்கும் நாட்டுப்பற்றிற்கும் சம்பந்தமென்ன?

முன்பே கூறியபடி, பணியர்கள் என்ற பூர்வகுடி மக்களின் சமூக - மத சம்பந்தமான விவகாரங்களை நாம் வேதங்களிலிருந்தும் அகழ்வாராய்ச்சி குறிப்புகளிலிருந்தும் தீர்மானிக்க முடியும். அப்பேர்ப்பட்ட பூர்வகுடிகளை வென்று விட ஆரியருக்கு பயந்து சிலர் தென்னாட்டிற்கு ஓடிவந்தனர். அவர்கள்தாம் இப்போதுள்ள திராவிடர் என்று யாரும் ஆராய்ச்சி செய்யவில்லை. தென்னாட்டைப் பற்றியும் எதையும், பின்னர் எழுதப்பட்ட அல்லது தொகுக்கப்பட்ட சமஸ்கிருத நூல்கள் சொல்லவில்லை. ஆரியர் சப்த சிந்துவெளியில் வந்துசேர்ந்த சமயம், தென்னாட்டில் மக்களே கிடையாது. அல்லது

இங்கே வேடர்தாம் இருந்தனர் என்று சொல்லும் பைத்தியக்காரர்களை விட்டுவிடலாம். ஆனால் பஞ்ச திராவிடம் என்று சொல்லப்பட்டிருக்கிறது. "அப்படியானால், தமிழ்நாட்டைப் பற்றி எதுவும் சொல்லவில்லை என்று எப்படிச் சொல்ல முடியும்" என்ற கேட்டால், அவ்வாறு பஞ்ச திராவிடம் பற்றி கூறப்பட்டிருக்குமானால், எப்போது கூறப்பட்டது, அங்கிருந்த மக்களைப் பற்றி ஏதாவது சொல்லப் பட்டிருக்கிறதா என்று கேட்க முடியும். நர்மதை நதிதான் ஆர்யவர்தத்தின் தென் எல்லை என்பது மனுஸ்ருதி. ஒருவேளை வேத கால பிராமணர்கள் சென்ற இடங்கள் பற்றிக் கூறும்போது மேற்படி இடங்களைப் பற்றி வெகு காலத்தின் பின்னர் கூறியிருக்கக் கூடும்; தமிழர்களைப் பற்றியல்ல.

"புராணக் கதைகளை நம்புவதானால், அநேக லட்சம் ஆண்டுகளாக பஞ்சாப், கங்கைப் பிரதேசம், இன்னும் இந்தியாவின் பல பிரதேசங்கள் ஆரியர் கைவசமிருந்தன என்று தோன்றும். ஆனால் இக்கதைகள் சரித்திரக் கண்கொண்டு பார்ப்போருக்குப் பயன் படுவன அல்ல. 'டேரியஸ்' வெற்றி கொண்ட கி.மு. 512க்கு முன்புள்ள சரித்திரமெல்லாம் புராணங்களில் காணுவன போன்ற புனை கதைகளேயாம்" என்பது ஆய்வு.

கி.மு.15-ஆம் நூற்றாண்டளவில் எழுத்து வடிவு பெற்ற பிரதிகளைத் தான் நாம் இப்போது நம்பவேண்டியுள்ளது பண்டைக் காலத்து வழங்கிய மொழி ஆகியவை பெரிதும் மாறுபட்டு உள்ளன இரண்டையும் சமஸ்கிருதம் (அதாவது நன்றாகச் செய்யப்பட்டது) என வழங்கினார்கள்.

"ஆரிய மக்கள் உயர் வகுப்பினரும் வித்வான்களும் இம்மொழியைப் போற்றினார்கள். இம் மொழியோடு பிராகிருத மொழியோடு தென்னிந்திய மக்களின் சொற்களும் கலந்தன."

"தற்கால ஐரோப்பாவின் துருக்கர், செமிட்டிக் மக்கள், யூதர்கள் ஆகியோர் இந்த ஆரிய இனத்தைச் சார்ந்தவர்களே"

-மேற்கண்டவற்றை கூறி வையாபுரிப் பிள்ளையவர்கள் வடமொழியை ஆராதனை செய்திருக்கலாம்; தமிழிலக்கியங்களின் காலத்தைப் பின்னோக்கித் தள்ளியிருக்கலாம். அந்தக் காரணங்களுக்கு மட்டும் அவரைப் போற்ற முன்வருகின்ற வைதிக பாசிசம், வடமொழியைப் பற்றி அவர் கூறியதைப் பற்றிக் கண்டுகொள்வதில்லை. சௌகர்யமாக இருப்பவற்றை மட்டும் எடுத்துக்கொள்வது வைதிகத்தின் வாடிக்கை.

“இப்போது மராத்தி மொழி, இந்தி மொழி பேசப்படுவது போல், ஒருநாளும் சமஸ்கிருதம் பேசப்பட்டதல்ல”

இவ்வாறு கூறும் காஞ்சிப் பெரியவரின் உரையும் இங்குக் கவனிக்கத்தக்கது. சமஸ்கிருதம் யாரால் பேசப்பட்டது? யாராவது அதைத் தாய்மொழியாகக் கொண்டு பேசி இருக்கிறார்களா? பேசியிருக்க முடியுமா? இக்கேள்விகள் பதிலளிக்கப்படவில்லை.

ஒரு குறிப்பிட்ட இடத்தில் இனக்கலப்பு ஏற்படும்போது, மொழி - மொழிகள் வித்தியாசமடைவது இயல்பு. வசிட்டனோ, மரீசோ பேசிய மொழி பின்னர் ஏற்பட்ட சமஸ்கிருதமாக இருக்க முடியாது. ஐரோப்பிய மொழி சார்ந்த ஒன்றைப் பேசிவந்தவர்கள் இனக் கலப்பு ஏற்பட்ட பின்னர், தங்களது மொழியைப் பாதுகாக்கும் நோக்கத்துடன் அது அழிந்துவிடாதிருக்க சில நியதிகளைப் பின்பற்றியிருக்க முடியும். ஆங்கிலேயர் ஆட்சியில் ஆங்கில சொற்கள் விரவியதுபோல, தமிழகத்தில் ஆற்காடு நவாப் ஆட்சியின் போது உருதுச் சொற்கள் பயன்பட்டது போல, வடமொழியை வடநாட்டுப் பூர்வகுடி மக்களும் கொண்டிருக்கலாம்.

“பூரணம் பூரணமாகவே இருக்கும். பூரணத்திலிருந்து பூரணத்தை எடுத்தாலும், அது பூரணமாகவே இருக்கும்” என்பன போன்ற கருத்துக்கள் அருமையானவை என்று சொல்லும்போது, இவை போன்றவை தொகுக்கப்பட்டனவேயொழிய இப்போது வடமொழியில் படிப்பதால், அவை அம்மொழியைப் பேசி வந்த மக்களின் கருத்துக்கள் மட்டுமே என்று கருத எந்த ஆய்வும் இடந்தரவில்லை.

மதத்தலைவர்களின் கருத்துப்படி பார்த்தாலுங்கூட வியாசர் என்ற ஒருவரால் தொகுக்கப்பட்ட சில பாடல்களே தவிர யார் பேசிய மொழியிலிருந்து இது எடுத்துக்கொள்ளப்பட்டது என்று தெரியாது. ஆப்ரிக்க நாட்டின், எழுத்தில்லாது வழங்கும் பல மொழிகளிலும் இருக்கும் பாடல்கள் ஆங்கிலத்தில் மொழிபெயர்க்கப்பட்டுள்ளன. அந்த ஒரு காரணத்திற்காக, ஆப்ரிக்க நாட்டு பூர்வகுடி மக்கள் ஆங்கிலத்தைத் தாய்மொழியாக கொண்டவர்கள் என்று சொல்வது மடமையல்லவா?

திருக்குறளைப் பற்றி ஆங்கிலத்தில் இருக்கின்ற நூல்களின் எண்ணிக்கை தமிழைவிட அதிகம். ஒரு சமயம் திருக்குறள் பற்றி ஆய்வுக் கட்டுரை எழுதி டாக்டர் பட்டம் வாங்கவேண்டுமென்றால் ஆங்கிலம் அதிகாரப் பூர்வமாகத் தெரிந்திருந்தால் அல்லாமல்

முடியாது. மறைமலை அடிகளுக்கே அம்மாதிரி நிலை ஏற்பட்டிருந்தது.

இதெல்லாம் நம்மை ஆள்பவர் யார் என்பதில் அடங்கிய விஷயம். அது மொழியை மட்டுமல்லாது, கலாச்சாரத்தையும், சமயத்தையும் கூடப் பாதிக்கும். ஆங்கிலேயர் நம்மை ஆண்டி இருக்காவிட்டால், நமது கோவில்களில் ஜனவரி முதல் நாள் அர்ச்சனை நடைபெறாது. நமது திருமண வரவேற்புகளில் மணமகன் கையைப் பற்றி யாரும் குலுக்க மாட்டார்கள். நம்மைச் சீனாவோ, ஆப்ரிக்காவோ ஆண்டிருந்தால் என்ன மாற்றம் நம்மிடையே ஏற்பட்டிருக்கும்?

இவ்வகையான நிர்ப்பந்தங்களின் இடையிலேயும் தன்னைத் தக்கவைத்துக் கொண்ட இனம் உலகில் இந்த தமிழினம் ஒன்றுதான் என்று தெரிகிறது.

பதுங்கிப் பாயும் வைதிகம்

இந்நூற்றாண்டின் தொடக்கத்தில், வெள்ளையர் தேசிய அளவிலும் பண்பாட்டு ரீதியிலும் கறுப்பு இனத்தவரை ஒழித்துக் கட்ட ஏற்பாடு செய்து ஆரம்பிக்கப்பட்ட இரகசியக் குழு Ku Kulx Klan. இந்தக் குழுவின் செயற்பாடு எழுத்து மூலமாகவோ பகிரங்கமாகவோ இருக்காது. இதன் உறுப்பினர்கள் இதன் கொள்கையை மனமுவந்து ஏற்றுக்கொண்டு தன்னிச்சையாகச் செயல்பட்டனர். கொலைகளும் நடந்தன. ஓர் இனத்தின் மீது ஆதிக்கம் செலுத்த இன்னோர் இனத் திற்கு பிறப்பு ரீதியாக உரிமையுண்டு என்பதைப் போலிச் சித்தாந்தம் வாயிலாகவும், இலக்கியம் மூலமாகவும், தத்துவ ரீதியாகவும் காட்டினர். சில இலக்கியவாதிகளும் மனப்பூர்வமாக ஒத்துழைத்தனர். போலிச் சித்தாந்தத்தை ஓர் ஏகாதிபத்தியக் கொள்கைக்குப் பதில் பயன்படுத்தினர். ஏற்றத் தாழ்வுகள் இயற்கை விதிகளின்படி முறையானவைதாம் என்று காட்ட இந்தக் குழு உதவிற்று.

அந்தக் குழு இப்போது இருப்பதாகத் தெரியவில்லை. அதன் போக்கு எப்போதும் இருந்துகொண்டிருக்கும் என்பதற்கு தமிழிலக்கிய உலகில் நெடுங்காலமாக இருந்துவந்து, இப்போதும் உயிர்பிழைத்துவரும் போக்கைக் குறிப்பிடலாம். இது குறைந்தது 1500 ஆண்டுகளாக பல்லவர் காலந்தொட்டு இருந்துவந்ததுதானே என்று கூறலாம். ஆனால் அப்போதும் அதற்கு எதிர்ப்பு இருந்தது. அது பகிரங்கமான எதிர்ப்பாகவிருந்தது விசேடமாகும். சித்தர் காலத்தில் வைதிக நிலை பகிரங்கமாக எதிர்க்கப்பட்டது. அண்மையில் இராமலிங்க வள்ளலார் காலத்திலும் பகிரங்கமாகவே எதிர்க்கப்பட்டது.

இப்போதைய நிலை மாறுபாடானது. வைதிக எதிர்ப்பு என்ற ஒரு சொற்பிரயோகத்கைத் கொண்டு சில காரியங்கள் செய்யப்படுகின்றன.

பெரும்பான்மையரின் இந்த வைதிக எதிர்ப்பு பழைய பிராமணியத்தின் அடிப்படையில் நின்று தற்காலத்திற்கு ஏற்றவகையில் கொண்டு வருவது என்றாகிறது. மிஞ்சிப்போனால், இதுதான் இந்தியக் கலாச்சாரம் என்று சொல்லிவிடுவார்கள். இப்படிப்பட்ட நிலை வைதிகர்களுக்கு இக்காலகட்டத்தில் ஒரு தேவையாகவும் இருக்கிறது. மொத்தத்தில், ஒரு நவீன பிராமணீயக் குழு தயாராகி வருகிறது என்று கூறலாம்.

இந்நூற்றாண்டில் ஆரம்பிக்கப்பட்ட *Ku kulx Klan* இயக்கம் பற்றி குறிப்பிட்டது இதற்காகவே.

வைதீக மீட்சி

இந்நவீன வைதிகம் இன்றைய தோற்றம் பெற்றது ஐம்பதுகளில் என்று சொல்லலாம். மறைமலையடிகள், பெரியார் மற்றும் திராவிடக் கழகத் தலைவர்கள் என்று மக்கள் மனம் திரும்பிய போது திடீரென வணிகத் தமிழ்ப் பத்திரிகைகளில் ஒரு விளைவு ஏற்பட்டது. வள்ளலார் காலத்திலும்கூட பயமில்லாமல் தங்கள் தமிழ் எதிர்ப்பைக் கையாண்டவர்கள் தங்கள் நிலையை மாற்ற, தத்தம் பத்திரிகைகளில் தமிழ் உயர்வைப் போற்றினர். பத்திரிகைகளில் வந்த கதை, கட்டுரைகளின் போக்கு மாறின. ஐம்பதுகளின் முன்னர் பாப்பா மலர்க் கதைகளில் வரும் கொக்கும் நரியும்கூட, “நான் நினைச்சுண்டிருந்தேனோல்லியோ” என்றுதான் பேசும். அந்த முறை மாற்றப்பட்டது. அகநானூறு, புறநானூறு பெயரையெல்லாம் அவர்கள் உச்சரித்தார்கள். தங்குதடையில்லாது திருக்குறள் பெருமை பேசப்பட்டது. ஆனால், ஒன்றுமட்டும் விட்டுப் போகாமல் மிகவும் கவனமாகப் பரிபாலிக்கப்பட்டது. எந்த மாதிரியான நிலையிலும் சமஸ்கிருதத்தின் பெருமை குன்றாமல் பார்த்துக்கொண்டே செயல்பட்டார்கள். கல் தோன்றி மண் தோன்றாக் காலத்துத் தமிழ் பற்றிய கட்டுரையில் கூட சமஸ்கிருதப் பெருமையைச் சேர்த்து விடுவது வழக்கமாயிற்று. குறைந்தது சமஸ்கிருதப் பெருமை குன்றாத அளவில் கவனித்துக்கொண்டார்கள். எல்லாவற்றிற்கும் மேலாக இப்படிப்பட்ட கோட்பாட்டை ஏற்றுக் கொண்டவரது கதைகளையும் கட்டுரைகளையும் தங்கள் பத்திரிகைகளில் வெளியிட்டனர். இதற்கு முன்பே புதுமைப்பித்தன் கதைகளையும் வெளியிட்டனர். ஆனால் புதுமைப்பித்தன் பரவலாகப் பேசப்படாது பார்த்துக்கொண்டனர். நல்ல கதைகள் வேண்டும் என்பதற்காக

மட்டுமே புதுமைப்பித்தனைப் பயன்படுத்திக்கொண்டனர் - அக்காலத்தில் புத்தரைப் பயன்படுத்தி. பின்னர், அவர் கோட்பாடுகள் மூலம் வைதிகத்தை வளர்த்தது போல். வைதிகம் இப்படித்தான் வேலை செய்யும்.

வேத காலத்திலிருந்த ஆரிய எதிர்ப்பு சுலோகங்களிலே சேர்த்து அதனையும் வைதிகமாக்கினர் சமண, புத்தத் தத்துவங்களைத் திருடி, சமஸ்கிருதத்தில் எழுதிக்கொண்டு ஒவ்வொன்றிற்கும் ஒரு புராணக் கதையை சேர்த்து அவை யாவும் வைதிகம் என்றனர். சமண புத்த மடங்களைப் பின்பற்றி, சங்கர மடங்களும் பிறவும் அமைத்து, தங்கள் சொத்து என்றனர். பிராமணியத்தை எதிர்த்து எழுந்த பக்தி இயக்கம் வைதிகமாக்கப்பட்டது. கி.பி 14-வது நூற்றாண்டில் கிடைத்த சமஸ்கிருத ஓலைச் சுவடிகளை கிருத யுகம் என்று கூறி, வேண்டிய மட்டும் இடைச்செருகல் செய்தாயிற்று.

"என்ன வேண்டுமானாலும் செய்துகொள்ளுங்கள். யாரை வேண்டுமானாலும் தொழுதுகொள்ளுங்கள் - ஆனால் சமஸ்கிருதம் மந்திரங்களைச் சொல்லியே ஆகவேண்டும்" என்று சொல்லி இத்தனை காலமும் ஒரு பூர்வகுடி இனத்தை அறிவிலிகளாக வைத்திருந்தது வைதிகம்.

இந்த வைதிகம் எதைக் குறிக்கிறது? 'சுத்த ஆரியனைத் தவிர எவனுக்கும் உலகை ஆளத் தகுதியில்லை' என்ற அடால்ப் ஹிட்லரை அல்லவா நமக்குக் காட்டும். அந்த ஹிட்லர் கூட இங்குள்ள இந்தோ-ஆரியரை ஆரிய இனமாக ஏற்றுக்கொள்ளவில்லை என்பது வேறு விஷயம். ஒரு நீக்ரோ உடற்பயிற்சியில் ஈடுபட்டு, ஓட்டப் பந்தயத்தில் உலகில் சிறந்தவனாக இருந்தாலும் அப்படிப்பட்ட நீக்ரோ சிறந்தவனாக ஆவதற்கு இயற்கையில் தகுதி யற்றவன் இயற்கை ஆரிய மக்களைப் போல் அவர்களைப் படைக்கவில்லை' என்று விஞ்ஞான ரீதியான சோதனைகளை வெளியிட்டது அன்றைய நாஜி அரசு (ஜெஸ்ஸி ஓவனின் வாழ்க்கைக் குறிப்பு). அதற்கும் இங்குள்ள பிராம்மாணங்களுக்கும் ஸ்மிருதி களுக்கும் என்ன வேறுபாடு இருக்க முடியும்.

Survival of the fittest என்ற டார்வின் தொடரைத் தங்களுக்குச் சாதகமாக ஆக்கிக் கொண்டு அதை நிற வேற்றுமை கொள்கைக் காகப் பயன்படுத்தியவர்கள் - அதே டார்வினின் பின்வரும் வரிகளைக் கண்டுகொள்ளவில்லை.

"டெர்ரா-டெல்-ஃபுகோகா எரி நிலம் வாசிகள் காட்டுமிராண்டிகளாகக்

கருதப்படுகின்றனர். ஆனால் அவர்களில் சிலர் கப்பலில் ஏற்றப்பட்டு சில ஆண்டுகள் இங்கிலாந்தில் வசித்த பின்னர் பெரும்பான்மையினரைப் போல் ஆயினர்"

"உள்ளத்து இன்ப - துன்ப உணர்ச்சிகளை முகத்தின் நடிப்புத் தசைகளின் உதவியால் வெளியிடுவதில் வெவ்வேறு மனித இனங்களைச் சேர்ந்தவர்களிடம் காணப்படும் ஒற்றுமை வியப்பூட்டுகிறது"

இதைக் கூறியவரும் டார்வின்தான். வைதிக பாசிசம் மற்ற தத்துவங்களிடமிருந்து தங்களுக்குச் சாதகமானவற்றை எடுத்து அவற்றையும் வைதிகமாக்கி விடுவது இங்கு மட்டும் நடைபெறவில்லை.

சமயபுரம் மாரியம்மன் கோவிலிலும், மற்றுமுள்ள தமிழ்க் கோயில்களிலும் பூசனை செய்துவந்தது பிராமணர் அல்லர். ஒரு நிர்வாக அமைப்பிற்காக சட்ட ரீதியாக மாற்றப்பட்ட ஒன்று அது. அதற்கான காரணங்கள் பரிசீலிக்கப்பட வேண்டியவை. மாரியம்மன் என்ற பெயரையே தம் குழந்தைகளுக்கு சூட்டிக்கொள்வது இக்கோவிலில் தற்போது பூசனை செய்வோரின் வழக்கமல்ல. பெண் தெய்வங்கள் போற்றுவது ஆரிய வழக்கமும் அல்ல. அப்படிப் போற்றவேண்டி வந்தால், அவற்றிற்கு ஞான ஸ்நானம் செய்வித்து, சமஸ்கிருதப் பெயர் சூட்டி, ஒரு புராணக்கதையை சிருஷ்டித்து, 'அத்தெய்வம் வேதத்தை ஒப்புக் கொண்டதுதான் - ஆரிய தர்மம்தான் அதான் வழக்கு' என்று பிரசாரம் செய்து ஆரியமயமாக்கிவிட்ட பின்னர்தான் ஏற்றுக்கொள்வார்கள். ஆரியமயமாகி விட்டால் தமிழ்ப் பெயர்களை ஏற்றுக்கொள்வதில் குந்தகம் ஏற்படாது. இல்லையென்றால், சமஸ்கிருதப் பெயர் இருந்தாலும் அவை ஏற்றுக்கொள்ளப்பட மாட்டா. எடுத்துக்காட்டாக, திருவாழ்மார்பன் ஒப்பிலியப்பன் போன்ற தமிழ்ப் பெயர்கள் அங்கீகரிக்கப்படுகிறது. ஆறுமுகம், ஆவுடையப்பன், அம்மையப்பன், ஞானசம்பந்தன் சுந்தரமூர்த்தி, மணிவாசகன் ஆகிய பெயர்கள் சமஸ்கிருத சம்பந்தம் இருந்த போதிலும் ஏற்கத் தகாதவையாகின்றன. இதற்கெல்லாம் வரலாற்று பூர்வமான காரணங்கள் உண்டு. சுருக்கமாகச் சொன்னால், கடவுள் பக்தி என்பதைவிட, இன ரீதியான உணர்வே அவர்களுக்கு அடிப்படையாக அமையும். அதனால்தான் சொல்ல வேண்டி வருகிறது. யாரை வேண்டுமானாலும் கடவுளைப் போற்ற அவர்கள் தயார். ஆனால் ஒன்று மந்திரம் சமஸ்கிருதத்தில் இருக்கவேண்டும். இன்னொன்று, இன ரீதியாக

ஆரிய தர்மத்தை ஏற்றுக்கொண்ட கடவுளாக அது ஆக்கப்பட்டிருக்க வேண்டும்.

இதெல்லாம் இன்னொரு இனத்தை கேலிக்குரியதாக்குகிறதே என்ற கவலை அவர்களுக்கில்லை. நம்முடைய அரசர்களுக்கே இருந்திருக்கவில்லையே.

வைதிகம் என்பதோடு சமஸ்கிருதம் மட்டுந்தானா சம்பந்தப் பட்டுள்ளது தமிழ் இல்லையா என்ற கேள்வி நியாயமாகவே எழக் கூடியது. எபிரேயத்தில், கிரேக்கத்தில், இலத்தீனில், ஏன் ஆங்கிலத்தில் கிடையாதா என்று கேட்க முடியும்.

எங்கும் இருந்ததும் இருப்பதும்தான் அது. இந்நாடு அதிலே பல விசேடங்களைக் கொண்டுவிட்டதுதான் முக்கியம்.

இந்த வைதிக எதிர்ப்பு பிராமண எதிர்ப்பு அல்ல. சிலர் தங்களுக்கு வேண்டாத பிராம்மணரை எதிர்க்க இதைப் பயன்படுத்தியிருக்கலாம்.

வைதிக எதிர்ப்பு காலங்காலமாக இருந்துவருகிறவொன்று. அது இம்மண்ணின் வேர்களிலிருந்து கிளம்பியதாகும். அப்படியானால் எப்போதும் இருந்துகொண்டுதானிருக்குமா, வெற்றி பெறாதா என்ற கேள்வியும் எழும். அப்படிப்பட்ட இராண்டாந்தர, மூன்றாந்தர சிந்தனைகள் ஏற்பட்டதன் விளைவைத்தான் நாம் அனுபவித்துக் கொண்டிருக்கிறோம். ஜார்ஜ் ஆர்வெலின் மிருகங்கள் பண்ணையாக மாறிக்கொண்டிருக்கும் கதை அது.

வைதிக எதிர்ப்பு என்பதே அதைத் தெரிந்துகொள்வதுதான். எது வைதிகம் என்பதைத் தெரிந்துகொள்வதிலேயே வைதிக எதிர்ப்பு அறியப்பட்டு விடுகிறது. நடவடிக்கைகள் தொடர ஆரம்பித்து விடுகின்றன. திருமூலர், சிவவாக்கியம், வள்ளலார் போன்ற சித்தர்கள் வெளிப்படையாகவே சொன்னார்கள் என்றால், திருவள்ளுவர், இளங்கோ போன்ற பெரியவர்கள் தமிழ் மரபைச் சொல்லி அதை உணரச் செய்தார்கள் எனலாம். வைதிகம் சிலவற்றைத் தன்னுடைய தாக்கி வெற்றிகொண்டதற்கு அவ்வப்போது மன்னர்களே காரணம். வைதிகத்தை எதிர்த்த புத்தரின் தத்துவம் வைதிக மடங்களால் பின்னர் சுவீகரித்துக் கொள்ளப்பட்டது. பக்குவமாக ஞானஸ்நானம் நடத்தி முடிக்க உதவியவர்கள் மன்னர்கள்தாம்.

வேதகாலத்தில் இருந்த எதிர்ப்பும் தெரிந்ததுதான். அப்போது நிலவிய எதிர்ப்பு பணியரிடமிருந்து. அதுவும், 'கடவுள்' என்பது 'இல்லை' என்பதாகும் என்ற சமண நெறியும், 'இல்லை இல்லை'

என்பதால் அது ‘உண்டு’ என்ற தென்னாட்டுச் சித்தாந்தமும் தொல்காப்பியத்திற்கு முன்னரே நம்மிடையே புழங்கி வந்த கடவுள் என்ற தமிழ்ச் சொல்லின் பொருளும் சம்பந்தம் உடையது என்று சொல்ல முடியும்.

துளசி என்னும் செடியின் இலை மருத்துவ குணம் கொண்டது என்பதைக் கண்டுகொண்டவன் வைதிகன் அல்லன். அவன் ஓர் அறிவியல்வாதி. மதவாதிகள் அந்த அறிவை தங்களுடையதாகப் போற்றித் சாதகமாக்கிக்கொண்ட உடனேயே, அந்த அறிவு எல்லோருக்கும் பயன்படத் தடை ஏற்பட்டுவிடுகிறது. எப்போதாவது இந்தத் துளசி உடல்நலத்திற்குக் கெடுதி என்ற தெரியவந்தால் அந்த விஞ்ஞான அறிவையும் தனதாக்கிக்கொள்ளும் தந்திரம் படைத்தது வைதிகம்.

இதை அறிந்துகொள்வதுதான் வைதிக எதிர்ப்பு. பல உருவங்களில் வரும் வைதிகமும், அதற்கு எதிர்ப்பாக நிற்பனவும் நின்று மோதுவதைக் கவனித்தால் உண்மை புலப்படும். இந்த நாட்டைப் பொறுத்தவரை மொழி என்ற வகையில்தான் வைதிகமானது அதிக வினையை விதைத்துள்ளது. வேறுவகையில் குறைவாகத்தான் சொல்ல வேண்டும்.

மொழி என்பதன் வாயிலாகக் கலைகள் யாவும் சமஸ்கிருதத்தின் பிறப்பிடம் என்ற மாயத்தோற்றத்தைப் படிப்பற்றவரிடையை ஏற்படுத்திக் கொண்டு நின்றதும் வைதிகம்தான். தமிழ்நாட்டைப் பொறுத்தவரை இது ஒரு பெரிய துரோகமாகக் கருதப்படுகிறது. மற்றைய திராவிட மொழிகளில் இப்படியல்ல. அதன் முக்கியக் காரணம், வட மொழிகளில் இலக்கியங்களான இராமாயண பாரதக் கதைகள்தாம் அம்மொழிகளில் முதல் இலக்கியங்களாக வந்தன. தமிழில் அவ்வாறல்ல. இதுவே, தமிழுக்கும் மற்ற திராவிட மொழிகளுக்குமான பெரிய வித்தியாசமாக நிற்கிறது. சமஸ்கிருதம் தவிர ஒரு மொழியில் பெருமை பேசுவது - அதாவது எல்லா மொழிகளுக்கும் சமஸ்கிருதம் தாய் என்று சொல்லிவிட்டுத் தத்தம் மொழியைப் புகழ்ந்துபேசுவது தவிர தமிழைப் புகழ்வது அபாண்டம் என்று சொல்கிற அளவுக்குப் போய்விட்டது.

உலக மொழி

‘தமிழ் என்னும் மொழி இந்நாட்டில் வேதங்கள் வருவதற்கு முன்பேயே இருக்கிறது. அது சமஸ்கிருதம் போல ஐரோப்பிய உறவு கொண்ட மொழி அல்ல’ என்று சொன்னால் இந்திய மக்கள் பெருமையல்லவா அடைய வேண்டும். அவர் வரலாற்று உண்மை

எப்படி ஒற்றுமையைக் குலைக்கும்? வடமொழி என்னும் சமஸ்கிருதம் இந்த நாட்டில் வந்து சீர் அடைவதற்கு முன்பு இங்கே நாகரிகமோ மொழியோ இல்லை என்பவனது நாட்டுப்பற்றை தமிழ் மக்கள் சந்தேகிக்கிறார்கள். அப்படிப்பட்டவர்கள் ஒரு மதவாதியாகவோ வெறியனாகவோதான் இருக்கமுடியும். அப்படிப்பட்டவர்களில் சிலர் விடுதலைப் போராட்டத்தில் ஈடுபட்டவராக இருந்தால்கூட, அப்படி ஈடுபட்டது இம்மாதிரி, வைதிகத்தையும் தங்கள் மொழியை மீட்கவும் தானேயொழிய மக்கள் நலனுக்கு அல்ல என்று தமிழர்கள் எண்ணத்தான் செய்வார்கள்.

சில சொற்களைத் தமிழில் சேர்த்துக்கொண்ட அளவில்தான், வடமொழியானது வைதிகத்தைத் தக்க வைத்துக்கொண்டிருக்கிறது. அது சில காலமாக ஆங்கிலச் சொற்களை நாம் ஏற்றுக்கொண்டது போலத்தான். மரபையும் நாகரிகத்தையும் ஒன்றும் பண்ணிவிட முடியவில்லை. ஆங்கிலத்திற்கும் சமஸ்கிருதத்திற்கும்தான் என்ன வித்தியாசம்? போப்பாண்டவர் இந்தியாவில் கிறித்தவர்கள் சமஸ்கிருதம் பயிலவேண்டும் என்று சொன்னதில் வரலாற்று உண்மை உண்டு. ஐரோப்பியப் பல்கலைக் கழகங்களில் சமஸ்கிருத மொழியைச் சேர்த்துக்கொண்டு பாராட்டுவதிலும் உண்மை உண்டு. தமிழ்ப் பெயர்களை உச்சரிக்க முடியாமல் திண்டாடும் தொலைக்காட்சி (தில்லி) ஐரோப்பிய பெயர்களில் கஷ்டப்படுவ தில்லை என்பதும் உண்மை. அவ்வகை உண்மை இரகசியமாகவே பரிபாலிக்கப்பட்டு வந்தது. இனிமேலும் அப்படியே இருந்துவிட முடியும் என்று நினைத்துக்கொண்டிருக்கிறார்கள். அதற்காகவே கல்வியறிவை இதுகாறும் தமிழரிடையே தடுத்து வந்தார்கள். இப்போது காரியம் மிஞ்சி விட்டது. என்ன செய்வது? ஓர் இனம் கலப்பு இனத்தது என்று சொல்லிக்கொள்ள எந்த சங்கோசமும் பட வேண்டிய நூற்றாண்டு அல்ல இது. எந்த மரபையும் மொழியையும் அவர்கள் சார்ந்துள்ளனர் என்பதை அவரவர்கள்தாம் தீர்மானித்துக்கொள்ள முடியும்.

எல்லா இனத்திலும் மொழியிலும் நல்லவரும் நல்ல இலக்கியங்களும் உண்டு. இரண்டு மரபுகளுக்கிடையே சிக்கிக்கொண்டுவிடுவதில் கஷ்டங்கள் இருக்கலாமேயொழிய, கேவலமொன்றுமில்லை. கம்பன் கூட இரு மரபுக்குள் சிக்கியவன்தான். வள்ளுவன் – இளங்கோ - சித்தர் - வள்ளலார் போன்றோருக்கு அந்த நிலை ஏற்படவில்லை.

"ஆரிய மொழிகளின் தோற்றம், உண்மையான இலக்கணம் ஆகிய நிலைகளை நான் இந்தத் தமிழ் மொழியின் மூலம் முதன்முதலில் உணர முடிந்தது"

பகவான் என்று போற்றப்படும் அரவிந்தரின் மேற்படி உரையை வைதிகர்கள் ஏற்றுக்கொள்வர் என்று நம்புவதற்கில்லை. இது தேச பக்திக்குக் குந்தகம் விளைவிக்கும் ஒன்று என்று அந்த மகானையும் ஒதுக்கிவைக்க ஆரம்பிக்கலாம். ஆனாலும் இங்கே ஒரு சங்கராச்சாரியிடத்தில் வள்ளலார் கூறியவைதாம் நம்மைப் பொறுத்தவரை வரலாற்று உண்மை..

நமக்குத் தாய்மொழி - தந்தைமொழி எல்லாம் தமிழ்தான்.

- 1994

விஞ்ஞானம் – தத்துவம் – கதை

தத்துவங்களும் கோட்பாடுகளும் நிலைநிறுத்தப்படுகையில் சிலசமயம் எள்ளிநகையாடப்படுவதுண்டு. பின்னர், எல்லாருமே கொண்டாடுவார்கள் என்பது வேறுவிஷயம். கலிலியோ போன்றோரின் கோட்பாடுகளும் முதலில் அந்தக் கதியைத்தான் அடைந்தன. பின்னர் அவை போப்பாண்டவரால் எவ்வாறு ஏற்றுக்கொள்ளப்பட்டது என்பதை அறிவோம்.

டார்வினின் பரிணாமவாதக் கொள்கை 1859-ஆம் ஆண்டு வெளியிடப்பட்டது. அவரது பொறுமையும் ஆதாரங்களைத் திரட்டி அவர் சொன்ன முறையும் ஒரு செவ்வியல் நூலாகவே அதை நிலை நிறுத்திற்று.

அந்த நூல் வெளிவந்த காலத்திலும் நடந்த விஷயங்கள் வேடிக்கையானவைதாம்.

"ஆகா - திமிரைப் பாருங்கள் - கடவுளின் வாசகத்தை எதிர்க்க எப்படித் துணிந்தான்" எனக் கேட்டு அவரை ஒரு கூட்டம் பகிஷ்கரிக்க ஆரம்பித்தது. வேறுவிதப் பிரச்சாரமும் நடத்தி இக்கால அரசியல்வாதிகள் போல் நடந்துகொண்டனர். அதாவது டார்வினே தனது கோட்பாடு தவறு என்று ஒப்புக்கொண்டுவிட்டார் - விற்றுப் போன புத்தகங்களைக்கூட அவர் திரும்பப் பெற்றுக்கொள்ளத் தயாராகவிருக்கிறார் - தவறுக்கு மிகவும் வருந்துகிறார்" என்றும் பிரச்சாரம் நடந்தது. ஆனால் டார்வின் எதற்கும் அசைந்து கொடுக்கவில்லை.

"கடவுள் மனிதனைப் படைத்தான்" என்ற தேவ வசனத்தின் எதிர்ப்புக் குரலாகவே இது பேசப்பட்டது. நாளடைவில், விஞ் ஞானிகளும் ஆசிரியர்களும் மெதுவாக ஏற்றுக்கொண்டுவிட்டாலும் பொதுமக்களிடையே எதிர்ப்பு இருந்தது.

இம்மாதிரி கோட்பாடுகள் வெளியிடப்படுகையில், அது பற்றிய கதைகள் வெளிவருவதும் தவிர்க்க இயலாததே. பரிணாமவாதம் வெளியிடப்பட்டுள்ள நிலையில், அது பட்டபாடு பற்றிய கதைதான் Inherit the wind. திரைப்படமாகவும் வந்துள்ளது.

வட அமெரிக்க மாகாணம் ஒன்றில் ஒரு பள்ளிக்கூடத்தில் உயிரியல் (Biology) ஆசிரியர் ஒருவர் டார்வினின் பரிணாம வாதத்தைப் பாடஞ்சொல்லிக்கொடுக்க, அந்த ஊர் மக்கள் புகார் பேரில் அவர்

கைது செய்யப்படுகிறார். பைபிளுக்கு எதிராகப் பிரச்சாரம் நடத்தப்படுகிறது என்பது குற்றச்சாட்டு. வழக்கு நடக்கிறது. இந்த ஆசிரியர் சார்பில் வாதாட ஒரு வழக்கறிஞரும், போலீஸ் பக்கம் ஒருவரும் ஆஜராகிறார்கள். இரு வழக்கறிஞர்களும் மோதிக் கொள்கின்றனர். இதில் ஒரு விசேடம் என்னவெனில், இருவருமே பைபிள் மேல் மதிப்புள்ளவர்கள். நண்பர்களும்கூட. இதில் பரிணாமவாதம் - விஞ்ஞானம் - ஆன்மிகம் - பைபிள் ஆகியவை வாதிடும் பொருட்களாகின்றன

ஆசிரியரின் வழக்கறிஞர்

முதல் நாள், இரண்டாம் நாள், மூன்றாம் நாள் என்று ஒவ்வொரு நாளிலும் கடவுள் இன்னின்னவற்றை சிருஷ்டித்தார் என்று கூறுகிறீர்கள். முதல் இரண்டாம் நாளிலெல்லாம் சூரியன் சிருஷ்டிக்கப்படவில்லை என்றும் சொல்லப்படுகிறது. அப்படி யானால் எதை அடிப்படையாகக் கொண்டு முதல் நாள் என்று கூறுகிறீர்கள்? சூரியன் இல்லையென்றால் நாள் ஏது?

அப்போது பறவைகள் பிறந்தன, மிருகங்கள் ஓடி விளையாடி என்றெல்லாம் சொல்கையில் 'கடற்பஞ்சு' மிதக்கிறது என்று சொல்லப்பட்டிருக்கிறது. கடற்பஞ்சு என்றால் என்ன? இலட்சக் கணக்கான வருடங்கள் கடல் நீர் அப்படியே இருந்து, பின் உறைந்து காணப்படுகிற ஒன்றுதான் கடற்பஞ்சு. உலகம் சிருஷ்டிக்கப்பட்ட நாளிலேயே அது மிதந்தது என்றால், பைபிளில் சொல்லப்பட்ட நாளிற்கு லட்சக்கணக்கான ஆண்டுகளுக்கு முன்பே பூமியும் கடலும் இருந்திருக்க வேண்டும் அல்லவா?

போலீஸ் வழக்கறிஞர்

அது கடவுளின் இஷ்டம், கடற்பஞ்சு மிதக்க வேண்டும் என்று அவர் விரும்பினால், அது மிதக்கும்.

ஆசிரியர் வழக்கறிஞர்

நண்பரே, 'நாள்' என்பது இப்போது நாம் அறிந்துகொள்வது போன்ற கால அளவா? பைபிளில் இந்தப் பகுதி எழுதப்பட்டபோது 'நாள்' என்பதற்கு என்ன அளவுகோல்? இப்போதுள்ள நேரம் அல்ல என்னும்போது, ஆயிரம் ஆண்டுகளாக லட்சக்கணக்கான ஆண்டுகளாகவோகூட அந்த 'நாள்' என்று குறிப்பிடப்பட்டதன் கால அளவு இருக்கலாம் அல்லவா?

பைபிள் ஒரு புத்தகம் - நல்ல புத்தகம் - இது மட்டுந்தான் நல்ல புத்தகம் என்று சொல்வது சரியல்ல.

இவ்வாறு வக்கீல் சொல்ல, அவர்தம் கட்சிக்காரரான ஆசிரியரோ தனது வாக்குமூலத்தில் "என்னைத் தண்டித்தாலும் இந்தக் கோட்பாட்டை எதிர்காலத்தில் குழந்தைகளுக்கு அறிவுறுத்தத்தான் செய்வேன்" என்றார்.

ஸ்பென்சர் டிரேசி, பிரடரிக் மார்ச் போன்ற ஜாம்பவான்கள் திரைப்படத்தில் நடித்திருந்தனர்.

டார்வினின் பரிணாம தத்துவம் பின்னர் அனைவரின் ஒப்புதலைப் பெற்றதோடு, சமய நம்பிக்கை, தத்துவம், வரலாறு இவற்றிற்கு மட்டுமல்ல, இலக்கிய விமர்சனத்திற்கும் துணையாக இருப்பது கண்கூடு.

அடுத்து ஞாபகத்திற்கு வருவது 'ஆல்பர்ட் ஐன்ஸ்டீன் சார்பு நிலைக் கொள்கை'. ஒரு கவிஞனைப் போன்றிருக்கிறது அவர்தம் உரைகள்.

"பூவுலக பொருட்களின் தன்மை உணரப்படுவதன் மூலமாக ஒருபகுதியும் யாரால் உணரப்படுகிறதோ, அவர்கள் மூலமே மறுபகுதியும் நிர்ணயிக்கப்படுகிறது"

இப்படிச் சொல்கிற ஒரு ஞானியை, விஞ்ஞானி என்று மட்டுமே குறிப்பிடுவது என்ன நியாயம்?

ஒரு யூதன் என்ற காரணத்தால், ஐன்ஸ்டீனும் மட்டம் தட்டப்பட்டார் -அலைகழிப்பிற்கு ஆளானார் என்பதை நாம் அறிவோம்.

ஐன்ஸ்டீன் சார்பு நிலைக் கொள்கையை கணித ரீதியாகப் புரிந்துகொண்டவர் மிகச்சிலரே என்று சொல்லப்படுகிறது 'ஒளியின் வேகத்தில் செல்லும்போது, காலம் இல்லாமலாகியது என்று விளக்கம் கேட்டுக்கொண்டே இருந்துவிடுகிறோம். கணித விற்பன்னர்கள் கட்டுரைகள் எழுதினாலும் தங்கம் மேதாவிலாசத்தை வெளிக்காட்டுகிறார்களே தவிர வேறு பயன் இல்லாது போகிறது. இந்த நிலையில் Planet of Apes போன்ற கதைகள், மக்களுக்கு ஐன்ஸ்டீனின் கோட்பாடு பற்றி ஓர் அடிப்படை அறிவைத் தருகிறது என்று சொல்லலாம்.

இந்தக் கதையும் விசித்திரமானது. சூரிய மண்டலத்தைக் கடந்து விண்வெளியில் செல்கிறது ஒரு விண்கலம். நான்கைந்து பேர் பயணம். ஒரு காப்டன் - ஒரு மருத்துவர் - ஒரு தாவர இயல் விஞ்ஞானி - ஒரு தத்துவவாதி இப்படியாக. திடீரென ஓர் அசைவு - குலுக்கல். ஒரு கணம் என்னவென்று அறிய முடியாத நிலை. சகஜ நிலையில் கலம் ஓடாது என்று தெரிந்துவிட்டு எதற்கும்

தயாராகிறார்கள். ஒரு கோணத்தில் நீர் நிறைந்த பகுதியில் வீழ்ந்து இன்னமும் நொறுங்காத நிலையில் மிதந்து கொண்டிருக்க, அவர்கள் அவசரமாக அந்தக் கலத்தைவிட்டு வெளியேறுகின்றனர். வெளியே வருமுன்னர் கலத்தின் உள்ளே தெளிவாகக் காட்டும் காலக் கடிகாரங்களை காப்டன் பார்க்கிறான். இரண்டு கடிகாரங்கள். ஒன்று இந்த விண்கலம் எவ்வளவு நாள் பயணம் செய்துள்ளது என்பதைக் காட்ட, இன்னொன்று பூமியின் அப்போதைய காலம் அதாவது இந்த விண்கலம் பயணம் செய்த இப்போதைய நேரம் வரை பூமியில் எவ்வளவு காலம் கடந்துள்ளது என்ற கணக்கைக் காட்டும். சிலநாள்களே விண்கலம் புறப்பட்டுப் பயணம் செய்திருக்க அந்த சிறு குலுக்கல் நடந்து கலம் ஏதோ கோளத்தில் விழுந்ததே, அப்போது பூமியிலே 300 வருடங்களுக்கு மேல் ஆகியுள்ளது என்று கணக்கு காட்டியது கடிகாரம். கடிகாரம் பொய் சொல்லாது. எனவே இவர்கள் புறப்படும்போது இவர்களுக்குத் தெரிந்த எல்லாரும் மாண்டு அவர்களின் பேரப்பிள்ளைகளும் கொள்ளுப்பேரர்களுமே இப்போது இருக்கமுடியும். அது ஒருபுறம் இருக்க அவர்கள் இப்போது அந்தக் கலத்தைவிட்டு வெளியே தரைக்கு வந்து அந்தக் கோளத்தில் படும் பாடுகள்தாம் கதை.

அந்த இடத்தில் அவர்கள் அலைந்து திரிகின்றனர். சிறுசெடியொன்றைக் கண்டு, பக்கத்தில் எங்காவது நீர்நிலை இருக்க வேண்டும் என்கிறான் தாவரவியல் விஞ்ஞானி. அவ்வாறே இருந்தது. அவர்கள் அங்கே இறங்கிக் குளிக்கின்றனர். அப்போது வருகின்றன குதிரைகள். அப்படி வந்தால் பரவாயில்லையே என்றால் அவற்றின் மேலே அமர்ந்திருந்தன குரங்குகள். அவ்வாறு சொல்லக்கூடாது. அது குரங்குகள் - நாகரீகமடைந்த குரங்குகள் - வாழும் ஒரு கோளம். நன்கு உடையணிந்து பேசிக்கொண்டே இவர்களைப் பிடித்துச்சென்றனர். சேர்ந்த இடம் மாளிகை போன்றது. அங்கே விசாரணை நடந்தது. நீதிபதியும் குரங்குதான். இவர்களை மடக்கிக் கேள்வி கேட்க ப்ராசிக்யூட்டர் - எல்லாருமே குரங்குகள், குரங்கினம் – "மனித இனம் நேயமற்றது. குரங்கு கலாச்சாரம் அப்படிப்பட்டதல்ல - மிகவும் உயர்ந்தது" என்று பேசப்பட்டது. காப்டனும் மற்றவர்களும் சிறையிலடைக்கப்பட்டனர் சிறையில் சில மனித இன வகையினரும் இருந்தனர் அரைப் பைத்தியமாக. அவர்களில் ஒரு பெண் சிறிது பேசி அந்த இடத்திலிருந்து தூரத்தில் சிறு தீவு ஒன்றிருப்பதாகவும் அதில் மனித இன நபர்கள் கொஞ்சம் இன்னமும் இருப்பதாகவும் தெரிவித்தாள். காப்டன் அவள் உதவியுடன் ஒரு துப்பாக்கியைப் பெற்று அங்கிருந்து ஒரு குதிரையோடும் அந்தப் பெண்ணுடனும்

தப்பி அந்த மனித இனம் இருக்குமிடம் செல்கிறான். அந்த இடமும் தெரிகிறது. தூரத்தில் அது கண்ணில் பட்டதுமே அந்த காப்டன் அதிர்ச்சியுற்று குதிரையிலிருந்து கீழே குதித்து தலையில் அடித்துக்கொண்டு அழுகிறான். "ஓ கடவுளே - ஏன் இப்படி பண்ணினாய் - நாங்கள் என்ன குற்றம் செய்தேன்" என்று கூக்குரலிட்டு அழுகிறான்.

தூரத்தில் அமெரிக்க நாட்டுச் சுதந்திர தேவியின் பெரிய சிலை பாதி நொறுங்கி அவனுக்குக் காட்சியளித்துக் கொண்டிருக்கிறது இருக்கும், அது நொறுங்கி 300 ஆண்டுகள் ஆகியிருக்கும்.

ஐன்ஸ்டீனின் சார்பு நிலை தத்துவம் இல்லையெனில் இந்தக் கதை இம்முறையில் சொல்லப்பட்டிருக்க முடியாது என்பதைப் புரிந்து கொள்கிறோம்.

"ஐன்ஸ்டீனை நான் கொன்றேன்" என்ற செக் நாட்டுத் திரைப்படம் மனிதன் இறந்த காலத்திற்குள் சென்றுவிடலாம் என்ற கோட் பாடுடன் கூடியது. முன்பே எச்.ஜி. வெல்சின் 'டைம் மெஷின் கதையில் இது பற்றிய குறிப்பு உண்டு. ஐன்ஸ்டீன் இல்லாவிட்டால் அணுகுண்டு பற்றிய அறிவு மனிதரிடையே ஏற்பட்டிருக்காது - அவரைத் தீர்த்து கட்டிவிட்டால் உலகத்திற்கு நன்மை என்று ஐன்ஸ்டீன் காலமாகி விட்ட பின்னர் இறந்த காலத்திற்குச் சென்று அவரைச் சுட்டுக்கொல்ல முயல்கிறார்கள்.

அறுபதுகளில் வந்த இந்தப் படமும் கோட்பாட்டை அடிப்படையாகக் கொண்டதுதான்.

சிக்மண்ட் பிராய்ட், 1914-ஆம் ஆண்டில் தமது ஆய்வுகளை வெளியிட்டார். ஐன்ஸ்டீனுக்கும் முந்தியவர். வியன்னா பல்கலைக் கழகத்தில் இருந்தவர். இவரது கோட்பாடுகளில் கனவு, காமம் பற்றியவை முக்கியமானவை. மருத்துவர்களையும் உள நூல் ஆய்வாளரையும் அவை கவர்ந்தது போலவே, இலக்கியப் படைப்பாளிகளையும் பிரமிக்கவைத்தன என்று சொல்ல வேண்டும்

குழந்தையானது தாயிடம் பால் அருந்தும் காலத்திலேயே காமம் ஆரம்பித்துவிடுகிறது என்றும் நம்முடைய அடக்கப்பட்ட, ஒடுக்கப் பட்ட ஆசைகள் யாவும் வேறு ஒரு வேஷத்தில் நிறைவேற்றப் படுவதுதான் கனவின் அடிப்படை என்றும், பிராய்ட் கூறியது போல் அதற்கு முன்னர் யாரும் கூறியதில்லை.

ப்ராய்டும், ஐன்ஸ்டீனும் யூதர்கள். எனவே, அவர்கள் எவ்வளவு புகழ் பெற்றிருக்க வேண்டுமோ, அதை அவர்கள் காலத்தில் பெறவில்லை என்று சொல்வதில் உண்மை உண்டு.

இலக்கியப் படைப்பாளிகளைப் பொறுத்தவரை, ப்ராய்டின் ஆய்வுகளில் காமம் என்பதைவிட கனவுதான் அதிக அளவில் எடுத்தாளப் பெற்றிருக்கின்றன. இதன் முக்கியக் காரணம், இலக்கி பணத்தைப் பொறுத்தவரை, காமம் என்ற பொருள் பல்வேறு உருவங்களில் ப்ராய்டின் கோட்பாடுகளுக்கு முன்னரே கிட்டத்தட்ட 2500 ஆண்டுகளாக பயன்படுத்தப்பட்டு வந்திருக்கின்றன. தமிழ், சமஸ்கிருதம், கிரேக்கம், சீனம், எபிரேயம் ஆகிய முதுமொழிகளிலும் பழங்காலந்தொட்டே இப்பொருள் பல கோணங்களில் எடுத்தாளப் பெற்றிருக்கிறது. எடுத்துக்காட்டாக இன்று தமிழில் பின் நவீனத்துவ எழுத்தாளர்கள் 'மிருகங்களுடன் உறவு பூண்டான்' என்று எழுதிவிட்டால், பலர் குற்றம் காண்கின்றனர். ஆனால், இங்கேயுள்ள நளாயினி கதையிலும் மிருகங்களுடன் உறவு பூணுதல் பற்றி (அதுவும் ஐந்து மிருகங்களுடன்) வருவதை அறிந்துகொள்ளவில்லை. இது வருத்தப்பட வேண்டியது - நியாயமும் இல்லாதது. இந்த விஷயம் குறித்து எழுதியவனை ஒரு படைப்பாளி என்று எடுத்துக் கொள்ள முடியுமே தவிர ஒரு டாக்டர் என்றோ மனோதத்துவவாதி என்றோ நாம் எடுத்துக்கொள்ள முடியாது. ஒரு கதையில் படைப்புத்தன்மை இருந்தால் அதை படைப்பாக எடுத்துக் கொள்ளத்தான் வேண்டும். பின் நவீனத்துவம் என்றோ மாந்திரீக யதார்த்தம் என்றோ பெயர் கொடுத்ததால் மட்டும் ஒன்றை தள்ளி விடக்கூடாது. மனிதனோடு சம்பந்தப்பட்ட எல்லாம் எழுத்தாளனின் படைப்பில் வரத்தான் செய்யும். அது நல்லது கெட்டது என்றோ வேண்டும் வேண்டும் என்றோ அரசியல் பண்ணும்போதுதான் மேற்படி சங்கடங்கள் வந்து சேர்கின்றன.

பிராய்டின் கோட்பாடுகள் ஐரோப்பாவைவிட அமெரிக்காவில்தான் அதிகமாகப் பயன்படுகின்றன. அதாவது, முக்கியமாக சிறுகதை எழுத்தாளர்களுக்கு. உடனடியாகத் தெரியவருவது ஜான் ஸ்டீன்பெக், வில்லியம் சரோயன் பெற்றோர். ஸ்டீன்பெக்கின் 'பாம்பு' என்ற கதை மிகவும் புகழ்பெற்றது. அது முப்பது விநாடிகளிலேயே சொல்லிவிடக்கூடிய ஒரு சிறுகதை.

பாம்புகளை வைத்துப் பழகும் ஒருவன் வீட்டிற்கு ஒரு பெண் வருகிறாள். "ஐயா நீங்கள் ஒரு பாம்புக்கு உணவு கொடுக்க வேண்டும். நான் பார்த்துவிட்டு உங்களுக்கும் பணமும் தந்துவிட்டுப் போறேன்" என்கிறாள். ஒன்றும் புரியாவிட்டாலும் அந்த ஆள் ஒரு எலியைப் பாம்புக் கூண்டிற்குள் போடுகிறான். பாம்பு வேகமாக வந்து அதை கவ்வி, கொஞ்சங்கொஞ்சமாக விழுங்குகிறது. பூராவும் விழுங்கிவிட்டதும் அப்படியே அசையாது கிடக்கிறது. அந்தப்

பெண் பார்த்துவிட்டு சிறிது பணமும் கொடுத்து புறப்படுகிறாள். அவன் "ஏன் அம்மா இதெல்லாம்" என்று கேட்க, அவள் "நான் சமீபத்தில்தான் திருமணம் செய்துகொண்டேன்" என்று சொல்லிவிட்டுப் போய்விடுகிறாள்.

வில்லியம் சரோயனின் 'பாம்பு' என்கிற கதை வேறுவிதமாகவிருக்கும்.

இரண்டுமே ப்ராய்ட் ஆய்வுகள் சார்ந்ததே. இந்த இரு எழுத்தாளர்களும் புகழ்பெற்றவர்கள். ப்ராய்ட் என்ற ஒருவர் இல்லாமல் இருந்திருந்தால் மேலே சொன்ன கதைகள் இந்த மாதிரியாக எழுதப்பட்டிருக்க முடியாது.

இங்கே - தென்னாட்டில் - ஒரு கோட்பாடு - சித்தாந்தம் – உண்டு. தென்னாடு என்பதிலுள்ள 'தென்' என்ற சொல் தெற்கு என்னும் திசையைக் குறிப்பதல்ல. அது 'தோன்றும், 'தென்படும்' என்னும் பொருளைத் தருகிறது. தென்னாடு, தென்னன், தென் மொழி, தென்னவன், தென்பாண்டி என்பதெல்லாம் அப்பொருளையே கொண்டு நிற்கும். இந்தச் சித்தாந்தம் தமிழ் மொழிக்கே உரியதாகும். வேறுவகையில் சொன்னால் தோன்றக்கூடிய ஒன்றைப் பற்றி உலகில் உள்ள எல்லா சமயக் குரவரும், அறிஞரும் தத்துவவாதிகளும் நிறையவே சொல்லியிருக்கின்றனர். தோன்றும் என்றுதான் சொல் கிறார்களேயொழிய எது என்று சொல்ல முன்வரவில்லை. தோன்றவேண்டுமென்றால் அதற்கு முதலில் எதுவுமே இல்லாத இடம் வேண்டும். அது மட்டும்தான் தெரிந்த விஷயம். எதுவும் மனத்துக்கண் இல்லை' என்னும் நிலை. மனமே இல்லை என்னும் நெறி. இல்லை இல்லை என்பதால் ஏற்படும் நெறி - கோட்பாடு தத்துவம் காலங்காலமாக இங்கே வழங்கி வந்த - வருகிற - கடவுள் என்னும் சொல்லின் பொருளும் அதுதான் என்று தெரிந்து கொள்ளலாம்.

இந்தக் கோட்பாடு பூங்குன்றனிலும் உண்டு - வள்ளுவத்திலும் உண்டு - திருமூலரிலும், மெய்கண்ட தேவரிடமும் உண்டு என்பது மட்டுமல்ல நம்மாழ்வாரிடமும் உண்டு.

இது பலரை வசீகரித்திருக்கிறது. உலகின் சிறந்த சிறுகதை ஆசிரியனையும் கவர்ந்திருக்க வேண்டும். தலைப்பு இல்லாது கேள்விக்குறி(?) போட்டு ஒரு சிறுகதை தமிழில் உண்டு. மேற்சொன்ன தத்துவம் இங்கே தோன்றியிருக்காவிட்டால், இந்தக் கதை இவ்வாறு எழுதப்பட்டிருக்க முடியாது. இதுவும் ஒரு முப்பது விநாடிகளுக்குள் சொல்லிவிடக்கூடிய கதைதான்.

குருவும் சீடனும் பேசிக்கொள்கின்றனர். "அதோ பார் – கைலயங்கிரி. அதன் உச்சியில் பிரகாசமான நட்சத்திரம்" என்கிறார் குரு. சத்தியத்தின் முடிவை கண்டுகொண்ட நம்பிக்கை அவரது குரலில் இருந்தது. "பிரகாசமாக இருந்தால் போதுமா ஒருவன் எட்டிப் பிடிப்பதற்காக அது இருந்தென்ன, போயென்ன" என்று பதிலளித்த சீடனிடம், "ஒருவன் தொட்டால் உலகம் தொட்ட மாதிரி" என்கிறார் குரு. "உலகம் அவனை இழந்துவிடுவதாலா?" எனத் திரும்பவும் கேட்ட சீடனுக்கு "இல்லை - உலகத்தை அவன் இழப்பதால்" என்றும் பதில் தருகிறார் குரு.

சொன்னதும் இருவரும் நிமிர்ந்து மலையைப் பார்த்து யோசிக்கின்றனர். பிறகு, அந்த குரு சொல்கிறார், "இல்லை - நான் சொன்னது பிசகு."

இவ்வளவுதான் கதை. இவ்வாசிரியரின் சிறந்த கதை என்று இதைச் சொல்லவில்லை. உலகின் தலைசிறந்த ஒரு சித்தாந்தத்தை முடிவற்ற முடிவை, உள்வாங்கிக்கொண்ட ஒரு படைப்பாளியின் வெளிப்பாடு என்று சொல்ல முடியும். அந்தச் சித்தாந்தம் இல்லையென்றால், இந்தக் கதை வேறு மாதிரியாகத்தான் எழுதப்பட்டிருக்கும்.

இந்தக் கதையின் ஆசிரியர் யாரெனச் சொல்லப்போவதில்லை. தெரியாவிட்டால் வெட்கக்கேடு.

- 2007

∎

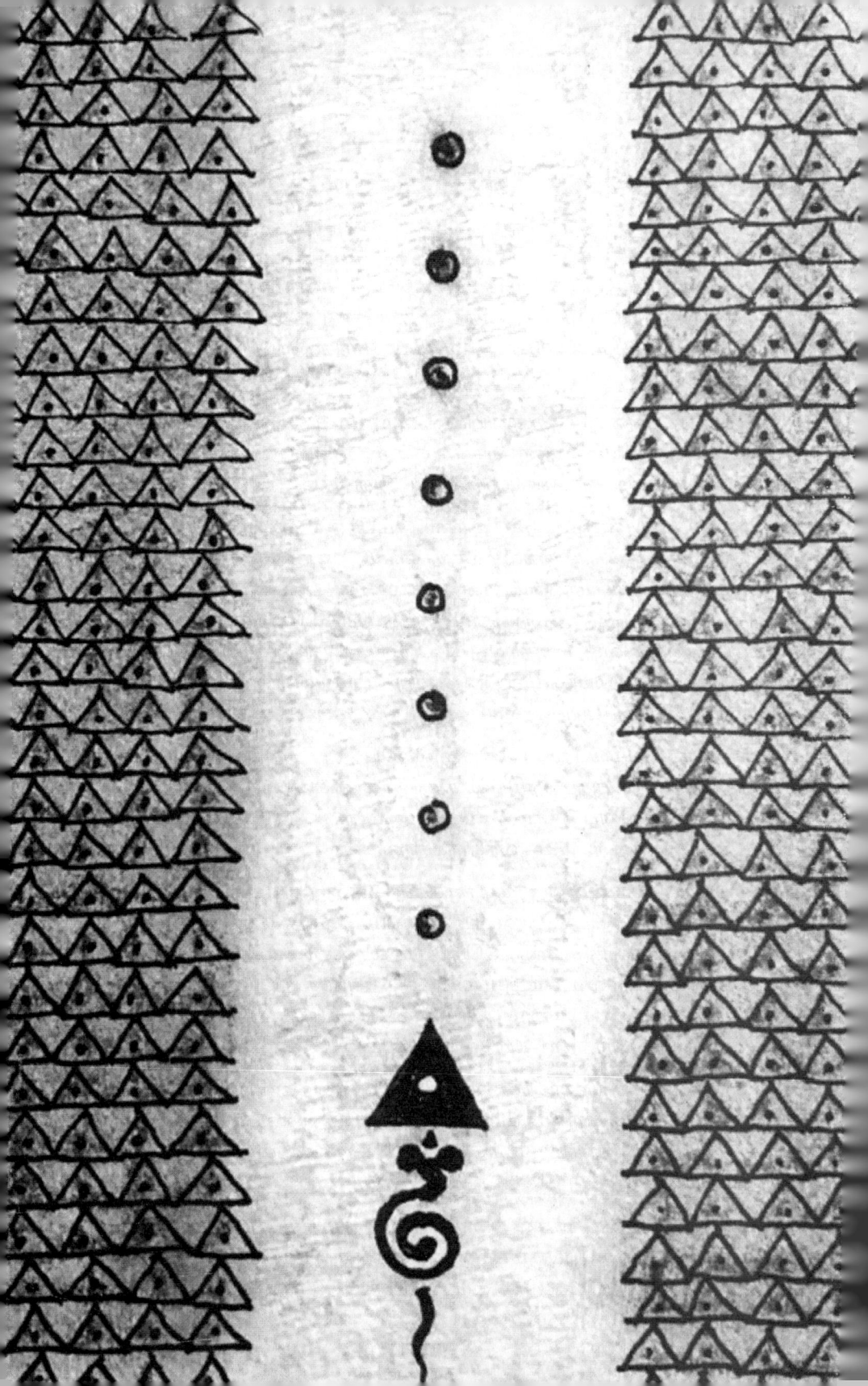

யாதும் ஊரே

வசுதேவ குடும்பக

ஒரு விளம்பரத்தில் "யாதும் ஊரே" என்ற பூங்குன்றனாரின் வரிகளைப் போட்டு அதைத் தொடர்ந்து அடைப்புக்குறிக்குள் "வசுதேவ குடும்பக" என்ற உபநிடத வரிகளை நிரப்பி விளக்கம் தந்திருந்தார்கள்.

பொதுவாக அடைப்புக் குறியிட்டு மேலும் சிலவற்றைச் சொல்வது இதுவும் அதுவும் ஒன்றுதான் என்ற விளக்கத்தை அதிகமாகத் தெளிவுபடுத்திக் காட்டுவதற்காகவே இருக்கும்

நல்லது - இரண்டும் ஒன்றுதானா சம்பந்தம் ஏதாவது இருக்கிறது என்று ஏற்றுக்கொள்ளக்கூடியதுதானா? ஏதோ இரண்டும் ஒரே மாதிரியானப் பொருளைத்தான் சொல்கிறது என்று எண்ணுபவர்கள் இருக்கவேண்டும். மேற்கண்ட விளம்பரமே அதற்குச் சான்று. அப்படிச்சொல்வது - அதாவது வடமொழி வரிகளுக்கும் பூங்குன்றன் கவிதைக்கும் சம்பந்தமுண்டு என்று சொல்வது - எந்தவிதத்தில் நியாயம் என்று பாருங்கள்.

சமஸ்கிருதமயமாக்கல் பக்தி இலக்கிய காலத்திலிருந்தே நடந்து வந்திருக்கிறது. இது அரசியல் துறையில் கை வைத்து லாபமடைய அதையே பயன்படுத்தும் வழி. ஆட்டைக் கடித்து மாட்டைக் கடித்து பூங்குன்றனிடம் வந்திருக்கிறார்கள்.

எல்லோரும் கடவுளின் குழந்தைகள் என்று சொல்வது எல்லா சமயத்தவரும் ஒப்புக்கொள்ளும் விஷயம். உலகம் எத்தனை அளவு பரந்து கிடக்கிறது என்று தெரியாமலிருந்த காலத்திலும், "இந்த உலகம் கடவுளால் படைக்கப்பட்டது - அந்தக் கடவுள் எங்களுக்குச் சொந்தம் ஆங்கில மொழியில் தான் பேசினார் இப்படி இப்படி கட்டளையிட்டார்" என்றெல்லாம் சொல்லும் வழக்கம்தான்.

ஆதாமின் சந்ததியினர் அல்லது கோத்திரத்தினர் என்று யூத கிறித்தவ மதத்தினரும், இப்ராகீம் வாரிசுகள் என்று இஸ்லாமிய மதத்தினரும் கூறும் வாசகங்களும் வசுதேவ குடும்பம் என்று சொல்வதும் ஒன்றுதான்.

மேலும், இவ்வாசகங்கள் யாருக்காகச் சொல்லப்பட்டவை என்று பார்க்கும்போது, பெரும்பாலும் ஒரு குறிப்பிட்ட இனத்திற்கு

மட்டுமே பொருந்துகின்றன. இல்லையெனில், 'அவ்வாறு இல்லாதவர்களுக்கு எதிராக நீங்கள் ஒன்றுபடுங்கள்' என்ற பொருளையோ கொள்கையையோ கொண்டு நிற்பனவாகும் பறவைகளுக்கும் மிருக இனத்திற்கும் எதிராகச் சொல்லப்பட்டதா என்றும் கேள்வி எழும்.

'வசுதேவ குடும்பம்' என்றாலும் அப்படித்தான். வசுதேவன் என்ற உப கடவுளின் பெயரில் வந்துள்ள வாசகம் அது. எல்லாரும் வசுதேவனின் குடும்பத்தார் எனக் கூறிப் பிரச்சாரம் செய்யும் பணியில் அமைந்தது. பொதுவாக, அன்று வழக்கத்திலிருந்த அல்லது வேரூன்றத் தொடங்கியிருந்த பிராம்மண மதத்தின் பிரயோகம் தான் ஆதாமின் சந்ததியினரை ஒன்றுசேர்ப்பதற்கும் இப்ராகிமின் வாரிசுகள் எனக் கூறி ஒன்றுபடுத்துவதற்கும், வசுதேவ குடும்பமாக எல்லோருக்கும் அழைப்பு விடுவதற்கும் எந்த வேறுபாடும் இல்லை.

ஆனால், எந்தவிதப் பிரச்சாரமும் உபதேசமும் "யாதும் ஊரே" கவிதையில் இல்லை. 'எல்லா ஊரும் எனதூர் - நான் உங்களுடைய சொந்தக்காரன்' என்று, தன்னை வெளிப்படுத்தி மற்றவர்களோடு இணைத்துக் கொள்ளும் பரவசம்தான் அது. புத்தர் அங்குலிமாலனிடம் தானாகவே சென்றது போன்ற ஒரு நிலை - பூங்குன்றன் புத்த மதத்தைச் சார்ந்த சங்க காலக் கவிஞன் என்றும் கூறமுடியாது

தானாகத் தோன்றுவது என்பது ஓர் உயர்ந்த நிலை - அறிவியல் சார்ந்தது என்று சொல்லிவிட முடியாது. தென்னாட்டுச் சித்தாந் தங்களில் இது ஒரு சமயமாகக் கொண்டாடப்படுகிறது. தெய்வம் எந்த நிலையில் பெண் வயிற்றில் குழந்தையாக அவதரித்து மனித குலத்தை மேம்படுத்த வருவதில்லை. தெய்வம் தானாகவே தோன்றுகிறது என்பது அந்தச் சித்தாந்தம். அவதாரங்கள் ஏற்றுக் கொள்ளப்படுவதில்லை. ராமனையும் கிருஷ்ணனையும் நல்ல அரசர்களாகவும் நல்ல மனிதர்களாகவுமே தெய்வ சிந்தனையுடைய தென்னக அறிஞர்கள் இன்றும் கருதுகிறார்கள். தத்துவஞானி விவேகானந்தர் கருத்தும் இதுவே.

இந்தத் தென்னாட்டுச் சித்தாந்தம் ஒருவகையில் 'கிறித்துவத்திற்கு மாறாகவும் இஸ்லாம் மதத்திற்கு ஏற்றதாகவும் உள்ளது என்றும் கூற முடியும்.

'யாதும் ஊரே' பாடல் ஒரு சித்தர் வாக்கு. அது ஒரு புலம்பல் போலத் தெரிகிறது என்று சில அன்பர்கள் கூறுவதும் உண்டு. ஒரு

வகையில் அது உண்மை. சித்தர் குணந்தான் அது. ஆற்றங்கரையில் நின்று ஒரு தனித்த பார்வை மூலம் வாழ்வை உணர்ந்த ஒரு சித்தனின் வாக்கு. நமது கிராமங்களில் பெண்கள் ஒப்பாரி வைத்து அழுகையின் கூட கவிதை அம்சம் புலப்படும். ஏதும் அறியாத நிலையில் சாவையும் வாழ்வையும் இணைத்து அவர்கள் அறியாத நிலையிலேயே தோன்றும் வார்த்தைகள் அவை.

'ஒன்றை ஆரியமயமாக்க வேண்டும்; இல்லையேல்' இல்லாமல் செய்துவிடவேண்டும் என்ற கொள்கையை நடத்திக் கொண்டிருப்பது வைதீகம்.

'பூங்குன்றன் ஒரு நாடோடியாக இருக்கவேண்டும்' என்று கருணையுடன் தெரிவிக்கின்றார் ஒரு வைதிகவாதி.

பூங்குன்றன் வாழ்க்கை நமக்குத் தெரியாது. ஒரே ஒரு கவிதைதான் கிடைத்துள்ளது. ஓர் அறிவர் - சித்தர் நிலையிலிருந்து எழுதியிருக்க வேண்டும் என்று தெரிவதோடு பூங்குன்றன் தமது சொந்த மண்ணில்தான் சுற்றியிருக்கிறார் என்பது விளங்குகிறது. ஆனால் இந்த அளவு அபிமானத்தோடு பூங்குன்றன் கண்டுபிடித்த வைதிகம், வேத சுலோகங்களை எழுதிய நாடோடிக் கவிஞன்களைப் பற்றி வாய் திறக்காது. அது தந்தை மொழிப்பற்று செய்கிற வேலை ஒரே நாளில் பல சூரியன்கள் தோன்றுவது பற்றிய குறிப்பு சமஸ்கிருத சுலோகங்களில் இருக்கிறது என்று வியந்து போற்றி தமது முன்னோரின் ஞான திருஷ்டியைக் குறிப்பிடுவார்கள் ஆனால், “இப்படி ஸ்லோகம் எழுதியவன் ஒரு நாடோடிக் கலைஞன் தம் முன்னோர் தங்களது சொந்த இடங்களில் கண்ட காட்சியை அதாவது துருவப் பிரதேசங்களில் கண்டவற்றைக் கூறியிருப்பார்கள் அத சாதாரணமான ஒரு காட்சியே தவிர ஞான திருஷ்டியும் இல்லை: ஒரு எழவும் இல்லை - நாடோடிகள் எல்லாரும் காண்கிற காட்சிதான் அது” என்று எந்த யோக்கியரும் வைதிகத்தைக் காட்டிக்கொடுப்பது கிடையாது. இதெல்லாம் இம்மாதிரி வாசகங்களையெல்லாம் தமிழ் சம்பந்தப்பட்டவற்றில் மட்டுமே வைதிகம் பயன்படுத்தும்.

- முன்றில்/1994

■